எழுத்தில் எங்க சாமிகள்

தொகுப்பாசிரியர்

தி. மரிய தனராஜ்

பரிசல்

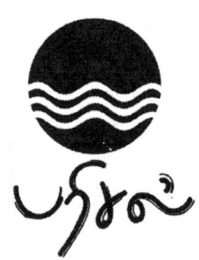

பரிசல்

எழுத்தில் எங்க சாமிகள் ♦ தி. மரிய தனராஜ் ♦ முதல் பதிப்பு: பிப்ரவரி, 2024 ♦ பக்கங்கள்: 240 ♦ வெளியீடு: பரிசல் புத்தக நிலையம், 235, P. பிளாக் MGR முதல்தெரு, MMDA காலனி, அரும்பாக்கம், சென்னை - 600 106. பேச: 9382853646, 8825767500 மின்னஞ்சல்: parisalbooks2021@gmail.com ♦ வடிவமைப்பு: ஜெயஸ்ரீ கிராபிக்ஸ், மதுரை - 20 ♦ அச்சாக்கம்: கம்ப்யூ பிரிண்டர்ஸ், சென்னை - 600 086.

Ezhuththil Enga Saamigal ♦ T.Maria Dhanaraj ♦ First Edition: February 2024 ♦ Pages: 240 ♦ Published by Parisal Putthaga Nilayam, No.235, ‘P’ Block, MGR First Street, MMDA Colony, Arumbakkam, Chennai - 600 106. Mobile: 93828 53646, 8825767500 Email: parisalbooks2021@gmail.com ♦ Layout: Jayasri Graphics, Madurai - 20 ♦ Printed at: Compu Printers, Chennai - 86.

Rs.**270/-**

ISBN: 978-81-19919-11-6

நன்றிகள்
நாட்டுப்புறவியல் பாடம் புகட்டிய எனது பேராசிரியர்கள்
பேரா.இ.முத்தையா
பேரா.டி.தருமராஜ்

மதுரை காமராசர் பல்கலைக்கழகம் நாட்டுப்புறவியல் மற்றும்
பண்பாட்டு ஆய்வுகள் துறைக்கு

உள்ளே...

	என்னுரை	7
1.	முத்தம்மன்	13
	ந.பிச்சமூர்த்தி	
2.	கருப்பண்ணசாமி யோசிக்கிறார்	18
	அறிஞர் அண்ணா	
3.	ஆனைத் தீ	27
	தொ.மு.சி.ரகுநாதன்	
4.	அமானுடன்	39
	பிரபஞ்சன்	
5.	அன்றும் கொல்லாது, நின்றும் கொல்லாது	54
	நாஞ்சில் நாடன்	
6.	ஆயிரங்கண்ணுடையாள்	64
	சி.எம்.முத்து	
7.	கழுமாடன்	75
	ஜெயமோகன்	
8.	பீடம் (கழுமாடன் 2)	87
	ஜெயமோகன்	
9.	சத்தியக்கட்டு	99
	இமையம்	
10.	பெருமாயி	121
	கௌதம சித்தார்த்தன்	
11.	ஓலையக்கா லாக்கப்	141
	மு.ஆனந்தன்	
12.	ஊமைக்கொலுசு	148
	உமா மகேஸ்வரி	
13.	பிராது	156
	கண்மணி குணசேகரன்	

14.	முனிவிரட்டு என். ஸ்ரீராம்	167
15.	கன்னி தேன்மொழி	173
16.	ஏழு கன்னிமார் சந்திரா	180
17.	அம்மன் குடில் கார்த்திகைப் பாண்டியன்	185
18.	சன்னதம் மயிலன் ஜி. சின்னப்பன்	196
19.	கழுமரம் வென்ற கண்டன் சாத்தன் குன்றன்	209
20.	காளிக்கூத்து கார்த்திக் புகழேந்தி	222
	எழுத்தாளர் பற்றிய குறிப்புகள்	231

தி.மரிய தனராஜ்

விருதுநகர் மாவட்டம் திருத்தங்கல் ஊரைச் சேர்ந்தவர். இளங்கலையில் ஆங்கில இலக்கியமும் முதுகலையில் நாட்டுப்புறவியலும் பயின்றவர். இலக்கியத்தில் ஆர்வம் உடையவர். தேர்ந்த வாசகர். தற்போது நாட்டுப்புறவியலில் முனைவர் பட்டப்படிப்பை மேற்கொண்டுள்ளார். ரோமாபுரி நகரில் மூன்று வருடங்கள் தங்கி கிறிஸ்தவ இறையியலில் Licence பட்டம் பெற்றுள்ளார். "மற்றவர்களின் சிலுவை" எனும் தொகை நூலின் தொகுப்பாசிரியர்.

என்னுரை

கோவில் திருவிழாக்கள் மற்றும் திருவிழாவோடு தொடர்புடைய பல்வேறு நிகழ்வுகள் மக்களைக் கவரும் வகையில் ஈர்ப்பு சக்தி கொண்டவையாகவே இருந்துள்ளன; இருந்தும் வருகின்றன. விழாக்கால தோரணங்கள், அலங்கரிப்புகள், விழா நாட்களில் நடைபெறும் சாமி ஊர்வலங்கள், நேர்த்திக்கடன் நிறைவேற்றிக் கொள்ள பக்தர்கள் எடுக்கும் பல்வேறு தவமுயற்சிகள், சாமிக்கு கொடுக்கப்படும் உயிர்ப்பலிகள் மற்றும் படையல், சாமியாட்டம் ஆடி குறி சொல்பவர்கள், வேட்டைக்குச் செல்லும் சாமிகள், இன்ன பிற திருவிழா தொடர்பான இத்தியாதிகள் பத்து பன்னிரெண்டு வயது சிறுவனாக இருந்தபோது என்னை ஈர்த்ததில் ஆச்சரியமொன்றுமில்லை. சிறுவயது முதலே சாமிகளும் அதன் தொடர்பான மற்ற நிகழ்வுகளும் வியப்பூட்டக்கூடியதாகவும் அதே வேளையில் ஆர்வத்தைத் தூண்டுவனவாகவும் இருந்தன.

எங்கள் ஊரின் சக்தி மாரியம்மன் திருவிழாவில் ஒவ்வொரு நாளும் சாமி ஒவ்வொரு வகையான பல்லக்கில் அருகில் இருக்கும் கருமாரியம்மன் கோயிலுக்குச் செல்வதுண்டு. ஊர்வலம் செல்லும் பாதைக்கருகில் எங்கள் வீடு இருந்தது மிகச் சௌகரியமாகவே இருந்தது. அருகிலிருந்து சாமியையும் சாமி அலங்காரத்தையும் சாமி பயணித்த அலங்கார ஊர்தியையும் கண்டது எனது வியப்பை கூட்டியது. பின்னர் உறவினர்கள் அழைத்ததன் பேரில் கோவில்பட்டி அருகேயுள்ள முடுக்கலான்குளம் பத்ரகாளி கோவில் திருவிழாவிற்கும், பெரியாண்டவர் கோவில் திருவிழாவிற்கும் சென்றது, அந்தத் திருவிழாவிலே பங்குபெற்றது இன்னும் மறக்க இயலாத நிகழ்வாகவே உள்ளது. உயிர்ப்பலிகளை முதல்முறை கண்டது அங்கேதான். பத்ரகாளியம்மன் கோவிலில் ஆடுகளும் சேவல்களும் பலிகொடுக்கப்படுவதை பயம் கலந்த பதட்டத்துடன் முதன் முறையாக பார்த்தேன். பெரியாண்டவர் கோவிலில் சாமியாடி கொதிக்கும் பொங்கலில் வெறும் கையிட்டு அதை பக்தர்களுக்கு பிரசாதமாகக் கொடுத்ததைப் பரவசத்துடன் பார்த்ததும் அங்கேதான். அம்மா பிறந்த ஊரான கழுகுமலையில் வைகாசி விசாகம் முன்னிட்டு பக்தர்கள் எடுக்கும் பல்வேறு முயற்சிகளை – பால்குடம் எடுத்தல், காவடி எடுத்தல் – ஆர்வத்தோடு பார்த்ததுண்டு. பின்னாட்களில் என் பதின்ம வயதில் பல சாமிப்படங்களை (திரைப்படங்களை) மிகுந்த ஆர்வத்தோடும் ஆச்சர்யத்தோடும் பார்த்து ரசித்ததுண்டு.

கோவில் திருவிழாக்கள் மூலம் அறிமுகமாகி இருந்த சாமிகள், இப்போது திரைப்படங்களின் மூலம் அவர்களுடைய கதைகளைக் கூற ஆரம்பித்தன. சாமிக்கதைகளைக் கேட்கவும் பார்க்கவும் விருப்புக்குரிய ஒன்றாகவே இருந்தது.

பின்னாட்களில் முதுகலைக்கென்று நாட்டுப்புறவியல் துறையைத் தேர்ந்தெடுக்கும் வரை சாமிகளின் மேல் இருந்த ஈர்ப்பு அவ்வளவாக எங்கும் வெளிப்படவில்லை. நாட்டுப்புறவியல் துறையில் முதுகலைப் பட்டப் படிப்பைத் தொடங்கியவுடன் அமிழ்ந்துபோயிருந்த சாமிகளின் மீதான ஈர்ப்பு முழுவேகத்தோடு மேலெழுந்து வந்து மறுபடியும் என்னைத் தொற்றிக் கொண்டது. 'நாட்டார் சமயம் மற்றும் சடங்குகள்' என்று தனித்தே ஒரு பாடம் இருந்தது இன்னும் வசதியாகப் போனது. சிறு வயதில் ஆச்சரியமாகத் தெரிந்த சில நிகழ்வுகளுக்கு அல்லது பயங்கரமாகத் தெரிந்த ஒரு சில விசயங்களுக்கு (சாமியின் தோற்றம், உயிர்ப்பலிகள்) பாடத்தில் விளக்கங்கள் கிடைக்கலாயின. சாமிகள் தொடர்பான பல கோட்பாடுகள் அறிமுகமாயின. கோட்பாடுகள் சாமிகளை, அதன் தொடர்பான சடங்குகளை புதிய முறையில் அறிமுகப்படுத்தின. குலதெய்வம், ஊர்தெய்வம், பொதுத்தெய்வம், காவல் தெய்வம் (எல்லைச்சாமி), இல்லுறை தெய்வம், கொலையில் உதித்த தெய்வங்கள், சாமிகளோடு தொடர்புடைய சடங்குகள், வாய்மொழி வழக்காறுகள், நம்பிக்கைகள் – பாடத்திட்டத்தின் இப்படியான பல்வேறு கருத்துக்கள் ஆர்வத்தைக் கிளர்த்திய பல கேள்விகளுக்கு விடை தந்து மேன்மேலும் ஆர்வத்தை அதிகரிக்கவே செய்தன. மதுரை காமராசர் பல்கலைக்கழக நாட்டுப்புறவியல் துறை முதுகலை மாணவனாக மற்ற முதுகலை மாணவர்களோடும் ஆய்வாளர்களோடும் சேர்ந்து வீரபாண்டி கௌமாரியம்மன் திருவிழாவை ஆவணப்படுத்தியது மற்றும் அக்கோவில் சாமி மற்றும் அங்கு நடைபெறும் சடங்குகளை அறிந்துகொள்ள ஒன்றாக மேற்கொண்ட களப்பணி இப்போது சிறுவனுக்குரிய வியப்பு தந்திராவிட்டாலும் ஆய்வாளனுக்குரிய வியப்பைத் தந்தது. முனைவர் பட்ட ஆய்வாளனாக இன்று கருமாத்தூர் மூனுசாமி கோவிலில் களப்பணி செய்து தகவல்கள் திரட்டியபோதும் ஆய்வாளனுக்குரிய அந்த வியப்பு குறையாமலேயே இருக்கின்றது.

இதன் ஒரு பகுதியாகவே சாமிகள் பற்றிய எழுத்துக்களிலும் ஆர்வம் கூடியது. ஆய்வுக்கட்டுரைகள் ஆய்வு நூல்கள் ஒரு வகையில் என்னை ஆக்கிரமித்திருந்தாலும் புனைவுகளில் சாமிகள் வெளிப்படும்போது குறிப்பாக கதாப்பாத்திரங்களாக வெளிப்பட்டு தங்கள் கதைகளைக் கூறும்போது அதனுடைய ஈர்ப்பு இன்னும் நெருக்கமாக இருந்தது. புனைவெழுத்தில் சாமிகளையும் சாமி

தொடர்பான பல்வேறு நிகழ்வுகளையும் தமிழ் எழுத்தாளர்கள் கையாண்ட விதமும், அதன் வழியாக அவர்கள் முன் வைத்த கருத்துக்களும் விமர்சனங்களும் படிப்பதற்கு வித்தியாசமான ஒரு வாசிப்பு அனுபவமாக இருந்தது. நாட்டுப்புறவியல் ஆய்வாளன் என்ற வகையில் நான் படித்த கோட்பாடுகள், கருத்தாக்கங்கள் எளிய முறையிலே ஒரு கதை வடிவிலே வெளிப்படுவதைக் கண்ட போது சிக்கலான ஆழமான/செறிவான கருத்துக்கள் கொண்ட கோட்பாடு எளிதாக விளங்குவது போல இருந்தது. சில கோட்பாடுகளுக்கு சிறுகதைகளிலிருந்து எளிமையான தக்க உதாரணம் கிடைத்தது போல இருந்தது. இவ்வகையில் இம்மாதிரியான கதைகள் என் போன்ற நாட்டுப்புறவியல் மாணவர்களுக்கு/ஆய்வாளர்களுக்கு உதவலாம் என்ற அடிப்படையில் இம்மாதிரியான கதைகளைத் தொகுக்கத் தொடங்கினேன்.

நாட்டுப்புறவியல் துறை மாணவர்களுக்கு / ஆய்வாளர்களுக்கு களத்தில் கிடைக்கும் கதைகளே முதன்மைத் தரவுகளாக இருக்க முடியும். இத்தொகுப்பில் உள்ள சிறுகதைகள் துணைமைச் சான்றாதாரங்களாக விளங்கலாம் என்ற முழுப்புரிதலுடனே இக்கதைகள் தேர்வு செய்யப்பட்டு தொகுக்கப்பட்டுள்ளன. ‘நாட்டார் சமயம் மற்றும் சடங்குகள்’ எனும் பாடத்திற்கு இந்நூல் ஒரு துணை நூலாக அமையலாம். களத்தில் கிடைக்கும் கதைகளுக்கு மாறாக இவையனைத்தும் எழுத்திலிருந்து பெறப்பட்டவை. தமிழ் எழுத்தாளர்களின் பன்முகப் பார்வையில் இவை வெளிப்படுபவை. ஆகவேதான் இத் தொகுப்பிற்கு “எழுத்தில் எங்க சாமிகள்” எனும் தலைப்பைத் தேர்வு செய்தேன்.

அதற்காக இந்தத் தொகுப்பு நாட்டுப்புறவியல் மாணவர்களுக்கு / ஆய்வாளர்களுக்கு மட்டுமல்ல. எல்லோருக்கும் உவப்புடைய ஒன்றாகவே இத்தொகுப்பு இருக்கும். சாமிகள் தொடர்பான கதைகள் இன்றுவரை மக்களைக் கவர்ந்திழுப்பவையாகவே உள்ளன. இன்று அதிகளவில் வெளிப்படும் சாமிகள் தொடர்பான ஆய்வு நூல்களும், இன்று வரை வெளிவரும் சாமி தொடர்பான திரைப்படங்களும், தொலைக்காட்சித் தொடர்களும் மக்களுக்குச் சாமிகள் மேல் இருக்கும் ஈர்ப்பை உறுதிசெய்து கொண்டே இருக்கின்றன. ஆக நாட்டுப்புறவியல் மாணவர்களுக்கு மட்டுமல்லாமல் எல்லோருக்கும் இத்தொகுப்பு உதவும் என்றே நம்புகிறேன். குறிப்பாக இந்நூலிலுள்ள சில கதைகளில் சாமிகளே கதாபாத்திரங்களாக வந்து தங்கள் முற்கதைகளை, கஷ்டங்களை, வீர தீரச் செயல்களைச் சொல்லும்போது இன்னும் சுவாரசியமாகவே தோன்றும் என உறுதியாக நம்புகிறேன்.

இத்தொகுப்பில் உள்ள சிறுகதைகளை ஆய்வு நோக்கில் அணுகி விரிவான ஆய்வுக்கட்டுரையை / கட்டுரைகளை எழுத முடியும். இவ்வாறாக பல ஆய்வுக் கட்டுரைகளுக்கு இந்தத் தொகுப்பு ஒரு நுழைவாயிலாக இருக்க முடியும். இம்மாதிரியான ஆய்வுக்கட்டுரைகளை இலக்கியப் புலத்திலிருந்தோ, சமூகவியல் புலத்திலிருந்தோ, மானுடவியல் புலத்திலிருந்தோ, நாட்டுப்புறவியல் புலத்திலிருந்தோ எழுதப்படுவதற்கு சாத்தியக்கூறுகள் உள்ளன.

எதேச்சையாக இத்தொகுப்பு வேளையில் இருந்த போது 'தமிழ்க்கதைகளில் கடவுள்' எனும் கட்டுரையை *செம்மலர்* (அக்டோபர் 2023) இதழில் பார்க்க நேர்ந்தது. மணிமாறன் என்பவர் எழுதிய கட்டுரை அது. "ஒரு நூறு கதைகள்" கடவுள்களை கதாபாத்திரங்களாகக் கொண்டுள்ளன என அவர் சொன்னாலும் அக்கட்டுரையில் நான்கு கதையாசிரியர்களையும் எட்டு கதைகளையுமே அடிப்படையாகக் கொண்டு அக்கட்டுரையைப் புனைந்திருந்தார். கடவுள்களை தரையிறக்கி இந்த உலகத்திலே நடமாட வைப்பது மற்றும் எளிய மனிதர்களின் வாழ்க்கையையே வாழத் தாடுமாறுபவர்கள் போல சித்தரித்து பகடி செய்வது ஆகியவையே தமிழ் எழுத்தாளர்கள் தங்களது சிறுகதைகளில் பெருமளவு செய்துள்ளனர் என்ற கருத்தையே இக்கட்டுரையில் முன் வைத்திருந்தார் மணிமாறன். 'தமிழ்க் கதைகளில் கடவுள்' எனும் தலைப்பு கொண்ட இக்கட்டுரையில் மக்களின் சாமிகளை எழுத்தாளர்கள் சிறுகதைகளில் கையாண்ட விதத்தை ஒரு குறிப்பாகவாது சொல்லிவிட்டு சென்றிருக்கலாம் கட்டுரையாளர். ஆனால் அவ்வாறு செய்யவில்லை. மாறாக செவ்வியல் தெய்வங்கள் என அடையாளப்படுத்தப்படும் கடவுள்கள் புகுந்த கதைகளையே தனது கட்டுரைக்கு மூல ஆதாரங்களாக பயன்படுத்தியிருந்தார் கட்டுரையாளர். மக்களுக்கு நெருக்கமாக இருக்கும் சாமிகள் கதாபாத்திரங்களாக வரும்போது நம்மில் ஒருவராகவே அவர்களை பாவித்திருக்கலாம் கட்டுரையாளர். மேலிருந்து வருபவரை மட்டும் *கடவுள்* என கண்டிருக்கலாம். நம்மோடு இருந்து நம்மை, நம் மக்களை, நம் நிலத்தை, நம் ஊரைக் காப்பவர்கள் நமது *சாமிகள்* என புரிந்து கொண்டவராக அம்மாதிரியான கதைகள் பற்றிய கட்டுரை ஒன்றை இனி அவர் எழுதலாம் என நம்புகிறேன்.

இத்தொகுப்பில் பத்தொன்பது எழுத்தாளர்களின் கதைகள் உள்ளன. பத்தொன்பது எழுத்தாளர்கள் என்றாலும் எடுத்தாளப்பட்ட கதைகளோ இருபது. ஜெயமோகன் அவர்களுடைய "கழுமாடன்" மற்றும் "பீடம்" கதைகள் தங்களிடையே ஓர் உள்ளார்ந்த தொடர்பு கொண்டிருப்பதால் இரண்டினையும் ஒன்றன் பின் ஒன்றாக இணைத்துள்ளேன். "கழுமாடன் 1" மற்றும்

"கழுமாடன் 2" என தலைப்பிடலாம் என எண்ணினேன். ஆனால் செய்யவில்லை. ஜெயமோகன் அவர்களுடைய தலைப்புகளையே பயன்படுத்தியுள்ளேன். இந்த இரண்டு கதைகளையும் ஒரே கதையின் இரண்டு பகுதிகள் என்ற நோக்கில் வாசகர்கள் வாசிக்க முடியும். அதற்கான சாத்தியக்கூறுகள் உள்ளன என்பதை மட்டுமே இங்கு பதிவு செய்ய விரும்புகிறேன். அதன் அடிப்படையிலேயே இரண்டு கதைகளையும் ஒரே கதையாக பாவித்து இணைத்துள்ளேன்.

மற்றபடி, எழுத்தாளர்களில் மூத்த எழுத்தாளர்களும் உள்ளனர்; புதிய / இளம் எழுத்தாளர்களும் உள்ளனர். ஆண் எழுத்தாளர்களும் உள்ளனர்; பெண் எழுத்தாளர்களும் உள்ளனர். மேலும் தமிழ்நாட்டின் எல்லாப் பகுதிகளிலிருந்தும் எழுத்தாளர்கள் பிரதிநிதிகளாக இத்தொகுப்பில் இணைக்கப்பட்டுள்ளனர். தமிழக நிலப்பரப்பில் உள்ள எல்லாப் பகுதிகளிலும் அங்கங்கு உள்ள எழுத்தாளர்களை மக்களின் சாமிகள் வசியம் செய்து ஏதாவது ஒரு வகையில் ஈர்த்து உள்ளனர் என்பதையே இது சுட்டுகின்றது.

நான் தேர்ந்தெடுத்த இச்சிறுகதைகளை இத்தொகுப்பில் இணைத்துக்கொள்ள அனுமதி வழங்கிய அனைத்து எழுத்தாளர்களுக்கும் நன்றி. தொலைபேசி வாயிலாக அவர்களை தொடர்பு கொண்ட போதோ அல்லது குறுஞ்செய்திகள் வழி தகவல் அனுப்பிய போதோ எவ்வித தயக்கமும் இன்றி உடனடியாக அனுமதி வழங்கியது எழுத்தாளர்களின் மீதான மரியாதையை அதிகமாக்குகிறது. பிரபஞ்சன் அவர்களுடைய கதையை பயன்படுத்திக் கொள்ள அனுமதி வழங்கிய "பிரபஞ்சன் அறக்கட்டளை" தலைவர் P.N.S.பாண்டியன் அவர்களுக்கும் நன்றி. அறிஞர் அண்ணா, தொ.மு.சி.ரகுநாதன் மற்றும் ந.பிச்சமூர்த்தி எழுத்துக்கள் நாட்டுடைமையாக்கப்பட்டுவிட்டதால் அவர்களை நன்றியோடு நினைத்துப் பார்க்கிறேன்.

"இது போன்ற ஒரு சிறுகதைத் தொகுப்பைக் கொண்டு வரலாம் என நினைக்கிறேன்" என என் பேராசிரியர் டி.தருமராஜ் அவர்களிடம் பகிர்ந்து கொண்ட நாள் முதல் முழு ஊக்கமளித்து தொடர்ந்து என்னை முன் நகர்த்தியவர் அவர். அவருக்கு என் நன்றி. இத்தொகுப்பில் உள்ள சிறுகதைகள் ஒவ்வொன்றையும் வாசித்து ஒவ்வொரு சிறுகதை குறித்தும், இப்படிப்பட்ட சிறுகதைகளின் தொகுப்பு குறித்தும் தனது கருத்துக்களை வெளிப்படையாக பகிர்ந்து கொண்ட எங்கள் துறை உதவிப்பேராசிரியர் அ.கலையரசி அவர்களுக்கு எனது நன்றி. எனது எல்லா ஆராய்ச்சி முயற்சிகளுக்கும் ஊக்கமளிக்கும் எங்கள் துறையின் மற்ற உதவிப் பேராசிரியர்கள் தி.கோபிநாத் மற்றும் சி.ஜஸ்டின் செல்வராஜ் அவர்களுக்கும் நன்றி.

நான் கேட்ட போதெல்லாம் கதைகளைப் படியெடுத்துத் தந்த எங்கள் நிறுவனத்தில் உள்ள (PILLAR Center, Madurai) எர்னெஸ்ட் லொய்னிங்கர் நூலகத்தின் நூலகர் திருமதி. மெஹரி நிஹார் அவர்களுக்கும், என் எல்லா முயற்சிகளுக்கும் உறுதுணையாக நின்று உற்சாகப்படுத்தும் எங்கள் நிறுவனத் தலைவர் அருள்திரு.ச.இம்மானுவேல் அவர்களுக்கும் நன்றி.

இந்த நூலை நன்முறையில் பதிப்பித்து வெளியிட்டிருக்கும் பரிசல் புத்த நிலைய உரிமையாளர் சிவ.செந்தில்நாதன் அவர்களுக்கு மிக்க நன்றி.

நன்றி

தி.மரிய தனராஜ்
நாட்டுப்புறவியல் மற்றும் பண்பாட்டு ஆய்வுகள் துறை
மதுரை காமராசர் பல்கலைக்கழகம்
11, பிப்ரவரி 2024

1. முத்தம்மன்

ந.பிச்சமூர்த்தி

சில உத்தியோகங்கள் பார்ப்பது அதிருஷ்டவசம் என்பதில் சந்தேகம் இல்லை. தாலுகா ஆபீஸ் குமாஸ்தாவுக்குக் கலை வளர்ச்சியிலோ சரித்திர ஆராய்ச்சியிலோ இறங்க நேரம் கிடைக்கும் என்று எதிர்பார்க்க முடியாது. என்னைப்போலப் பள்ளிக்கூடங்களின் இன்ஸ்பெக்டராயிருந்தால் அப்படி அன்று. கலை முதலிய விஷயங்களில் ஈடுபட வேண்டுமான அவகாசம் கிடைக்கும்.

முத்தாபுரம் பள்ளிக்கூட பரிசோதனைக்குப் போயிருந்த பொழுது ஒருநாள் பிற்பகலில் வேண்டிய நேரம் கிடந்தது. எனக்கு வேலை ஒன்றுமில்லை. சும்மா உலாவலாம் என்று கிளம்பினேன். கிராமத்துக்கு ஒருமைல் வடக்கே போயிருப்பேன். வேலி போட்டு அடைத்த அழகிய புளியந்தோப்பொன்று தென்பட்டது. அதைக் கண்ட பிறகு அப்பால் செல்ல மனம் வரவில்லை. ஒரு தரம் வேலிக்கு வெளிப்புறமாகத் தோப்பைச் சுற்றிவந்தேன். மேலண்டைப் புறம் தோப்புக்குள் போக ஒரு வழி இருந்தது. சாதாரண வழி அல்ல. இடுப்பு வேஷ்டி சட்டை இவைகளை வழித்துச் சுருட்டி ஊர்த்துவ தாண்டவத்தைப்போல் ஒரு காலை உயரநீட்டி கவட்டைக் கழியைத் தாண்டாவிட்டால் சட்டையும் சதையும் கருவமுள்ளில் மாட்டி பாவட்டாவாகிவிடும். சட்டைக்கு ஒரே கிழிசலும் சதைக்கு ஒரு பழுதுமின்றி நான் உள்ளே சென்றேன்.

தோப்பு நடுவில் ஒரு சிறிய கோவில் இருந்தது. வாசலில் ஒரு கிழவன் குந்திக்கொண்டு பீடி பிடித்துக் கொண்டிருந்தான். நான் நெருங்கியவுடன் பீடியை எடுத்து பின்புறமாக ஒளித்துக் கொண்டு "என்னா பாக்கிறீங்க" என்றான்.

"ஒன்றுமில்லை கோவிலைத்தான்"

அவன் பின்புறமாக பீடியை எறிந்துவிட்டு "நான் தான் பூசாரி" என்றான்.

கோயிலுக்குள் நுழைந்தேன். அவனும் கோயிலுக்குள் நுழைந்து அழுக்குப்பிடித்த ஒரு தாம்பாளத்தில் சூடம் வைத்துக் கொளுத்தி

விக்ரஹத்தின் முகத்திற்கெதிரில் பிடித்தான். அழகு கொஞ்சும் அம்மன் சிலை. சிலை அழகென்றாலும், தலை இடது புறம் சாய்ந்து துயரத்தின் களை வீசிக்கொண்டிருந்தது. துயரம் சந்தோஷம் இரண்டுக்கும் அப்பாற்பட்ட சாந்தமல்லவா சிற்பம் தெய்வங்களுக்கு விதித்திருக்கிறது? இந்த விக்ரஹம் வேறு களையுடன் இருந்ததால் இது தேவதையா என்ற ஐயம் எனக்கு எழுந்தது.

பூசாரி கொடுத்த சாம்பலை நெற்றியிலிட்டுக் கொண்டே "அம்மனுக்குப் பெயரென்ன?" என்றேன்.

"முத்தம்மன்"

"இதுக்கு ஸ்தல புராணம் உண்டா?"

"அதென்னமோ தெரியாது, ஆனா செப்புத் தகட்டிலே பாட்டு எழுதியிருக்கு"

"அம்மனைப் பார்த்தால் ஆள் மாதிரி இருக்கே – அதான் கேக்கறேன்."

'அதென்னங்க சாமி அப்படிச் சொல்றீங்க. அவ மகிமை இந்த ஊர் பிழைக்குது.'

எனக்கு மட்டும் சந்தேகம் நீங்கவில்லை.' அந்த செப்பேடு எங்கே?'

'இப்போ சொன்னீங்களே அது சரி. அதுலெ அம்மன் வரலாறெல்லாம் எழுதி இருக்குன்னு எங்க பாட்டன் நான் புள்ளையாயிருக்கிறப்போ சொல்லி இருக்காரு. வேணாப்பாருங்க' என்று விக்ரஹத்துக்குப் பின்னாலிருந்த இருபத்தி ஒன்று செப்பேடுகளைக் கொண்டுவந்து கொடுத்தான்.

அவ்வளவும் பாட்டு

> **"ஆதாரம் மலர்ந்திலங்க பிரம்மதண்டம் அரசின்கீழ்**
> **வேதார்த்தம் விளக்கவந்த எங்கள் தொந்தி பாதாரவிந்தங்கள்**
> **போதார்த்தம் விள்ளவே பாவியோம் தலையில் நாட்டிச்**
> **சாகாத எழுத்தெழுதக் காப்பு"**

என்பது கணபதி காப்பென்று கண்டுபிடிக்க ரொம்ப கஷ்டமாகிவிட்டது. அவ்வளவு எண்ணெ பிசுக்கு! அவ்வளவு பாட்டுக்களையும் தட்டுத்தடவிப் படித்துப் பொருள் கண்டுபிடித்த சிரமத்தையெல்லாம் உங்களுக்குக் கொடுக்க இஷ்டமில்லை. வரலாற்றை மட்டும் வசனத்தில் சொல்லலாம்.

ராஜாதிராஜன் ராஜமார்த்தாண்டன் சோழ பூபதி (பெயர் ஏட்டில் சரியாகத் தெரியவில்லை.) சிங்காதனமேறிய காலத்தில் எழுந்த

தாயாதி விவகாரம் ஒருவாறு முடிந்திருக்கிறதே அன்றி முற்றிலும் மறையவில்லை. சோழனுக்கு வெகுநாள் வரையில் மகனில்லாதிருந்து தாயாதிகளுக்கு மனப்பால் குடிக்க இடமளித்துக் கொண்டிருந்தது.

ஆனால் வயது முதிர்ந்த காலத்தில் சோழனுக்கு ஒரு ஆண் மகவு பிறந்ததும் அரசனுக்குப் பேரானந்தத்தையும் தாயாதிகளுக்கு எரிச்சலையும் தந்தது, மகனைப் பத்திரமாகப் பாதுகாக்க வேண்டுமே என்ற கவலை. அந்தக் கவலைக்கூட அரசனுக்கு ரொம்பநாள் நீடிக்கவில்லை. ஏனெனில் அரசனே மகன் பிறந்த பதினேழாவது நாளில் மாரடைப்பால் காலமாகிவிட்டார். ராணிதான் திசையறியா மரக்கலத்தைப்போல் கலங்கினாள். மகனை தாயாதிகளினின்று இனிக்காப்பதெப்படி என்பதே கவலையாகிவிட்டது.

அரண்மனை தாதி முத்தாம்பா ராணியிடம் குழந்தையைத் தான் இரவில் எடுத்துப்போய் காப்பாற்றி விடுவதாக யோசனை கூறினாள். தண்ணீரில் முழுகுகிறவனுக்குத் துரும்பும் தெப்பக்கடையாய்த் தோன்றுமாமே. ராணி சம்மதித்தாள். அன்றிரவே குழந்தை தாதி முத்தாம்பா வீட்டுக்கு எடுத்துச் செல்லப்பட்டது. தாதிக்கும் ஒரு ஆண்மகன் உண்டு. அதற்கு வயது 19 நாள்.

எடுத்துச்சென்ற நாற்பத்தி ஐந்துநாள்வரையில் ராஜ்யத்தில் எவ்வித தகராறும் இல்லை. ஏனென்றால் தாயாதிகளுக்குக் குழந்தை அரண்மனையில் இருப்பதாகவே நினைப்பு. வாடியிருக்கும் கொக்கைப்போல குழந்தையை ஒழித்துவிட சந்தர்ப்பத்திற்காகக் காத்துக்கொண்டிருந்தார்கள்.

தாதி முத்தாம்பா தினம் இரு குழந்தைகளையும் இரண்டு மார்பில் விட்டு பாலூட்டி வளர்த்து வந்தாள். ஒரு குழந்தையின் தலையில் மட்டும் ஒரு பொன் குல்லாயும், மார்பில் முத்தாரமும் இடைவிடாது போட்டிருக்கும் – அதுதான் அரசகுழந்தை. குழந்தையின்மீது காற்றுக்கூட படாதபடி அவள் வளர்த்தது கடவுளுக்குக் கூட தெரியாது. ஆனால் தாயாதிகளுக்கு விஷயம் எப்படியோ தெரிந்துவிட்டது என்ற தகவல் நாற்பத்து ஆறாவது நாள் காலை பத்து நாழிகைக்கு தாதிக்குத் தெரியவந்தது. என்ன செய்வதென்று அவளுக்குப் புரியவில்லை. அதற்காக யோசனை செய்யக்கூடிய அவகாசம்கூட கிட்டவில்லை. ஏனெனில் குதிரை மேல் ஏறிக்கொண்டு உருவிய கத்தியுடன் ஐம்பது பேர் தெருக்கோடியில் வருகிறார்கள் என்ற செய்தியை வீடுகூட்டி பதைபதைத்து தாதியிடம் வந்து சொன்னாள். முத்தாம்பா ஒரு வினாடி யோசித்தாள். மறுவினாடிக்குள் அரசனுடைய குழந்தையின் தலையிலிருந்த பொன் தொப்பியையும் கழுத்திலிருந்த முத்தாரத்தையும் கழட்டி தன் குழந்தைக்குப் போட்டாள். பிறகு இரண்டு குழந்தைகளையும் எடுத்து மார்புடன் அணைத்துப் பால் கொடுத்தாள்.

குதிரைகள் குளம்போசை வாசல் கதவண்டை நின்றது. சூறைக்காற்றைப் போன்ற வேகத்தோடு வீட்டிற்குள் இருபது வீரர்கள் உருவிய கத்தியுடன் புகுந்து அரசன் மகனைத் தேடிக்கொண்டு வடவண்டை அறைக்கு வந்தார்கள். சுவற்றோரத்தில் இரு குழந்தைகளுக்கும் தாதி பால்கொடுத்துக் கொண்டிருந்தது தான் தாமதம், ஒரே பாய்ச்சலாகத் தாதியிடம் பாய்ந்தார்கள். முத்தாரத்து மோகராவை ஒரு கையால் இழுத்து விளையாடிக் கொண்டே குழந்தை பால் சாப்பிட்டுக் கொண்டிருந்தது. ஒருவன் முத்தாரம் போட்டிருந்த குழந்தையைப் பிடித்திழுத்தான். ஒருவன் வாள் மின்னிற்று. அத்துடன் குழந்தை இரண்டாயிற்று.

'ஐயோ' என்றலறினாள் தாதி. மறு நிமிஷத்தில் நூற்றுக்கணக்கான ஜனங்கள் கூக்குரலிட்டுக்கொண்டு அறைக்குள் புகுந்தனர். இவர்கள் யார் என்று தாதிக்கு விளங்கவில்லை. ஆனால் முதலில் வந்த கூட்டத்தினர் மேல் இவர்கள் ஆரவாரமிட்டுப் பாய்ந்து சின்னா பின்னப்படுத்தியபொழுதுதான் அரசனிடம் அன்புகொண்ட கோஷ்டியார் இவர்கள் என்று விளங்கிற்று. தன் குழந்தை உயிர்போனது பெரிதாகத் தோன்றவில்லை. ஆனால் சூது வெளிப்பட்டு அவர்கள் திரும்பவும் மறுகுழந்தையிடம் வந்துவிட்டால் மோசமல்லவா என்று தத்தளித்துக் கொண்டிருக்கும் பொழுது நல்ல வேளையாக இவர்கள் வந்தார்கள்.

இரண்டு நாழிகை வரையில் சந்தடி, சண்டை, கத்திவீச்சு, பிணங்கள், பிறகு கலகம் ஓய்ந்து அமைதி நிலவிற்று. அப்பொழுது தான் அரசன் குழந்தை எங்கே என்று விசாரிக்க வந்தவர்களுக்குத் தோன்றிற்று. தாதி திரும்பவும் பழைய முத்தாரத்தைக் கழுவி அதையும் பொன் குல்லாவையும் அரசன் குழந்தைக்கு மாட்டி வந்தவர்களிடம் காட்டினபொழுது செவிடுபட கோஷமெழுந்தது. ஓசை அடங்கவும் "வெட்டுண்டு கிடக்கும் அந்தக் குழந்தை யார்?" என்று ஒருவன் கேட்டபொழுதுதான் தாதி தன் தந்திரத்தை வெளியிட்டாள். 'ஆஹாஹா' என்று சந்தோஷமும் துயரமும் கலக்க கூச்சலிட்டு தாதியின் காலில் விழுந்தெழுந்தார்கள். அடுத்த நிமிஷம் அவ்வளவு கூட்டமும் அரண்மனையை நோக்கி ஓடி ராணியிடம் அவ்வளவு தகவலையும் ஒளரிக்கொட்டினார்கள்.

ராணிக்கு மகிழ்ச்சி உண்டாகவில்லை. துயரம் கரை புரண்டோடிற்று. ஒன்றைப் பலியிட்டு ஒன்றைக் காப்பாற்ற வேண்டுவதா கடவுள் திருவுளம் என்று கதறினாள்.

இந்தக் கலகத்தின் நினைப்பு தேய ஒரு வாரமாயிற்று. ராணிக்கு அப்பொழுதுதான் ஒரு யோசனை உண்டாயிற்று. தாயாதிக் காய்ச்சலில் இனிப் போட்டியிட யாரும் மிச்சமில்லை. நடந்த கலகத்துடன் பூண்டற்றுப் போயிற்று. ஆகையினால் தெளிவுடன்,

இளவரசனுக்குப் பிரதிநிதியாக, சோழபுரம் என்று பெயரிட்டிருந்த ஒரு முழுக் கிராமத்தையே முத்தம்மாபுரம் என மாற்றி இருபத்தி ஒன்று செப்பேடுகளில் இவ்வரலாற்றையும் இந்த இனாம் சாஸனத்தையும் செய்யுளில் எழுதச்செய்து தன் முத்திரையையும் இட்டாள். அச்செப்பேடுகள்தாம் இந்த இருபத்தி ஒன்றும்.

செப்பேடுகளைப் படித்து முடித்துவிட்டு பூசாரியை நோக்கி “நான் சொன்னது போலத்தான் இருக்கிறது. இந்த விக்ரஹம் தான் தாதி முத்தம்மா” என்றேன்.

பூசாரி தலையை ஒரே ஆட்டாக ஆட்டி “அதெல்லாம் இல்லிங்க. பாட்டு நெறடுன்னூட்டு எங்க பாட்டன் சொல்லுவாரு. ரொம்ப ரொம்ப தமிழ் படிச்சபேருக்குத்தான் புரியுமாம். அவர் இதெல்லாம் சொல்லல்லியே.. நீங்க என்னா படிச்சிருக்கீங்க..” என்றான்.

பள்ளிக்கூட இன்ஸ்பெக்டரை பூசாரி பரிசோதிக்க ஆரம்பித்தால் இன்ஸ்பெக்டர் என்ன சொல்லமுடியும்?

கம்மென்று வாயை வைத்துக்கொண்டேன். மகாபலிபுரத்தில் மலையில் அடித்திருக்கும் ஒரு சிற்பத்தைப்பற்றி சரித்திர ஆராய்ச்சியாளர்கள் ‘அர்ஜுனன் தபஸா, பகீரதன் தபஸா’ என்று விவாதம் செய்து கொண்டிருக்கிறார்கள் அல்லவா? அத்துடன் இதையும் சேர்த்துக் கொள்ளட்டும் – முத்தம்மா தாதியா தெய்வமா? ஆனால் முத்தம்மாபுரம் எங்கே இருக்கிறதென்றால், அதையும் ஆராய்ந்து பார்க்கட்டும்.

2. கருப்பண்ணசாமி யோசிக்கிறார்

அறிஞர் அண்ணா

மணி ஒலித்தது!

கதவு திறக்கும் சத்தம் கேட்டது.

கருப்பண்ணசாமி அலறியபடி உள்ளே ஓடலானார்; ஒளிந்து கொள்ள இடம் தேடினார்.

'களுக்'கென ஓர் சிரிப்பொலி கேட்டது. கருப்பண்ண சாமி, கோபம் கொண்டு "வேதனைப்படுகிறேன் நான் – இந்த வேளையில் கேலி வேறு செய்கிறாயா?" என்று கேட்டார், சிரித்தபடி தன் எதிரே வந்த தேவியைப் பார்த்து.

"கருப்பண்ணா! என்ன கலக்கம்! ஏன் ஓடுகிறாய்–" என்று தேவி கேட்க, கருப்பண்ணசாமி "காதிலே விழவில்லையா, மணிச்சத்தம்" என்று கேட்டார்.

"விழுந்தது – அது கேட்டு அச்சம் ஏன் வர வேண்டும் – ஆச்சரியமாக இருக்கிறதே" – என்று தேவி கேட்டார்.

"உனக்கும் ஒன்றும் புரிவதில்லை. யாரோ பக்தர்களல்லவா வருகிறார்கள்" என்று பயத்துடன் பேசினார் கருப்பண்ணர்.

"பைத்யமே! பக்தர் வருகிறார் என்றால் பயம் ஏன் வரவேண்டும்? உன்னைத் தொழ, சூடம் கொளுத்த, சோட சோபசாரம் செய்ய, படையல் போட வருகிறார்கள் பக்தர்கள். இதற்கு ஏன் பயப்பட வேண்டும்... ஓஹோ! இவ்வளவு பூஜையை ஏற்றுக்கொண்டும் எங்கள் கஷ்டத்தைப் போக்காமலிருக்கிறாயே கருப்பண்ணசாமி! என்று அந்த பக்தர்கள் கோபித்துக் கொள்வார்கள் என்ற பயமா?" என்றார் தேவி.

கருப்பண்ணர், "போதும் தேவி, உன் தொல்லை. வரம் தந்து அவர்களின் குறையைப் போக்கவில்லை என்பதற்காக என்மீது சீறுவார்கள் என்ற பயம் எனக்கு இல்லை – நானென்ன தேவாலய அரசு செலுத்தி அனுபவமில்லாதவனா.. இங்கு இல்லாவிட்டால், மேலுலகில் என்னைப் பூஜித்த பலன் கிடைக்கும் என்று பக்தர்கள் எண்ணிக் கொள்வார்கள். இங்கே அவர்களுக்குள்ள குறையைத் தீர்த்து வைக்காததற்காக என் மீது சீறமாட்டார்கள் என்ற சித்தாந்தம்

எனக்குத் தெரியும். நான் பயப்பட்டது அதனால் அல்ல” என்று பெருமூச்சு வருமளவு வேகமாகப் பேசினார் கருப்பண்ணசாமி.

தேவியார் வேகமாகச் சென்று வாயிலில் பார்த்துவிட்டு வந்து, “கருப்பண்ணா! பக்தர் யாருமல்ல, காற்று பலமாக அடித்ததால் மணி ஓசை கேட்டது. பயப்படாதே. சரி, பக்தர்கள் வருகிறார்கள் என்றால் ஏன் பயம் உண்டாகிறது உனக்கு? அதைச் சொல்லு” என்று கேட்டார்கள். பக்தர் யாரும் வரவில்லை என்று தெரிந்ததால் தைரியம் பெற்று, தன் பீடத்தில் அமர்ந்து, எதிரே ஒரு பீடத்தில் அமர்ந்த தேவியிடம் கருப்பண்ணசாமி விளக்கம் கூறலானார்.

“தேவி! பக்தர்களால் எனக்கு ஏற்பட்ட ஆபத்தும் சங்கடமும் உனக்கு என்ன தெரியும்? வரவர இந்த ‘வேலை’யிலேயே எனக்கு வெறுப்பு வளர்ந்து கொண்டு வருகிறது. தான் செய்த மோசத்தை அரை பலம் கற்பூரப் புகையிலே மறைத்துவிடலாம் என்று எண்ணுகிறான். அதற்கு நான் உடந்தையாக இருக்க வேண்டும் என்று எதிர்பார்க்கிறான். இவனுடைய பேராசைக்கு நான் துணை செய்ய வேண்டும் என்று எண்ணுகிறான். காரணம் கேட்டால் பெரிய படையலிட்டிருக்கிறேன் என்று கூறுகிறான்.

தேவி குறுக்கிட்டு, “இதென்ன, புது விஷயமா கருப்பண்ணரே! இப்படிப்பட்ட பக்தர்களை நாம் நெடுங்காலமாகப் பார்த்து, பழகிக் கொண்டுதானே வந்திருக்கிறோம்” என்று கூறிட, கருப்பண்ணசாமி, மனக் கொதிப்புடன், “இப்போது பக்தர்கள் அந்த அளவோடு நின்றுவிடவில்லை தேவி – கேவலப்படுத்துகிறார்கள்; போலீசின் பாதுகாப்பிலே வாழவேண்டிய நிலைமைக்குக் கொண்டு வந்திருக்கிறார்கள் என்னை” என்று கூறினார்.

“கேவலப்படுத்தினார்களா! யார்?” என்று தேவி ஆச்சரியத்துடன் கேட்டார்.

அவரைக் கேலி செய்வதைப் போல கருப்பண்ணர், “யார்!” என்று ஒருமுறை கூறிவிட்டு, “நாஸ்திகர்கள் கேவலப்படுத்தினார்கள் என்று கருதுகிறீரா தேவி! அவர்களல்ல. அவர்கள் மனிதருடன் பழகுவதும் மனிதர்களின் பிரச்னைகளைக் கவனிப்பதுமாகக் காலந் தள்ளுகிறார்கள். என்னைக் கேவலப்படுத்தியது, பக்தர்கள்! கைகூப்பித் தொழுது, கன்னத்தில் போட்டுக்கொள்கிறார்களே, கற்பூரம் கொளுத்துகிறார்களே, அந்தப் பக்தர்கள்தான். என்னை, செச்சே! இப்போது எண்ணிக் கொண்டாலும் எனக்கே வெட்கமாக இருக்கிறது. கேவலப்படுத்தினார்கள் – போலீசாரின் துணையால் நான் மீட்கப்பட்டேன்” என்று கூறினார். தேவிக்கு ஆச்சரியம் தாங்கமுடியவில்லை.

"கருப்பண்ணரே! என்ன பேசுகிறீர்? பக்தர்கள் – போலீஸ் – ஒன்றுக்கொன்று சம்பந்தமில்லாத பேச்சாக இருக்கிறதே" என்றார்.

"தேவி! கேள் இந்த விஷயத்தை. இந்த பக்தர்களை இன்னின்னது செய்யுங்கள் என் மனமகிழ்ச்சிக்காக, இன்னின்னது படையுங்கள் என்று நான் கேட்டதுமில்லை – அவர்களாகவே வருகிறார்கள் – அவரவர்கள் மனதுக்குத் தோன்றியபடி ஏதேதோ செய்கிறார்கள். நான் சிவனே என்று, எல்லாவற்றுக்கும் ஈடு கொடுத்துக் கொண்டிருக்கிறேன். என் பொறுமை, பெருந்தன்மை, இவைகளைக் கண்டு, இந்த பக்தர்கள் என்னை என்ன வேண்டுமானாலும் செய்யலாம் என்ற துணிவு கொண்டு..." கருப்பண்ணரின் தொண்டை அடைத்துக் கொண்டது துக்கத்தால்! தேவியின் ஆச்சரியம் அதிகரித்தது. "துணிவு கொண்டு... சொல்லும் கருப்பண்ணரே! துணிவு கொண்டு.." என்று ஆவலை வார்த்தைகளாக்கினார் தேவி. ஆத்திரத்துடன் கூறினார் கருப்பண்ணசாமி. "ஒரு அறையிலே போட்டு பூட்டி விட்டார்கள்!" என்றார். தேவிக்கும் லேசாகத் திகல் ஏற்பட்டது.

"பூட்டிவிட்டார்களா? உன்னையா? பக்தர்களா?" – என்று திகைப்புடன் தேவி கேட்டார்கள்.

"கேட்பதற்கே இவ்வளவு திகில் பிறக்கிறதே தேவியாரே! என் மனம் என்ன பாடுபட்டிருக்கும், என்னை ஒரு அறையிலே போட்டு பூட்டினபோது! நான் என்ன கழனி வேலை செய்யும் கருப்பனா, சாமி – சாமி – விட்டு விடுங்க – என்று கதற? நானோ அவர்கள் கும்பிட்டு வரங்கேட்கும் கருப்பண்ண ஸ்வாமி! அவர்களோ என்னையே அறையிலே தள்ளிப் பூட்டுப் போட்டு விட்டார்கள். நான் என்ன செய்வது?" – என்று கூறி, ஆயாசமடைந்தார் கருப்பண்ணசாமி.

தேவி, உண்மையிலேயே அனுதாபப்படத் தொடங்கினார்கள்.

"கேவலமான நிலைமைதான் இது. பக்தர்கள், உன்னைச் சிறையில் போடுவதுபோல அல்லவா செய்து விட்டிருக்கிறார்கள்" என்று பேசினார் சோகமாக.

"தேவி! உன் காதிலே, அவர்கள் அப்போது போட்ட கூச்சல் விழுந்திருந்தால் தெரிந்திருக்கும், அவர்களின் போக்கும் குணமும். போட்டுப்பூட்டடா, என்ன நடந்து விடுதுன்னு பார்க்கலாம்" என்று ஒருவன் கொக்கரிக்கிறான்.

"பெரிய பூட்டு கொண்டு வா" என்று கூவுகிறான் ஒருவன்.

"அலிகார் பூட்டு வேண்டுமா" என்று கேட்கிறான் இன்னொருவன். இவ்வளவு கூச்சல், துணிவு! "போட்டுப் பூட்டுங்க், பார்க்கலாம், எவன்

வந்து என்ன செய்து விடுகிறான்” என்று கூவி, தேவி! என்னை ஒரு பெரிய அறையிலே போட்டு பூட்டிவிட்டுப் போய்விட்டார்கள்.”

வெளியே சிரிக்கிறார்கள் – இனி பார்க்கலாம் என்ன நடக்கிறது என்று! நான் உள்ளே அடைபட்டுக் கிடக்கிறேன் – என்னைப் போட்டு பூட்டிய ‘பாவி’கள் சிரிக்கிறார்கள்! நான் கேட்கலாமா, அவர்களைப் பார்த்து? இதென்ன அக்ரமம் – திறந்து விடுங்கள் என்னை – இல்லையானால் மூக்கிலும் வாயிலும் இரத்தம் வரச் செய்வேன், கைகால்களை முறித்துப் போட்டுவிடுவேன்” – என்று பேசலாமா! அவர்களோ பக்தர்கள்! நானோ அவர்களால் வணங்கப்படும் சாமி. தேவி! மனம் எவ்வளவு பதறி இருக்குமென்று யோசியுங்கள்” என்றார் கருப்பண்ணர்.

“கருப்பண்ணரே! அது கிடக்கட்டும், ஏன் பூட்டினார்கள்? என்ன செய்தீர்?” என்று கேட்டார் தேவியார்.

“நானா! என்ன செய்தேனோ, அவர்கள் என் எதிரே இருந்துகொண்டு சொல்லி வந்த புளுகுகளை எல்லாம் கேட்டுச் சகித்துக் கொண்டிருந்தேனே, அதுதான் நான் செய்த தவறு; ‘போதும், புளுகாதீர்கள்’ என்று ஒரு தடவையாவது – ஒரு பக்தனையாவது கண்டித்திருந்தால் அவர்களுக்கு அன்று அவ்வளவு துணிவு வந்திருக்காது” என்றார் கருப்பண்ணர்.

“உன்னை ஒரு தனி இடத்தில் போட்டுப் பூட்ட வேண்டிய அவசியம் என்ன வந்தது?” என்று மீண்டும் கேட்டார் தேவியார்.

சலிப்பும் வெறுப்பும் கலந்த குரலிலே கருப்பண்ணர் சொன்னார்; “ஏன் பூட்டி வைத்தார்கள் என்றா கேட்கிறீர் தேவி! நான் அவர்களின் ‘சாமி’யாம். அதனாலே என்னை வேறே சில பக்தர்கள் கொண்டு போகாமலிருப்பதற்காக, என்னைப் போட்டு பூட்டி வைத்தார்கள். அவ்வளவு ‘பக்தி’ என்னிடம். வேறெந்த பக்தனிடமும் நான் பேசி விடக்கூடாது அப்படி ஒரு எண்ணம்” என்றார் கருப்பண்ணர்.

“இதென்ன பைத்யக்காரத்தனமான எண்ணம்!” – என்று தேவி கேலியாகப் பேசினார்கள். “இவர்கள் கண்டதையும் கடியதையும், வேகாததையும் பழுக்காததையும் தின்று வயிற்றுப்போக்கு ஏற்பட்டால் என்னை வந்து கேட்கிறார்களே, தேவி! கருப்பண்ண ஸ்வாமி! என்னைக் காப்பாற்று’ன்னு. பைத்யக்காரத்தனம்தானே அது. அதுபோல இதுவும் ஒரு பைத்யக்காரத்தனம். உண்மையைச் சொல்லப்போனா, தேவி! அப்படிப்பட்ட பைத்யக்காரத்தனத்தை நாம் வளரவிட்டது தவறு. இல்லையா? என் விஷயத்தைக் கேள், தேவி! இந்தப் பக்தர்களுக்கு, நான் தங்களுடைய ‘சாமி’ வேறு யாரும், தங்களுடையதுன்னு ‘பாத்யதை’ கொண்டாடினாலும் விட்டுக்கொடுக்கக்கூடாது என்கிற எண்ணம் ஏற்பட்டது. அதற்குத்

தகுந்தபடியே நிலைமையும் ஏற்பட்டுவிட்டது. நான், நீ என்று போட்டி போட்டுக்கொண்டு பக்தர்கள் கூட்டம் பெருகுவது கண்டு எனக்கும் பெருமையாகத்தான் இருந்தது. என் போறாத வேளை! என் பக்த கோடிகள், இரண்டு கோஷ்டியாகப் பிரிந்து அவர்களுக்குள்ளே தீராத பகை ஏற்பட்டுவிட்டது. அவர்களுடைய பகை எனக்குப் பெரிய ஆபத்தாக வந்து சேரும் என்று நான் கண்டேனா – நான் என் வேலையைக் கவனித்துக் கொண்டு இருந்தேன். வழக்கமாக எனக்கு நடத்துகிற உற்சவத்தை நடத்தினார்கள். எனக்கு மகிழ்ச்சி – தேரும் திருவிழாவும் வீண்வேலை என்று ஊருக்குப் போய்ச் சிலபேர் பேசிக்கொண்டிருக்கிறார்களே, அவர்கள் பேச்சிலே மயங்கி, எங்கே என் பக்தர்கள் – இந்த வருஷம் உற்சவத்தை நடத்தாமல் இருந்து விடுகிறார்களோ என்று எனக்கு இலேசாகப் பயம். அவர்கள் உற்சவத்தை வழக்கப்படி நடத்த முன்வரவே, நான் மகிழ்ச்சி அடைந்தேன் – எவ்வளவு பிரச்சாரம் நடைபெற்றாலும் நமது செல்வாக்கு போய்விடவில்லை என்று எண்ணிப் பூரித்துப் போனேன். வருஷா வருஷம் வைகாசி மாதம் உற்சவம் நடத்துவார்கள் எனக்கு. கருப்ப உடையார் தலைவர், உற்சவம் நடத்திய பக்தர் குழாத்துக்கு. வழக்கப்படி ஊர்வலமாக என்னை அழைத்துச் சென்றார்கள். 'பயல்களே! பகுத்தறிவு சுயமரியாதை என்று கத்திக் கொண்டிருக்கிறீர்களே – பாருங்களடா, பக்தர்கள் எனக்கு உற்சவம் கொண்டாடுவதை!" என்ற கூறிட எண்ணினேன் – ஆனால் அந்தப் பயல்கள் ஒருவன் கூடக் காணோம் – எங்காவது மகாநாடு போட்டிருப்பான்கள் போலிருக்கு. சந்தோஷமாகப் பவனி வந்தேன். எப்போதும் போல என்னைக் கொண்டு போய் மண்டபத்தில் கொலுவிருக்கச் செய்தார்கள். பக்தர்கள் என்னை வந்து தரிசிக்க அது தானே நல்ல ஏற்பாடு. நானும் மண்டபத்தில் கெம்பீரமாக வீற்றிருந்தேன்.

பக்த கோடிகள் இரண்டு 'கோஷ்டி'யாகி இருந்தனர் என்று சொன்னேனல்லவா – உற்சவம் செய்தது ஒரு கோஷ்டி – கருப்ப உடையார் கோஷ்டி – மற்றொரு கோஷ்டி பிச்ச உடையார் நடத்தி வந்தார் – அந்தக் கோஷ்டியும் என் பக்தர்கள்தான். அந்த இரண்டு 'கோஷ்டி'க்கும் பகை! இரண்டு கோஷ்டிக்கும் என்னிடம் பகை ஏற்படக்காரணமே கிடையாது.

மண்டபத்தில் இருந்த என்னை மீண்டும் கோயிலுக்கு அழைத்துப் போகக் கூடிற்று கருப்ப பக்தர் கோஷ்டி.

"தூக்காதே! எடுக்காதே!" என்று கூவிற்று பிச்ச பக்தர் கோஷ்டி.

"நீங்கள் யாரடா, தடுக்க – எங்க கருப்பண்ணசாமிக்கு நாங்கள் உற்சவம் நடத்துகிறோம் – எங்கள் இஷ்டப்படி நடத்துகிறோம் – உலா முடிந்தது. கொலு முடிந்தது – கொண்டு போகிறோம் கோயிலுக்கு –

நீங்கள் யார் தடுக்க?" என்று கருப்ப பக்தர் கோஷ்டி பதில் கூறிற்று.

"தொடாதே!" - என்று அதட்டிப் பேசினர் பிச்சை பக்தர் கூட்டத்தினர்.

"தூக்கு! தூக்குடா!" என்று அதிகாரக் குரலில் பேசினர் கருப்ப பக்த கோஷ்டியினர்.

"வெளியே கிளப்பினே – கொலை விழும் – ஆமாம்."

"சூரப் புலிகளோ! தூக்குடா சாமியை."

"வேண்டாம் – வீணா தொல்லைப்படாதீங்க."

"கருப்பண்ணசாமியை நாங்க எங்க இஷ்டப்படி தூக்கிக்கிட்டுப் போவோம்."

"கருப்பண்ணசாமி, எங்க சாமிடா!"

"இல்லே, எங்க சாமிடா, கருப்பண்ணசாமி"

"கையை வெட்டிவிடுவேன்."

"காலை ஒடித்துவிடுவோம்"

தேவி! இரு பிரிவும் இப்படிக் கொக்கரித்தன – நான் மண்டபத்திலே கொலு இருக்கிறேன்! என்னைக் கொண்டு போய் பழையபடி கோயிலில் சேர்த்துவிட வேண்டும் என்று ஒரு பிரிவு முயற்சி செய்கிறது – இன்னொரு பிரிவு, கூடாது என்று கூறித் தடுக்கிறது. நான் என்ன செய்வது! இரு பிரிவினரும் என் பக்தர்கள். நான் யார் பக்கம் சேரட்டும்? சேர முடியும்? இரண்டு பிரிவும் சண்டை போட்டுக் கொள்ளட்டும். நாம் கோயிலுக்குப் போய்த் தொலைப்போம் – இரு பிரிவின் தயவும் வேண்டாம் என்று எண்ணம் பிறந்தது – ஆனால் எப்படிக் கோயிலுக்குப் போவது? நான் திண்டாடிப்போனேன். தேவி! திகைத்துப் போனேன்.

பட்டிக்காடுகளிலே, கலியாணத் தகராறு கிளம்பிவிட்டால், 'பெண்ணைக் கொண்டு வா' என்று ஒரு கூட்டம் கூவ, 'பெண்ணைக்கொண்டு போகாதே' என்று மற்றொரு கூட்டம் கூவ, இரண்டு கூட்டத்தின் சச்சரவிலே சிக்கிய பெண், புலம்புவது உண்டு. என் நிலை அது போலாகிவிட்டது. ஆனால் நான் புலம்பலாம்! நானோ சாமி! என்னை இந்தக் கொடுமைக்கு ஆளாக்கினவர்களோ என்னைப் பூஜிக்கும் பக்தர்கள்! என்ன செய்வது நான்?

"கோயிலிலே கொண்டு போய், ஸ்வாமியைச் சேர்ப்பதுதான் நியாயம்" என்று கருப்ப பக்தக் குழாம் கூறியபடி இருந்தது. பிச்சை பக்தர் குழாமோ, "விவகாரத்தைத் தீர்த்துவிட்டு, சாமியைத் தொடு –

விவகாரம் பைசலாகாததற்கு முன்னே தொட்டா, விடமாட்டோம்" என்று கூறுகிறது.

அட, பாவிகளா! உங்களுக்குள்ளே, ஏதாவது விவகாரம் இருந்தா என்னை ஏன் அதுக்காகச் சீரழிவு செய்கிறிங்க. நான் கோயிலுக்குப் போனபிறகு, உங்க விவகாரத்தைப் பேசி பைசல் செய்து கொள்ளக்கூடாதா? என்னை இப்படி அவமானப்படுத்துவது முறையா – என்று கேட்க விருப்பம்தான் – எப்படிக் கேட்க முடியும்?

ஊரிலே இதற்குள்ளே பேசப்பட்ட பேச்சோ, கேட்டுச் சகிக்க முடியல்லே"

"சாமி புறப்படலே இன்னும்?"

"இல்லே – சாமியை விடமாட்டேன்னு சொல்றாங்களாம்."

"ஏனாம் – யாராம்?"

"அவுங்கதான் பிச்சையா."

"ஏனாம்."

"என்னமோ விவகாரம் இருக்காம், கருப்பையாவோடே அந்த விவகாரத்தைப் பைசல் செய்து ஆசாமியைத் தொடு – இல்லேன்னா விடமாட்டோம்னு பேசறாங்க."

"சாமி, மண்டபத்திலேதான் இருக்கா?"

"ஆமாம் – பாவம் – மண்டபத்திலேயேதான் இருக்கு."

"இந்நேரம் கோயில் போய்ச் சேர்ந்திருக்குமே."

"ஆமாம், விட்டாத்தானே!"

"இவர்களுக்குள்ளே சண்டைன்னா, சாமி என்ன பண்ணிச்சாம், பாவம்! அதை மண்டபத்திலே காக்கப் போட்டு வைக்க வேணுமா?"

– இப்படித் தாய்மார்கள் பேசுகிறார்கள்.

சிறுவர்களோ, "டோய்! சாமி அம்பிட்டுக்கிச்சி, மண்டபத்திலே" என்று கூவித் தொலைக்கிறார்கள்.

தேவி! கோயில் நிர்வாக சம்பந்தமாக, அந்த இரண்டு பிரிவுக்குள் ஏதோ தகராறாம் – அதற்காக என்னை இந்தக் கோலப்படுத்தினார்கள்.

'கோயில் தகராறு தீர்க்கப்பட்டாலொழிய, என்னை மண்டபத்தைவிட்டு எடுத்துச் செல்லக்கூடாது என்று கண்டிப்பாகக் கூறிவிட்டதுடன், "கணக்கு வழக்கு முடிந்தாலொழிய கருப்பண்ணசாமியைக் கோயிலுக்குக் கொண்டு போகவிடப்

போவதில்லை” என்று தீர்மானமாகச் சொல்லி விட்டு, தேவி, என்னை மண்டபத்துக்குள்ளே விட்டுவிட்டு, கதவை இழுத்துப் பூட்டிக்கொண்டு போய்விட்டார்கள், பிச்ச பக்தக் கூட்டம். நான் உள்ளே அடைபட்டுக் கிடந்தேன் – மண்டபத்தைப் பூட்டிவிட்டார்கள். உற்சவத்துக்கு ஆசைப்படாமலிருந்தால், நிம்மதியாகக் கோயிலிலே இருந்திருக்கலாம் – இப்போது, மண்டபத்திலே போட்டு பூட்டிவிட்டார்கள்.

“டோய்! சாமி, உள்ளே இருக்குடா – பூட்டிப் பூட்டாங்க” என்று கூவிக் குதிக்கிறார்கள்.

“பாவம்! கருப்பண்ணசாமியைப் போட்டு பூட்டிவிட்டான்க!” என்று தாய்மார்கள் முகவாய்க் கட்டையில் கைவைத்தபடி பேசுகிறார்கள். நான் உள்ளே சிறை வைக்கப்பட்டேன். என்னை இந்தச் சதிக்கு ஆளாக்கிய கருப்ப பக்தர், என்னைச் சிறை மீட்க அரும்பாடு படலானார், ‘இந்துமத பரிபாலன போர்டாராமே,’ அவர்களிடம் முறையிட்டாராம்!

“சாமியை மண்டபத்திலே போட்டு பூட்டிவிட்டார்கள்! கோயிலிலே சாமி இல்லை – சாமியை வெளியே கொண்டு வந்து கொடுக்க வேணும்“னு கேட்டாராம். போர்டார் இதுக்கா இருக்காங்க! ஏதோ கணக்கு வழக்கு சரியா இருக்கா இல்லையான்னு பார்க்கத்தானே – அந்தக் காரியத்தை ஒழுங்காகச் செய்யவே அவர்களுக்கு நேரம் போதறதில்லே – என்னைப் போட்டு பூட்டிவிட்டா, அதற்காக ஓடோடியா வருவாங்க! போப்பா! போயி, போலீசிலே சொல்லுன்னு யோசனை கூறிவிட்டாங்க. ஓடி யிருக்கிறார் போலீசுக்கு. நான் உள்ளே அடைபட்டுக் கிடக்கிறேன். போலீசிலே என்னென்ன பேசினாங்களோ தெரியல்லே! என்ன பேசி யிருக்கப் போறாங்க, கேலிதான்! கடைசியிலே லால்குடி போலீஸ் சப்–இன்ஸ்பெக்டர் ஒரு போலீஸ் படையோடு வந்து, பூட்டை உடைத்து, என்னை வெளியேவிட்டார்! அந்த நல்ல மனுஷன் இந்த உபகாரம் செய்ய வந்தாரே, அவரைச் சும்மா விட்டாங்களா? “எப்படி பூட்டை உடைக்கலாம் – பார், என்ன செய்கிறோம் – எங்க கருப்பண்ணசாமியை நாங்க பூட்டி வைக்கிறோம் – மாட்டி வைக்கிறோம். எங்க இஷ்டப்படிச் செய்கிறோம், நீ யார் கேட்க – பூட்டை உடைக்கலாமா?” அப்படி இப்படின்னு, அவரைச் சூழ்ந்து கொண்டாங்க. அவர் என்ன, என்னைப் போலவா, வாயை மூடிக்கிட்டுக் கிடப்பாரு – ‘மரியாதையா நடங்க – சட்டப்படி நடக்க வேணும்’னு சொல்லியிருக்காரு – கேட்கல்லே! போலீசாரைக் கூப்டாரு. ‘போடுங்கடா பூஜை’ன்னு உத்திரவ போட்டாரு. தூக்கினாங்க, தடியை; அடிச்சி விரட்டினாங்க. தேவி! அப்பத்தான் என் மனம் கொஞ்சம் நிம்மதியாச்சி. பக்தனுங்கன்னு பேர் வைத்துக்கொண்டு, என் எதிரே கன்னம்

கன்னம்னு போட்டுக்கொண்டு, கற்பூரம் கொளுத்திக் காட்டி கிட்டு இருக்கிறவங்க, நீதி நியாயத்தைக் கவனிக்காமல், ஈவு இரக்கம் காட்டாமல், பழி பாவத்துக்கு அஞ்சாமல், சாமியை இந்த அலங்கோலப்படுத்தலாமான்னு யோசிக்காமே, நெஞ்சழுத்தத்தோட, என்னைப் பூட்டிப்போட்டு விட்டாங்க – கேவலப்படுத்திவிட்டாங்க. நான் என்ன செய்ய முடிந்தது? எந்தப் புண்யவான் வந்து வெளியே விடுவாரோ – எத்தனை காலம் இங்கே அடைபட்டுக் கிடக்கவேணுமோ – எவனெவன் கேலி செய்கிறானோ'ன்னு எண்ணி எண்ணி ஏக்கப்பட்டுக் கொண்டிருந்தேன். நல்ல வேளையா லால்குடிகாரர், தங்கமான மனுஷன்! அவர் புள்ளெ குட்டிக சுகமா இருக்கணும். என்னை வந்து வெளியே கொண்டு வந்து சேர்த்தாரு – தேவி! இந்தப் பாடுபடுத்திவிட்டாங்க, பக்தர்னு சொல்லிக் கொள்கிறவங்க – அதனாலேதான் எனக்குப் பயம் ஏற்பட்டுவிட்டுது – நிஜமாச் சொல்றேன். இனி இந்த பக்தர்களை நம்பிப் பிரயோஜனமில்லே – ஏதோ பூஜை செய்கிறாங்களேன்னு பூரிப்படையறதிலே அர்த்தமில்லே. இனி நமக்கு அவங்க தயவு வேண்டாம் – சகவாசமே கூடாதுன்னு தோணி விட்டுது" – என்று கருப்பண்ணசாமி தன் கதையைக் கூறி முடித்தார். தேவியும், கதையைக் கேட்டுக் கலக்கம் அடைந்தார்கள்.

"ஆமாம்! இனி இந்தப் பக்தர்களை நம்பக்கூடாது" என்று தேவியும் தீர்ப்பளித்தார்கள். "நாம் இரண்டு பேர் மட்டும் தீர்மானித்தால் போதுமா தேவி! நம்ம கூட்டம் பெரிதல்லவா? எல்லோருக்கும் எடுத்துச் சொல்லி, இனி இந்தப் பக்தர்களிடம் நாம் சிக்கிச் சீரழிவு படக்கூடாது. பக்தர்கள் வேண்டாம் – என்று தீர்மானம் நிறைவேற்றினால்தான் நல்லது" என்றார் கருப்பண்ணசாமி.

"ஆமாம். கருப்பண்ணரே! பக்தர்களால் நம்மவர்களுக்கு ஏற்பட்டுவரும் சீரழிவுகளையும், எத்தர்கள் ஏமாளிகளை ஏய்க்க நம்மைக் கருவியாகக் கொள்வதையும் விளக்கமாகக் கூறி, நமது நண்பர்களுக்கும் இனி இப்படிப்பட்ட இடைஞ்சல் ஏற்படாதபடி பார்த்துக்கொள்ளத்தான் வேண்டும். நாம் இதற்கெல்லாம் ஒரு தனி மாநாடு கூட்டிவிட வேண்டியதுதான். இனிப் பொறுக்க முடியாது. நான் வரவேற்புக் கழகத்துக்கு தலைமை தாங்கி விடுகிறேன் – திறப்பு விழா நீ நடத்திவிடு – தலைமைக்கு யாரை அழைக்கலாம்" என்று தேவியார், ஆர்வத்துடன் கேட்டார்கள்.

"யாரை அழைக்கலாம்?" – என்று கருப்பண்ண சாமியும் யோசிக்கலானார்!

3. ஆனைத் தீ

தொ.மு.சி.ரகுநாதன்

1

ஊட்டுப் போட்டுத் தரணு மின்னான்
ஒத்த பிள்ளை சுடலையாண்டி!

என்று பாடிக் கொண்டு, வில்லுப் புலவன் வீராசாமிப் படையாச்சி பிடரியில் விழுந்து புரளும் தலைமயிரை அள்ளிச் செருகிக் கொண்டே, கட்டாரித் தேவன் வீட்டு வாசலில் கால் வைத்தான்.

உள்ளே, மார்பின் மேல் வரிந்து கட்டிய சேலை நெகிழாமல், உடற்கட்டின் ஒவ்வொரு அங்கமும் பின்னி விட்ட சாட்டையைப் போல் துவண்டு துவண்டு திமிற, மாடத்தி முற்றத்திலுள்ள கற்குழியில் நெல்லையிட்டு உலக்கைக் கொண்டு குத்திக் கொண்டிருந்தாள். இரண்டு கையும் மாறி மாறி நெல்லைக் குத்த, பாதத்தால் குழியை விட்டு வெளிவரும் நெல் மணியை ஒதுக்கித் தள்ளிக் கொண்டிருந்தாள்.

வீராசாமியைக் கண்டதும் குத்துவதை நிறுத்திவிட்டு, உலக்கையை மார்பின்மேல் சாத்தியவாறே, "என்னா கொளுந்தப்பிள்ளே, கோயிலுக்குப் போவெலே? இன்னிக்கி உங்க வில்லுதானே" என்று கேட்டாள்.

"ஆமா, மதினி. எல்லாம் நம்ப சொதைதான். அது சரி. அண்ணாச்சியை எங்கே? வெளியே போயிருக்காகளா?" என்று கேட்டான் வீராசாமி.

"நல்லாத்தான் கேக்கிய? கோயில்லே கொடையும் நாளுமா வீட்டிலியா இருப்பாக. அதுவும் இன்னிக்கி ஊட்டுப் போட்டுத்தார நாளு. கோவிலுக்குப் போறதாவத்தான் சொல்லிட்டுப் போனாக" என்று சொல்லி விட்டு, மாடத்தியம்மா உலக்கையைப் பிடித்தாள்.

"சரிதான். கோயிலுக்குத்தான் போயிருப்பாக. நானுந்தான் போகனும். வரட்டுமா?" என்று கூறிவிட்டு நடையிறங்கினான், வீராசாமி.

மாடத்தியம்மாவின் உலக்கைச் சப்தம் மீண்டும் கேட்டது.

படியிறங்கிய வீராசாமி, "அண்ணாச்சி கோயிலுக்கா போ யிருப்பாரு? கோயில் குளத்தான் கடைக்குத்தான் போயிருப்பாரு!" என்று தனக்குள் முணுமுணுத்துக் கொண்டே நடையைக் கட்டினான்.

2

கருப்பன் துறை சுடுகாட்டுப் பிராந்தியம். அந்தப் பிராந்தியம் முழுவதும் ஒரே பனங்காடு. ஆற்றங்கரையை ஒட்டிப் பிடித்தாற்போல் உயரமாக வளர்ந்து, கரையில் வேரோடி நிற்கும் மருத மரங்கள் தாமிரபருணி நதிப் போக்கிற்கு பாரா கொடுப்பது போல் நிற்கும். பனங்காட்டு வரிசையைக் கடந்துவிட்டால், விளாகத்துறையின் பக்கம் நாலைந்து மாமரங்கள் கொண்ட தோப்பும், அதையொட்டிய துரவுகளும், குடிசைகளும், ரோட்டையடுத்துள்ள கோயில் குளத்தான் சாராயக் கடையும், செங்கல் சூளையும் ஊழிக்குப் பின் முளைத்தெழுந்த உலகம்போல் புது மேனியுடன் நிற்கும். ஆற்றங்கரை யோரத்தில், மாந்தோப்புக்குச் சமீபமாக, சுடுகாட்டுப் பிராந்திய எல்லைக்குள் சின்னக்கல் கட்டிடம் ஒன்று தெரியும். முன் புறமும் மேல் புறமும் அடைப்பற்றிருக்கும் அந்தக் கட்டிடந்தான் சுடுகாட்டுச் சுடலைமாடன் கோயில்.

கருப்பன்துறைச் சுடலைமாடன் என்றால் அந்தப் பக்கத்து ஜனங்களுக்கு பயமும் பக்தியும் அதிகம். இருட்டுக் காலங்களில் அந்த வழியாய்ப் போகின்றவர்கள் சுடலை மாடசாமியை ஏறிட்டுக் கூடப் பார்க்க மாட்டார்கள். கோயில் முன் வந்தவுடன் கண்ணை மூடிக் கொண்டு தம் வழியே நடையை எட்டிப்போடுவார்கள். காரணம் அந்தச் சாமி துடியானது மட்டுமல்ல. அதை ஏறிட்டுப் பார்ப்பதற்கே யாருக்கும் தைரியம் இருக்காது.

நல்ல கருங்கல்லில் வடித்து, மழமழப்பேறிய சுடலை மாடசாமி சிலையின் முகத்தில் குந்தம் தள்ளியது போல் உள்ள உருண்டையான முண்டக் கண்களும், கடைவாயினின்று கிளம்பி, தாடை வரையிலும் ஓடியுள்ள வீரப் பல்லும், இளித்த வாயில் இடைவெளி தெரியும் பல் வரிசையும் குரூரமாகவும் பயங்கரமாகவும் இருக்கும். சிலை யின் ஒரு கரம் ஒடிந்து ஊனமாயிருந்தது. எவனோ ஒரு மலையாள மாந்திரிகன் விழத் தட்டியது என்று சில பேர் சொல்லுவார்கள். எனினும், ஜனங்களுக்கு அதில் நம்பிக்கை அவ்வளவு லேசில் வராது. 'காளியப் புலையனை வெற்றி கண்ட கரமா, மந்திரத்தில் முறிந்து விழுந்து விடும்?' என்பதுதான் அவர்களது நம்பிக்கை. பிறை நிலாக் காலங்களில், இருளில் முகடற்ற மேல்புறத்தின் மூலம் மங்கிய சந்திர ஒளி சிலையின் மீது வழிந்தோடுவதைப் பார்த்துவிட்டால், அங்கேயே பயமடித்து ரத்தம் கக்கிச் செத்துப் போவார்கள் என்றும்

சொல்வதுண்டு. சிலை அத்தனை கோர ரூபத்துடன் இருக்கும். மேலும், அது பிணந்தின்னிச் சுடலை.

எனினும், சுடலையையே குல தெய்வமாகக் கொண்டவர்கள் நாலைந்து வருஷங்களுக்கு ஒருமுறை சுடலைக்குக் காவு கொடுத்துக் கொடை நடத்துவார்கள். கொடைக் காலத்தில் மட்டும் சுடுகாடு, சுடுகாடாகவே தோன்றாது. பறை மேளமும், தப்பறையும் மூன்று நாளும் கும்மென்று எதிரொலித்து விம்மிக் கொண்டிருக்கும். சுடலை மாடனையும் ஜனங்கள் அப்போதுதான் ஏறிட்டுப் பார்க்கத் துணிவார்கள். பூசாரியின் அலங்காரத் திறனில் சிலையின் பயங்கரம் ஓரளவு மாறிப் போயிருக்கும்.

கொடைக் காலம் மட்டுமல்லாது, மற்றக் காலங்களிலும் சுடலையை நேர் நின்று தரிசிக்கும் தெம்பும் திராணியும் பெற்றவன் ஒருவன் தான் உண்டு. அவன்தான் கட்டாரித் தேவன். கோழைப்பட்ட மனசுடையவர்களுக்குக் கட்டாரித் தேவனைக் காணவே தைரியம் வேண்டும். சுடலையே உயிர் பெற்று உலாவுவது போலிருக்கும், அவனுடைய தோற்றம். கரு மெழுகிலே திரட்டிச் செய்த யவனப் பொம்மைபோல், அடிக்கொரு அசைவும், திமிரும் காட்டி, வரிந்து கட்டிய நரம்பு முடிச்சுக்களிடையே திருகி விறைப்பேறும் தசைக்கூட்டம் அவனுடைய மேனி வளத்தை எடுத்துக் காட்டும். கத்தியைக் கொண்டு குத்தினாலும் உள்ளே இறங்காது என்னும்படி இருக்கும், அவனது தேக வலிமை. அவன் வாயிலிருந்து எப்போதும் சாராய நாற்றம் அடித்துக் கொண்டிருக்கும். ரத்தத்திலே தோய்த்தது போன்ற சாயவேட்டியை தார் பாய்ச்சிக் கட்டியிருப்பான். நெற்றியில் வெட்டப்போகும் கிடாவுக்கு வைத்த அரக்கு சீலைப் போல், கோயில் குங்குமம் தீயாய்த் தெரியும்.

கட்டாரித் தேவன் சுடலை மாடசாமி கொண்டாடி. அவனுடைய குடும்பத்தில் தலைமுறை தலைமுறையாக இருந்துவரும் வழக்கம் அது. அதனால்தான் எந்த ராத்திரியானாலும் சுடலையைத் தரிசிக்காமல் கட்டாரி வீடு திரும்புவதில்லை. மேலும், அவனுடைய நிலபுலங்களும் அந்தப் பத்திலேயே இருந்ததால், அந்தப் பிராந்தியத்திலேதான் சுற்றிக் கொண்டிருப்பான். கோயில் குளத்தான் சாராயக் கடையும் சமீபத்திலேயே இருந்தது அவனுக்குச் சௌகரியமாயிருந்தது. மேலும் கட்டாரித் தேவனின் தினசரிப் பொழுது ஆற்றங்கரையிலேதான் கழியும். வயலில் உழைத்தலுத்து வரும்போது, பேச்சுத் துணைக்கு ஒருவரும் கிடைக்காவிட்டால், மாந்தோப்பைக் காவல் புரியும் இசக்கியிடம் வந்து பேசிக் கொண்டிருப்பான்.

இசக்கி நாட்டாண்மைக்காரத் தேவரின் மனைவி. நல்ல மஞ்சள் கடம்புக் கட்டையில் செதுக்கி நிறுத்திய சித்திரப் பாவை போலிருப்பாள். தலையை அள்ளிச் செருகி கோழிவால் கொண்டை

போட்டிருப்பாள். நெற்றியின் நடுவே ஓடி, உச்சி வகிடோடு முடியும் பச்சை குத்திய நாமம் அவள் கண்களின் பாய்ச்சலை அளக்க உதவும் கேந்திரமாகத் துலங்கும். மழமழப்பான அவளது அவயங்கள் யார் மனசையும் தடுமாடச் செய்யும். மாம்பழக் காவலுக்கு அவள்தான் தோட்டத்திலிருப்பாள். கட்டாரித் தேவனுக்கு அவளோடு பேசுவதில் தனி இன்பம். மஞ்சள் பூசிய முகத்தில் துலாம்பரமாய் விளங்கும் வெற்றிலைக் காவி உதடுகளில் புன்னகை பூக்க, யாரிடமும் சிரித்துச் சிரித்துப் பேசுவாள் இசக்கி.

இசக்கியிடம் பழகிய நாளிலிருந்தே கட்டாரித் தேவனின் மனம் அவள் உடம்பில் லயித்தது. என்றைக்காவது ஒரு நாள் இசக்கியை அனுபவித்துத் தானாகவேண்டும் என்ற பேயாசை அவனை உலுப்பி வந்தது. கட்டாரி எதற்கும் துணிந்தவன். எனினும் மானாபிமானத்துக்குப் பயந்து நடப்பவன். ஆதலால், அவளிடம் எப்போதும் ஒரு முழம் தள்ளியே பழகி வந்தான். கலியாணமானவன்தான். எனினும், மனசில் எழும் குரூர ஆசையை அவனால் கொல்ல முடியவில்லை. ஆசையை மறப்பதற்காக, சாராயத்தை அதிகம் குடித்தான். சாராயக் கடையை விட்டு வெளியேறியவுடன், “இவளா மாந்தோப்புக்குக் காவல் இருக்கது? இவளே சாதி மாம்பளம் மாதிரி இருக்காளே. உடம்பிலே அரைச்சேரு கறி அறுத்துத் திங்கலாம் போலிருக்கு” என்று முனகிக் கொள்வான். மனசிலும் உடம்பிலும் அத்தனை பசி. உடம்பு குறுகுறுத்தால் இன்றும் ஒரு டிராம் அவன் நெஞ்சுக் குழாயை எரித்துச் செல்லும்.

அன்றும் அவன் கோயிலுக்குச் செல்லும்முன் நேராகக் கோயில் குளத்தான் கடைக்குத்தான் சென்றிருந்தான்.

3

முன்னே இருந்த கிளாஸ் சாராயத்தை வாயெடுக்காமல் குடித்துக் காலி செய்துவிட்டு, குச்சிக் கறித்துண்டு ஒன்றை எடுத்து, கடைவாயிலிட்டுச் சுவைத்தான் கட்டாரி.

“என்ன அண்ணாச்சி, நேரத்தோடேயே வந்துட்டியளா? வார வளியிலே வீட்டுக்குப் போயிட்டு வந்தேன்” என்று விசாரித்துக்கொண்டே, வீராசாமிப் படையாச்சி உள்ளே நுழைந்தான்.

ஏற்கெனவே அளவு தாண்டி, ‘கிறிச்சி’ கிளம்பி தலை சுற்றியாடும் கட்டாரி, வீராசாமி வந்ததை உணர்ந்து கொண்டான். மரத்துப் போன உதடுகளைப் புறங்கையால் உரசித் துடைத்துக் கொண்டு, ‘யாரது, வீராசாமியா? வாடா. வந்து உட்காரு” என்று அருமையாய் அழைத்தான். பிறகு கடைக்கார நாடாரைப் பார்த்து, “நாடாரே,

இன்னம் ரெண்டு கொண்டாரும். முட்டை இருக்குதா? இருந்தா அதுவும்... ஒண்ணுமில்லியா? சர்த்தான், ஏதாவது கொண்டாரும்" என்று உத்திரவிட்டான்.

நாடார் கொண்டு வைத்த சாராயத்தை இருவரும் மடக்கு மடக்கென்று குடித்தார்கள். குடித்து விட்டு, சுவாசத்தை அடைக்கும் கசப்புக் கமறலைத் துடைக்க, உடனே இரண்டு கறித் துண்டுகளை எடுத்துக் கடித்துக் கொண்டார்கள்.

குடித்துக் குடித்து இருவருக்கும் போதை கிளம்பி கண் வெள்ளை சிவந்தது. உடல் முழுவதும் வெறி பரவி, மரத்துப் போகும் உணர்ச்சியினால் ஏற்படும் சிலுசிலுப்பும், மயக்க நிலையில் சொக்கி வரும் இன்பமுமாக அவர்களுக்கு, இருந்தது.

இனிமேலும் மேலே சென்றால் வண்டி குடை சாய்ந்துவிடும் என்று உணர்ந்த கட்டாரித் தேவன் எழுந்து நடக்க ஆரம்பித்தான். வீராசாமியும் கட்டாரியின் கைத் தாங்கலில் எழுந்து கடையை விட்டு வெளியே வந்தான். இவர்கள் கடையை விட்டு வெளியே வருவதற்கும், பனங்காட்டு ஒற்றையடித்தடத்தின் மேலாக இசக்கி மாம்பழக் கூடையைச் சுமந்து கொண்டு ஒய்யாரமாக நடை போட்டுச் செல்வதற்கும் சரியாயிருந்தது.

"அண்ணேன், அன்னா பாருங்க" என்று இசக்கி வந்த திக்கைக் காட்டினான் வீராசாமி.

கனத்துப் போய் விழிகளோடு பசைபோல் ஒட்டும் இமைகளைத் திறக்க முயன்று கொண்டே, "சிறுக்கி நடையைப் பாரேன். அப்படியே அவளைக் கடிச்சி முளுங்கிறலாம் போலிருக்கு" என்று வாய்விட்டுக் கூறிவிட்டுப் பற்களை நெரித்தான் கட்டாரி.

"ஆமாண்ணேன். கிளியாட்டந்தான் இருக்கா. எங்கே போவா? போயிட்டு, கோயிலுக்கு வராமலாப் போவா?" என்று கூறிவிட்டு, அவிழ்ந்து விழுந்த தலைமயிரை அள்ளி முடிக்க விரல்கள் வளையாததால் அதைப் பிடரியில் ஒதுக்கினான்.

"இந்தக் கட்டாரித் தேவன்கிட்டெ அவ வராமப் போறதாவது? பாத்துக்கிடுதேன்" என்று மீசையில் கை போட்டுக் கொண்டு கோயிலைப் பார்க்க நடந்தான் கட்டாரி.

4

அன்றிரவு சுடலைமாடனுக்கு பிரமாதமான அலங்காரம். துருவகற்றி, பளபளவென்று மின்னும் இரும்பு வாளைக் கையில் ஏந்தி நின்றது சிலை. முகத்தில் வழிந்திருந்த எண்ணெய் சுடலைமாடனின் கருமையையும் கோர ரூபத்தையும் கூட்டிக் காட்டிற்று. சிலை

முகத்தில் பட்டிருந்த சுண்ணாம்புக் கீறல் அதன் விகாரத்தையும் குரூரத்தையும் கோடிட்டுக் காட்டுவது போலிருந்தது.

நடுச்சாம வேளை நெருங்கிக் கொண்டிருந்தது. கோயிலின் முன் பல திக்குகளிலும் நாட்டியிருந்த தீவட்டிப் பந்தங்கள் பசி நாக்குகளைச் சுழற்றிச் சுழற்றி எரிந்து கொண்டிருந்தன. பம்பையும் பறைமேளமும் கணகணவென இரைந்து குமுறும் ஒலி அக்கரை நத்தத்து வயல் வெளியில் மோதித் திரும்பி, மீண்டும் கருப்பன்துறை பனை வினைக்குள்ளேயே எதிரொலித்துக் கொண்டிருந்தது.

சாராயக் கடையிலிருந்து வந்த கட்டாரித் தேவன் சுடலையின் கோயில் முன் சென்று உட்கார்ந்தான்.

சுடலையின் முன் சாராயப் புட்டியும், காரப் புகையிலைச் சுருட்டும் இருந்தன. பொங்கிப் பொரித்துப் படைத்த சோறும் கறியும் ஆவி வர, புலால் மணம் வீசிக் கொண்டிருந்தது. பலி கொடுத்த ஆடு கோழிகளின் ரத்தம் கோயிலின் முன்னுள்ள மண்ணில் உறைந்து பொருக்காடிப் போயிருந்தது.

கட்டாரித்தேவன் அசையாமல் உட்கார்ந்திருந்தான். சுண்களின் கிறக்கம் சாராய வேகத்தைக் காட்டியது. மட்டச் சாம்பிராணிப் புகையும், ஊதுவத்தி மணமும், படைப்புச் சோற்றிலிருந்து எழும் புலாலின் நாற்றமும் அவனை மயங்கச் செய்துவந்தன.

பம்பையின் டங்காரமும், உறுமி மேளத்தின் குமைந்து வரும் சிலுசிலுப்பும், தப்பறையின் ஓலமும் அவன் செவிகளைத் தாக்கி, காதுச் சவ்வுகளை மரத்து அடைத்துப் போய் இரையச் செய்தன.

தலையாட்டம் கொடுத்துக் கொண்டே கட்டாரித் தேவன் கண்களை ஒரு சுழற்று சுழற்றினான். தூரத்தில் இசக்கி பச்சை நிறக் கண்டாங்கிச் சேலையைச் சரி பண்ணியவாறே சிரித்துக்கொண்டு நின்றாள். இசக்கியின் வனப்பு கட்டாரியின் கண்களை ஈர்த்தன. கட்டாரிக்கு தலைக்கிறக்கம் அதிகமாயிற்று. சுடலையையும் இசக்கியையும் மாறிமாறிப் பார்த்துக் கொண்டேயிருந்தான்,

திடீரென ஒரே ஆகாகாரம் செய்து கொண்டே துள்ளியெழுந்தான் கட்டாரி. அவன் உடல் கிடுகிடென்று ஆடியது. கையெடுத்துச் சுடலையைக் கும்பிட்டான் அவன். உயர்ந்து உயர்ந்து செல்லும் கட்டை நாதசுரத்தின் விறுவிறுப்பும், மேளதாளங்களின் ஸ்தாயியும் அவனை உலுப்பின; உணர்வை மறக்கச் செய்தன.

பூசை முடித்துவிட்டுத் திரும்பிய பூசாரி எரிந்து கொண்டிருந்த கற்பூரத் தட்டை கட்டாரியிடம் நீட்டினான். எரிந்துகொண்டிருந்த கற்பூரத்தை உள்ளங்கையில் வாங்கி வாயில் போட்டான். உடனே

பூமி அதிரும்படி திங்கு திங்கென்று குதித்தாட ஆரம்பித்துவிட்டான் கட்டாரி!

சுடலை குடி புகுந்துவிட்டான் என்று ஜனங்களெல்லாம் கட்டாரியைக் கையெடுத்துக் கும்பிட்டார்கள்.

கட்டாரி ஆடினான், சத்தமிட்டான், துள்ளினான், பாய்ந்தான்! ஆடிக்கொண்டே கட்டாரி நடந்தான். நட்டு வைத்திருந்த பந்தம் ஒன்றை எடுத்துக்கொண்டு, கட்டாரியின் முன்னால் பூசாரி பின் காட்டி நடந்தான்.

சுடுகாட்டை நோக்கி ஆடிக்கொண்டே நடந்தான் கட்டாரி. கொள்ளிவாய்ப் பிசாசு போல, பூசாரி அந்த ஒற்றைத் தீவட்டியை ஏந்திச் சென்றான். தீவட்டியின் ஒளி எல்லைக்குள்ளாக, படமெடுத்தாடும் கருநாகத்தைப் போல் இருள் கவிந்து நிற்க, கட்டாரி பூதாகாரமாய் நடந்தான்.

தீவட்டிப் பந்தத்தின் அசைந்து அசைந்தாடும் மங்கிய ஒளியிலே, சுடுகாட்டு ஆலமரத்தின் தரையோடிப் பாய்ந்து நின்ற விழுதுக் கூட்டங்கள் ஒளியும் நிழலும் கொடுக்கும் பைசாச ரூபத்தோடு, தரை கீறிக் கிளம்பிய கூளிக்கணங்கள் களியாட்டம் ஆடுவதைப்போல் தோன்றின. இருள் சூழ்ந்த அந்தப் பிரதேசத்தில், மங்கிய ஒளி கொண்ட புகைமூட்டம் இருளையும் விடப் பயங்கரமாயிருந்தது. கோயிலில் ஒலிக்கும் வாத்திய ஒலி மங்கி உள்வாங்கி ஒலித்தது. பக்கத்து மருத மரத்திலிருந்து சரசரவென்று இறங்கி, விகாரமாய் அழுதுகொண்டே குறுக்கே தாவியது ஒரு மரநாய்.

சாமி குடிகொண்ட கட்டாரி நடந்தான். பூசாரியும் கட்டாரியும் சுடுகாட்டுக்குள் நுழைந்தனர்.

நாலைந்து பிணங்கள் கங்குதெறித்து விழ, எரிந்து கொண்டிருந்தன. மங்கிய செந்நெருப்புத் தழல் காட்டி, எரிந்து கொண்டிருந்த பிணத்தைக் கண்டு ஓடியது, கட்டாரியிடம் குடி கொண்ட சுடலை!

ஈரம் காய்ந்து பொருக்காடிப் போன சிதை மூட்டத்தை முஷ்டியால் ஓங்கி உடைத்தது சுடலை. ஓடாய்ப்போன மூட்டம் உடைந்து பிலவாய் போல் திறந்து விழுந்தது. சிதையினுள் சுட்ட கத்தரிக்காயைப் போல், பிணம் கருமையெய்தி கருகிக் கொண்டிருந்தது; அடியிலே இளகி வடியும் கொழுப்பின் துர்நாற்றம் மெல்லிய புகைக் கொடியாக இழைந்து கிளம்பிக் கொண்டிருந்தது.

ஆடிக்கொண்டே நின்ற சுடலை, உடைபட்ட பாகத்துக்கு நேரா யிருந்த பிணத்தின் வயிற்றுக்குள் கூச்சலிட்டுக் கொண்டே இரண்டு கைகளையும் புலிநகம் போல் சொருகியது!

பக்கத்து ஆலமரத்தில் இரண்டு ஆந்தைகள் ஒன்றுக்கொன்று அடித்துச் சத்தமிட்டுக் கொண்டு சிறகடித்துக் கீழே விழுந்தன. தூரத்தில் எங்கோ குழி பறிக்கும் நரியின் ஊளை சுடுகாட்டில் எதிரொலித்தது!

சொருகிய விரல்களால் பிணத்தைக் குடைந்து குடைந்து, உள்ளேயுள்ள குடலை உருவி இழுத்து, வாயில் வைத்துத் திணித்தது சுடலை! குடற்கொடி முழுவதும் வாயினுள் செல்லாமல் மார்பிலும் கழுத்திலும் அடித்துப் போட்ட பாம்பைப்போல் சுற்றி விழுந்தன. ஆவேசம் தீராமல் உள்ளேயிருந்து பிறாண்டி எடுத்த மாமிசத்தை, அரைகுறையாய் வெந்து பச்சை நெடி வீசும் பிண மாமிசத்தை, வாயில் வைத்துத் திணித்தது. முகத்திலும் மார்பிலும் பலாச்சடை போல் ஒட்டியிருந்த சவ்வையும், கொழுப்புத் திரைகளையும் பூசிக்கொண்டது!

முகத்தில் ஒட்டியிருந்த மாமிசப் பசைத் திரைகள் பயங்கரத்தைக் கூட்டிக் காட்டியது. ஆவேசமும் ஆங்காரமும் கொழுந்து விட்டெரியும் முகத்தில் ரத்தப் பசி தலைதூக்கி நின்றது.

பிணத்தைப் பட்சித்த பின் வாரியடித்துப் பூசிய புலாலும் கொழுப்பும் ஒட்டிக் கிடக்க, பூசாரி காட்டிய வழியில் நடந்தது சுடலை!

பசிப்புலி போல் பாய்ந்து வந்த கட்டாரியைக் கண்டவுடன் ஜனங்கள் கையெடுத்துக் கும்பிட்டனர். நிணமும் சதையும் வாய்க் கடையில் பிதுங்கி வெளிவர, கோயிலில் முன் நின்று ஆடினான் கட்டாரி.

வில்லுக்கார வீராசாமி வாய் உரக்கப் பாடினான்:

தோளிலே சில பிணத்தைத்
துங்க மாலை போட்டுக் கொண்டான்
கையதிலே சில பிணத்தைக்
கட்டியாக எடுத்துக் கொண்டு
வாயதிலே ஊன் வடிய
வாரானே சுடலைக் கண்ணு!

சப்த அலைகளை அடக்கி அடக்கி விடும் வில்லுக் குடத்தின் குமைவும், வில்லில் கட்டிய மணியின் கலகலப்பும், நாணின் டங்காரமும் வீராசாமியின் பாட்டுக்கு வேகம் கொடுத்தன.

கட்டாரித் தேவன் ஆடிக்கொண்டே இருந்தான்.

வீராசாமி, பெண்கள் கூட்டத்தின் முன் வரிசையில் இசக்கி உட்கார்ந்திருப்பதைக் கண்டான். உடனே, கதையில் வரும்

காளியப்புலையன் மகள் இசக்கியை, இந்த இசக்கியைப் பார்த்துக் கொண்டே, இவளை வருணித்துக் கொண்டே பாட ஆரம்பித்து விட்டான்:

ஏந்து நல்ல ஸ்தன மிரண்டாம்
இந்திராணி மார்பழகாம்
இசக்கி!

ஆறு முழம் நூறு பணம்
அருவங் கோட்டுக் கண்டாங்கி
இசக்கி!

சித்துடுக்குக் கழிந்தது போல்
சேலைக்கட்டும், இடையிறுக்கும்
இசக்கி!

பின்னழகைக் கண்டவர்கள்
பிரமித்து நின்றிடுவார்
இசக்கி!

முன்னழகைக் கண்டாலோ
மோகிப்பார் ஆயிரம் பேர்!
இசக்கி!

பாட்டின் வருணனை அழகும் இசக்கியின் பெயரும் வேகமிறங்கி வரும் கட்டாரியின் காதுகளில் விழுந்தன. கட்டாரி திரும்பி இசக்கியைப் பார்த்தான்.

கட்டாரி இசக்கியின் பக்கம் திரும்புவதைக் கண்ட வீராசாமிக்கு உற்சாகமும் குறும்பும் வளர்ந்தன.

சுடலைமாடனுக்கும் இசக்கிக்கும் உள்ள தொடர்பை, இசக்கியைக் கன்னியழிப்பதாகச் சத்தியம் செய்யும் சுடலை இசக்கி சம்வாதத்தை, கட்டாரியையும் இசக்கியையும் இணைத்துத் தன் சொந்தப் பாட்டில் பாட ஆரம்பித்து விட்டான். உடனே கட்டாரிக்கு அப்படியே அங்கிருந்து தாவிப் பாய்ந்து இசக்கியை அணையவேண்டும் என்றிருந்தது.

உள்ளுக்குள்ளேயே கிடந்து குமுறும் காமவெறி மனசைப் பிடித்து உலுப்பி வெறியூட்ட, ஒன்றும் புரியாமல் குதித்தாட ஆரம்பித்தான் கட்டாரி. பிறகு சுடலை மாடசாமியின் முன் படைத்திருந்த சாராயபுட்டியை எடுத்து, கடகடவென்று குடித்தான். படைப்புச் சோற்றின் முன் மண்டியிட்டு அமர்ந்தான். பற்றி எரியும் வயிற்றின்

காந்தலும், உடலிலுள்ள அனற்கொதிப்பும் அவனை அலைக்கழிக்க, படைச் சோற்றை அள்ளி அள்ளித் தின்றான். எலும்பும் கறியும் தெரியாமல் நறநறவென்று கடித்தான். முருந்து எலும்புகள் முறுக்கு மாதிரி கடைவாயில் நொறுங்கின. எலும்புக் குழலுக்குள் இளகி நிற்கும் குறுத்துக் கோழை, வாய்க்கடையோரம் வழிந்தோடிற்று. ஒரே பசி! ரத்தப் பசி!

தின்று குடித்துச் சலித்தவுடன் முன்னிருந்த சுருட்டை எடுத்து தீப்பந்தத்தில் பற்றவைத்துக் கொண்டு ஆடினான். புதிதாக வயிற்றினுள் சென்ற சாராயம் போதை எழுப்ப, தளரும் கால்களை அதிகம் ஊன்றாமல் துள்ளித் துள்ளியாடினான் கட்டாரி.

ஜனங்கள் அவனைக் கையெடுத்து வணங்கினர். இசக்கி மட்டும் கும்பிடாமல் கையால் நாடியைத் தாங்கியவாறே அவனை வியப்புடன் பார்த்துச் சிரித்துக்கொண்டிருந்தாள்.

வீராசாமியின் பாட்டும் சுற்றிச் சுற்றி இசக்கியிடமே வந்து நின்றது.

போதை உச்சிக்கேறிய பின் கட்டாரி தன்னிலை தவறி ஆடினான்; தடுமாடினான். திடீரென்று "கொண்டா இசக்கியை!" என்று கத்த ஆரம்பித்தான். ஆனால் நாக்கு சொல்லுக்கு வளையாமல் உள்ளிழுத்துச் சுருண்டது. கால்கள் ஒன்றோடொன்று பின்னி முடைந்தன. கண்கள் மேலேறிச் சொருகின. அப்படியே தொப்பென்று சாய்ந்தான்! ஆட்டபாட்டம் ஓய்ந்து சவமாய்க் கிடந்தான்!

பூசாரி மீண்டும் சுடலைக்குப் பூசை பண்ணினான். "சாமி மலையேறி விட்டது!" என்றனர் ஜனங்கள்.

பூசாரி ஏந்திய கற்ப்பூர ஒளியில் சுடலையின் உதட்டிலுள்ள வெள்ளைச் சுண்ணாம்புக் கீறலில் ஒரு சொட்டு பச்சை ரத்தம் இருந்தது!

'ஊட்டை சாமி ஏற்றுக் கொண்டது' என்ற திருப்தியால் கற்பூரத் தட்டை உயர்த்தினான் பூசாரி.

ஜனங்கள் கையெடுத்துக் கும்பிட்டனர்!

5

கட்டாரித் தேவன் வாயிலிருந்து கொழுப்புக் கூழும், கோழையும், நுரையும் வடிந்து கொண்டிருந்தன. கருங்கல் போன்ற அவனுடைய தசைக்கோளங்கள் தளர்ந்து தொளதொளத்துக் கிடந்தன. உணர்வற்றுக் கிடந்த கட்டாரித்தேவன் வெகு நேரம்வரை எழுந்திருக்காததிலிருந்து, ஜனங்கள் கட்டாரியின் போதையை உணர்ந்து கொண்டார்கள்.

அதன்பின் கட்டாரித் தேவனை வண்டியில் போட்டு போதை தெளியுமுன் வீடு கொண்டுவந்து சேர்த்தான் வீராச்சாமி.

சேர்த்துவிட்டு, "ஒன்றுமில்லை. கிறக்கம். இன்னைக்கி அண்ணாச்சி பெரிய ஆட்டமில்லா ஆடிட்டாக" என்று மாடத்தியிடம் சொல்லிவிட்டுப் போனான்

படுக்கையில் கிடந்த கட்டாரித் தேவனை மங்கிய விளக்கொளியில் பார்க்கச் சவம் போலவேயிருந்தது.

மாடத்தி நெற்றியில் கை வைத்துப் பார்த்தாள். நெற்றி கொதித்தது. உடம்பிலிருந்து கருகிய மாமிச நாற்றமும், சாராய வீச்சமும் கலந்தடித்தன.

போதை தெளிந்து புரண்டு கொடுத்த கட்டாரி "சிறுக்கி, என்னமாயிருக்கா? அப்படியே கடிச்சி முளுங்கிறலாம் போலிருக்கு" என்று முணுமுணுத்தான்.

"என்ன புலம்புதிய? உங்களைத்தானே. நானிருக்கது தெரியலெ" என்று மெல்லக் கேட்டாள் மாடத்தி. தலை மயிரையும் நெற்றியையும் தடவிக் கொடுத்தாள்.

ஸ்பரிச உணர்ச்சி பெற்று விழித்த கட்டாரி அந்த மங்கிய இருளின் ஒளி மூட்டத்தில் மாடத்தியைப் பார்த்தான்.

"வந்திட்டியா? நீ வருவேன்னு எனக்குத் தெரியுமே" என்று சொல்லிக்கொண்டே மாடத்தியை இழுத்து அணைத்தான்.

"விடுங்கன்னா!" என்று திமிறினாள் அவள்.

கட்டாரி விடவில்லை. அவளைக் கட்டிப் பிடித்துக் கட்டிலில் உருட்டிப் புரண்டான்.

கட்டாரியின் மேனி முழுவதும் பிணத்தின் நிண நாற்றம் அடித்தது. பிண நாற்றம் மாடத்தியின் புலனைத் தாக்கியது கட்டாரி தன் முகத்தை மாடத்தி முகத்தின் பக்கம் நெருக்கியபோது, மாடத்தியின் உடம்பு குளிர்ந்து புல்லரித்தது. தாங்கமுடியாத நாற்றத்தின் கமறலால் குமட்டல் எடுத்து ஓங்கரித்தாள். எனினும் வெறும் ஓங்கரிப்பு! தொண்டைக் குழிதான் வற்றிப் புண்ணாயிற்று!

6

மாடத்தியின் இந்தக் கர்ப்ப மாசங்கள் எல்லாம் மிகவும் கஷ்டத்துடன் கழிந்தன. பத்து மாசமும் ஒரே ஓங்கரிப்பும், குமட்டலும், வாந்தியெடுப்புந்தான். எந்தப் பொருளும் வாய்க்குக் கசந்தது; நாற்றமடித்தது! அன்றைய இரவின் அருவருப்பு அத்தனை வைரம் பாய்ந்திருந்தது!

பத்தாவது மாசம் ஓரிரவில் கடைச் சாமத்தில் மாடத்தியம்மா பிரசவித்தாள். முதன் முதலாகப் பிள்ளையைப் பார்ப்பதற்காக, பக்கத்தில் கழுவிப் போட்டிருந்த பிள்ளையின் பக்கம் முகத்தை நெருக்கினாள் மாடத்தி. உடனே பயங்கரமான ஓங்கரிப்பு வந்து அவள் வயிறு நொந்தது.

ஒரே நாற்றம்! பெற்றெடுத்த பிள்ளையின் உடம்பிலிருந்து பிண நாற்றத்தின் தாங்கமுடியாத நெடி அடித்தது!

கட்டாரியின் மூத்த மகள் மாகாளி ஓடோடியும் வந்து தெருத் திண்ணையில் முட்டைக் கட்டியிருந்த கட்டாரியிடம் "அய்யோவ், தம்பி புறந்திருக்கான்!" என்று கூச்சலிட்டாள்.

"எல்லாம் என் அப்பன் கிருபை. சுடலைன்னு பேரு வைக்கணும்" என்று தனக்குள் முனகினான் கட்டாரி.

எதிர் வீட்டுத் தாழ்வாரத்தில் படுத்திருந்த வீராசாமி விடிவெள்ளி முளைத்துவிட்டதை உணர்ந்து, துண்டை உதறித் தோளில் போட்டுக்கொண்டு,

வாருமையா சிவனாரே, வார்த்தை
யொன்று சொல்லக் கேளும்
பிள்ளை வரம் கேட்டதுக்கு
பிணந்தின்னியைத் தந்தீரோ
என்று சொல்லும் வேளையிலே
ஏது சொல்வார் சிவனாரும்..

என்று பாடிக்கொண்டே வயல் வெளிக்குச் செல்லும் பாதையில் நடக்க ஆரம்பித்தான்.

4. அமானுடன்

பிரபஞ்சன்

"தாழி.. காலைலேர்ந்து காலை மரிச்சுக்கிட்டு வந்து நிக்கிறான். என்னன்னு சொல்லித் தொலைய மாட்டேங்கிறான். ரொம்ப குசும்பனாயிட்டான் அவன்.." என்று தனக்குள் சொல்லிக்கொண்டார் முத்துப்பாண்டி.

நேர்வகிடு மாதிரி இருந்தது வரப்பு. வரப்பு வழி அவர் களத்துமேட்டில் ஏறி, தெற்குப் புளிய மரத்துப் பக்கமாக வந்து நின்றார். மாலைக்கடன் கழிக்க, குளக்கரைக்கு வந்தவர் அவர். அப்படியே, குளத்தில் ஒரு முங்கல், துவட்டிக்கொண்டு நின்றவர்க்கு வயிறு கிள்ளியது. பேச்சி கடைக்குப் போய் ரெண்டு வடைகளைப் பிட்டுப் போட்டுக்கொண்டு, ஒரு டீயைக் குடித்தால் தேவலை என்று இருந்தது. துவைத்த வேஷ்டியை அகல விரித்து முதுகுப் புறமாகப் பிடித்துக்கொண்டு கோவணத்துடன் நடந்து களத்து மேட்டுவழி தெருவுக்கு வந்தார். பகல் நேரத்திலும்கூட, இருண்டு கிடக்கும் புளியஞ்சோலை, தெற்கு மரத்தண்டை அவர் வந்த போது, திடுமென உடம்பு மயிர்க்கூச்செறிந்தது, லேசான மயக்கம்கூட வந்துவிட்டது அவருக்கு. கால் பின்னிக்கொண்டு தடுமாறியது. ஆவேசம் வந்துவிட்டது என்பது அவருக்குப் புரிந்தது.

"த்தூ.. சமயா சமயம் தெரியாமே, இப்படிக் காலைச் சுத்திக்கொண்டு நின்னா எப்படிடா, பெரிய கருப்பா?" என்று மர உச்சியைப் பார்த்துக்கொண்டு சொன்னார், முத்துப்பாண்டி. அந்த இடத்தில் தான் அவன் குடி இருக்கிறான் என்பதை நிச்சயமாக அறிந்தவர் அவர். அந்த இடத்திலேயே நின்று அரைஞாண் கயிற்றில் கட்டித் தொங்கவிட்ட விபூதிப் பையிலிருந்து ஒரு சிட்டிகை திருநீற்றை எடுத்து நெற்றியில் 'சம்போ மகாதேவா' என்றபடி பூசிக்கொண்டார்.

"காத்து மாத்து அண்டாமே, காடன் மாடன் அணுகாமே காத்து ரட்சியும், கருப்பசாமி.. காட்டுக் கரம்பு வேல்சாமி.." என்று முணுமுணுத்துக்கொண்டார். ஆவேசம் நீங்கியது மாதிரி இருந்தது. தன் இடப்பக்கமாகப் பார்த்தார். அவன் நின்றுகொண்டிருந்தான் ஒரு பனைமரம் உயரத்துக்கு. அப்புறம் குள்ளக் கத்தரிக்காய் உருவம் எடுத்துக்கொண்டான் அவன்.

"தாழி.. வரியா, வா.. பேச்சியப்பய கடைக்குத்தான் போறேன். வா பேசிக்கிட்டே போவோம். நீயும்தான் என்ன செய்வே.." என்றபடி மறுபடியும் தோளில் போட்ட வேஷ்டியைப் பிரித்துக்

காயப்போட்டபடி நடந்தார். அவருடன் அவன், பேரக்குழந்தை, தாத்தாவோடு நடப்பது மாதிரி நடந்து வந்தான்.

மண் குளிர்ந்திருந்தது. இருட்டத் தொடங்கியிருந்தது. தெருவின் இருபுறமும் ஆங்காங்கே தென்னை ஓலை வேய்ந்த ஓடுகள். உரலில் கட்டின ஆடுகள், இவர்களைப் பார்த்ததும், ஆவேசமாகக் கத்தின, அறுத்துக்கொண்டு போக முயல்வன மாதிரியாக அலைந்தன.

“பார்த்தியா, ஆட்டுக் கண்களுக்கு உன்னைத் தெரியுதுடா கருப்பா..” என்றார்.

“ம்ங்..” என்று அவர் சொன்னதை ஒப்புக்கொண்டான் கருப்பு, தொடர்ந்து அவனே சொன்னான்.

“பாம்பும் ஆட்டுக்கிடாவும் நாயும் அறியும்; மனுசங்கதான் என்னை அறியமாட்டாங்க..”

“அட சரி! தாழிகளுக்கு ஊனக்கண்ணுதானே...!” என்று அவர் சொன்னதை ஒப்புக்கொண்டான் அவன்.

திடுமென ஆள் அரவமற்ற அந்த இடத்தில் சுருட்டு வாசம் வீசியது. இடப்பக்கம் பார்த்தார். அவன், ஒரு அடி நீளத்தில் ஒரு சுருட்டைப் புகைத்துக்கொண்டு வருவது தெரிந்தது. கருப்பு சுருட்டுப்பிடிப்பான். கூடவே சாராயமும் குடிப்பான். அது அவன் வழக்கம். கொடை நடக்கிறது என்றால் சாராயம், தெருவை நிறைக்குமே. தண்ணீர்பட்ட பாடாய் ஓடும். அது ஒரு காலம். தாழிகள் இப்போதெல்லாம் எவன் கொடை கொடுக்கிறான்? பூசை வைக்கிறான்? எல்லாம் கலிகாலம். சாமியாவது பூதமாவது என்று பேசத் தொடங்கிவிட்டார்கள். நகரத்துக்குப் போய்ப் படித்துவிட்டு வருகிற தாழிகள் ஒருத்தருக்கும் கருப்பு, மாடன், தலையன், மம்பட்டியான் என்று கொஞ்சமாவது பயம் இருந்தால்தானே? மசுருப் படிப்பு படிக்கிறானுங்க...

“அது சரிதான். எல்லாம் குறைஞ்சு போச்சு” என்றான் கருப்பன். அவர் நினைப்பதைப் புரிந்துகொண்டவனாக.

“அதுல பாரு கருப்பா.. ஊர்க்கவுண்டர் வீட்டுல பொண்ணுக்குக் கல்யாணம் குதிர்ந்துச்சுதே.. அவர் எப்படியாகக் கொத்த மனுஷர். அவர் கொடை போடுவார். ஒரு ஆடாவது அடிப்பார்னு இருந்தேன். என் வாயிலே மண்ணைத்தான் போட்டார்..”

“ஆமா.. நான்கூட எதிர்பார்த்துக்கிட்டுத்தான் இருந்தேன். ஆசாமி ஏமாத்திப்புட்டார்.”

“கவுண்டர் நல்ல மாதிரிதான். சாமி, பூதம்னா பயந்துக்குவார்.. அவர் மகன் இருக்கானே, பிரசெண்டு, அந்தத் தாழிதான்

வேண்டாம்னுட்டான். சிலை தெய்வம்லாம் வேணாமாம். என் முன்னாலேயே சொன்னான்னா பாரேன். எவ்ளோ கொழுப்பு இருக்குன்னு. தி.. தாழி.. கொஞ்சமும் உன் 'பவரை'க் காட்டினாத்தானே? ராத்திரியில, இந்தப்பக்கமாத்தானே வீடு திரும்பறான். பயலை, ஒரு அறை அறையேன். வழிக்கு வந்துருவானே.. காலம் மாறிப்போச்சு, கருப்பா, உயிரோடதான் இருக்கோம்னு அடிக்கடி தாழிகளுக்கு நிருபிச்சிக்கிட்டே இருக்கணும். தூங்குறபோதுகூட கால்விரலை ஆட்டிக்கிட்டே இருக்கணும்.. இல்லேன்னா, செத்துட்டம்னு கொண்டு போயி புதைச்சுப் போடுவாங்கோ. நீ என்னடான்னா.. அநியாயத்துக்கு அடங்கிப்போயிட்டியே கருப்பா.. கிழவன் கைத்தடி மாதிரி. கொஞ்சம் விருட்டும் முரட்டும் வேணும்ப்பா.. நீயே ஒரு காலத்துல எப்படி இருந்தே... இந்த ஏரியாவிலே மனுஷன் நடக்க முடியுமா, நடக்கவிட்டியா? உறுமை வேளையிலே நடந்தான்னு புள்ளத்தாச்சியை அறைஞ்சி, தாய் வேறயா, புள்ளை வேறயா ஆக்கினியே.. எத்தனை பயல்களை அறைஞ்சி ஒழுங்கு பண்ணி இருக்கே.. எனக்கேகூட, எத்தினி பயம் உன் மேலே. என்னை அலமந்து பண்ணிட்டயே! அப்படியாகக் கொண்ட உனக்கு என்ன வந்துச்சு. இப்படி வாலாட்டுற நாய் ஆயிட்டயே. இப்பம், ஒன்னும் ஆயிடலை. ரெண்டு வாட்டி உன் விசுவரூபத்தை எடுத்து நில்லு. நாலு பேரை ரத்தம் கக்க வையி.. கொஞ்சம் பேரை, வயிறு போக வையி.. அப்போதான் தாழிங்க மனசுல கொஞ்சமாவது பயம் வைக்குமப்பா. இல்லேன்னா சோத்துக்குப் பறக்கிற நாய்கள்கூட, குண்டிக்குத் தண்ணி கொண்டு வரச்சொல்லுவாங்க.. உன்னியே.. என்னமோ போ.."

மிகக்கவனமாக அவர் சொல்றதைக் கேட்டுக்கொண்டு நடந்து வந்தான் கருப்பன். 'ஆமாம், அவர் சொல்வதெல்லாம் உண்மை' என்கிறாற்போல, தலையை அசைத்துக்கொண்டான் அடிக்கடி.

டீக்கடை பெட்ரோமாக்ஸ் வெளிச்சம் தெரிந்தது.

"நான் டீ குடிக்கப் போறேன். உனக்கும் ஒரு சிறட்டையில, வாங்கித்தரவா? கடைக்குப் பின்னாலே வர்றியா?"

"வேணாம்."

முத்துப்பாண்டி யோசித்துக்கொண்டு நின்றார். அப்புறம் சொன்னார்,

"ஒரு கில்லாடித்தனம் பண்ணுவோமா? நீ சரின்னா, நம்ம ரெண்டு பேருக்கும் நல்லது."

"சொல்லுமே."

"டீக்கடைக்காரன் இருக்கானே, அதான் பேச்சிப்பய, கொஞ்சம்

'சல்லுபுல்லுன்னு' நாலு காசு பண்ணியிருக்கான். ஆள், நம் வளைப்புக்கு வளைவான். அவன் மக ஒருத்தி இருக்கா.. விடைக் குட்டி. நீ அவளைப் பிடியேன். பள்ளிக்கூடம் விட்டு, இந்த வழியாத்தான் வருவா.. பக்குன்னு பிடி, சேஷ்டை பண்ணு.. ஆள் பேயோட்ட என்கிட்டதான் வரணும்.."

"ஆனா, இங்க நான் பிடிச்சுடுவேன். ஆனா, அந்த இடம் மாடசாமிக்கு அதிகாரம் உள்ள இடம். அங்கனே வந்து, நான் தின்கவோ, குடிக்கவோ முடியாதே.."

"அப்படியும் வேற இருக்கா.."

"ஆமாம். சிவனார் எங்களுக்கு அதிகார எல்லை பிரிச்சுக் கொடுத்திருக்கார்."

"எனக்கு வேண்டியது காசு. உனக்குக் கோழியும் சாராயமும். இப்படிப் பண்ணினா என்ன."

"சொல்லும்."

"பூசை முடிச்சு கோழியையும் சாராயத்தையும் இங்க கொண்டு வந்துடறேன்."

"ரொம்ப சரி.."

"எப்படி நம்ம டுபாக்கூர் வேலை?"

"ஆங்.. என்ன வேலை?"

"டுபாக்கூர் வேலை. அப்படின்னா, பேத்து மாத்து வேலை. என்ன கருப்பா. தமிழே தெரியலையே உனக்கு? சரி பசிக்குது. நான் கிளம்பறேன்.. நாளைக்கே பிடிச்சுக்கிடணும், பேச்சி மவளை, சரியா?"

"சரி நான் புறப்படறேன்."

"சரி புறப்படு. எங்கனே இப்போ.."

"மரத்துக்குத்தான்" என்று களைப்புடன் சொன்னான் கருப்பன்.

"சரி, நானும் மேலும் நாலு இடத்துல முயற்சி பண்ணறேன். நாலு கொடை, ரெண்டு கடா வெட்டு, ரெண்டு பேய் விரட்டுன்னு நடந்தாதானே. நமக்கும் நல்லது. ஊருக்கும் நல்லது.."

டீக்கடை, கூத்து முடிந்த மைதானம் மாதிரி வெறுமையாகக் கிடந்தது. பேச்சி தன் மனைவியுடன் சாவகாசமாகப் பேசிக்கொண்டிருந்தான். ஆம்பிளையைக் கண்டதும் பேச்சியின் மனைவி எழுந்து, சாக்குப் படுதாவை விலக்கி, அந்தப்புரத்துக்குப்

போனாள். வந்தவர், கோமணத்துடன் வேறு இருந்தாரே?

"வாங்க மந்திரக்காரரே, குளியல் ஆச்சாக்கும்.."

"ஸ்நானம் ஆச்சி.." என்றார் முத்துப்பாண்டி. அப்படிச் சொல்வதில் ஒரு மரியாதை. மேலான பண்பு மிளிர்வதை அவர் உணர்ந்திருந்தார். வேஷ்டியை உதறி, இடுப்பில் சுற்றிக்கொண்டார். மூதாட்டிகள் மார்பு மாதிரி நீண்டு தொங்கின விபூதிப்பையிலிருந்து, திருநீற்றை எடுத்துப் பூசிக்கொண்டார். அவர் நின்ற இடம், கல்லாவுக்கு எதிரே அங்குதான் முருகன் தன் மனைவிமார்களுடன் காட்சியளித்துக் கொண்டிருந்தார். கண்ணை மூடிக்கொண்டு சில நிமிஷங்கள், மந்திரம் போலச் சில வார்த்தைகளை முணுமுணுத்தார்.

பேச்சி அவரைப் பார்த்துக்கொண்டிருந்தவன், அவனையும் அறியாமல் எழுந்து நின்றான். இயல்பாகவே தன் கைகளைக் கட்டிக்கொண்டான்.

"முட்டு வினையெல்லாம் தீர்த்துவிடு முருகா..
ஏவல் பில்லி சூனியம் எடுத்துவிடு கருப்பா..
கண்ணேறு, கருப்பு, கழித்துவிடு பெரிய கருப்பா...

பெண்ணை விட்டுப் போயிடுவாய் பிள்ளை மேல் வாராதே..
கண்ணைப்போலப் பாதுகாரு பச்சைமரக் கருப்பு தேவா.."

என்று சொல்லிக்கொண்டே வந்தவர். பல்லை 'நறநற'வெனக் கடித்துக்கொண்டு, 'ம்'.. 'சே'.. 'தாழி' என்ற ஒலிக் குறிப்புகளை எழுப்பிக்கொண்டு நின்றார். பேச்சிக்கு பயம் பிடித்துக்கொண்டது.

"மந்திரக்காரரே.. மந்திரக்காரரே.." என்றான் இரண்டு முறை பேச்சி.

முத்துப்பாண்டி கண்விழித்தார். தன் சுற்றுச்சூழலை ஆச்சரியமுடன் ஏதோ அயல் கிரகத்தில் இருந்து வந்தவர் போன்று ஒருமுறை பார்த்துக்கொண்டார். உடம்பை உதறிக்கொண்டார்.

"ம்! அப்படியா சங்கதி" என்று கூரையைப் பார்த்துச் சொன்னார். விசுப் பலகையில் அமர்ந்தார்.

"என்ன, மந்திரக்காரரே!" என்றான் பேச்சி.

"என்னுவோ மாதிரி, உடம்பை முறிச்சுப்போடறாம்பா.. அவன்."

"யாரு?"

"வேற யாரு.. கருப்பன்தான். பெரியவன்."

"யார், யாரு சொன்னிய?"

"பெரிய கருப்பு. எத்தனைவாட்டி சொல்றது? அவன்தானே என்கிட்டே ஒண்டிக்கிட்டு என் வாக்குல வர்றது! நான் சொல்றது எல்லாம் பலிக்குன்னா, சங்கதி அதுவாம் இல்லை? பய, என் கைப்பிடியில அடக்கம்லா?"

"என்ன சாப்பிடறியே.." என்றபடி ஒரு காய்ந்த வாழை இலைத்துண்டை எடுத்து, அழுக்கு வேஷ்டியில் துடைத்து, அதில் இரண்டு வடையை வைத்து அவர் முன் வைத்தான் பேச்சி.

"எதுக்கு இந்த இழவு!"

"தின்னுங்க.." என்று வேண்டினான் பேச்சி.

வேண்டாவெறுப்பாக வடையைப் பிச்சு வாயில் போட்டுக்கொண்டார் அவர். இஞ்சி தட்டுப்பட வடை நன்றாகவே இருந்தது. பேச்சி, டீ போட்டுக்கொண்டு கேட்டான்.

"கூரையைப் பார்த்துவிட்டு என்னவோ சொன்னியே, என்னன்னு விளங்கலையே."

"அவன்தான் என்னமோ சொன்னான்.. ஏதோ சொன்னதைச் செய்யாத சொங்கிப்பயன்னு, உன்னைத்தான். என்னமாவது வேண்டுதலைச் செய்துகிட்டு அதை நிறைவேற்றலையோ? வீட்டுல யாருக்காச்சும் சுகவீனமோ, எல்லாம் கருப்பன் வேலை."

டீயை ஆற்றிக்கொண்டு இருந்தவன் கை படக்கென்று நின்றது.

"ஆமாங்க.. இந்தப் பொம்பளை உடம்பு சுகவீனமா இருந்தப்போ கோழி பலி போடறேன்னு சொன்னேன். எங்கே பண்றது? சனி, சம்சாரத்தோடு வந்த மாதிரி, வந்து போனா ஒரு வில்லங்கம், என்ன பண்ணச் சொல்றிய.. அதை ஞாபகத்துல வச்சுக்கிட்டு கேக்குதாக்கும்?"

"பொல்லாத பயன்னா அவன்? ஒரு வார்த்தையை விட்டுட்டா, பிடுச்சுக்குவானே. இங்கனே சுத்திச் சுத்தித் திரிவான். வீட்டுல, யாருக்காச்சும் உடம்பு சுகவீனமா இருக்கணும்."

"சரியாச் சொன்னிய.. பொட்டைக்குட்டிக்கு நேத்திலிருந்து சாயங்காலம் ஆனா அனல் காயுது. உடம்பு சுடுது! என்னடான்னு பார்த்தேன். இதுதான் சங்கதியா?"

"பின்னே வேற? நான் வர்றச்சே பார்த்தனே. அந்தத் தண்ணி அண்டாவுக்குப் பக்கத்துல, குந்திக்கிட்டு இருந்தான்.."

"அதா?"

"ஆமாம் வேறு யாரு? தாழி அவன்தான்."

பேச்சியின் முகம் வெளிறிப் போயிற்று. பித்தளை அண்டவையோ பார்த்துக்கொண்டு இருந்தான். அண்டாவுக்குப் பக்கத்தில் இடம் இருந்தது.

"மந்திரக்காரரே.. பூசை போட்டுடுவம். என்ன ஆகும்?"

டீயைக் குடித்துக்கொண்டு முத்துப்பாண்டி சொன்னார்,

"பொண்ணு, அந்தி நேரத்துல யாரோ அறுத்துப்போட்ட கோழிக்காலை மிதிச்சிருக்கா.."

"தாழி மவ செய்தாலும் செய்திருப்பா.. என்ன பண்றது மந்திரக்காரரே.."

"பரிகாரம்தான். பயலுக்குப் பூசை போட்டுடுவம். ஒரு இருநூறு ரூபாயாவது வேணும். இப்படியேவிட்டா, பொண்ணுக்கு வயிறு வீங்கி வயித்தாலே போயி, அப்புறம்.."

"வேணாம், உங்க வாயாலே அதைச் சொல்ல வேணாம்.."

"பின்னே? தாழி, கோழி கெட்ட கேடு, என்ன விலைவிக்குது. யோசிச்சுப் பார்க்கணும். இதையே, ஐம்பது ரூபாயிலும் பண்ணலாம். ஆனா எதுக்குப் பண்ணறோம். கருப்பன் சந்தோஷப்பட வேணாமா? ஏதோ பண்ணோம்னு பண்ணா, என்ன பிரயோசனம். எனக்கென்ன போச்சு. ஒத்தை ரூவா கொடு, பண்ணி வைக்கிறேன்."

"வேணாம் வேணாம், மந்திரக்காரரே, சாமிக்குப் பண்றதுலே குறை வைக்கப்படாது. நூத்து அம்பது கொடுத்துடறேன். நிறைவா பண்ணி வையுங்க. வயசுப்பொண்ணு. சுருண்டு படுத்துக்கிட்டா மனசு கேக்கவா செய்யுது..?"

கல்லாவைத் திறந்து, பத்து, இருபது, அஞ்சு, இரண்டு, அழுக்கு ஒற்றை ரூபாய் நோட்டுகளையெல்லாம் சேர்த்து, ஒருவழியாக நூற்று ஐம்பதைத் தயார் செய்து, அவரிடம் தந்தான் பேச்சி.

"அப்ப சரி.. நாளை வெள்ளி, ராத்திரிக்குப் பூசை வச்சுக்குவோம். வடை, டீக்கு என்ன காசு?"

"சும்மா இருக்கட்டும். போங்க.. இதெல்லாம் ஒரு சங்கதியாட்டும்?"

கையில் சில்லறை புழங்கியது. வேலையும் ஒன்று வந்திருக்கிறது. மிகுந்த உற்சாகம் கொண்டவராக ஆனார் முத்துப்பாண்டி.. தென்னஞ்சோலை சாராயக் கடைக்குப் போய்க் குடித்தார். சாராயம்கூட இனிப்பாக இருப்பது மாதிரி தென்பட்டது அவருக்கு.

"வியஞ்சனம் என்ன வேணும்யா? ஊறுகாய் தரட்டுமா?" என்றார் கடைக்காரர்.

"தாழி.. ஊறுகாயா? என்ன இருக்கு உன் கடையில்!"

"கறி இருக்கு. தலைக்கறி, நண்டுப்பொரியல், எறா எல்லாமும் தான் இருக்கு. உனக்கு என்னையா வேணும்.."

"உனக்கு எதுக்கடா இந்தச் சங்கதியெல்லாம்" என்கிற தொனி அவன் வார்த்தையில் இருக்கிறதை அவர் உணர்ந்தார். சொன்னார்,

"நண்டும் எறாவும் கொண்டா.."

கடைக்காரன் அவரை ஆச்சரியமுடன் பார்த்துச் சொன்னான்.

"உக்காருங்க அண்ணாச்சி.."

முத்துப்பாண்டி தனக்குள் சொல்லிக்கொண்டார்.

"காசில்லா ஆம்பிளையைக் கட்டியவள் வேண்டாள்
வேசியும் விரும்பாள் உறவுகளும் விலகிடுமே.."

நிறையவே குடிக்க முடிந்தது அவரால். ஆனாலும் நிலை தடுமாறுவது என்பது அவர் அளவில் இல்லை. அவிழ்ந்து தோளில் புரளும் கூந்தலை அள்ளிக் கொண்டையாக முடிந்துகொண்டார். வேஷ்டியை இறுக்கிக் கட்டிக்கொண்டு தோப்புக்கு அந்தப் புறமாக இருந்த வெள்ளச்சி வீட்டுப்பக்கம் நடந்தார். ஒரு கையில் பாட்டிலில், அவரின் பிரியமானவளான வெள்ளச்சி குடிக்க என்று சாராயம் வாங்கியிருந்தார். கடைத் திருப்பத்தில், வெற்றிலை பாக்குக் கடையில், நல்ல கைச் சுருட்டாக நாலு வாங்கி முடிந்துகொண்டார். வெள்ளச்சிக்குச் சுருட்டு பிடிக்கும். தோப்புக்கு வடக்காக, வடகரை போகிற ரஸ்தாவில் அரைமைல் நடந்தால், வடக்கு வாசல் விழும். அங்குதான், சவுக்குத் தோப்புக்குள் குடிசை போட்டுக் குடி இருந்தாள் வெள்ளச்சி.

வெள்ளச்சியோடு அவருக்கு அண்மைக்காலத்துப் பழக்கம்தான். சுமார் நாலைஞ்சு வருஷத்து உறவு. வெள்ளச்சியின் பட்டியலில் அடிக்கடி சில பேர் ஏறும். சில பெயர்கள் வீழும். சமீப காலங்களில், மேலத்தெரு பால்கார பத்மநாபன், அவளைக் கொண்டிருந்தார் என்றாலும், முத்துப்பாண்டியையும் அவள் கைவிட விரும்பவில்லை. 'தாய்க்கு நாலு குழந்தைகள் இருந்தால், நாலையுமே அவள் விரும்புவது இல்லையா' என்று கேட்பாள். யாருக்குத்தான் தத்துவம், மெய்ஞானம் லயிக்காது?

தோப்புக்கு வெளியே நின்று, ஜாக்கிரதையாக பால்காரன் வில்வண்டி நிற்கிறதா என்று கண்காணித்தார். இல்லை. ஆக அவர் தைரியமாகக் கதவைத் தட்டலாம். தட்டினார்.

"யாரு?" உள்ளிருந்து குரல் கேட்டது.

"நான்தான் முத்துப்பாண்டி."

கொஞ்சம் அமைதி. எண்ணெய் காணாத கதவு, நரநரவென்று சப்தத்துடன் திறந்துகொண்டது.

வெள்ளச்சி, கசங்கிய புடவையுடனும், கலைந்த கூந்தலுடனும் நின்றிருந்தாள்.

"இப்பத்தான் வழி தெரிஞ்சுதாக்கும்!" என்றாள் வெள்ளச்சி. கலைந்த கூந்தலை முடிந்துகொண்டாள். "என்ன பண்றது வெள்ளை, தாழி நம்ம பிழைப்பு நாறிப்போச்சே.. இந்தா.."

"என்னது!"

"உனக்குப் பிடிச்சதுதான்.."

பாயில் அமர்ந்தார்கள் இருவரும். நகர்ந்து சுவரில் சாய்ந்து அமர்ந்துகொண்டார் அவர். இரண்டு அலுமினிய டம்ளர்களை எடுத்தாள் வெள்ளை.

"எனக்கு வேணாம்.."

"நிறைய போட்டுக்கினியோ! பதார்த்தம் ஒன்னும் வாங்கியாரல்லையா?"

"மறந்துட்டேன்."

அவள் சாராயத்தில் தண்ணீர் கலந்து ஒரே 'தம்'மில் குடித்தாள்.

"எங்க, ஊருலதானே இருக்கீரு?"

"ஊருலதான். எங்க போறது, வேறே? மனுஷங்க, தாழி, தெய்வபயம் அத்துப் போயிட்டாங்க. தாழி ஊருல ஒருத்தனும் விளங்கப்போறது இல்லை.."

அவள் சிரித்தாள்.

"என்ன சிரிப்பு?"

அவள் ஊறுகாய் மட்டை தேடி எடுத்து வந்தாள். உட்கார்ந்து மீதியைக் குடித்து முடித்தாள். ஊறுகாயை வழித்து நாக்கில் தடவிக் கொண்டாள்.

"வயிற்றாலே விடுற சாபம் பலிக்குமா?"

"வயிற்றாலேயா?"

"பின்ன என்ன? நீரு, கொடை, பலின்னு ஊரை ஏமாத்திக்கிட்டு இருப்பீரு. ஜனங்க ஏமாந்தா அவங்க நல்லவங்க. ஏமாறலைன்னா, நீரு

எழுத்தில் எங்க சாமிகள் | 47

சாபம் கொடுப்பீரு. என்னையா நியாயம் பேசறீரு? வயிறு காஞ்சி சாபம் விட்டா அது பலிக்குமா!"

"நான் ஊரை ஏமாத்தறதா சொல்றே. கருப்புகூட பட்டினி கிடக்கிறான். அவனைத் திருப்திப்படுத்தினா, நாலு நல்லது நடக்குமா, நடக்காதா? நீயே சொல்லு."

"யார் பட்டினி கிடக்கிறான்னு சொன்னே?"

"நம்ம பெரிய கருப்புதான்.."

வெற்றிலையைத் துப்பிவிட்டுச் சிரித்தாள் வெள்ளச்சி.

"இந்தக் 'கப்சா'ல்லாம் என்கிட்டே வேணாம். பேய்கிட்டே நீ பேசினியாக்கும். ஆச்சு, எனக்கும் நாற்பத்தி ஏழு. இதுவரைக்கும் ஒரு மூதிகூட என் கண்முன்னாலே வரல்லையே.."

"தூஷணை பேசாதே வெள்ளை.. நேத்திக்குச் சாயங்காலம் கூட, கருப்பு என்கூட நடந்து வந்தான். பாவம், மெலிஞ்சு போய்க்கிடக்கான். சவரட்ண இல்லை. அந்தக்காலத்துல ஆடு, கோழின்னு நிறைய கிடைச்சது. இப்ப, தாழி, எல்லாப் பயலும் இங்கிலீஷ் படிச்சுட்டு சாமி பூதம் இல்லைங்கறான். அவனுக்காகவே நான் ஒரு ஏற்பாடு பண்ணியிருக்கேன்.."

"ஊரை ஏச்சுப் பிழைக்கிற பொழைப்பு எதுக்குப் பண்ணீரு? ஒழுங்கா ஏதேனும் வேலையைப் பாரும்யா. வேணும்னா சொல்லு. பால்காரர்கிட்டே சொல்லி உனக்கு ஒரு வேலை போட்டுத் தரச்சொல்றேன். என்ன சொல்றீரு?"

"அவன்கிட்டயா!"

"ஏன்?"

அவள் பாயை உதறிப்போட்டு, போர்வையை அதன் மேல் விரித்தாள்.

"இந்தா சுருட்டு?"

வெள்ளச்சி சுருட்டைப் பற்றவைத்து, புகையைவிட்டாள். பெண் சுருட்டு பிடிப்பதை, அதன் அழகை ரசித்தார் முத்துப்பாண்டி.

"ஏன் அவர்கிட்டே வேலை பார்க்கக்கூடாது?"

"அவன் பிரியாணிப் பொட்டலம் வாங்கி என்கிட்டயே உனக்குக் கொடுத்து அனுப்புவான். இது நமக்குத் தேவையா? நம்மாலே மாமா வேலை பார்க்க முடியாது. மந்திரவாதியா, மாமாவா? நீயே சொல்லு."

"உன் இஷ்டம்."

அவள் காறி எச்சிலை உமிழ்ந்தாள்.

"பணம் ஏதாச்சும் இருக்கா?"

"பேச்சி நூறு கொடுத்தான். கொடை போடணும், கோழி வாங்கணும்."

"ஏழு எட்டு ரூபாயை விட்டெறிஞ்சா கோழி கிடைக்குது. நூறு ரூபாய் என்னத்துக்கு? அம்பது கொடுத்துட்டுப் போம். விடிஞ்சா செலவு இருக்கு."

"அம்பது போதுமா?" என்றபடி அதைக் கொடுத்தார்.

"பாவம் உமக்கும் வேணுமே வச்சிக்கிடும்.."

விநாயகா டாக்கீஸ் விளக்கும் அணைந்து கிடந்தது. மணி இரண்டுக்கும் மேலே என்று புரிந்தது முத்துப்பாண்டிக்கு. ஜனங்கள் ஒருத்தரும் நடைபாதையில் இல்லை. போதை சுத்தமாகப் போய் விட்டிருந்தது அவருக்கு. 'வெள்ளச்சி.. வெள்ளச்சிதான்' என்று தனக்குள் சொல்லிக்கொண்டார். பேரன் பேத்தி எடுத்த இந்த வயசிலும், எப்படி ஒரு குதிரைத்தெம்பு? இதுகள்ளாம் ஒரு வார்ப்பு! இது மாதிரி தொழில் பண்ணி வாழறதுக்கு, அதுக்குத்தக்க உடம்பு வேண்டும்தானே? இல்லையென்றால் பால்காரன் என்னத்துக்கு அவள்மேல் அள்ளிக்கொட்டுகிறான். எல்லாம் சுழிதான். அந்த மாமுனிவர் எல்லாம் அடங்கும் இடம் அல்லவா? அடக்க ஸ்தலம். ஜனன வாயில். என்ன முரண்?

ஓடை சலசலத்தது. இறங்கிக் கால், கை, முகம் கழுவிக்கொண்டார். முகத்தில் இருந்த வெற்றிலை எச்சிலைத் துடைத்துக்கழுவினார். புளியஞ் சாலையைக் கடந்து தெற்குப் புளிய மரத்தண்டை வந்து சேர்ந்தார்.

உடம்பு நெட்டி முறித்தது. மயிர் குத்திட்டது. உடம்பு ஆவேசம் வந்ததுபோல் ஆயிற்று. சுருட்டு வாசனை கம்மென்று கமழ்ந்தது.

கருப்பு, அவர் எதிரில் நின்றான்.

"வா கருப்பா. உனக்கு நூறு வயசு. இப்பத்தான் உன்னை நினைச்சேன்."

"நூறா, நான் இந்த இடத்துக்கு வந்து ஐநூறு வருஷமாயிட்டு" என்றான் கருப்பு.

"ம்.. மனுஷனுக்குச் சொல்றதை உனக்குச் சொல்லிட்டேன்." ஒரு விஷயமுமில்லாமல் அவர்கள் களத்து மேட்டுப்பக்கம் நடந்தார்கள்.

"பேச்சிப்பயலை அமுக்கிட்டேன். பய, பணம் கறந்திருக்கான். நாளை ராத்திரி பலி. ஷோக்கான கோழி. எல்லாம் உனக்காகத்தான் ராசா. பாவம். நீயும்தான் எத்தனை நாள் பசியா கிடப்பே, நீயும் வேலையைக் கச்சிதமாய்ப் பண்ணியிருக்கியே.."

முத்துப்பாண்டி கருப்பன் முகத்தைப் பார்த்தார். அது சந்தோஷத்தில் இருந்ததாக அவருக்குப் பட்டது.

"எங்கேந்து வர்றீரு.. கவிச்சை வாசனை வீசுதே."

"சரியான துர்வாசனைக்காரம்பா நீயி. வெள்ளச்சி வீட்டுல இருந்துதான். அதுக்கு உன்மேல நம்பிக்கையே இல்லைப்பா.."

"பயந்துக்கிறவனுக்குத்தான் நாங்க எல்லாம். அப்படித்தான் சிவனார் எங்களுக்கு வரம் கொடுத்திருந்தார். அவளே ஒரு பேய், நான் என்ன பண்ண முடியும், நீரே சொல்லும்."

"அது சரி. நம்பினவருக்குத்தானே நாராயணன். நாளை ராத்திரிக்கு சரியா இரண்டு மூன்று மணிக்குள்ளாற வந்துடறேன். கோழி இரத்தமும் சாராயமும், அவ்ளோதானே?"

"அவ்ளோதான்."

"சுருட்டு"

கருப்பன், திடுமெனப் புகைவிட்டது. எத்தனை பெரிய சுருட்டு.

"இது மாதிரி எவன் இப்போல்லாம் பண்றான்? எல்லாம் விரல் நீளம்" கருப்பன் சிரித்தார்.

களத்து மேடு வந்தது.

"இதுக்கு மேலே நான் வரமுடியாது. அது மாடசாமி தங்கி இருக்கிற இடம். இப்படியே நின்னுக்கிறேன்."

"நல்லது. நாளைக்கு வர்றேன்."

"சரி. மறக்க மாட்டீரே.."

கொஞ்சம் தூரம் போய், திரும்பிப் பார்த்தார் முத்துப்பாண்டி. தென்னை மரத்துக்கும் மேலே உயரமாக நின்றான் கருப்பன்.

பேச்சியின் மகள் மிரள மிரள விழித்தாள். 'ஹி... ஹி..' என்று குதிரை கனைப்பது மாதிரி சிரித்தாள். அப்புறம், "எங்கேடா கோழி?" என்றாள். முத்துப்பாண்டியைப் பார்த்து, "வாடா, என் மவனே, பேமானி" என்றாள் அவள்.

பெற்றோர் மட்டுமல்ல. முத்துப்பாண்டியே கொஞ்சம் அதிரத்தான் செய்தான்.

"தாழி கருப்பன்தான். ரொம்ப 'ஸ்டாங்கா' பிடிச்சிருக்கான். தாழி.. ன்னிக்கு அவனா, நானான்னு பார்க்கலைன்னா, நான் முத்துசாமி மகன் இல்லேப்பா."

"புடுங்கக்கூட முடியாது." அம்மாக்காரியும் பேச்சியும் திடுக்கிட்டார்கள்.

"வண்டை வண்டையா பேசுது பாருங்க, இம்மாம் பொண்ணு."

"இவளா பேசறாள்? அந்தத் தாழில்லே பேசறான். இன்னும் அரை 'அவர்லே' பாரு.."

முத்துப்பாண்டி கோலமாவு வாங்கி, சக்கரம் வரைந்தார். பதினாறு மூலை கொண்ட சக்கரம். அதன்மேல் மந்திர எழுத்துகள் எழுதினார். அதன்மேல் பலகை போட்டு, பெண்ணை அமர வைத்தார்கள். பெண் தலையை விரித்துப்போட்டுக்கொண்டு பயங்கரியாக அமர்ந்திருந்தாள்.

வேப்பிலைக் கொத்தை எடுத்துக்கொண்டு, முத்துப்பாண்டி கேட்டார்.

"கோழி ரெடியா!"

"ரெடி சாமி."

"சாராயம்?"

"ரெடி."

"சுருட்டு?"

"வைக்கப்பட்டிருக்கு"

"என்ன சமையல்?"

"நீங்க சொன்ன மாதிரிதான். கோழிக்குழம்பு, மீன்குழம்பு, கருவாட்டுக் குழம்பு."

"போட்டுப் பிசைந்திட வேணாம். தனித்தனியாகவே இருக்கட்டும். அவருக்குத் தனித்தனியாகச் சாப்பிடத்தான் பிடிக்கும்.

நான் சொன்ன மாதிரி மண்கலயங்கள் தயாரா?"

"ஆகா"

முத்துப்பாண்டி, வர்ணிக்க ஆரம்பித்தார்.

"வாடா கருப்பா.. வானத்தில் வாழ்வோனே..
தேடுவார்க்குத் தெம்பூட்டும் தென்னை மரக் கருப்பா..
கண்ணுக்குத் தெரியாமல் கருவிழியில் வாழ்வோனே..
மனசுக்குத் தெரியாமல் மண்மேல் வாழ்வோனே...
கோழி ரத்தம் குடிச்சுவிட்டுக் குலமகளைக் காத்திடுடா...
சாராயம் குடிச்சுப்போட்டுச் சரவிளக்கைக் காத்திடுடா...
சுருட்டைக் குடிச்சுக்கிட்டு சுந்தரியைக் காத்திடுடா..
இறைச்சிக்கறி தின்னு இமைகளைக் காத்திடுடா..
பூசைகளை ஏற்றுப் புத்திரியைக் காத்திடுடா...
கொடையை ஏற்றுக் கொழுகொம்பைக் காத்திடுடா.."

ஒரு வழியாக நள்ளிரவு தாண்டி கருப்பன் போகச் சம்மதித்தான்.

"போறியா?"

"போறேன்"

"எந்த வழியா போறே"

"வந்த வழியா போறேன்"

"திரும்பி வருவியா?"

"திரும்பி வரமாட்டேன்."

"மீண்டும் வருவியா?"

"எல்லை தாண்டி வரமாட்டேன்."

"சிவன் மேலே சத்தியமா?"

"சிவனார் மேலே சத்தியமா?"

"சரி.. போ.."

"போறேன்."

முத்துப்பாண்டி சொன்னபடியே, கலயங்களில் சோறு, கறி, குழம்பு என்று வைத்துக் கொடுத்ததை எடுத்துக்கொண்டார். பையில் சாராயம், தோளில் கால் கட்டிய கோழி பாதி உயிரை வைத்துக்கொண்டு 'கீகீ' என்று குரல் எழுப்ப, முத்துப்பாண்டி, தட்சணைப்பணம் அம்பது ரூபாயுடன் நடந்தார். மனம், உற்சாகத்தில் குதி போட்டது. கருப்பன் காத்திருப்பான்.

புளியஞ் சாலைப் பக்கமாகத் திரும்ப இருந்தவர். ஒரு கணம் யோசித்தார். சவுக்குத் தோப்பு வழியாகத் திரும்பி நடந்தார்.

இன்றைக்கும் பால்காரன் வந்திருக்கக்கூடாது என்று கடவுளை வணங்கிக் கொண்டார். அவர் எதிர்பார்த்தபடிதான் நடந்தது. வெள்ளச்சி கதவைத் திறந்தாள்.

முத்துப்பாண்டிக்குக் கருப்பன் நினைவு வரவே இல்லை. விடியும் வரை கருப்பன் மனிதனுக்காகக் காத்திருந்தது.

5. அன்றும் கொல்லாது, நின்றும் கொல்லாது

நாஞ்சில் நாடன்

வேறு போம் வழி என்ன? கடல்போல் விரிந்தும் பரந்தும் கிடந்த, கருங்கல் வரிகள் பரவிய, இரு குடும்பங்களும் சொருமிப்பாய் வாழ்ந்த கிழக்கு பார்த்துப் பொங்கல் விடும் முற்றம். குறுக்கே நீளவாட்டத்தில் சுவர்வைக்க, கொத்தனார்களும் கையாட்களும் வந்துவிட்டனர். கைப்பணிப் பலகை, முழுக்கோல், சிறுகோல், ரசமட்டம், குண்டுநூல், கரண்டி, சிமெண்ட்சட்டி, மண்வெட்டி சகிதமாக எஞ்ஞான்றும் தகர்க்க இயலாத பிரிவினை. சுட்ட செங்கல்களும், அரித்த பழையாற்றுச் சிறுமணலும் நடுமுற்றத்தில் கிடந்தன.

எப்படி அளந்துபார்த்தாலும், முற்றத்தை நெடுநீளமாகப் பார்த்துக்கொண்டு, அமர்ந்த கோலத்தில் இருக்கும் புலைமாடனையும் புலைமாடத்தியையும் ஒரு பங்கில் வரும் விதத்தில் பாகம் பிரிக்க இயலவில்லை. வடபங்கில் புலைமாடத்தியும் தென்பங்கில் புலைமாடனும் போய் விழுந்தார்கள்.

சுவர் வைக்கும் கால்கோளின்போது சின்னையா கேட்டார்.. “சாமி பீடத்தை என்ன செய்யப்போறயோடே?”

மூத்தவன் சொன்னான் – “புலமாடன் இதுவரை நாட்னது போரும் சின்னையா. அவுனுக்கே குடுத்திரும்.”

“என்னடே, சின்னவனே! உன் பங்கிலே சாமிக்குப் பீடம் போட்டுக்கிடுகியா?”

“எனக்கு என்னத்துக்கு சின்னையா இந்தச் சள்ளை.. காலம் பூரா? பொம்பள நடமாட முடியாது. ஒரு நல்ல நாளுண்ணா வெளீல போக முடியாது. கொழுக்கட்டை அவிச்சாலும், ஓர்மையாட்டு, உப்புக்கூடப் பாக்காம, பீடத்துக்கு முன்னால கொண்டு வைக்கணும் மொதல்லே..”

“அப்பிடி என்னடே, புலமாடன் ஒங்களைக் கஸ்டப்படுத்தீட்டாரு? அஞ்சு தலமொறையாக் கூடவே இருக்காரு.. காவலுக்குக் கெடக்காரு.”

“அப்பம் சின்னையா.. கூட்டீட்டுப்போயி, உம்ம வீட்டிலே பீடம் போட்டு, நிலையம் விட்டுக் குடுமேன்.”

“வேணுண்டே எனக்கு! எழவுக்கு வந்தவ தாலியறுப்பா பாரு? என்னுண்ணும் போங்க.. கூடுதலோ குறைவோ உங்களுக்கு!”

செங்கலும் சுண்ணாம்பும் மணலும் கொண்டு செய்த உருவம்தான் என்றாலும் தெய்வமாக ஆவாகனம் ஆனது. களபமும் சந்தனமும் மஞ்சணையும் பன்னீரும் சாத்திப் பரிமளமானது. சிவந்தியும் பிச்சியும் அரளியும் கொழுந்துமாகக் கழுத்தில் புரண்டன. சாம்பிராணி, சூடத் தூப தீபங்கள் ஏற்று செண்டை, முரசு, பம்பை, உடுக்கும், மகுடம் எனச் சிலிர்த்த மேனி உடையது. எனினும் மண்ணென்றால் மண்தானே!

சுவர் வைக்க வந்திருந்த கொத்தனார்களும் கையாட்களும் சற்று நின்று வேடிக்கை பார்த்தனர். ‘தென்காசி வழக்காகத் தீர்கிறதா?’ என்று நிதானித்திருந்தனர்.

“புலமாடன், சொடலைமாடன், கழுமாடன், கருப்பட்டி மாடன்னு ஆயிரத்தெட்டு சாமிகளை வெச்சு என்னத்தைக் கண்டோம்?” என்று புலம்பியபடி தம்பி வீட்டினுள் போனான். தனக்கும் இதற்கும் ஒரு பந்தமும் இல்லை என்று அண்ணன் வெயில் காய்ந்து நின்றான். கொத்தனார்களை ஏறிட்டுப் பார்த்த சின்னையா, “பீடத்தைப் பேத்து பொறவாசல்லே ஆளுக்குப் பாதியாப் பங்குவச்சு வீசிருங்கவே!” என்றார், தரிக்காமல்.

நம்பினார்க்கு சக்தி வாய்ந்த தெய்வங்கள்தாம். பாரக்கோலின் இரண்டு நெம்புதலுக்கு நிற்கவில்லை. பீடம் தலையணைப்போலப் பெயர்ந்து விழுவதை, முற்றத்தின் ஈசானிய மூலையில் நின்று புலைமாடன் புலைமாடத்தி அருவங்கள் பார்த்து நின்றன.

குரல் கனத்து, சங்கு அடைக்க, சற்று மூக்கும் உறிஞ்சிக்கொண்டு, புலைமாடத்தி சொன்னாள்...

“பாத்தேளா? இதான் மனுசன் புத்தி! எத்தனை பிள்ளைப்பேறு, சாமத்தியம், கலியாணம்கூட நின்னு நடத்திவச்சிருப்போம். பண்டம்பாடி, கண்ணுகாலி, மக்கா மனுசானு எத்தனை வருசம் காவலு! பொக்கென ஓர் கணத்தே எல்லாம் போகத் தொலைத்துவிட்டோம்!” என்று சொல்லி, மூக்கைச் சிந்தி, பனைமரத் தூண் தூரில் துடைத்தாள்.

“ஏட்டீ! அந்தக் கடேசி வரி, பாரதிக்க பாஞ்சாலி சபதம்ல? விட்டுத் தள்ளுட்டீ! சவமே, போக்கிடமா இல்ல நமக்கு? எத்திசைச் செலினும் அத்திசைச்சோறே! வா, எறங்கு..”

“எறங்கலாம் மனுசா.. ஆனா நாம இருந்த இருப்பென்ன? வாழந்த பவிசு என்ன? கண்ட கொடை என்ன? கேட்ட வில்லுப்பாட்டு என்ன? முரசென்ன, பம்பை என்ன, உடுக்கு என்ன?”

“ஆம் காலத்தே மட்டிப் பழக் குலை, வருக்கைப் பலா, கருங்கோழிச்சேவல்.. போம் காலத்தே கடப்பாரைத் தென்னல்.. இதுதான் சிறு தெய்வப் பெருவாழ்வு.. சரி, நின்னு அறுதலிப் பெருமூச்சுவிட்டு என்ன காரியம்? நடயைக்கெட்டு..”

“தண்டம், சல்லடம், கச்சை, திருநீத்துக் கொப்பரை எல்லாம் எடுத்துக்கிட்டீரா?” என்றாள் புலைமாடத்தி.

“ஏட்டி! நாம என்னா திசை பலிக்கா போறோம்? தெண்டித் திங்க விதிச்சாச்சு. குடிக்கக் கூழுக்குப் போக்கில்லே, கொப்பளிக்கப் பன்னீருக் குப்பியை எடுத்துக்கிடச் சொல்லுகியே பைத்திய காரி..” என்றார் புலைமாடன்.

“ஒரு நிமிசம் நின்னும் மனுசா.. நாமோ போறோம்ங்கதுக்கு ஒரு திருஷ்டாந்தம் காட்டாண்டாமா?”

“என்ன செய்யலாம்ங்கே? அண்ணந் தம்பி ரெண்டு பயங்களையும் கையைக் காலை மொடக்கீரவா?”

“ச்சே! அது ரெம்பக் கூடிப் போயிராதா? உண்ட வீட்டுக்கு ரெண்டகம் நெனைக்கலாமா?”

“பின்னே என்னதாம்டீ செய்யச் சொல்லுகே?”

“கொஞ்சம் பொறும்.. முத்தத்து இடைச் செவுரு அரையாளு ஒசரம் வந்திரட்டும்.. அப்பிடியே, அம்பாரமா, நின்ன நிலைக்கு, தள்ளிவிட்டுட்டுப் போயிரலாம்.”

“சரி! செவுத்தையே தள்ளீருவோம்..”

முப்பதடி நீள முற்றம். ஒற்றைச் செங்கல் வைத்துக் கட்டிக்கொண்டிருந்தார்கள். ஒவ்வொரு வரி செங்கலுக்கும் குண்டு நூல் பார்த்து, திருத்தமான செங்கல் பணி. காய்ந்த பிறகு இரு வசமும் பூசிக்கொள்ளலாம். பிறகு காலத்துக்கும் கவலை இல்லை. தோளுயரம் வந்துவிட்டது குறுக்குச்சுவர்.

காலம் என்பது எவர் கைப்பிள்ளை?

நல்ல ராகுகாலம் பார்த்து, அன்று செவ்வாய்க்கிழமை, மூன்று – நாலாரை ராகுகாலம், கிழக்குப் பார்த்து நின்று இருவரும் சுவரை நோக்கி ஊதினார்கள் ‘ப்பூ’ என்று. பெருமழைக்குச் சாயும் கொவர்ந்த மண் சுவர்போல ‘பொளேர்’ என மல்லாக்க விழுந்தது செங்கல் சுவர். நல்ல காலமாகக் கொத்தனார்கள், கையாட்கள்

எவருக்கும் கை–கால் எலும்பு முறிவு என்ற எந்த ரத்தக்கோறையும் இல்லை. இல்லை என்றாலும் தென்னை மரத்தை அடித்தால் பனைமரத்துக்கு நெறிகட்டுமா?

எல்லார்க்கும் திகைப்பும் பெரும் பீதியும்!

“நாப்பத்து வருசமா கொத்தனார் பணி செய்யேன். என் சர்வீசிலே இப்பிடி ஆனதில்லே..” என்ற விக்கித்த முகம் கோரம் காட்டியது.

சத்தம் கேட்டு இரு வீட்டுச் சனப்படையும் அக்கமும் பக்கமும் –

“புலமாடன் வேலையைக் காட்டீட்டான் பாத்தியா?” என்றார் எதிர்த்த வீட்டுக்காரர். அவருக்குச் சங்கதியின் இருப்பும் கிடப்பும் தெரியும்.

மூத்த கொத்தனார் கண்காட்ட, பிற கொத்தனார்களும் கையாட்களும் கரண்டி, சட்டி, கைப்பணிப்பலகை, முழுக்கோல், மண்வெட்டி எல்லாம் கழுவ ஆரம்பித்தனர்.

“என்னடே, கையைக் கழுவீட்டுக் கரையேறுகியோ? நேரம் நாலு மணிகூட ஆகல்லே!”

மூத்த கொத்தனார் சொன்னார், “இனி பிரஸ்னம் வச்சுப் பாத்துக்கிட்டு ஆளைக் கூப்பிடுங்கோ என்னா? நம்மைக்கொண்டு மேற்கொண்டு செய்ய ஒக்காது.. கண்கூடாப் பாத்தாச்சு.”

புலைமாடன், சகதர்மிணியைத் திரும்பிப் பார்த்துப் புன்முறுவல் பூத்தார்.

“என்னா தீர்ப்புக்கு வாறானுவளானு பாத்துக்கிட்டுப் போவமா?” என்றாள் புலைமாடத்தி.

“என்ன பேச்சுப் பேசுகே? மதி கெட்டுப்போச்சா? மதியாதார் வாசல் மிதியாமை கோடி பெறும்னு கேட்டது இல்லையா? பீடத்தோட பேத்துப் போட்டானுகோ.. கொஞ்சம்கூடப் பயமோ, பக்தியோ, ஜீவகாருண்யமோ, சமூக நீதியோ இல்லாம! இனிமே இவுனுக குடிகாவல் நமக்கு வேண்டாம்.. நீ கெளம்பு.”

வாசல் பக்கம் பெரியதொரு வேம்பு நின்றது. மூன்று முறை மன்மத வருடம் கண்டது. மூத்தார் ஒருவர் வைத்துப் பிடித்தது. அதன் செழுங்கிளை ஒன்று தெருவைக் கவித்து நிழல் போத்திச் சாய்ந்திருந்தது. வேம்பு பழுக்கும் ஆனி, ஆடி மாதங்களில் கிளிகளும் மைனாக்களும் உட்கார்ந்து சங்கம் வைத்து எம்மொழித் தமிழாயும். சிறார், வேப்பமுத்துப் பொறுக்க வருவார்கள். நள்ளென்ற சாமத்து இருட்டின் மோனம் கிழித்துப் பறந்து ஏகும் வௌவ்வால்கள் இலக்கற்ற வான்வெளியில்...

மருமகளால் வீடு கடத்தப்பட்ட மாமியாரின் மனநிலையில் இருந்தாள் புலைமாடத்தி. கிழக்கு நோக்கித் தெருவில் படர்ந்து சூரியனையும் வாடையையும் தென்றலையும் சாரலையும் உண்டு வாழ்ந்திருந்த வேப்பமரத்துச் செழுங்கிளை அவள் கண்ணில் பட்டது. கோடரி கொண்டு வெட்ட இரண்டு பேர் வேண்டும். மின் அறுப்பான் முயலலாம் சில மணித்துளிகள். ஓரடி விட்டத்துக்கும் குறைவற்ற கருநீல வைரம் பாய்ந்த கிளை அது.

பம்பை பறட்டையாகக் கிடந்த தலையைச் சொறிந்து நகக் கண்ணில் கறை ஏறிக்கிடந்த இடது கைச்சுண்டு விரலால் கிளையைத் தொட்டுத் தாழ்த்தினாள். மடமடவெனப் பெருஞ் சத்தத்துடன் தெருவை மறித்துக்கொண்டு சாய்ந்தது கிளை.

“ஐயையோ.. இதென்ன கூத்தாட்டு இருக்கு?” என்றாள் ஒருத்தி, திகைத்து.

“காத்துமில்லே, மழையுமில்லே.. இலைகூட அனங்கல்லே.. என்ன கேடு காலமோ?” என்றாள் மற்றொருத்தி, பதைத்து.

“கேடு காலந்தான், வேற என்னா? சிமெண்ட் சாந்து வச்சுக்கொட்டின மதிலு அம்பாரமா சரிஞ்சு கதை எங்கினயாம் கேட்டிருக்கியா? உப்புத் தின்னா தண்ணி குடிக்கணுமே!”

சற்றுநேரம் பள்ளிக்கூடப் படிப்பறையில் இருந்து சாலையில் போவோரை வருவோரை, ஆத்துக்குக் குளிக்கத் துவைக்க வருவோரை, தண்ணீர் கோரப்போகும் பெண்டிரை, வயற்காடுகளுக்குப் போய்வருவோரை, வெறித்துப் பார்த்துக்கொண்டிருந்தனர் இருவரும்.

அகத்தே அன்றிப் புறச்சுமை ஏதும் இல்லை. மாற்றுத்துணி இல்லை. பல் தீற்ற, தலைக்குத்தேய்க்க, மேலுக்குப் புரட்ட ஏதும் தேவையற்ற அரூபப்பிறவிகள். அடுத்திருப்பது தெரியாது. ஆனால் அடுத்தே அமர்ந்திருக்கும்.

பொழுது சாயத் தொடங்கியது. கறவைகள் திரும்பின. பறவைகள் கூடடைந்தன. உள்ளூர் நூலகத்தின் வானொலி, பால்குடி மாறிய பிள்ளை முதல் பல் விழுந்து பாடையில் பயணம் செய்யக் காத்திருக்கும் கிழடு வரை காமம் கிளர்த்த ஆரம்பித்திருந்தது. யாவும் குறி விதிர்ப்பை நேரதுடைத்த பாடல்கள்.. புலைமாடன் செவிப்பட, காமப் பார்வை ஒன்றை புலைமாடத்தி மீது பரவவிட்டான்.

“ஆமா.. நேரம் பார்த்திருக்காரு. மொதல்ல கெடக்க எடம் பாரும் மனுசா!” என்றாள் மாடத்தி.

“இருட்டட்டும் செல்லம்.. இத்தனை மாமங்கம் வாழப்பட்ட ஊர்லே, நமக்குன்னு ஒரு எடம் வாய்க்காமலா போயிரும்?”

இரவு உணவும் கடைசித் தொலைக்காட்சி நாடகமும் ஆன பிறகு, கதவடைத்து, விளக்கு அணைக்க ஆரம்பித்தனர் ஊர்மக்கள். தெய்வங்களுக்கு ஊண், உறக்கம், வெயில், மழை, பனி, கொடுங்காற்று, ஒளி, இருள், ஆதார் அட்டை.. என ஒன்றும் இல்லை. என்றோ எவரோ எழுதியபடி – ஊழிக்கு ஓர் உட்சுவாசம், ஒரு வெளி சுவாசம்...

நினைத்த பொழுதில் நினைத்த இடம் ஏகும் நியதிக்கு ஆட்பட்டு, முத்தாரம்மன் கோயில் படிப்புரைக்குப் போனார்கள். வடக்குப் பார்த்த வாசல். பெரும்பாலும் முத்தாரம்மன், முப்பிடாதி அம்மன் யாவரும் அந்தப் பகுதியில் வடக்குப் பார்த்தே அமர்ந்த வடக்கு வாழ் செல்விகள்.

கோயில் முன்வாசலின் இரு சிறகுகளிலும் இரண்டிரண்டு பேர் புரண்டு படுக்கலாம். நேர் சிறகில் பக்கத்துக்கு நான்கு பேர் இருக்கலாம். எதற்கு எவருக்கும் இடைஞ்சல் என்று கிழக்குப் பக்கம் இருந்த வான் பெரிய நீளப் படிப்புரையில் வந்து அமர்ந்தனர்.

முத்தாரம்மனுக்கு வைரவன் காவல். எப்போதும் அம்மனுக்குப் பக்கத்திலே வைரவன். பாரப்பிள்ளை புலைமாடன். ஆனால், அந்தத் திருத்தலத்தில் புலைமாடனுக்கு நிலையம் இல்லை. கோயில் வளாகம் மொத்தத்துக்கும் காவல் அரவணைப் போத்தி என்று கிழக்குச் சுவரின் சாம்பான் சாமி – தெய்வத் திருமேனிகளின் வாசம் உணர்ந்து அரவணைப் போத்தி எட்டிப் பார்த்தார்.

அரவம் உணர்ந்த புலைமாடன் திரும்பிப் பார்த்து, “என்னா போத்தி, சொகம்தானா?” என்றார்.

“சொகத்துக்கென்னா? எங்க, ஒரு நாளும் இல்லாத் திருநாளா நாச்சியாரையும் கூட்டிக்கிட்டு? ஊரடங்கு முன்னே நகர்வலமா?”

“இல்லடே! சங்கதி இப்பிடியிப்பிடியாக்கும்.. போக்கிடம் இல்லாம ஆயிப்போச்சு. கைலாசத்தில் இருந்து எறங்கி வந்தாச்சு.. ஏறிப்போகப்பட்ட தடமும் ஓர்மையில்லே! எண்ணிறந்த பேய்ப்படையும் ஏகப்பட்ட ஆயுதமும் இருந்த காலம் போச்சு. கொல்ல வரம் வெல்ல வரம் எல்லாம் போச்சு.. குந்த இடமும் குண்டித் துணியும் தர்க்கத்துக்கு வந்தாச்சு.”

சற்று அனுதாபத்துடன் ஆழ்ந்து இரங்கி ஆலோசித்தார் சாம்பான்சாமி அரவணைப்போத்தி.

“இங்கினயே இருந்துக்கிடலாம். எதுக்கும் அம்மன்கிட்டேயும் வைரவன் கிட்டேயும் ஒரு வார்த்தை சொல்லீரும்.. நீரு பாரப்பிள்ளை. உமக்கு இல்லேன்னா சொல்லப்போறா? ஆனா காரியம் முன்னைப்போல் இல்ல பாத்துக்கிடும். பகலானா தாயக்களி,

சீட்டுக்களி, நாயும் புலியும்.. கருங்கல்லிலேயே கட்டம் வரைஞ் சுவச்சிருக்கதைப் பாத்தேரா? பின்னே, அஞ்சாறு கூதறப்பயக்கோ கெடந்து, சூம்படஞ்ச ஒறக்கம்.. தண்ணியைப் போட்டுக்கிட்டு வந்து தி.மு.க ஒரு பக்கம் அண்ணா தி.மு.க ஒரு பக்கம் கட்சிச் சண்டை. அன்னைக்கு ஒருநா ராத்திரி, ரெண்டு பயக்கோ ஒரு பிச்சைக்காரிக் குட்டியைத் தள்ளீட்டு வந்திற்றாம் பாத்துக்கிடும். உமக்கு இங்கின பீடமும் இல்லையா, எப்பிடி சகிச்சுக்கிட்டு கெடப்பீரு? அம்மை வேறகூட இருக்கா! ஒத்தப்பொறம் கூட்டாளியும் இல்லே!"

புலைமாடன், புலைமாடத்தியைப் பார்க்க இருவரும் எழுந்தார்கள். பதறிப்போய்ச் சொன்னார், அரவணைப்போத்தி, "அதுக்கு இப்பம் நான் உங்களைப் போகச் சொல்லலியே.."

'தலையின் இழிந்த மயிரனையர் மாந்தர் நிலையின் இழிந்தக்கடை' என்றறொரு திருக்குறளை வீசிவிட்டு எழுந்து நடந்தார்கள்.

வேறு எந்த பேய்க்கோயிலில் இவர்களை அண்ட விடுவார்கள்? ஏற்கெனவே இருபத்தேழு வாதைகளுக்கும் இட நெருக்கடி. ரேஷன் கார்டுக்கும் வாக்காளர் அட்டைக்கும் அடிதடி.

யோசித்துப்பார்த்ததில் எங்குமே இடம் காலி இல்லை. இஸ்லாமியருக்கு வீடு தருவது இல்லை, தலித்துகளுக்கு வீடு இல்லை, மாமிசம் உண்பாருக்கு வீடு இல்லை வாடகைக்கு என்பது போல.. சாத்தாங்கோயில், பிள்ளையார்கோயில் சுற்றுப்பிரகாரங்களில் உட்கார நீதம் இல்லாமல் பார்த்தீனியம், எருக்கு, குருக்கு, நாயுருவி, சீமைக்கருவேலம் மற்றும் பிளாஸ்டிக் அடைசல்கள், பாலித்தீன் கவர்கள், குடித்துப்போட்ட குப்பிகள், ஆலமர மூடுகள், அரசமர மூடுகள், வேப்பமர மூடுகள், வில்வமர மூடுகள், பூவரசமர மூடுகள். தென்னைமர, புன்னைமர, புங்கமர, முருங்கமர மூடுகள் தெய்வங்கள் உறைய உகந்தவை அல்ல. புலி பசித்தாலும் புல்லைத் தின்னுமா? மருதமர மூடுகளில் ஒண்டுக் குடித்தனங்களாக நாகர் பெரும்படை.. ஆதிசேசன், வாசுகி, கார்க்கோடகன், அனந்தன், தக்கன், சங்கன், பதுமன், குளிகன் போன்ற பெருநாகர்களுக்கு அரண்மனை வாசம்.

மனச்சோர்வுடன் நடக்கும்போது, கல்லுப் படிப்புரை வீட்டு தென்மேற்கு மூலையில் இருந்து, இருட்டை இடைவெட்டிச் சிறுமியின் குரல் ஒன்று ஒலித்தது.

"யாத்தா பெரியாயி.. எங்க, நடைக்கெல்லாம் வரவே மாட்டியே? இங்க யாரு வீட்டுக்குப் பொறப்பாடு?"

புலைமாடத்தி வெடுக்கெனத் திரும்பினாள்.

“ஏட்டி, நீ கல்லுப்படி வீட்டுக்கன்னியா? ஏ, மக்கா! ஏன் இந்த ரெண்டுங்கெட்ட நேரத்திலே வாசல் படிப்புரையிலே வந்து உட்காந்திருக்கே!”

“எம்மா! பொலமாடத்தி! இன்னும் என்ன ஓர்மை இருக்கா? பத்து அம்பது வருசம் இருக்குமே, உங்க வீட்டு முத்தத்திலே வந்து நான் வெளையாடி! உங்க வீட்டுப் பொறவாசல்லே மஞ்சணத்தி மூட்டுக் கருநாகம் கொத்தித்தானே செத்துப்போனேன். உனக்க பீடத்துக்கு முன்னாலதான தூக்கிக் கெடத்திப் போட்டிருந்து.. நீ நெனச்சாக் காப்பாத்தி இருக்கலாம்.”

“எங்களைத்தான் மலையாளத்தான் வாயைக் கெட்டிப் போட்டிருந்தானே! திருஞானசம்பந்தனோ அப்பர் சுவாமிகளோ இருந்திருந்தா, பதிகம்பாடி உன்னை உசிரோட எழுப்பிவிட்டிருப்பா. போட்டு மக்கா.. விதிச்சதுதானே நடக்கும். செல்லும் செலவுமா இருக்கியாட்டி?”

“என்னத்தச் சொல்ல என்னைப் பெத்தவளே! ஏதோ இருக்கேன். கன்னி மூலைனு பேரு. ஆம்பிளைகளுக்குத்தான் அறிவில்லாமப்போச்சுனா பொட்டைச்சிறுக்கியோ என்ன ஆட்டம் போடுகாளுவோ? கேளு தாயி! வீட்டிலே ஒரு வடை சுட்டானு வையி, ஒரு தட்டிலே ரெண்டு கன்னிக்கு வைக்கமாட்டாளா? முத ஈடுதானே புட்டுப் புட்டுத் திங்கா பாத்துக்கோ.. என்னைப் பாக்கவச்சு, கொழுந்தனைக் கெட்டிப்புடிக்கா. எனக்கு ஒரு டிரங்குப் பெட்டியும் அதுக்குள்ளே மூணு வருசம் மிந்தி எடுத்த பாவாடை தாவணியும் கண்ணாடி வளையலும் உண்டும். ஒரு நல்ல நாளு பெரு நாளுன்னா நம்மளை யாரு கூட்டாக்குகா?”

“அதான் ஊரடங்குன பெறகு இப்பிடி நடமாடுகியாக்கும்?”

“பின்னே என்ன செய்யச் சொல்லுகே? வீட்டுக்குள்ளே நடமாடினா பாவம் சின்னப்பிள்ளையோ பயந்து உறக்கம் கெடும். நம்மோ சலங்கையைக் கழத்திவச்சுக்கிட்டு நடமாட முடியுமா? அது கெடக்கட்டும், எம் பொறப்பு இப்பிடிப்போச்சு.. ஒங்களுக்கு என்ன புத்தி முட்டு?”

“அது பெரிய கதை மக்கா.. இப்பிடித் தெருத்தெருவா நடக்கும்படி ஆகிப்போச்சு.”

“ஏன்? அங்கேருந்து கௌப்பீட்டாளா? அப்ப குடியிருக்க எடம் தேடியாக்கும் பொறப்பாடு! சரி, ஒரு காரியம் சொன்னா கேப்பேளா? சின்னச் சவம் அறியாமப் பேசுதுனு தள்ளீரப்பிடாது”

“சொல்லு மக்கா!”

“நம்ம களத்திலே தொழுவத்தை ஒட்டுன மூலையிலே தெக்குப் பாத்து ஒரு பீடம் உண்டு. அதுவும் புலமாடன், புலமாடத்தியும்தான். கன காலமா அளக்கமே காணோம். எடுபட்டுப் போயிட்டாங்கபோல. பேசாம அங்கின போயிக் குத்தவைங்க. எப்பிடியும் வருசத்துக்கு ஒரு சிறப்பு உண்டு. அம்மன்கோயில் கொடைக்கும் சாத்தாங்கோயில் நம்பிரான் வெளையாட்டுக்கும் படுக்கை உண்டும். ஆடு, கோழி இல்லேன்னாலும் கோழி முட்டையோ கும்பளங்காயோ வெலி குடுப்பானுகோ.”

தம் தலைவிதியை எண்ணி சற்றுக் கலங்கினார்கள். கன்னி தொடர்ந்து பேசினாள்.

“ஒண்ணும் யோசிக்காண்டாம் ஆத்தா. பேசாமப் போயி குத்தவைங்கோ. இதைவிடத் தோதான எடம் உனக்கு வாய்க்கவா போகு? எனக்கும் ஒரு கூட்டு ஆச்சு!”

“சரி மக்கா.. நீ நம்ம பிள்ளே. ஆலோசிக்கட்டும்.”

“ஆனா ஒரு காரியம்..”

“என்னட்டீ கண்டிசன் போடுகே?”

“கண்டிசன் இல்லே. நீங்க அங்க உக்காந்ததுக்கு எனக்கொரு திருஷ்டாந்தம் காட்டீரணும்.”

“உனக்குப் புடிக்காத யாரையாம் சொல்லு. கையைக் காலை மொடக்கீருவோம்.”

“நம்ம தொகுதி எம்.எல்.ஏ ஒருத்தன்.. பத்து வருசமாட்டு, மாட்டுச்சந்தையிலே தலைமுண்டுக்குள்ளே கை போட்டுத் தரகு பேசினவன். இப்பம் கொட்டாரம்போல வீடு.. ஆறு காரு, பதினாலு லாரி ஓடுது.”

“ஓடீட்டுப் போகு. உனக்கு என்னா?”

“இட்டிலி, தோசை, இடியாப்பம், கொழுக்கட்டை, ஆப்பத்துக்கு மாவரச்சு எக்ஸ்போர்ட் பண்ணுக பேக்டரி வச்சிருக்கான்.”

“நாட்டுக்கு நல்லதுதானே! தொழில் பெருகும்.”

“வேலைக்குப்போன ரெண்டு கொமருகளைக் காணோம். நாலு பேருக்கு வயத்திலுண்டும். சம்மதிச்சுப் போறவளையெல்லாம் நான் கணக்கிலே சேக்கல்லே.”

“என்ன செய்யலாம்ங்கே?”

“காலம்பற அஞ்சு மணிக்கு காரிலே வந்து நம்ம ஆத்தங்கரையிலேதான் வாக்கிங் போவான்.”

“சரி...”

“நடந்து போகச்சிலே ஒரே அடி. ரெத்தம் கக்கிச் சாகணும்.”

“ஏன்? எதிர்க்கட்சிக்காரன் மேலே போலீஸு எஃப்.ஐ.ஆர் போடதுக்கா? பாவம்லாட்டி எதிர்க்கட்சிக்காரன்?”

“நீங்கள்லாம் பின்ன எதுக்குத்தான் தெய்வம்? அன்னும் கேக்காம, நின்னும் கேக்காம? சும்மா அரிசிப்பாயசத்துக்கு செலவாட்டு? பொறப்பட்டு வந்த எடத்துக்கே போய்ச் சேருங்கோ.”

சுருக்கெனத் தைத்தது புலைமாடனுக்கும் புலைமாடத்திக்கும். வலி தோய்ந்த குரலில் புலைமாடன் சொன்னார்...

“சரி மக்கா! நீ உன் டிரங்குப் பெட்டிக்குள்ளே போயிப் படு. நாங்க இப்பிடியே போறோம் பையப் பைய. கும்பிடப்பட்டவனுக்குத் தெய்வம் வேணுமானு கூவிக்கிட்டு.”

மேற்கு பார்த்து, பழையாற்றின் கரை நோக்கி, நடை தளர்ந்து, இருவரும் போவதைக் கண்கொட்டாமல் பார்த்துக்கொண்டிருந்தது கன்னி. முதுமையும் தொய்வும் சலிப்புமானவர்களை காலம் எப்போது கைலாசம் கொண்டு சேர்க்கும்?

பழம் தின்னி வௌவ்வால் ஒன்று வடக்கிருந்து தெற்குப் பாய்ந்தது. எங்காவது புன்னையோ கமுகோ பழுத்திருக்க வேண்டும். தெருமூலை வீட்டுப்புறவாசலில் நின்ற மாமரத்தில் இருந்து கூகை ஒன்று கூவியது இரவும் இருளும் நள்ளென்று ஒலித்தன. கன்னி தனது விடுதலையைச் சிந்தித்தவாறு டிரங்குப் பெட்டிக்குள் ஒடுங்கலாயிற்று!

6. ஆயிரங்கண்ணுடையாள்

சி.எம்.முத்து

செங்கமலத்துக்கு மவனப் பாக்கப் பாக்க கொஞ்சங்கூடப் புடிக்கலை. ரொம்ப ஆயாசமா இருக்கு.

வீராச்சாமிக்கும் இவளுக்கும் கண்ணாலமாயி பத்து வருசத்துக்கப்பறமா தவமா தவம் வாங்கி பொறந்த ஒத்த மவன்.

ரெண்டு நாளாச்சு மவன் சரியா சோறு தண்ணி சாப்புட்டு. பள்ளிக்கொடத்துல தடுப்பூசி குத்துராங்கன்னு சொல்லிட்டு வாத்தியாருக்குத் தெரியாம ஓடியாந்தவன் பயத்துல அரண்டு போயி பாயில படுத்துட்டான். ரெண்டு நாளு வரைக்கும் வாத்தியாருக்கு பயந்துகிட்டு அல்ச்சாட்டியமா பள்ளிக்கொடம் போமாட்டனுட்டான். இந்தால என்னாடான்னா வாத்தியாரு; “பயலை ஏ பள்ளிக்கொடம் அனுப்பலை”ன்ன கேட்டுக்கிட்டு வூட்டு வாசப்படித் தேடி வந்துட்டாரு.

“கோச்சுக்காதீங்க வாத்தியாரய்யா... புள்ள முந்தாநாளு தடுப்பூசி குத்த வந்துட்டாங்கன்னு ஓடியாந்தவன் பாயில படுத்தப் படுக்கையா கெடக்கான்”ன்னா செங்கமலம்.

“இதுல பயப்புட என்னாம்மாருக்கு வெய்யிலு காலத்துல புள்ளைங்களுக்கு அம்மைவாக்கும் கொள்ளும்ன்னுதான தடுப்பூசி போட வந்தாங்க”ன்னாரு வாத்தியாரு.

“அம்மா குத்திக்கிட்டா மவமாயிகுத்தம் வந்து சேராதா வாத்தியாரய்யா... இத வாவச்சி பேசுறதே தப்புங்கய்யா”ன்னு எடுத்தெறிஞ்சு பேச ஆரம்பிச்சிட்டா செங்கமலம்.

வாத்தியாரு, ‘இந்த அம்மாளுக்கு வதுல சொல்லி மாளாது’னுட்டு போயி சேந்துட்டாரு.

வாத்தியாரு கண்ணா பொறப்புலருந்து மறையும் தொட்டும் பாத்துக்கிட்டே நின்னுகிட்டிருந்தவ, “நாலெளுத்து படிச்சிப் புட்டா மனுசருக்கு இப்டியா புத்தி மளுங்கிப்போவும்”ன்னு தாவாங் கொட்டையில ஒத்தக் கைய வச்சி மொனவிகிட்டா.

இப்ப என்னடாக்கான்னா மவன் துரும்பா எளச்சிப்போயி நாறுந்தோலுமா மல்லாந்த வாக்குல பாயில கெடக்கான். புள்ளைய

கண்கொண்டு பாக்குறதுக்கு முடியல இவளால. ஓடம்பத் தொட்டுப் பாத்தா அனலா கொதிக்கிது. "புள்ளக்கி என்னமோ ஏதோன்னு" நெனச்சிகிட்டவ பக்கத்து வூட்டு பட்டத்தக்காளை கூட்டியாந்து காட்டுனா. அவ நொம்பத்தான் இதுலெல்லாம் கைகாரியாக்கும். புள்ளைய செத்த நாளி பாத்தான்னா இது இன்னது இதுக்கு இன்னது பண்ணனும்னு வளிமொற சொல்லிப்புடுவா. நாட்டு வைத்தியச்சி மாறின்னு வச்சுக்கங்களேன்!

பட்டத்தக்கா செத்த நேரம் புள்ளைய உத்து பாத்துப்புட்டு, "செங்கமலம்; புள்ளக்கி வேற ஒண்ணுமுல்லத்தா 'மணவாரியம்மா' வாத்துருக்கு"ன்னு சொன்னதுதான் தாமசம் செங்கமலத்துக்கு குண்டு போட்டாப்ல ஆயிருச்சி. கொஞ்ச நாளி வரைக்கும் விர்மபுடிச்சாப்ல நின்னு போயித்தா. "பயமொவனுவ அம்மா குத்த வந்தானாம் அம்மா இந்தால தாயாரு கோவங் கொண்டு ஏம்புள்ளகிட்ட வந்துட்டாளே, நா என்னா பண்ணுவேன்"ன்னு கத்த ஆரம்பிச்சிட்டா.

பட்டத்தக்காதான் இவுள அமுசடக்கி; "இப்டியெல்லாம் கத்தப்புடாதாத்தா... ஆயி ரொம்பக் கோவம் கொண்டுருவா"ன்னவ, "இதுல பயப்புடுறதுக்கு என்னாருக்கு... ஆத்தா மாரியாயி எம்புட்டு ஆசையோட ஓம் புள்ளைகிட்ட வந்துருக்கா... இதப் புரிஞ்சிக்காம குய்யோ மொறையோன்னு கத்த ஆரம்பிச்சிட்டா சரியாப் போச்சான்னவ; ரெண்டு நாளூ புள்ளமேல வெளையாடிபுட்டு வந்தவளி தானாப் போயிருவா சக்தியுள்ள மவமாயி... இதுக்குப் போயி இப்டி பதறலாமா...? ஆரையிம் குத்தம் சொல்லி ஆவப்போறது ஒண்ணுமுல்லத்தா அச்சப்படாத என்னா; மாரியாத்தா ஒ வூட்ல இருக்குந் தொட்டும் சுத்த பத்தமா இருக்கணும். அடுத்தாரை வூட்டுப் பக்கம் அண்டவுடாமப் பாத்துக்கணும். நல்லண்ண ஊத்தி கொளம்புக்கு கடுவு தாளிதம் பண்ணிப்புடாத... ஆத்தா கோயில்ல காலமால ரெண்டு வேளையும் குளூர தண்ணி ஊத்திக்கிட்டு வா. தீட்டுத் தொடக்கு இல்லாம கெட்டிப் பத்தரம் கெவுளிப் பத்தரமா இராத்தா.... இப்பவே பாய எடுத்துப்புட்டு துணிய விரிச்சி மவன படுக்கவையி. புள்ள அண்ணாக்கயிறு போட்டுருந்தான்னா அறுத்துவுட்டேஞ்சிபுட்டு புள்ளைய அம்மனமா படுக்க வக்கிறதுகூட நல்லதுதான். ரெண்டு வேப்பலக் கொத்த ஒடுச்சாந்து கூரையில ஒரு கொத்த சொருவி வச்சுப்புட்டு புள்ளகிட்ட ஒரு கொத்தப் போடுத்தா... சொன்னத்தையெல்லாம் காதுல வாங்கிகிட்டேயா?"ன்னு கேட்டுப்புட்டு பட்டத்தக்கா போயிருச்சி.

இவளுக்கு கையும் ஓடல காலும் ஓடல. 'செவனே'ன்னு செத்தநாளி குந்திப் போயிட்டா. ஊருக்குள்ள எப்பவோ நடந்த கதையெல்லாம் நெஞ்சுக்குள்ளருந்து வெளிக் கௌம்பி சினிமாப் படமா காட்டுது.

இவ வீராச்சாமிக்கு வாக்கப்பட்டு வந்தாளே அதுக்கு மறுவருசமோ என்னமோதான் ஊருக்குள்ள முக்காவாசிபேருக்கு ‘அம்ம’ப்போட்டுருச்சி. ஆராட்டியம்ன்னா (வலி) சொல்லிக்க முடியாத ஆராட்டியம். அந்தக் காலத்துல வெள்ளைக்காரன் நம்பள ஆண்டப்போ அவன் குத்துக்கும் பயப்பட மாட்டானாம் குண்டுக்கும் பயப்புட மாட்டானாம். எல்லாத்தையும் எயித்து என்னான்னு பாக்குறவன் ‘அம்மை’க்கும் மட்டும் பயந்து நடுங்குவானாம். அப்புடி அவன் பயப்புடறதுக்காவ வேண்டியும் அவன் ஊருக்குள்ள நொளையக் கூடாதுங்கறதுக்காகவும் ஊருசனம் அம்புட்டும் ஒரு வூடு பாக்கி வுடாம வேப்பலை சொருவீ வச்சிருந்ததைப் பாத்துபுட்டு ‘வைசூரி உள்ள ஊருல நொளையக்கூடாது டோய்’னு ஓட்டமெடுத்தானாம். அந்த மாதிரி கதையா அப்ப நெசமாலுமே வைசூரி வந்து எல்லாருவூட்டு கூரையிலும் வேப்பலை சொருவிருந்துச்சி. வூட்டுக்கு ரெண்டு பேருக்கோ மூணுபேருக்கோ அம்மை போட்டுருச்சி. சனங்க அம்புட்டும் ‘மகமாயி பொங்கி வந்துருக்காடோய் அவ கோவத்த தணிக்கணும்டா டோய்’ன்னு சொல்லி அம்மனுக்கு பூசப் போடுறது படையலு வக்கிறது கஞ் சிகாச்சி ஊத்தறதுன்னு ‘நெறிபறி’ பண்ணுச்சி.

ஆத்தாளுக்கு கோவம் அடங்குச்சா? பத்து பன்னண்டு பேரு வரைக்கும் அம்மாவுல கொளுந்து (இறந்து) போனாங்க. நெத்தம் ஒன்னு ரெண்டு பேரு செத்துக்கிட்டிருந்ததுல சனம் அம்புட்டும் அலமலந்து போச்சு. தான் உசுருக்கும் இந்த கதிதானோன்னு ‘கிலி’ புடுச்சிப் போச்சு. ஓரோருத்த வாள்க்கை இன்னைக்கி இல்ல இன்னிக்கிருந்த மனுச நாளைக்கு இல்லன்னு ஆயிக்கிட்டிருந்துச்சி. எல்லாரும் வெந்து நொந்து போயித்தாங்க. ஊருவுட்டு ஊருபோயி ‘அம்மாப் புள்ள’ய அலச்சிகிட்டு வந்து ஆராட்டியும் பாத்தாங்க. அங்கனக்கி அங்கன சாமியாடுற கூட்டம் நின்னபாடுல்ல. மாரியாத்தாளுக்கு வுட்ட கொற தொட்ட கொற ஏதாச்சும் இருக்குமோன்னு சாமியாடிய கொண்டுவந்து ‘உடுக்கு’ வச்சி பாத்தாங்க... என்ன பண்ணி என்ன ஆச்சி ஒன்னுலயும் மட்டுப்படாமத்தான் கத போயி கிட்டிருந்துச்சி. என்னமோ செங்கமலம் பண்ணுன புண்ணியம் அவ அம்மாக்காரி வந்து இவளையும் மருமவனையும் ஊருக்கு அளச்சிக்கிட்டுப் போயி வச்சிருந்ததுல இவுங்க ரெண்டு உசுரும் தப்புச்சுன்னுதான் சொல்லணும்.

அந்தக் கதமாறி இப்பயும் ஆயிருமோன்னு செங்கமலம் பயந்து நடுங்குனா.

‘ஐயோ பொத்தி பொத்தி வளத்தப் புள்ளையாச்சே. ஆரு பண்ணுன குத்தம் இதுக்கு இப்புடி ஒரு தீவினை வரணும்’னு நெஞ் சில் குத்திக்காத கொறையா அளுது மடிஞ்சா.

‘ஆத்தா மவமாயி ஓம் பூவுக்கு நீ தாண்டியாத்தா காலுவலி ஒடம்புவலி இல்லாமப் போட்ட முத்த எறக்கிவுடணும்” மொனவிகிட்டே மோட்டு வளையப் பாத்து கும்பிட்டுக்கிட்டா. அப்பயே பாயில படுத்துருந்த மவன எளுப்பி துணிய விரிச்சிப் போட்டு படுக்கவச்சா. அவன் போட்டுருந்த சட்டை அரணாக் கயிறு மொதக் கொண்டு அவுத்து தூரக்க வச்சா. அதோட இன்னம ஆரும் பாயில படுக்கக் கூடாதுன்னு நெனச்சிக்கிட்டே வூட்டக்களுவி சுத்தபத்தமா ஆக்குனா. ‘வெளக்குமாறு’ வச்சி கூட்டக் கூடாதுன்னு துணியாலயே தொடச்சிவுட்டா. புருசனக் கூப்புட்டு மவனுக்கு குளிச்சியா வேணுமுன்னு ‘எளனி’ கொண்டாரச் சொன்னவ; அப்புடியே சாலிய மங்கலம் போயி மார்க்கெட்டுல ‘கொரவ மீனு’ வித்தா வாங்கியாரச் சொன்னா. எங்கியோ இருந்து வரும் கொட்டுச்சத்தம் புள்ளக் காதுல வுளுவக் கூடாதுன்னு கதவ இளுத்து சாத்திப்புட்டு கொல்லப்பக்கம் போயி வேப்பலை ஒடிச்சாந்து மவங்கிட்ட கொஞ்சத்தை வச்சிப்புட்டு ஒரு கொத்தை எடுத்துகிட்டுப் போயி வாசப் பக்கம் கூரையில சொருவி வச்சா.

கூரமேல சொருவிருக்குற வேப்பலயப் பாத்துப் புட்டு பெறத்தி சனம் வூட்டுக்குள்ள வரமாட்டாங்குறதுக்காவும் பிச்சைக்காரன் பிச்சக் கேக்க மாட்டாங்கறதுக்காகவும் அம்மா வாத்த வூட்டுக்கு முன்னாடி ஆரும் செருப்பு கிருப்பு போட்டுக்கிட்டு நடக்க மாட்டாங்குறதுக்காகவும்தான் இந்த அடையாளமெல்லாம் பண்ணி வச்சா செங்கமலம்.

மவங்காரன், “ஒடம்பெல்லாம் அரிப்பா அரிக்கி தம்மா”ன்னு கத்திக்கிட்டே பரட்டு பரட்டுனு சொறிய ஆரம்பிச்சதுதான் தாமசம்...

இவ பதறிப்போறி புள்ளகிட்ட குந்திக்கிட்டு அரிச்ச எடத்துல வேப்பலையால தடவி கொடுத்துக்கிட்டே, “தம்பி; அரிச்சா கய்யால கிய்யால சொறிஞ்சி வுட்றாதப்பா ரணமாப் போயிரும் நா தடவுற மாறி வேப்பலையால தடவிக் குடுக்கணும்”ன்னு சொல்லிக்கிட்டே ஒடம்பு முச்சூடும் தடவி வுட்டா.

மறுநா காலம்பற செங்கமலம் கொளத்துக்குப் போயி குளிச்சிப்புட்டு ஈரப்பொடவையோடயே கொடங்கொடமா தண்ணி எடுத்துக்கிட்டு போயி மகமாயி கோயிலு முச்சூடுமா ஊத்திப்புட்டு கோலம் போட்டா. பொறவு சூடம் கொளுத்தி சாமி கும்புட்டுபுட்டு வூட்டுக்கு வந்தா.

அன்னிக்கி மத்தியானம் மவங்காரன் கொரவ மீனு கொளம்புன்னதும் கொஞ்சம் சாப்புட்டான். மேலுகாலு மூஞ்சின்னு கொப்பளம் பெருசு பெருசா போட ஆரம்பிச்சிருச்சி. “சுருக்குன்னு குத்துதம்மா”ன்னு அளுவ ஆரம்பிச்ச மவனை அமுசடக்கி ஆறுதல்

படுத்துனா. சாயரச்சையும் குளிச்சிபுட்டு கோயிலுக்கு தண்ணி ஊத்திப் புட்டு வந்தா. அன்னிக்கி ராத்திரி புள்ளைக்கி ஆராட்டியம் கொள்ளும்னு நெனச்சி குச்சிராயரு வூட்டு மாரிமுத்தக் கூப்ட்டு வந்து ‘மாரியம்மன் தாலாட்டு’ படிக்கச் சொன்னா. மாரிமுத்து தாலாட்டப் படிச்சா மவன் செத்த அசந்து தூங்குவான்னும் ரெண்டு நாளுல ‘அம்மா’ எறக்கம் குடுத்துரும்ன்னும் ஒரு நம்பிக்கைதான்.

மாரிமுத்து தாலாட்டப் படிக்கிறதுக்கும் முன்னாடி காலுகையெல்லாம் சுத்த பத்தமா களுவி நெத்தியில துன்னூரள்ளி பூசிக்கிட்டு மறுவ சாமிகூடத்துல நல்ல வெளக்கேத்தி பத்தியெல்லாம் கொளுத்தி வச்சி மகமாயிய பக்தியா நெனச்சிக்கிட்டு புள்ளைக்கி முன்னாடி குந்தி தாலாட்டை உருகி உருகி ராகம் போட்டு படிச்சாரு. புஸ்தக முச்சூடையும் ஒரே மூச்சுல படிச்சிப்புட்டு செங்கமலத்தப் பாத்து, “வெளையாட்டம்மா மாறிதான் மணவாரியம்மா செங்கமலம் இருந்தாலும் நீ கொஞ்சம் கெட்டிப் பத்தரம் கெவுளிப் பத்தரமா இராத்தா”ன்னு சொல்லிப்புட்டு போனாரு.

மறுநா காத்தால தெருவுக்குள்ள ரெண்டு மூணு பேருக்கு அம்மாவாத்துப் போயிருக்குன்னு சேதி வந்ததுக்கும் பிறபாடு ஊரு கடைசில ‘சுக்குரு கோனாரு’ செத்துப் போயித்தாருன்னு வேற சேதி வந்துச்சி. செங்கமலத்துக்கு இதையெல்லாம் கேக்க கேக்க நெஞ்சு பதறிப் போச்சு. மவனப் பத்திதான் பெருசா தெனச்சிக்கிட்டா. அவனுக்கும் இதுமாறி ஏதும் ஆயிரு மோன்னு நெனச்சப்போ அப்புடியே தரையில விர்ம புடிச்சாப்ல குந்திப் போயித்தா. மறுவ இவளால ஒரு வேலபால செய்ய முடியில.

மகமாயி கோவங்கொண்டு ஊருக்குள்ள காத்தா கெளம்பிட்டாளோன்னு ஊரு சனத்துக்கு நடுக்கம் குடுத்துருச்சி. ஊருக்குள்ள அம்ம வாத்துருக்கப்ப பொனத்தப் போட்டு வய்க்கப்படாதுன்னு முக்கியப்பட்ட மனுசருக்கு மட்டும் சொல்லி வரவளச்சி சடபுடன்னு கைப்பாடையா கட்டி தூக்கிக்கிட்டுப் போயி சேத்தாங்க. நல்ல வசதி பசதியா வாள்ந்த மனுசன். பத்துவேலி ஆண்ட கட்டை ஊருக்குள்ள அம்ம வாக்காட்டி ஏளுரு கொட்டு வச்சி கொறவன் கொறத்தி ஆட்டம் வச்சி வேட்டு தூளு பறக்க அஞ்சி மொகத்தேரு கட்டி உருமி அதிர தாரதப்பட்டை கிடுகிடுக்க சுக்குரு கோனார அடக்கம் பண்ணிருப்பாங்க. பூப்பலக்கு இல்லாம தப்புச்சத்தம் தாளச்சத்தம் கேக்காம வாள்ந்து சலிச்ச சுக்குரு கோனாரு நெருப்புல அடங்கிப்போனாரு.

ஒன்னாச்சி ரெண்டாச்சி ஓத்திரியத்துக்கு ஓம்போ தாச்சின்னு ஊருக்குள்ள அம்ம வாக்குற கதை பெருசா கூடி போயிக்கிட்டிருக்கப்ப தான் செங்கமலத்துக்கு மவன நெனச்சி நடுக்கம் குடுத்துருச்சி. அவ நிமுசத்துக்கொருக்கா சாமிய கும்டுறதும் ரெண்டு வேளையும்

தவறாம கொள்ளாம தண்ணி ஊத்திட்டு வாரதும் நின்ன பாடுல்ல. மகமாயியோட கருணையோ என்னமோ மவனுக்கு அம்ம எறக்கம் கொள்ள பத்துநாளுக்கு மேல ஆயிருச்சி. இந்த பத்துநாளா செங்கமலம் பொறவியில படாத கஷ்டப்பாடு அத்தனையும் பட்டுப் போயித்தா. பட்டத்தக்கா வந்து பாத்துப்புட்டுதான், “அம்மா எறக்கம் குடுத்துருச்சாத்தா நாளைக்கே புள்ளைக்கி தண்ணிப் போடுற வளியப்பாரு”ன்னு சொல்லிட்டுப் போச்சி.

செங்கமலம் தண்ணி போடணும்னு ‘எப்படா விடியும்’னு காத்துருந்து விடிஞ்சொடன வூட்டுக்குள்ள கெடந்த அளுக்கு துணியையெல்லாம் மூட்டையா கட்டிக்கிட்டுப்போயி கொளத்துல போட்டு அலசி காய வச்சிப்புட்டு மறுவ வூட்டக் களுவி கோலம் போட்டு நல்லவெளக்கேத்தி வச்சிப்புட்டு தெருவுல வெளையாடிக் கிட்டிருந்த அஞ்சாறு பச்சப் புள்ளைங்கள சேத்துக்கிட்டு வூடு வூடா முத்தெடுக்கக் கெளம்பிப் போனா. அம்மை எறக்கம் குடுத்து தலைக்கு தண்ணி போடுற அன்னிக்கு வூடுவூடா முத்தெடுக்கப் போறது மொறசற. மொத முத்து சோத்து முத்து (பளைய சோறு முத்து). மறுக்கா எடுக்கப் போறது நெல்லு முத்து. ஈரத் துணியில ஒளுவ ஒளுவ சோத்து முத்தை எடுத்துக்கிட்டு வந்து அதுல தயிரு பச்ச மொளவா இஞ்சியெல்லாம் நறுக்கிப் போட்டு பெசஞ்சி வச்சிருந்து மவனுக்குத் தண்ணி போட்டதும் துல்லுமாவு பானகத்தோட சனத்துக்கு குடுக்கறதுக்காவத்தான் சோத்து முத்து எடுக்குறது. மறுக்கா எடுக்குற நெல்லு முத்தை கோயில்லருக்க பேச்சியாத்தா சன்னதியில கொட்டி வச்சிப்புட்டா அத குருக்களு வந்து எடுத்துக்கிட்டுப் போயிருவாரு.

செங்கமலம், “மகமாயிக்கி முத்துப் போடுங்க”ன்னு வூடுவூடா முத்தெடுத்துட்டு வந்ததுக்கும் பிற்பாடு அஞ்சாறு பொண்டுவள கூட்டிக்கிட்டு வந்து ஊற வச்ச பச்சரியை ஒரல்லப் போட்டு துல்லுமாவு இடிக்கச் சொன்னா. அண்டா வுலயும் தேக்குசாவுலயும் மரக்கா மரக்காலா பச்சரிசியக் குடுத்து கஞ்சி காச்சச் சொன்னா. ரெண்டபடி ஊற வச்சக் கொண்டக் கடலையக்குடுத்து அவிச்சி வைக்கச் சொன்னா. பட்டத்தக்காளக் கூப்புட்டு பானகம் கரைக்கச் சொன்னா. எல்லா வேலையும் முடிஞ்சதுக்கப்பறம் பெரிய ‘உருளி’யில வென்னீரு போட்டு அத கொவளையில ஊத்தி வெலாவி வச்சதுல வேப்பலையப் போட்டு மவன முத்தத்துல ஆசனக் கட்டையில குந்தவச்சி சொம்பு சொம்பா தண்ணிய ஊத்தி குலுப்பாட்டுனாங்க. மவனுக்கு வேப்பலை அவுசியம் (அபிஷேகம்) பண்ணுனமாறி எலையெல்லாம் தலை ஒடம்புன்னு ஒட்டியிருந்துச்சி. அதையெல்லாம் துண்டால தொவட்டிவுட்டு சாம்புராணி பொவச்சக் காட்டி சாமி கூடத்துல குந்த வச்சி படையலு போட்ட பிற்பாடு

கூடியிருந்த சனத்துக்கெல்லாம் குண்டாங் குண்டானா கஞ்சி ஊத்தி துல்லுமாவு வெண் பொங்கலு சோத்துருண்டை சுண்டலுனு குடுத்து அனுப்பிச்சாங்க.

மறுக்கா மவனுக்கு ரெண்டு தண்ணி போட்டதுக்கும் பிற்பாடு மவன பள்ளிக் கொடத்துக்கு அனுப்பலாம்னு நெனச்சிக் கிட்டிருந்தப்ப தான் செங்கமலத்து ஆசையில இடி வுளுந்தாப்ல மவன் திரும்பவும் குத்துது கொடையிதுன்னு கத்த ஆரம்பிச்சிட்டான். ரெண்டு நாளுல தளும்பு வுடவேண்டிய கொப்பளம் மறுக்கா குமிச்சிக்கிட்டு கௌம்புதுன்னா என்னா செய்ய முடியும்? செங்கமலமும் வீராச்சாமியும் ரொம்பத்தான் பயந்து போனாங்க. பட்டத்தக்கா வந்து பாத்துப்புட்டு. "ஆத்தா செங்கமலம் புள்ளக்கி 'மறுக்கூறு' (மறுபடியும் அம்மை) பாஞ்சிருக்குத்தா இப்ப புள்ளக்கி பெரியம்ம போட்டுருகுத்தா... பச்ச மண்ணு திரும்பவும் ஆராட்டியத்த தாங்குமா?... நீ ஒடந்தடியா ஓம்புருசன வுட்டு அம்மாப் புள்ளய கூட்டியாரச் சொல்லுத்தா"ன்னு குண்டு போட்டாப்ல சொல்லிப்புட்டு போயிருச்சி.

செங்கமலத்துக்கு நெஞ்சுல குத்திக்கிட்டு அளுவணும்போல வந்துச்சி. ஆத்தாளோட சோதனையான்னு அளுது மடிஞ்சா. "தாயே மவமாயி... ஆயிரங்கண்ணு உள்ள அம்மா ஏந்தெய்வமே ஓ ஒரு கண்ணால ஏம் புள்ளைய ஏறெடுத்து பாருடி தாயே... ஆரு செஞ்ச தீவினையானாலும் அம்மா மனசு வச்சி புள்ளைய காக்க வேணும். பச்சப் பாலகன துடிக்கவுடுறியே ஆத்தா. இது ஒனக்கே நாயமா?"ன்னு அளுது மடிய ஆரம்பிச்சா.

வீராச்சாமி அன்னிக்கி மத்தியானமே 'கம்பியானத்தம்' பொறப்பட்டுப் போயி 'அம்மாப் புள்ளை'ய கூட்டிக்கிட்டு வந்தான்.

அம்மாப்புள்ள கன்னங்கரேல்னு இடுப்பளவுக்கு முடிவளத்து பெருசா கொண்ட போட்டுருந்தாரு. நெத்தி நெறையா விபூதி குங்குமம் இட்டுக்கிட்டு துண்ட இடுப்புல கட்டிருந்தாரு. மேல சட்ட இல்ல. எப்பவுமே அவுரு சட்ட போட்டுக்க மாட்டாராம். செருப்பும் போட்டுக்க மாட்டாராம். பாயிலக் கூடப் படுத்துக்க மாட்டாராம். எல்லாத்துலயுமே ரொம்ப நெறியா இருக்குறவரு. அவுரு புள்ளைய பாத்துப்புட்டு, "இது பெரியம்மதா ஆத்தா எறக்குறது சாமாந்தரப்பட்ட விசியமுல்ல, ஆத்தாமேல பாரத்தப் போட்டுப்புட்டு படிச்சிட்டுப் போறன் எப்புடியும் மூணு பொளுது படிச்சாவணும்"ன்னாரு.

செங்கமலம் தேங்கா பளம் சூடம் சாம்புராணி பத்தியெல்லாம் மவனுக்கு முன்னாடி வச்சா. மறக்காம வெத்தலையில அம்மாப் புள்ளைக்கான காணிக்கையையும் வச்சா.

அம்மாப்புள்ள சாம்புராணி போட்டு தேங்கா ஓடச்சி சூடங்காட்டிப்புட்டு தாலாட்ட படிக்க ஆரம்பிச்சாரு. விநாயகர் துதி, சரஸ்வதி துதி எல்லாம் படிச்சுப்புட்டு மாரியம்மன் துதிய படிக்க ஆரம்பிச்சாரு. இவுரு படிக்கிறது படிக்கிறது மாறி இல்ல அந்த மாரிமுத்து படிச்சா மாறியுமுல்ல. கணீர்னு வெங்கலம் மாறி கொரல்ல சத்தமா ராகம் போட்டு படிச்சாரு. நாலுவரி படிச்சொடனே பெருசா கொட்டாவி வுட்டுக்கிட்டு அருளுவந்தா குதிப்பாங்களே அந்த மாதிரி குதிச்சாரு 'ஹேய் ஹேய்'னு அவுரு குதிச்ச குதியில தலையெல்லாம் அவுந்து கண்ணு ரெண்டும் செக்கச் செவேர்னு ஆயிப்போச்சி. ஓடம்பத் திருவி நெட்டி முறிச்சப்ப வெரவுக்குச்ச ஒடிச்சாப்ல சத்தங் கேட்டுச்சி. பல்ல நறநறன்னு கன்னம் பொடைக்க கடிச்சிக்கிட்டு பாட ஆரம்பிச்சாரு.

மாயி மகமாயி மணிமந்திர சேகரியே
ஆயி வுமையவளே ஆதிசிவன்
தேவியரே
மாரித்தாய் வல்லவியே மகராசி
காருமம்மா
மாயன் சகோதரியே மகராசி
காருமம்மா

அந்த ஆயிரங் கண்ணுடையாளே அவுரு ஓடம்புக்குள்ள பூந்துகிட்ட மாறி சத்தம் போட்டாரு. அவரு குடுத்த சத்தத்துல அம்மாவாத்த வூடுன்னு கூட பாக்காம ஊரு சனமே வேடிக்கைப் பாக்க கூடிக்கிச்சி. சனம் கூடக்கூட அம்மாப் புள்ளைக்கி சுராத்து கௌம்பிப் போயி;

மண்டையிலே தைத்த முள்ளு
மார்புரிகிப் போகுதம்மா
பக்கத்திற் தைத்த முள்ளு பதைத்துத்
துடிக்குதம்மா
தொண்டையிலே தைத்த முள்ளு
தோளுருவிப் போகுதம்மா
குழந்தை வருந்துறதுன் கோயிலுக்குக்
கேட்கிலையோ
மைந்தன் வருந்துறதுன் மாளிகைக்குக்
கேட்கிலையோ
பாலன் வருந்துறது பார்வதியே
கேட்கிலையோ

ன்னு பாட ஆரம்பிச்சிட்டாரு. இப்ப கூட்டத்துல நின்னு கிட்டிருந்த

அஞ்சாறு பொம்பளைங்க மேலே அருளு வந்து தலைய விரிச்சிப் போட்டுக்கிட்டு ஆட ஆரம்பிச்சிட்டதுங்க. ஆட்டமுன்னா அஞ் சாறு பேரு சேந்து நிறுத்துனாக்கூட நிறுத்த முடியாத ஆட்டம். ஒரு சாமி வேப்பலைய கொண்டாடாங்குது. இன்னொரு சாமி மஞ்சத் தண்ணியக் கொண்டாடாங்குது. ஒரு சாமி துன்னூர கொண்டாடாங்குது. ஒரு சாமி சூடத்த ஏத்துடான்னு சொல்லி அத வாங்கி நாக்குல வச்சிக்கிட்டு கோரமா குதிக்கிது. எல்லாத்தையும் பாக்க வீராச்சாமிக்கி கங்காச்சியான்னு இருந்துச்சி. வந்த சாமியெல்லாத்தையும் மலையேத்தறதுக்குள்ள தாவு தீந்து போயிருச்சி.

அம்மாப்புள்ள தாலாட்ட படிச்சிப்புட்டு புள்ளைய உத்துப் பாத்தாரு. புள்ள அளுவக்கூட பெரக்கிணையத்துக் கெடந்தான். ஒடம்புல ஒரு எடம்வுடாம கொப்பளம் மினுக்கட்டாம் பூச்சிக்கணக்கா மினுங்கிக்கிட்டிருக்கு. அவருக்கு புள்ளையப் பார்த்ததும் நம்பிக்கையத்துப் போச்சி. ஆருகிட்ட இத வாவுட்டு சொல்ல முடியும்னு நெனச்சிக் கிட்டவரு சொல்லாமவும் இருக்க முடியாதேன்னு செங்கமலத்தக் கூப்புட்டுச் சொன்னாரு;

“ஆத்தா செங்கமலம்; ஓம்புள்ளையப் பாத்தா எனக்கு கொஞ் சமும் புடிக்கலை யாத்தா... நீ தவமா தவமிருந்து பெத்த இந்த ஒத்தப் புள்ளைய மாரியாத்தாளுக்கு தாரவாத்து குடுத்துப் புடுத்தா புள்ளைய காப்பாத்தறதும் காப்பாத்தாததும் அவ இட்டமா இருந்துட்டுப் போவட்டும். ராத்திரி பொளுதுக்கு புள்ள ஆராட்டியப்பட்டா ஓம் புருசன ஏ வூட்டுக்கு வந்து தகவலு சொல்லச் சொல்லு நா ஓடந்தடியா பொறப்பட்டு வந்து படிச்சிட்டுப் போறன்”ன்னு வெத்தலையில வச்ச காணிக்க காசக்கூட எடுத்துக்காம கௌம்பிப் போயித்தாரு.

அன்னிக்கு ராத்திரி மவனுக்கு என்னிக்கும் இல்லாத படிக்கு ஆராட்டியம்மன்னா ஆராட்டியம் அம்புட்டு ஆராட்டியம் வந்து பேச்சு மூச்சு இல்லாமப் போச்சி. செங்கமலம், ‘இன்னம புள்ள நம்பபுள்ள இல்ல’ன்னு நெனச்சி பதற ஆரம்பிச்சா. இந்த லெச்சணத்துல வீராச்சாமிக்கும் அம்மக் கண்டு படுக்கையில வுளுந்துட்டான். இவுளுக்கு கையும் ஓடல காலும் ஓடல. பட்டத்தக்கா வந்து எம்புட்டு ஆறுதல் படுத்தியும் கூட செங்கமலத்துக்கு அளுவையா வந்துச்சி. புள்ளக்கி உசுரு தண்ணி ஊத்தலாமான்னு நெனச்சப்ப ‘கோ’ன்னு கத்த ஆரம்பிச்சிட்டா செங்கமலம்... மோட்டு வளையப்பாத்து ‘தாயே மாரி... ஏம்புள்ள உசுரு ஓனக்கு வேணுமுன்னா அதவுட்டுப்புட்டு ஏ உசுர எடுத்துக்கத் தாயி’ன்னு

அடிச்சி மோதி அலற ஆரம்பிச்சிட்டா. பட்டத்தக்கா இவ கூடவே இருந்து ராத்திரி முச்சூடும் லோலுபட்டுச்சி.

விடிஞ்சதும் கூட புள்ளக்கி நல்ல இருப்பு வல்ல. புருசனுக்கும் ஆராட்டியும் வந்துருச்சி. என்ன பண்றது ஏது பண்றதுன்னு வெளங்காம செங்கமலம் பட்டத்தக்காகிட்ட, “எக்கா நா இப்பவே கம்பியானத்தம் போயி அம்மாப் புள்ளைய கையோட அளச்சிக்கிட்டு வந்துர்றன். அவுரு வந்து மறுவவும் படிச்சா ஆத்தா மனசெறங்கி எறங்கிடுவாக்கா. நீ இவுகள பத்திரமா பாத்துக்கத்தா”ன்னு சொல்லிப்புட்டு கிடுகிடுன்னு நடக்க ஆரம்பிச்சுட்டா. எல்லாம் ஒரு நம்பிக்கையில்தான்.

இவ தெருவுல வேகுவேகுன்னு நடக்க ஆரம்பிச்சவ மகமாயி கோயிலப் பார்த்ததும் அப்படியே மரம்மாறி நின்னு போயித்தா. தாரதாரையா கண்ணுலருந்து தண்ணி ஊத்த ஆரம்பிச்சிருச்சி. ரெண்டு கையையும் ஓசரத்தூக்கி கும்புட்டபடி, “ஆத்தா ஆயிரங்கண்ணுடையாளே நா ஓ மேல வச்ச நம்பிக்க பொய்யாப்போ யிர வேணாண்டியம்மா... அடிக்கிறதும் நீதான் அணக்கிறதும் நீதான்... நீ கொடுத்த புள்ளய நீயே எடுத்துக்கப் போறியா இல்ல எனக்குன்னு வுட்டு வய்க்கப் போறியா. நா எம்புட்டுதான் குத்தம் பண்ணிருந்தாலும் அம்புட்டையும் மன்னிச்சி ஏ நெஞ்சில பால வாக்க மாட்டியா தாயே... ஓ கருணையினால ஏம்புள்ளயும் புருசனும் நல்லாப் போயித்தா ஒஞ் சன்னதிக்கி பாடக்காவடி எடுத்து வாரண்டி தாயே.... எம்புள்ளக்கிம் புருசனுக்கும் காலுதல நோவாம போட்ட முத்த எறக்கிவுடணும்னு” கும்புட்டுப்புட்டு நடக்க ஆரம்பிச்சப்பதான், “ஆத்தா...”ன்னு ஒரு கொரலு சின்னதாக் கேட்டதும் புள்ளக்கிதான் என்னமோ ஏதோன்னு பதறிப் போயி திரும்பிப் பாத்தா. எதுக்கால அவ மவங்கூடப் படிக்கிற சம்முவம் புஸ்தக மூட்டையும் கையுமா நின்னுக்கிட்டிருந்தான்.

“என்னப்பா சம்முவம் போம் போதே துக்கிரி புடிச்சாப்ல கூப்புடுற...? அம்மாப் புள்ளய சட்னா அளச்சிக்கிட்டு வந்துரணும்னு வெரசா போயிக்கிட்டிருக்கன்”னா.

“மோகனு எப்புடிருக்கான் ஆத்தா?”

“இன்னும் அம்ம எறக்கம் குடுக்கலப்பா அதுக்குத்தான் அம்மாப் புள்ளைய கூட்டியாரணும்னு போயிக் கிட்டிருக்கன்”னா. சம்முவம் பயல் ‘மோகனு’ன்னு சொன்னது இவ மவனத்தான்.

“அட ஏத்தா ஒங்க மவன் என்னாட்டம் பள்ளிக் கொடத்துல தடுப்பூசி போட்டுருந்தான்னா அம்ம வாத்துருக்காதுல்ல...

என்னோட தடுப்பூசி குத்திக்கிட்ட ஆருக்கும் அம்ம வாக்கல”ன்னு சொல்லிப்புட்டு அந்தப் பய சிட்டா பறந்து போயித்தான்.

சுளீர்னு மண்டையில அடிச்ச மாறி இருந்துச்சி இவளுக்கு... ‘அந்த மகமாயிதான் அந்தப் பயல் ரூவத்துல வந்து தனக்கு புத்தி சொல்லிப்புட்டு இருக்காளோ’ன்னு மறுவடியும் கோயிலப் பாத்துக் கும்புட்டுக்கிட்டே நடக்க ஆரம்பிச்சா.

இப்ப அவ வூட்டுக்கு கூட்டிக்கிட்டு வந்தது அம்மாப் புள்ளைய இல்ல, மெத்தப் படிச்ச வைத்தியரை!

7. கழுமாடன்

ஜெயமோகன்

கோட்டைமுகம் வழியாகவோ, கோட்டைப்புறம் வழியாகவோ உள்ளே நுழைய எங்களுக்கு அனுமதி இல்லை. வடக்கே குமாரபுரம் போகும் மண்பாதையில் இருந்து பிரிந்த ஒரு சிறிய வண்டிப்பாதை சுடுகாடுகளின் வழியாக சென்று கோட்டையை அடையும். நான் முன்பு இருமுறை அங்கே வந்ததுண்டு. யானையை மறைக்குமளவுக்கு தருவைப்புல் வளர்ந்து பூக்குலைகள் நிறைந்து நுரையுடன் அலையடித்துக் கொண்டிருக்கும் அந்தப்பாதையில் எவரேனும் செத்து பாடை வரும்போது அன்றி உயர்சாதியினர் எவரும் தென்படமாட்டார்கள்.

நான் ஒரு பாறைமேல் ஏறிநின்று எவரேனும் கண்ணுக்குப் படுகிறார்களா என்று பார்த்தபின் இறங்கி மெதுவாக நடந்தேன். அவ்வப்போது கையை வாயில் குவித்து "தீண்டாத்தோனாக்குமே, ஆயித்தமுண்டே" என்று கூவிக்கொண்டேன். என் குரல் பாறைகளில் முட்டி எனக்கே திரும்பி வந்தது. யாரோ ஒரு தீண்டத்தகாதவன் என்னை விலகிச் செல்ல கோரிக்கொண்டிருந்தான்.

அந்தப் பாதை பெருமாள் குளத்தருகே யானைமேல் அம்பாரிபோல காணிப்பிள்ளையார் கோயில் அமைந்திருந்த பெரிய பாறையை ஒட்டியிருக்கும் சிறிய கோட்டைவாசலைச் சென்று சேரும். அதற்கு அப்பால் பெருமாள் குளம் நீலநீர்ப்பரப்பு நிறைந்து அலைகொண்டிருக்கும். அதன் கரையோரமாகச் செல்லும்பாதை வளைந்து ஒருகிளை நயினார் நீலகண்டசாமி கோயிலுக்கும் இன்னொன்று தேர்த்தெருவுக்கும் சென்றுசேரும். அவற்றில் நானோ என் குடியினரோ செல்ல முடியாது.

குளத்தடியிலிருந்து ஒற்றை ஆள் செல்லத்தக்க சிறுபாதைகளாக கிளைபிரிந்து ஊரின் எல்லா மாளிகைகளுக்கும் பின்புறம் சென்றுசேரும் ஊடுவழிகள் உண்டு. ஒன்றுடன் ஒன்று பின்னி ஒரு வலைபோல நகரை இணைப்பவை அவை. அவற்றின் வழியாக நகரின் எந்த இடத்துக்கும் சென்றுவிடலாம். கொல்லைப்பக்கம் சென்று மலமும் சிறுநீரும் வெளியேறும் துளைகளுக்கு அருகே நின்று குரல்கொடுக்கலாம். எங்கள் குடியினர் அனைவர் கைகளிலும் ஒரு சிறிய குழல் உண்டு. அதை ஊதினால் கதவைத்

திறந்து வேலைக்காரர்கள் வெளியே எட்டிப்பார்த்து என்ன என்று கேட்பார்கள்.

தெரிக்குளமும் அதனருகே அந்தப்பாறையும் மிகத்தொன்மையானவை. அவை நகரம் அங்கே வருவதற்கு முன்னரே இருக்கின்றன. முந்நூறு ஆண்டுகளுக்கு முன்பு இரவிவர்மா குலசேகரப்பெருமாள் மகாராஜா அங்கே அரண்மனையும் மண்கோட்டையும் கட்டி பத்மநாபபுரம் என்று பெயரிட்டு குடியேறுவதற்கு முன்பு அந்த பாறையின் மேல் மரத்தாலான பள்ளிதான் இருந்தது. அங்கே ஆடையில்லாத அமணச்சாமிகள் குடியிருந்தனர். பாறைக்குக் கீழே இருந்த நிலத்தில் எங்கள் மக்கள்தான் கூட்டம்கூட்டமாக குடிலமைத்து தங்கியிருந்தார்கள். பெருமாள்குளத்தின் நீரால் அங்கே விவசாயம் செய்தார்கள்.

பின்பு மார்த்தாண்டவர்மா குலசேகரப்பெருமாள் மகாராஜா குளத்துக்கு கரை கட்டினார். கோட்டையை கல்லால் கட்டி உயர்த்தினார். அரண்மனையில் கஜானாவும் ரங்கமண்டபமும் பூமுகமண்டமும் ஊட்டுபுரையும் உருவாகியது. படைகள் வந்தன. சேவகர்கள் பெருகினர். எங்கள் ஆட்கள் கோட்டைக்கு வெளியே துரத்தப்பட்டனர். மேலும் மேலும் பின்னால்சென்று வேளிமலை அடிவாரத்தில் குடில்களை அமைத்துக்கொண்டனர். அமணசாமிகள் அங்கிருந்து கிளம்பி வடகிழக்கே பாண்டிநாட்டுக்குச் சென்றுவிட்டார்கள்.

புறக்கோட்டையின் அருகே சந்தடிகளை கண்டேன். வாயில் கைவைத்து ஓசையிடுவதற்கு முன் அங்கே என்ன நடைபெறுகிறது என்று பார்த்துவிடலாம் என்று முடிவெடுத்தேன். அடர்ந்த புல்லின் வழியாக அசைவை உருவாக்காமல் மண்டியிட்டு முன்னால் சென்றேன்.

கோட்டையின் முன்னாலிருந்த பாறைச்சரிவில் புலைமாடனின் ஆளுயரமான உருவின்மேல் சுண்ணாம்பும் மணலும் கலந்த சுதைச்சாந்தை பூசி செப்பனிட்டுக் கொண்டிருந்தனர். அவர்கள் எங்கள் ஆட்கள்தான்.

நான் வெளியே வந்து “கறுத்தாளுக்கும் காட்டுநீலிக்கும் ஜெயம்!” என்றேன்.

அவர்களில் ஒருவர் திரும்பி என்னை பார்த்து “சர்வ ஜெயம்“ என்றார். “ஆரு?” என்று கண்களைச் சுருக்கி கேட்டார்.

“நமக்கு பொன்மனையிலே அம்மவீட்டுல அடிமைப்பணி..” என்றேன். “ஒரு தூதுமா வந்தேன்.”

“ஓ” என்றார். மேற்கொண்டு கேட்கக்கூடாதென்று அறிந்திருந்தார்.

"என்ன நடக்குது?" என்றேன்.

"தெரியல்லியா? புலைமாடனை அணிவிச்சு ஒருக்கிட்டிருக்கோம்" என்றார். "பலி வாங்கப்போறாருல்லா? கழுப்பலி? நல்ல கோளாக்கும். இனி ஓராண்டுக்கெல்லாம் அடங்கி இருக்கலாமே."

நான் "ஆமா" என்றேன்.

"மேலே கழுபீடமும் ஒருங்கிட்டிருக்கு.. வேணுமானா போயிருப்பாரும்" என்றார்.

"மேலேயா?" என்றேன்

"அதுக்குண்டான இடமாக்கும். இங்க ஒருத்தனை கழுவிலே ஏத்தி கதவை மூடிப்போட்டா அவன் தொண்டை கிளிஞ்சு நிலைவிளிச்சாலும் அங்க கோட்டைக்குள்ள ஏமான்மாருக்கு கேக்காதுல்லா? அம்மிணிகளும் பிள்ளைகளும் பயந்திரக்கூடாதே."

நான் பாறைச்சரிவின் வழியாக மேலே ஏறிச்சென்றேன். சரிவு முழுக்க நரிகளும் சிறுத்தையும் போட்ட எச்சங்கள் உலர்ந்து கிடந்தன. மான்புழுக்கைகள் விதைகள் போல பரவியிருந்தன. முள்செடிகள் ஆங்காங்கே எழுந்திருந்தாலும் மொட்டைப்பாறைச் சரிவு.

மேலே கோட்டைக்குள் ஓசைகள் கேட்டன. நான் உரக்க "கறுத்தாளுக்கும் காட்டுநீலிக்கும் ஜெயம்!" என்றேன்.

உள்ளிருந்து "சர்வ ஜெயம்" என்ற குரல் கேட்டது. ஒருவர் எட்டிப்பார்த்து "ஆரு?" என்று கேட்டார்.

"நமக்கு பொன்மனை அம்மவீட்டு அடிமைப்பணி. பேரு குளிகன்" என்றேன். "ஒரு தூதுமாட்டு வந்தேன்."

"தூது இந்த கழுவேத்தலைப் பத்தியா?" என்றார்.

"ஆமா" என்றேன். மற்றவர்களும் திரும்பிப் பார்த்தார்கள்.

"நம்மபேரு சிண்டன், மூத்தபுலையனாக்கும்" என்றார் மூத்தவர் "அந்த பயலுக்கு என்னத்துக்க கேடு? அம்மைக்கு ஒத்தமகன்னு சொன்னாங்க. பதினேழு பெத்தவளுக்கு மிஞ்சிநின்ன ஒத்தமரம்.."

"அதெல்லாம் தெய்வங்களுக்க வெளையாட்டுல்லா" என்றேன். "என்ன செய்யுதீக?"

"தெரியல்லியா? கழுபீடம்" என்றார்.

"களிமண்ணிலயா?" என்றேன்.

இடையளவுக்கு உயரத்தில் குழைத்த களிமண்ணால் ஒரு பீடம்போல் அமைத்திருந்தனர்.

சிண்டன் "களிமண்ணு உலந்தா பாறையாக்கும்" என்றார். திரும்பி அங்கு நின்றிருந்த இளைஞனிடம் "இருலே" என்றார்.

அவன் நடுங்கிக் கொண்டிருந்தான். மெலிந்த பதினெட்டுவயது இளைஞன். மென்மையான மீசையும் தாடியும் கொண்டவன். கன்னங்களிலும் மூக்கிலும் பருக்கள் இருந்தன.

"என்ன?" என்றேன்

"குண்டித்தடம் வேணும்லா.. அளவு செரியா இருக்கணும். இந்த பய அவனுக்க அதே அளவுள்ளவனாக்கும். லேய் உக்காரு"

அவன் தலையை அசைத்தபடி பின்னால் சென்றான்.

"லே, உன்னையா கழு வேத்துறாங்க? சும்மா அளவுக்குலே.. டேய் குருமா அவனை பிடிச்சு இருத்துலே."

குருமன் அவன் கையைப் பிடிக்க அவன் "இல்ல இல்ல" என்றான்.

"லே உக்காருலே" என்று சிண்டன் ஓர் அதட்டு போட்டார். அவன் நடுங்கி கைகூப்பினான். இருவர் அவன் ஆடைகளை அவிழ்த்தனர். வெற்றுடலுடன் நின்ற அவனை கைபிடித்து இழுத்துவந்து அந்த களிமண் பீடத்தில் அமரச்செய்து தோளைப்பிடித்து அழுத்தினர்.

எழுந்தபோது அவன் பின்பக்கத்தின் தடம் களிமண்ணில் பதிந்திருந்தது. நான் அவனைப் பார்த்தேன். கைகளை கூப்பியபடி நடுங்கிக்கொண்டிருந்தான். கண்ணீர் கன்னங்களில் வழிந்தது.

சிண்டன் அந்த தடத்தில் அவனுடைய பிருஷ்டங்கள் இரண்டும் பதிந்த இடைவெளியில் அவனுடைய குதத்தின் குழி இருந்த இடத்தை அடையாளப்படுத்தினார். இன்னொருவன் ஒரு துணியில் சுற்றி வைத்திருந்த சிவப்புநிறமான பிரம்பை எடுத்து அதில் அழுத்தி நட்டான். மூன்றடி ஆழத்திற்கு இறங்கி இரண்டரை அடி உயரத்திற்கு எழுந்து நின்றது.

"இதிலயா?" என்றேன். எறும்பு நிறமான வழவழப்பான பிரம்பு. எண்ணை மின்ன செம்புக்கம்பியோ என்று தோன்றச் செய்தது.

"இதாக்கும்" என்று சிண்டன் சொன்னார். "நல்லா வளையும். பச்சைப்பிள்ளை விரலுபோல பதுத்ததாக்கும். வெண்ணை தேய்ச்சு வழுவழுப்பாக்குவாங்க. கழுவனை கைய பின்னால நல்லா கட்டி கொண்டுவந்து இதுக்குமேலே உக்கார வைப்பாங்க. பிரம்பை குதப்புழை வழியா உள்ள விடுவாங்க. மண்புழு மாதிரி நுழைஞ்சு உள்ள போயிடும். வலிக்காது. ரத்தம் வராது. அதனாலே கழுவனுக்கு ஒண்ணுமே தெரியாது.. அவனுக்கு குளிரா சுகமாக்கூட இருக்கும்."

அவர் அதை சொல்லும்போது மகிழ்கிறார் என்று தெரிந்தது. ஆனால் மற்றவர்கள் இறுகிய முகத்துடன் நின்றார்கள்.

"கழுப்பிடிக்கு ஆசான்மாரு உண்டு.. மேக்கரை ஆசான் வருவாரு. குடலை பிடிச்சு பிடிச்சு குழாயிலே கம்பை கோத்து கொண்டுபோறது மாதிரி கழுவை உள்ள கொண்டு போயிடுவாரு. நெஞ்சுக்குழி வரை போனதும் அப்படியே உக்காரவச்சு கதவை மூடிட்டு போயிருவாங்க.. காலுகொஞ்சம் நீட்டினாப்ல இருக்குத பீடமாக்கும், எந்திரிக்க முடியாது. ஒருத்தன் மட்டும் இங்க இருந்து நாழிகைக்கு ஒருதடவை பதநீரு குடுக்கணும்"

நான் அவரையே பார்த்துக் கொண்டிருந்தேன். "குடலுகள் மறுபடி பழையமாதிரி ஆகுமில்லா? அப்ப வலி தொடங்கும். ஆனா ரத்தம் போகாததனாலே மயக்கம் வராது. நல்ல முழு நினைப்போடே வலியை அனுபவிக்க முடியும். வலி நின்னு துள்ளும்லா? பசிச்சும் தாகிச்சும் நினைவு போயிடப்பிடாது. அதுக்குத்தான் பதநீரு. ஒருநாள் முழுக்க கிடந்து அலறுவான். பின்ன தொண்டை உடைஞ்சிரும். பிறவு உடம்பு மட்டும் துள்ளிட்டே இருக்கும். உசிரு போறதுவரை வலி இருக்கும்"

நான் பெருமூச்சுவிட்டேன்.

"உடனே சாவ மாட்டான். சிலபேரு எட்டுநாளு வரை சாவாம கிடந்து துடிச்சிருக்கானுக" என்றார் சிண்டன்.

நான் திரும்பிப் போகலாம் என்று வழியைப் பார்த்தேன்.

"பின்ன ஒண்ணு, இந்த வலியை அறிஞ்சு செத்தா அவனுக்கு எல்லா பிறவிக்கடனும் முடிஞ்சாச்சுன்னு அர்த்தம். அவன் கழுமாடசாமியா ஆயிடுவான். அவனுக்கு நட்டகல்லுண்டு. ஆண்டு பலியும் குருதிகொடையும் உண்டு. பின்ன அவனுக்கு அழிவில்லை" என்றார் சிண்டன். "இங்க நம்ம திருவிதாங்கூர் நாட்டிலே நாநூற்றி பதினேழு கழுமாடனுங்க உண்டு பாத்துக்கிடுங்க."

"நீங்கதான் இதை செய்யணுமா?" என்றேன்.

"நாம செய்யணும்லா? அதுக்குத்தானே தலைப்புலையன் பட்டமும் குடியிருக்க வீடும் கோலுவச்சுக்கிட உரிமையும் மகாராஜா தந்திருக்காரு?" என்றார் சிண்டன். "நம்ம அப்பன் பாட்டன் காலம் முதல் உள்ள உரிமையும் அதிகாரமுமாக்கும்."

நான் மீண்டும் ஒருமுறை அந்த களிமண் பீடத்தை பார்த்தேன். கீழிறங்கிச் செல்லும்போது அந்த இளைஞனை நினைத்துக்கொண்டேன்.

கோட்டைவாசல் வழியாக உள்ளே நுழைந்து பெருமாக்குளம் வழியாக சுற்றி சின்னச் சந்துக்குள் நுழைந்து சென்று கொண்டிருந்தேன்.

அவ்வேளையில் அந்த பொந்துவழிகளில் எவருமில்லை. மலமெடுப்பவர்கள் காலையில் வந்து சென்றிருப்பார்கள். கஞ்சிக்காக சாயங்காலம் வருவார்கள். மலம் எடுத்த இடத்திலேயே கஞ்சி கொடுக்கப்படும். சந்துக்குள் எலிகள் ஓடிக்கொண்டிருந்தன. சாக்கடை நொதித்துக் குமிழியிட்டுக் கொண்டிருக்கும் ஓசை.

நான் வீடுகளை எண்ணிக்கொண்டே சென்றேன். சரியான வீடுதானா என்று இன்னொரு முறை கணித்துவிட்டு என் ஊதலை முழக்கினேன். மும்முறை முழக்கியபோது கதவு திறந்து ஒரு படைநாயர் எட்டிப்பார்த்தான்.

“என்னடா?” என்றான்.

நான் என்னிடமிருந்த முத்திரை மோதிரத்தைக் காட்டினேன். அவன் முகம் சுருங்கியது.

“கரியாத்தன் கிட்ட பேசணும்... அதுக்காக பொன்மனையிலே இருந்து வலியம்மச்சி பகவதிப்பிள்ளை அனுப்பின தூதனாக்கும்“ என்றேன்.

“கொண்டா” என்று அவன் வாங்கிக்கொண்டான். “ஓலை உண்டாடே?”

“இல்லை, வாய்ச்சொல்லு மட்டும்தான்”

அவன் உள்ளே சென்றான். நான் காத்து நின்றேன். நீண்டநேரம் ஆனதுபோலிருந்தது.

கதவு மீண்டும் திறந்து அவன் “வாடே” என்றான். நான் உள்ளே நுழைந்தேன். அங்கே எட்டுநாயர்கள் ஈட்டிகளுடன் இருந்தனர்.

என்னை அழைத்துச்சென்ற படைநாயர் “அந்தா கெடக்கான் எருக்குழி பக்கத்திலே, போயிப்பேசு..” என்றான். “அரைநாழிகைக்கு மேலே வேண்டாம் கேட்டியா?”

நான் தொழுப்புரையை கடந்து சாணிக்குழியை அடைந்தேன். அதனருகே எருமையை கட்டும் பெரிய இரும்பு வளையத்தில் கைகளும் கால்களும் சங்கிலியால் பிணைக்கப்பட்டு கரியாத்தன் கிடந்தான். அவன் உடம்பின்மேல் கரிய படலம்போல ஈக்கள் மொய்த்திருந்தன.

நான் அருகே சென்றதும் ஈக்கள் ரீங்கரித்தபடி எழுந்தன. கரியாத்தன் கண்களை திறந்து என்னைப் பார்த்தான்.

நான் குந்தி அமர்ந்தேன். “நான் பொன்மனை அம்மைவீட்டு தலையடிமை குளிகன்” என்றேன். “உனக்கு மூத்தம்மச்சி விட்ட தூதுமா வந்திருக்கேன்.”

அவன் வெறுமே பார்த்துக் கொண்டிருந்தான். அவன் உடலெங்கும் புண்கள் சீழ்கட்டியிருந்தன. சவுக்கடியும் பிரம்படியும் கிழித்து உருவான புண்கள். சூடு வைக்கப்பட்டு வெந்து தோல் வழண்டு சீழ்கட்டிய புண்கள். கைகளிலும் கால்களிலும் இருபது விரல்களிலும் நகங்கள் இல்லை. முகவாயில் பற்களும் இல்லை. சித்திரவதையால் அவன் மனம் உறைந்து சிந்திக்க முடியாதவனாக ஆகிவிட்டிருந்தான் என்று உணர்ந்தேன்.

“கரியாத்தா, நடந்தது நடந்தாச்சு. நீ உன் அம்மைக்கு ஒத்தைப்பிள்ளை. பதினேழு பெத்தவளுக்கு அந்திக்கஞ்சிக்காக மலைக்குளிகனும் மாடனும் விட்டுவச்ச மகன்.. அந்த கடமை உனக்கிருக்கு. இப்ப உயிரோட இருக்குறது மட்டும்தான் உனக்க கடமை பாத்துக்கோ.” என்றேன்

அவன் என் சொற்களை கேட்கிறான் என்று கண்கள் மட்டும்தான் காட்டின.

“உன்மேலே அம்மை தம்புராட்டி திருக்கண் பாத்திருக்காங்க. கருணை காட்டி நீ உயிரு தப்ப ஒரு வழி சொல்லியிருக்காங்க. நீ அதைச் செய்தா போரும். மத்ததை அவங்க பாத்துக்கிடுவாங்க” என்றேன். “நாளைக்கு காலையிலே உன்னைய புறங்கோயிலிலே காட்டுநீலி எசக்கியம்மன் சன்னிதிக்கு கூட்டிட்டு போவாங்க.

அங்க திவான்பேஷ்கார் சாமி கடைசிக்கேள்வி கேப்பார். மகாராஜா விட்ட தீட்டூரத்தை வாசிப்பார். தெய்வங்கள் கேட்க ஓலையை வாசிச்சாச்சுன்னு சொன்னா பிறகு அதை மாத்த மகாராஜாவாலேயும் முடியாது. அதுக்கு முன்னாலே நீ இதைச் செய்யணும்..”

அவன் விழிகளால் ஆம் என்றான்.

“நான் இங்கேருந்து போனதுமே மண்டலம் சாமியை பாக்கணும்னு காவல் நாயருகிட்டச் சொல்லு. எதுக்குன்னு கேட்டா ராஜரகசியம் சொல்லணும்னு சொல்லு. நாலஞ்சுபேர் கேக்க சத்தம் போட்டுச் சொல்லு. உன்னை எசக்கியம்மன் சன்னிதிக்கு கூட்டிட்டு போவாங்க. அங்க பேஷ்காரும் வேற அதிகாரிகளும் நிப்பாங்க. அங்க எசக்கியம்மனுக்க பலிபீடத்தை தொட்டு ஆணையிட்டு எல்லாரும் கேக்க சத்தமாட்டுச் சொல்லு, நீ பொன்னுமங்கலம் அம்மைவீட்டு எளையம்மை தேவகிப் பிள்ளையை தொட்டதில்லைன்னு.. மூணுமுறை ஆணையிட்டுச் சொல்லு..”

அவன் வாய்திறக்கும் முன் நான் தொடர்ந்து சொன்னேன். “அங்க நிக்கிற பேஷ்கார் நாராயணையர் பொன்னுமங்கலம் பகவதிப்பிள்ளை அம்மச்சிக்க ஆளுதான். அவரு உன் சத்தியத்தை

ஓலையிலே எளுதி சங்குமுத்திரை இட்டு திவான்பேஷ்காருக்கு முன்னாலே கொண்டுபோயி சேத்திருவாரு. அதுக்குமேலே அதை ஆரும் ஒண்ணும் செய்யமுடியாது."

"நீ பயப்படாதே. குலதெய்வம் காட்டுநீலி இசக்கியத் தொட்டு சத்தியம் செஞ்ச புலையனை அவராலே அப்டி கொல்லமுடியாது" என்று நான் மேலும் சொன்னேன். "அதுக்கு மறுபடியும் பல சடங்குகள் இருக்கு. புலையர் மகாசபை கூடணும். அதிலே உன்னை நிறுத்தி பூசாரி விசாரம் பண்ணணும். புலையர் மகாசபையிலே மூணு சோதனை இருக்கு. பச்சமண்ணிலே பானை பிடிக்குதது, சுட்ட கல்லை சும்மா எடுக்குதது, கொதிக்கும் எண்ணையை குடிக்குததுன்னு. மூணும் செரியா வந்தா உன்னைக்கொல்ல மகாராஜாவாலேயும் முடியாது. நீ தப்பீருவே"

அவன் மேலும் ஏதோ சொல்ல வர நான் கையசைத்து "நீ கேக்குதது புரியுது. ஆனா புலையர் மகாசபை அம்மச்சி பகவதிப்பிள்ளை தம்புராட்டி ஆணையிலே இருக்கும். அதிலே நானும் இருப்பேன். வேண்டியது வேண்டிய மாதிரி செய்துபோடலாம். நீ இந்த சத்தியம் மட்டும் செய்தாப்போரும்."

"என்னை பிடிச்சு குடுத்தது வலியம்மச்சி பகவதிப்பிள்ளையாக்கும். இப்ப ஏன் உயிரை காப்பாத்தி விடுதாங்க?" என்று அவன் கேட்டான். அவன் நெடுநேரமாக பேசாமலிருந்தமையாலும் உதடுகள் வீங்கியருந்தமையாலும் குரல் குழறலாகவே கேட்டது.

"அது நமக்கு புரியாத ஆட்டம்" என்று நான் சொன்னேன். "குடும்பவீட்டிலே சொந்த மகளுக்க கூட புலையனைப் பாத்தா கொஞ்சம் சூடு வரத்தானே செய்யும்.. குடும்பத்துக்கு கேடு வரவழைச்சுப் போட்டான்னு நினைச்சு சத்தம் போட்டு ஆளைக்கூட்டியாச்சு. அதிலே ஒருத்தி குடும்ப காரணவருக்க வீட்டுக்காரி அம்மிணித்தங்கச்சி. வேறகுடும்பத்திலே இருந்து வந்தவ. அவ இவங்களுக்கு எதிரி. அவளுக்கு தெரிஞ்ச பின்னாடி அப்டியே மறைக்க முடியாதுல்லா? நாடுவாழிக்கும் ராஜாவுக்கும் செய்தி போயிட்டுது. பின்ன இதெல்லாம்.. விசாரிப்பு, தண்டனை.."

"அப்ப நின்னு கொக்கரிச்சாள்லா? என்னைய கட்டி வச்சு அடிச்சப்ப சிரிச்சாள்லா?"

"ஆமடே, ஆனா பிறவுதான் பகவதிப்பிள்ளை அம்மச்சிக்கு தெரிஞ்சுது இது அம்மை வீட்டுக்கு மகா களங்கமாக்கும். இனி இங்கே நல்ல குடும்பத்திலே யாரும் பெண்ணெடுக்க வரமாட்டாங்க. ராஜகுடும்பம் பெண்ணெடுக்க வரலைன்னா அந்த அம்மைவீடு அப்டியே நின்ன நிப்பிலே பட்டு போயிடும் பாத்துக்க" என்றேன்.

மேலும் குரல் தாழ்த்தி "நினைச்சுப்பாரு, உன்னைய கழுவிலே ஏத்தி கழுமாடனாக்கி நிக்கவைச்சா அவங்க குடும்பத்திலே இருந்து ஆண்டோடாண்டு பலியும் கொடையும் குடுக்கணும் இல்லியா? தலைமுறை தலைமுறையாட்டு இந்தப் பழி அப்டியே நிக்கும்.. அந்தக்குடும்பமே சீப்பட்டுப் போயிடும்" என்றேன்

"ஆமா" என்றபோது அவன் முகத்தின் உணர்ச்சிகளை என்னால் உணரமுடியவில்லை.

"நீ சாமியத்தொட்டு சத்தியம் செஞ்சா பழி இல்லேன்னுதான் ஆகும். உன்னை விட்டுட்டா பிறகு இது நிக்காது."

"எளையம்மை தேவகிப் பிள்ளை சத்தியம் செஞ்சாச்சா?" என்றான்.

"முதல்ல நீ சத்தியம் செய்யணும். உன் தண்டனையை நிப்பாட்டி வைக்கணும். பிறகு எளையம்மையை அம்மைவிசாரம் செய்வாங்க. அவங்க பகவதி கோயிலுக்கு முன்னாலே மூத்தம்மைமார் கூடியிருக்குத சபையிலே தீயைத் தொட்டு சத்தியம் செய்வாங்க.. பிறகு நீயும் புலைய விசாரத்திலே மீண்டு வந்திட்டேன்னா மகாராஜா உன்னை விட்டிருவாரு.. அதோட பழி போயிடும்."

படைநாயர் எட்டிப்பார்த்து ஈட்டியால் தரையை குத்தி ஓசை எழுப்பினான்.

"தேவகிப்பிள்ளை எளையம்மை இப்ப என்ன சொல்லுதாங்க?" என்று கரியாத்தன் கேட்டான்.

"நீ அவளை தொடவே இல்லைன்னு சொல்லுதா."

"அப்டியா?"

"ஆமாலே, அவ அப்டிச் சொல்லி சத்தியம் செய்ஞ்சதினாலே தானே இதெல்லாம். நீ அவளை தொடவே இல்லைன்னு தேவகிப்பிள்ளை இளையம்மை ஊருசபையிலே வந்து சொல்லி அழுது அழுது எல்லாரையும் நம்ப வைச்சுப்போட்டா. நாகத்தான் முன்னாலே சூலம் தொட்டு சத்தியம் செய்திருக்கா. பகவதிக்கு முன்னாலே விளக்கு தொட்டு சத்தியம் செய்திருக்கா" என்றேன். "அது பொம்புளையாளுகளுக்க ஒரு நிலைபாடாக்கும். கடைசிவரை சம்மதிக்க மாட்டாளுக. கடைசி கண்ணீர்த்துள்ளி வரை விடுவாளுக."

அவன் இமைதாழ்த்தி கேட்டுக்கொண்டிருந்தான்.

நான்மேலும் குரலை தாழ்த்தி "நீ கழுவிலே ஏறுவே. ஆனா அவளையும் படியடைச்சு பிண்டம் வைச்சு செத்தவளா ஆக்கி வீட்டைவிட்டு அனுப்பிடணும்ல? அவளை முன்னமாதிரி இப்ப

முச்சந்தியிலே ஏலம் விடமாட்டாங்க. ஆனா இனி அவளுக்கு சாதிக்குள்ள எடமில்லை. அவ பெறுத பிள்ளைகளுக்கு சொத்தும் ஸ்தானமும் இல்லை. பாவப்பட்ட கீழாளன் நாயரு யாருக்காவது கெட்டி வைப்பாங்க. வாழ்க்கை போச்சுல்லா? அந்தப் பதற்றம்" என்றேன்.

கரியாத்தன் விழிகளை தாழ்த்தி யோசித்துக் கொண்டிருந்தான். அவன் கண்கள் பெரியவை, இமைகள் கன்றுக்குட்டி இமைகள் போல பெரிய பீலி கொண்டவை. அவனை அப்போது பார்க்க குழந்தை போலிருந்தது.

"சத்தியம் செய்யுததை பத்தி யோசிக்காதே. நீ அம்மைக்க ஒத்தமகன். இசக்கியம்மை புரிஞ்சுகிடுவா. நீ மீண்டு வந்தபிறகு கள்ளம் சொன்னதுக்கு பரிகாரமாட்டு இசக்கி அம்மைக்கு உன் அம்மை ஒரு நேர்ச்சை நேந்து நோன்பிருந்து பலிகொடை குடுத்தா போரும். அவளும் அம்மையில்லா?"

"மாமன் அறியணும், என்னை விளிச்சது தேவகிப்பிள்ளை இளையம்மையாக்கும்" என்றான் கரியாத்தன்.

"தெரியும்டே, தேவகிப்பிள்ளை இளையம்மைக்கு புடவைகொடுத்தவரு பூத்தேடத்து வலிய நம்பூதிரி. அவருக்கு வயசு அறுபது. எளையம்மைக்கு இருபது. எப்டி நிக்கும்? உன்னைய பாத்து மோகிச்சிட்டாங்க.." என்றேன்.

"என்னை மிரட்டினாங்க. வரல்லேன்னா எனக்க அம்மையை கொன்னிருன்னு சொன்னாங்க.." என்றான் கரியாத்தன். "நான் ஆறுமாசமா ஒளிச்சாக்கும் நடந்தேன்."

"அது அவங்க வழக்கமாட்டு செய்யுததாக்கும். காமம் கண்ணை மறைக்கும்லா?" என்று நான் சொன்னேன். "அதை நாம இப்ப பேசவேண்டாம்."

"அன்னைக்கு உரப்புரைக்கு வாடேன்னு என்னை வேலைக்காரி வந்து விளிச்சா. எதுக்குன்னு தெரியாமத்தான் போனேன்.. அங்க தேவகிப்பிள்ளை இருந்தா. ஆனா பகவதிப்பிள்ளை மூத்தம்மை பாத்ததுமே நான் அவளை பிடிக்கப் போனேன்னு சொல்லி கதறி அழுதுபோட்டா.. என்னைய கைகாட்டிப் விட்டா."

"புரியுது.. செரி விடு.. நீ செய்யல்லேன்னு ஒரு சத்தியத்தைச் செய். மிச்சத்தை நான் பாத்துக்கிடுதேன்."

"இல்ல மாமா, நான் சத்தியம் செய்யமாட்டேன்" என்று கரியாத்தன் உறுதியான குரலில் சொன்னான்.

"என்னடே சொல்லுதே?" என்று நான் கூவிவிட்டேன்.

“நான் சத்தியம் செய்யமாட்டேன். நான் கழுவேறுதேன். கழுவிலே இருக்கிறப்ப கடைசீ ஆசை கேப்பாங்கள்லா? அப்ப பொன்மனை போற பெரிய பாதைக்கு ஓரமா, சந்தை முக்கிலே என்னை அடக்கி கல்லுநட்டி கழுமாடனாக்கணும்னு சொல்லுவேன். அதை சொல்லிட்டே கழுவிலே உக்காருவேன்” என்று அவன் பல்லைக் கடித்தபடி சொன்னான்.

“அங்க நிப்பேன். ஆயிரம் வருசம் என்னைய பாக்கட்டும். என்னை கும்பிடட்டும்... கரியாத்தா நீ ஜெயிச்சேன்னு அந்தக் குடும்பம் நின்னு அழுது கண்ணீரு விடுத காலம் வரும். பலிக்கு அடங்க மாட்டேன். மந்திரத்திலே நிக்கமாட்டேன். அந்த வீடிருக்கும் இடத்தை குளம் தோண்டினபிறகுதான் நிறைவேன்.”

அவன் சொற்கள் மிகமிக ரகசியமாக, எனக்குள் ஓர் எண்ணமாக எழுபவை போல கேட்டன. “டேய் மக்கா..” என்று நான் கைநீட்டினேன்.

“ஊரு அறியட்டும். உலகம் அறியட்டும். நாடு முழுக்க அறியட்டும்” என்று அவன் பல்லைக் கடித்தபடி சொன்னான்.

“டேய் சொல்லுததை கேளு... வேண்டாம் மக்கா. நான் இப்ப கழுமேடைய பாத்துட்டாக்கும் வாறேன்.”

“நான் மானசீகமாட்டு நூறுமுறை கழுவேறியாச்சு..”

“நான் நெஞ்சிலே கையை வச்சு சொல்லுதேன், தூது வந்ததே உனக்காகத்தான்.. சத்தியமா நீ வாழணும்னுதான்.”

“செத்தா மயிரே போச்சு மாமா. என்ன சொன்னீக, பழி வந்திரும்னு பயப்படுதாக இல்ல? அவங்களுக்கு நாம திருப்பிக் குடுக்க இந்த பழி மட்டும்தானே இருக்கு?” என்று அவன் சற்று கோணலான புன்னகையுடன் கேட்டான்.

“வேண்டாம்டே மக்கா” என்றபோது நான் கண்ணீர் வழிய அழுது கொண்டிருந்தேன்.

படைநாயர் மீண்டும் ஈட்டியுடன் எட்டிப்பார்த்தான்.

அவனை திரும்பிப் பார்த்துவிட்டு கரியாத்தன் சொன்னான். “பேஷ்கார் விசாரணை நாளைக்கு இல்ல மாமா, இப்ப. அவரு நாளைக்கு வடசேரிக் கிருஷ்ணன்கோயிலுக்கு போறாரு.. விசாரணை இப்பதான். இதோ என்னைய கூட்டிட்டுப் போயிருவாங்க.”

“வேண்டாம்டே மக்கா.. சொன்னாக்கேளு.”

அவன் புன்னகைத்துக் கொண்டிருந்தான்.

"உனக்கு தெரியாது.. எளங்கன்று நீ."

"போர்க்களத்திலே தலைப்பலியா நிக்கணுமானா எளங்கன்றா இருக்கணும் மாமா."

"போதும்" என்று படைநாயர் வந்து சொன்னான். "அவனை கூட்டிட்டு போகணும்... ஆளு வந்திருக்கு."

நான் எழுந்துகொண்டு கண்ணீருடன் கையைக் கூப்பி நின்றேன். "வேண்டாம் மக்கா! வேண்டாம் மக்கா" என்று முணுமுணுத்தேன்.

இரு படைநாயர்கள் வந்து சங்கிலியின் பூட்டை திறந்து கரியாத்தனை விடுவித்தனர். சங்கிலி குலுங்கும் ஓசையில் என் மனம் நடுங்கியது.

அவன் கைகளை அச்சங்கிலியால் சேர்த்து பிணைத்தனர். அவன் புன்னகையுடன் என்னை நோக்கி திரும்பி எங்களுக்கு மட்டுமான புலைய மொழியில் "ஆனால் உண்மையில் நான் தேவகிப்பிள்ளை எளையம்மையை தொடவே இல்லை.." என்றான்.

"மக்கா!" என்று நான் கைநீட்டி கூவிவிட்டேன்.

அவனை அவர்கள் அழைத்துச் சென்றார்கள். அவன் தரையில் சங்கிலி இழுபடும் ஒலியுடன் வீங்கிய கால்களை எடுத்து வைத்து நிதானமாக நடந்து சென்றான்.

8. பீடம் (கழுமாடன் 2)

ஜெயமோகன்

1788–ல் தர்மராஜா என்று அழைக்கப்பட்ட கார்த்திகைத் திருநாள் ராமவர்மா மகாராஜாவின் ஆட்சிக்காலத்தில், பத்மநாபபுரம் ராஜநீதிசபையின் விசாரணையின் அடிப்படையில், திவான் கிருஷ்ணன் தம்பியின் ஆணைப்படி, பேஷ்கார் எஸ்.சுப்பையரால் தீர்ப்பளிக்கப்பட்டு, பத்தொன்பது வயதான புலையனாகிய சுண்டன் கழுவிலேற்றப்பட்டான். கழுக்கோட்டையின் உள்ளே எட்டுநாட்கள் கழுவிலிருந்து உயிர்துறந்த பின்னர் அவனுடைய உடலை கொண்டு சென்று கோட்டைக்கு பின்புறம் அடவிக்காளி கோயிலுக்குப் போகும்வழியில் பெருமாள்குளம் மறுகால் ஓடும் கால்வாயின் கரையில் அமைந்த வயல்கரை மண்மேட்டில் எரியூட்டினர். அங்கே அவனுக்காக நிறுவப்பட்ட நடுகல் கழுமாடனாக வழிபடப்பட்டது.

ஆண்டுதோறும் அவன் கழுவேறிய சித்திரைமாதம் மூன்றாம்நிலவு நாளில் மூவந்தி நேரத்தில் அவனுக்கு அங்கே கோழி அறுத்து தலையில் குருதி வீழ்த்தியபின், எஞ்சிய குருதியை சோற்றுடன் பிசைந்து ஏழு கவளங்களாக்கிப் படைத்தனர். செவ்வரளியும் தெச்சியும் கலந்து கட்டிய மாலையை அணிந்து, மஞ்சள்பொடி நீரில் குழைத்து பூசப்பட்டும் செந்தூரத்தில் முகம் வரையப்பட்டு, கரியில் விழிபொறித்துக்கொண்டு அக்கல் அன்றுமட்டும் உயிர்கொண்டு நின்றது. அதன் முன் துடித்து அமையும் கோழியை வெறித்து நோக்கியது, குருதித்துளிகள் முகத்தில் வழிகையில் வெறிகொண்டது.

இளஞ்செறுமன் கண்ணனின் குறுந்துடியின் உறுமல் கேட்டுக் கொண்டிருக்க செறுமக்குடியின் மூத்தவர் முத்துசாமி அந்த பூசையைச் செய்தார். ஏழு கவளங்களில் நாலை நான்கு திசைகளுக்கு வீசினார். மூன்றை கழுமாடனுக்கு முன்னால் படைத்துவிட்டு விரல்களை பிணைத்து பலிகொள்ளும்படி சைகை காட்டிவிட்டு எழுந்தார். நிணம்கலந்த அன்னம் படிந்த கையை மும்முறை தட்டி மூன்றடி எடுத்து வைத்து பின்னால் நகர்ந்து அப்படியே கீழே இறங்கி ஓடைநீருக்குள் இறங்கி நீர்வழியாகவே நடந்து அகன்றார். வாட்சின் ரேடியம் முட்களில் பொழுதைப் பார்த்துவிட்டு கண்ணனும்

நீருக்குள் புகுந்து ஓடைவழியாகவே நடந்து சென்றான். வாதை தெய்வங்கள் நீருக்குள் செல்பவர்களை தொடரமுடியாது.

அவர்கள் சென்றபின்பு அங்கே கருக்கிருள் மூடியது. பறவைகளின் ஒலிகள் அடங்கிக்கொண்டே இருந்தன. பின்னணியில் எழுந்த பத்மநாபபுரம் கோட்டை இருட்டில் மறைய வானில் நட்சத்திரங்கள் தெளியத் தொடங்கின. அந்த வெளிச்சத்தில் ஓடையின் நீரில் அலைகளும் வளைவுகளும் மின்னின. நிலவு எழவில்லை, ஆனால் வானொளியிலேயே புல்நுனிகள் கூர்கொண்டவை போல மின்னத்தொடங்கின. கழுமாடனின் மஞ்சள்பூசிய தோற்றம் தனித்த ஒளியொன்றை அடைந்தது. அங்கிருந்த ஊன்சோற்றை நோக்கி பாம்பு ஒன்று ஊர்ந்து வந்தது. ஊன்சோற்றை உண்ணாமல் அதைச்சுற்றி அது தன் மெழுகுமின்னும் உடலை வளைத்தது.

மின்மினிகள் எழுந்து அதைச் சுற்றிப்பறந்தன. ஒரு மின்மினி கழுமாடனின் மேலே வந்து அமர்ந்து சுடர்கொண்டது. பாம்பு வழிந்து விலகியபோது இலை இழுபட்டு ஊன்சோற்றுருளைகள் அசைந்து நீரில் விழுந்து கவிழ்ந்து கலந்து சுழித்து சென்றன. கழுமாடனின் விழிகள் அதை பார்த்துக்கொண்டிருந்தன. கல்லில் எழுந்த அவ்விழிகளில் இருந்த தவிப்பையும் தனிமையையும் எவரும் பார்க்கவில்லை. சாலையில் கார்களும் பைக்குகளும் செல்லும் ஒளி வளைவு திரும்பி மறைகையில் அவன் கண்கள் சீறிச்சீறி அணைவதை எவரும் அறியவில்லை.

ஓடையடிக் கழுமாடன் என்று சொல்லப்பட்ட அந்த படுதெய்வம் முத்துசாமியின் தந்தை சங்கரனால் விற்கப்பட்டு குமாரபுரம் பெருவட்டர் பரமார்த்தலிங்கத்திடம் சென்று அவரிடமிருந்து அவருடைய மருமகன் ஸ்டீபனுக்கு போய் அவனால் விவசாயம் செய்யப்பட்ட எட்டு ஏக்கர் நஞ்சை நிலத்தின் ஓரமாக அமைந்திருந்தது. அந்த மேட்டைச்சுற்றி அரைசெண்ட் நிலம் காடாக விடப்பட்டு கொடிகளும் புதர்களும் மண்டி சருகுகள் குவிந்து மேற்குமலைக் காட்டிலிருந்து கிழிந்து வந்த ஒரு சிறுபகுதி என தெரிந்தது.

அங்கே சிதல்புற்றுகள் எழுந்து நின்றன. நாகங்கள் அங்கே சட்டை உரித்துப்போட்டு இருப்புணர்த்தின. அதன்மேல் கிளைகவித்து நின்றிருந்த மருதமரக்கிளையில் ஆந்தைகள் வாழ்ந்தன. வயல்வேலை செய்பவர்கள் கூட காலோயும்போது அங்கே ஏறுவதில்லை. மறுபக்கம் அவர்கள் அமர மேடு இருந்தது. அங்கிருந்து பார்க்கையில் கழுமாடனின் இரண்டுமுழ உயரமுள்ள பண்படுத்தப்படாத கருங்கல்நிற்பு கண்ணுக்குப் படுவதில்லை. ஆனால் அங்கே எப்போதும் எவரோ இருந்து கொண்டிருக்கும் உணர்வை அடைய முடிந்தது.

முத்துசாமியின் குடும்பத்திற்கு அந்தப்பகுதியின் நிலங்கள் ஆலும்மூடு குடும்பத்தினரால் முதலில் வாரமில்லா போகத்திற்கு வழங்கப்பட்டன. மாடனுக்கு பூசை செய்வதற்கான ஊதியமாகவே அவை அளிக்கப்பட்டன என்று ஆவணங்களிலேயே இருந்தது. இந்திய சுதந்திரத்திற்குப் பின்னரே அந்நிலம் விலையாக நிலப்பதிவு செய்யப்பட்டது. முத்துசாமியின் குடும்பத்தினரின் மூத்தகாரணவருக்கு உரிமையானது என்று இருந்த அந்நிலம் 1952ல் அன்றைய காரணவரான வேலனால் அவருடைய பெயருக்கே பட்டா பெறப்பட்டது. அவர் மகன் சங்கரன் பெயருக்கு வந்து 1971ல் விற்கப்பட்டது.

முத்துசாமியின் பூர்வீகர்கள்தான் அப்பகுதியிலேயே முதல்முறையாக நிலத்திற்கு உரிமையாளர்கள் ஆனவர்கள். அது அவர்களுக்கு அவர்களின் சாதியில் மிகப்பெரிய செல்வாக்கை உருவாக்கி தலைமூப்பன் என்னும் இடத்தை பெற்றுத்தந்தது. அவர்கள் பின்னர் அந்த உரிமையை பயன்படுத்தி சாரோடு மலையடிவாரத்தில் ஏராளமான மலைநிலங்களை பதித்து வாங்கி அங்கே புலையர்களை குடியேற்றி விவசாய நிலங்களாக ஆக்கினார்கள். ஒரு கட்டத்தில் அவர்களுக்கு அங்கே ஆயிரம் ஏக்கர் நிலம்வரை இருந்திருக்கிறது.

அக்குடும்பம் புலையச் சாதியினர் நடுவே நீதியளிக்கும் அதிகாரத்தை கொண்டிருந்தது. முதல்முதலாக அரசுக்கு நிலவரி கட்டியவர்கள் அவர்கள். அதன் அடிப்படையில் திண்ணையும் தாழ்வாரமும் வைத்த வீடு கட்டிக்கொண்டவர்கள். தோளில் துண்டு போட்டுக்கொள்ளவும் நாற்காலிகளில் அமரவும் உரிமைபெற்றவர்கள். சொந்தமாக மாட்டுவண்டி வைத்து அதில் பயணம் செய்தவர்கள். ஆனால் கூடவே அதற்கான பொறுப்பும் அக்குடும்பத்திற்கு வந்தது. புலையக்குடிமக்கள் திரண்டு தங்கள் உரிமைகளுக்காக குரலெழுப்பிய எல்லாப் போராட்டங்களிலும் அவர்கள் தலைமை கொண்டனர். அனைத்துக் கலகங்களிலும் முன்னால் நின்றனர். ஆகவே மூன்று தலைமுறையாக அவர்கள் ஒடுக்கப்பட்டார்கள். அவர்களின் குடும்பத்தலைவர்கள் அனைவருமே பல அடிதடிகளில் குற்றவாளிகளாக்கப்பட்டனர். பலமுறை சிறை சென்றார்கள்.

1908–ல் அக்குடும்பத்தைச் சேர்ந்த சிண்டன் புலையன் அவர்களின் குடில்களை ஊடுருவி பெண்ணைத் தூக்கிச் செல்லமுயன்ற உடுங்கூர் செல்லன்நாயர் என்ற போலீஸ் கான்ஸ்டபிளை குத்திக்கொன்று அதன்பொருட்டு அந்தமானுக்கு சிறைக்கனுப்பப்பட்டார். அவர் அங்கிருந்து திரும்பி வரவில்லை. அதிலிருந்து அவர்கள் அந்தமான் குடும்பம் என்றே அழைக்கப்பட்டார்கள்.

அந்தப்பெயர் மருவி விரைவிலேயே அவர்கள் அந்தன் என்றாகியது. சாரோடு ஊரில் பாறையடி பகுதியில் இருந்த

அவர்களின் வீடு அந்தன்வீடு எனப்பட்டது. அந்தன்குடும்பம் என்றுதான் அவர்கள் தங்கள் திருமண அழைப்பிதழ்களிலேயேகூட அச்சிட்டுக் கொண்டார்கள். 1954–ல் அவர்கள் குடும்பத்தில் அன்றைய முதல்வர் கே.காமராஜ் தலைமையில் நடந்த திருமணத்தில் அந்தன்குடும்பம் என்று பெயர் சாலையோரம் பெரிய தட்டியாகவும் வைக்கப்பட்டது.

சாதுஜன சங்கத்தையும் பின்னர் புலையர் மகாசபையையும் உருவாக்கி புலையர்களின் உரிமைக்காகப் போராடிய அய்யன்காளிக்கு அக்குடும்பம் நெருக்கமாக இருந்தது. அவர்கள் அய்யன்காளியின் போராட்டங்களுக்கு வண்டிநிறைய நெல்லும் ஆட்களும் அனுப்பி வைத்தனர். 1893–ல் அய்யன்காளி புலையர்கள் கௌரவமாக ஆடை அணியும் உரிமைக்கான போராட்டத்தை முன்னெடுத்தபோது சாரோட்டிலிருந்து நூறு இளைஞர்களை தடியுடன் அனுப்பி வைத்தவர் அந்தன்வீட்டு காரணவரான கூமன். அய்யன்காளி அவர்களின் இல்லத்தில் எட்டுமுறைக்கு மேல் வந்திருக்கிறார். ஒருமுறை நாராயணகுருவே வந்ததுண்டு.

சுதந்திரப்போராட்ட காலத்தில் அந்தன்குடும்பத்தினர் காங்கிரஸின் முகமாக ஆனார்கள். ஹரிஜன இயக்கத்தை சாரோட்டில் தொடங்கி வைத்தவர் அந்தன்குடும்பத்து காரணவரான கருணன். அவருடைய வீட்டு முற்றத்திலிருந்தே வீடுவீடாகச் சென்று பிரச்சாரம் செய்யும் தன்னார்வலர்கள் கிளம்பினார்கள். அவர்களுக்காக தன் தோட்டத்தின் ஒரு மூலையில் கொட்டகை ஒன்றையும் அவர் கட்டினார். பின்னர் அது கஸ்தூரிபா மாதர் சங்கமாக மாறி இன்று அரசுப்பொறுப்பில் கூட்டுறவுசங்க அலுவலகமாக உள்ளது.

இவ்வளவும் தொடங்கியது சுண்டன் கழுவேற்றப்பட்ட போதிருந்துதான். சுண்டன் அவர்களின் குடும்பத்தில் ஓர் அன்னைக்கு பிறந்த ஏழு மைந்தர்களில் கடைசியானவன். சாரோட்டு பாறையடியில் அன்றிருந்த ஆயிரம் புலையடியார்களின் குடிகளில் ஒன்று அது. அவர்கள் பத்மநாபபுரம் கோட்டைப்புற ஊழியத்திற்குக் கடமைப்பட்டவர்கள். கோட்டைகாக்கும் பொறுப்பும் அவர்களுக்கு இருந்தது.

அவர்கள் தாய்வழித்தாய்முறை கொண்டவர்கள். சுண்டனின் தாய்மாமா சிண்டன் புலையன் அன்று அரசனின் சங்குமுத்திரை கொண்ட கோலேந்தும் உரிமையுள்ள தலைப்புலையனாகவும் குடிகளுக்குமேல் சொல்நிறுத்துபவராகவும் இருந்தார்.

மாடனுக்கோ இசக்கிக்கோ பிற்காலத்தில் பலியாக மாறக்கூடிய ஆடும் சேவலும் இளமையிலேயே அந்தக்குணத்தைக் காட்டும் என்பார்கள். அவை பிற உயிர்கள் தங்கள்மேல் ஆதிக்கம்

செலுத்துவதை ஏற்றுக்கொள்ளாது. எப்போதும் துணிந்து எதிர்த்து நிற்கும். உணவில் தங்களுக்கே முதன்மை என்று நினைக்கும். போட்டிக்கு வருபவர்களை எதிர்க்கும். ஆடுகள் சீறி எழுந்து தலையால் முட்டி பிற ஆடுகளின் கொம்பையோ தலையையோ உடைத்துவிடும். அவை முட்டன் எனப்பட்டன. சேவல் செம்பூவன் எனப்பட்டது, அதன் வாலில் கூடுதலாக ஒரு பூ இருக்கும்.

கழுமாடனாக பின்னாளில் மாறும் இளைஞர்களிடையேயும் தெய்வாம்சம் இருக்கும் என்றார்கள் அவர்களைப் போற்றிப்பாடும் புள்ளுவப் பாடகர்கள். கழுமாடன் சன்னிதிகளில் புள்ளுவர்களை அழைத்துவந்து குடம்மீட்டி பாடவைக்கும் மரபு இருந்தது. புள்ளுவர்கள் மறைந்தபின் அவ்வழக்கமும் இல்லாமலாகியது. ஆனால் பாடல்கள் பலருக்கும் தெரிந்திருந்தன. பூசகர்கள் அவற்றில் சில பகுதிகளை பாடுவதுண்டு. பின்னாளில் வில்லுப்பாட்டு புலவர்கள் அவற்றை தங்கள் மொழியில் விரித்து எழுதி பாடம்சொல்லி பாடினர்.

கழுமாடசாமிகள் அனைவருமே இளமையில் தங்கள் அன்னையர் பிள்ளைக்கலியால் நொந்து வாடி, நோன்பு நோற்று வேண்ட சிவனருளால் பிறப்பார்கள். பிறப்பதற்கு முன்னரே அன்னைக்கு கனவில் தெய்வங்கள் வந்து வருகுறிகள் சொல்லும். அன்னை கருவுற்றதுமே அடையாளங்கள் தென்படும். உகந்த லக்கினத்தில், உரியபொழுதில் பிறப்பார்கள். அப்போது ஐந்து பூதங்களும் அவர்களின் பிறப்புக்குச் சாட்சி சொல்லும்.

அவர்கள் கால் நிலம்படும்போதே பல்லும் சொல்லும் கொண்டிருப்பார்கள். எவருக்கும் அடங்கமாட்டார்கள். ஆசிரியனின் கழியையும், அதிகாரியின் வாளையும், அரசனின் சொல்லையும்கூட மீறத்துணிவார்கள். எட்டு அழகுகளும் கொண்டவர்களாக இருப்பார்கள். எட்டு பெண்களால் விரும்பப்பட்டிருப்பார்கள். எங்கும் நுழைபவர்களாகவும் எல்லாம் அறிந்தவர்களாகவும் இருப்பார்கள். அஞ்சாது சென்ற இடங்களில் வென்று வருவார்கள். தெய்வம் முன்னுரைத்த விதியின்படி உரிய காலத்தில் அவர்கள் பலியாவார்கள்.

பலியானதுமே வானுலகம் சென்று சிவனிடம் அருள்பெற்று வாதை தெய்வங்களாக மீண்டு வருவார்கள். ஊரில் அழிவையும் அச்சத்தையும் பரப்பி ஆதாரம் காட்டுவார்கள். ஆண்களை அறைந்து கொல்வார்கள். பெண்கள்மேல் எழுந்து வெறியாடுவார்கள். பிள்ளைக்கரு உண்பவர்களும் உண்டு. ரத்ததாகம் கொண்டிருப்பார்கள். குடியும் நாடும் சேர்ந்து உரிய பலிகொடுத்து நடுகல்லில் நிறுத்தி, ஆண்டுபலியும் நாற்பூசையும் நடத்துவோம் என வாக்களிக்கையில் அடங்கி ஊருக்கும் குடிக்கும் அருள்வார்கள்.

ஆனால் சுண்டன் அப்படி இருக்கவில்லை என்று அவர்களின் குடும்பத்தில் பெண்கள் பாடிய பாடல்கள் கூறின. அந்தப்பாடல் அப்பெண்களால் பானையில் ஆட்டுத்தோல்கட்டி உருவாக்கப்படும் தோல்பானை என்னும் முரசை சிறுகழியால் மீட்டிப் பாடப்பட்டதனால் பானைப்பாட்டு எனப்பட்டது. புள்ளுவர்களின் பாட்டுகளில் இருக்கும் அத்தனை வீரர்களுக்கும் பொருந்தும் பொதுவான வர்ணனைகளும் நிகழ்ச்சிகளும் அவற்றில் இருக்காது. அக்கதைகளில் தேவர்களும் தெய்வங்களும் ஊடாடுவதில்லை. அவை சற்றுமுன் நடந்து நினைவிலிருந்து சொல்வன போலவே ஒலிக்கும்.

சுண்டனின் அம்மா தேயி பதினேழு பெற்று பத்தை இழந்தவள். பதினேழாவது மகன் பிறந்தபோது இனியில்லை என்று அவளுக்கே தெரிந்தது. ஆகவே அந்தக் குழந்தைக்கு அவள் ஏழுவயதுவரை முலையூட்டினாள். அவள் வயலில் வேலை செய்யும்போது அவன் அருகே நடந்தபடி இருமுலைகளில் இருந்தும் பால் உறிஞ்சிக் குடிப்பான். ஐந்து வயது ஆவது வரை அவள் அவனுக்குப் பெயரே போடவில்லை. பிள்ளே என்று பெயர் சொல்லாமல் அழைத்தாள்.

பெயரிட்டால் தீயதேவதைகள் பிள்ளையை கொண்டு போய்விடும் என்று அவள் அஞ்சினாள். அவை குழந்தை தனியாக இருக்கையில் பின்னாலிருந்து பெயர் சொல்லி அழைக்கும். குழந்தை திரும்பிப் பார்த்தால் அள்ளிக்கொண்டு சென்றுவிடும். ஆனால் பெயரில்லாக் குழந்தைகளை கண்டால் தெய்வங்கள் குழம்பி நின்றுவிடும்.

முலைசப்புவதில் சுவைகண்டுவிட்ட சுண்டன் முலையில்லாத நேரத்தில் கைவிரலைச் சப்பிக்கொண்டான். விளைவாக அவன் உதடுகள் சற்று பருத்து குவிந்திருந்தன. ஆகவே அவனுக்கு சுண்டன் என்று சிற்றம்மைகளும் அத்தைகளும் பெயரிட்டனர். தாய்மாமன் சிண்டன் அந்தப்பெயரே போதும் என்று சொல்லிவிட்டார்.

சுண்டன் தன் தாயைவிட்டு அகல்வதே இல்லை. கைகால் தேறி தலையெழும்வரை அவன் குடிலிலேயே அம்மாவுடன் இருந்தான். அவளுடனேயே வயல்வேலைக்கும் காட்டுக்கும் சென்றான். ஆனால் வேலை ஏதும் செய்வதில்லை. அவன் கைகள் குழந்தைகளின் கைகள்போல மென்மையாக இருந்தன. முகம் இளம்பெண்களின் முகம்போல எண்ணைப்பூச்சும் பருக்களும் கொண்டிருந்தது. குரலிலும் பெண்மையும் தயக்கமும் இருந்தது.

அவன் எவர் கண்களையும் நேர்நோக்கிப் பேசுவதில்லை. எவரேனும் ஏதேனும் கேட்டால் அவன் தொண்டை இடறி குரல்தடுமாறி கண்கள் கலங்கி முகம் சிவந்துவிடும். அவன் நேராக

நின்றே எவரும் பார்த்ததில்லை. ஒசிந்தும் வளைந்துமே நின்றான். அவன் வயதை ஒத்த ஆண்கள் அவனை பெண்ணன் என்றார்கள். அவனை வேட்டியை பிடித்து இழுத்து கேலி செய்தார்கள். ஆகவே அவன் ஆண்களுடன் சேர்வதில்லை. ஆனால் பெண்களுடன் பேசவும் அவன் வெட்கப்பட்டான். பெரும்பாலும் அம்மாவுடனோ தனியாகவோதான் இருந்தான்.

தனிமையில் அவனுக்கு இன்பம் இருந்தது. சாரோடு பாறையடியை ஒட்டியே வேளிமலை வளைந்து அலையலையாக மேலேறிச்செல்லும். வேளிமலையின் அடிவாரத்தில் காற்று மாபெரும் அந்தரநதியாக பெருகி ஓடிக்கொண்டிருக்கும். அவன் அங்கே ஒரு பாறையை கண்டு வைத்திருந்தான். அதன்மேல் படுத்து வானில் மேகங்கள் மிதப்பதைப் பார்த்துக் கொண்டிருப்பான். பகற்கனவுகளில் நாளெல்லாம் மிதந்து கிடப்பான்.

அவன் தன் கனவுகளில் மாயாண்டிசாமி போல ஆண்மை மிக்கவனாக இருந்தான். வானிலேறிப் பறந்தான். அரச மாளிகைகளுக்குள் நுழைந்து வைரங்களையும் தங்கநாணயங்களையும் திருடி வந்தான். அவற்றைக் கொண்டு மலைச்சரிவில் மாளிகை அமைத்து குடியேறினான். தொலைவான நாடுகளுக்குச் சென்று அங்கிருந்து இளவரசிகளைத் திருடி வந்தான். அவர்களுடன் அங்கே காமம் கொண்டாடினான்.

தித்திக்கும் அக்கனவுகளை எவருமே அறியவில்லை என்பதே அவனுக்கு மேலும் கிளர்ச்சி அளித்தது. ஒரு பகற்கனவை அவனே எல்லை மீறல் என்று உணர்ந்து படபடப்புடன் முகம் சிவந்து எழுந்து அமர்ந்து சுற்றிலும் பார்த்துவிட்டு புன்னகைத்துவிட்டு மீண்டும் படுத்து கனவு காண்பான்.

அவனை ஊரில் பெரும்பாலும் எவரும் கவனிப்பதில்லை. அவன் எந்தக்குழுவிலும் பேசுவதில்லை. எங்கும் தென்படுவதில்லை. வேலைக்கும் செல்வதில்லை. ஆனால் அவன் வெளிப்படும் இடம் ஒன்று இருந்தது. காட்டுபன்றி பொறியில் சிக்கினால் அதை சுட்டு உண்டு இரவில் அவர்கள் நடனமாடும்போது அவனுக்குள் இருந்து இன்னொருவன் வெளிவருவான். எழுந்து நின்று அவன் துள்ளி ஆடும்போது அவன் உடலில் ஒவ்வொரு உறுப்பிலும் பிழையில்லாத தாளம் திகழும்.

அப்போது அவன் மிகமிக அழகானவனாக ஆகிவிடுவான். அவன் கைகளும் கால்களும் மிகமென்மையாக, பிழையற்றவையாக தெரியும். "அவன் அருச்சுனனில்லா?" என்று தேயி சொல்வாள். அப்போது அவன்மேல் அத்தனை பெண்களும் மையல் கொள்வார்கள். அத்தனை ஆண்களும் காழ்ப்படைவார்கள். மறுநாள் அவனை

எழுத்தில் எங்க சாமிகள் | 93

ஆண்கள் தாக்க எண்ணினர். பெண்கள் பேசவிரும்பினர். அவன் இருசாராருக்கும் சிக்காமல் தன் பாறையுச்சிக்குச் சென்று விட்டிருப்பான்.

அவன் தாய்மாமன் சிண்டனுக்கு அவன்மேல் கசப்பு இருந்தது. அவன் வேலை செய்யாமல் சாப்பிட்டுக் கொண்டிருக்கிறான், எதிலும் கலந்துகொள்வதில்லை, அவனை பெண்ணன் என்றும் சொல்கிறார்கள். ஆகவே அவனை வலுக்கட்டாயமாக வேலைக்குக் கூட்டிச் செல்ல தொடங்கினார். அவன் அம்மா முதலில் எதிர்த்துப் பார்த்தாள். சிண்டன் அவள் அண்ணன், அவர் ஓங்கி ஓர் அறைவிட்டபின் அவள் எதுவும் பேசமுடியாதவள் ஆனாள்.

சுண்டன் பலமுறை தப்பி மலைக்குமேல் ஓடி ஒளிந்துகொண்டான். தாய்மாமா சிண்டன் இளைஞர்களை அனுப்பி அவனை முயல்போல வேட்டையாடிப் பிடித்து கட்டி இழுத்துக்கொண்டு வரச்சொன்னார். அவனை பச்சை மட்டையால் அடித்து வேலைக்கு இழுத்துச் செல்லத் தொடங்கினார். வேலை செய்யாவிட்டால் சோறு இல்லை என்று ஆணையிட்டார்.

அவன் கொஞ்சம் கொஞ்சமாக வேலைக்குச் செல்ல பழகினான். ஆனால் அவனால் எந்த வேலையையும் ஒழுங்காகக் கற்றுக்கொள்ள முடியவில்லை. வயல்வேலைகளைச் செய்யும் உடலாற்றல் அவனுக்கு இருக்கவில்லை. கூடைமுடைதல் மரத்தில் செதுக்குதல் உள்ளிட்ட எந்த வேலைக்கும் அவன் கை ஒருங்கவில்லை. அவன் மனம் எதிலுமே இல்லை. அவன் கூடை முடைகையில் கற்பனையில் மெய்மறந்து பல நாழிகைநேரம் அப்படியே அமர்ந்திருந்தான். அவன் தோழர்களிடையே சிரிப்புக்கு இடமானான்.

சுண்டனை என்ன செய்வதென்று மாமன் சிண்டனுக்கு புரியவில்லை. அவர் அவனுக்கு கடுமையான வேலைகளை கொடுப்பதொன்றே அவனை தேற்றி எடுக்கும் வழி என நினைத்தார். அவனுக்கு ஒரு பெண்ணை பார்த்து கட்டிவைக்கலாம் என்று அவன் அம்மா தேயி முடிவெடுத்தாள். குடியிலேயே நல்ல பொறுப்பும் திறமையும் கொண்ட காளி என்ற பெண்ணை தேர்வுசெய்து அவள் அம்மாவிடம் சென்றுபேசி வெற்றிலைபாக்கும் கொடுத்துவந்தாள். காளி அவனைவிட ஆறுவயது மூத்தவள். ஒரு குழந்தையும் அவளுக்கு இருந்தது. கணவனை விரட்டிவிட்டவள். அவளைப்போன்ற ஒரு உறுதியான பெண்ணால்தான் அவனை பார்த்துக் கொள்ளமுடியும் என்று தேயி நினைத்தாள்.

அந்நாளில்தான் அவன்மேல் தெய்வம் ஏதோ குடியேறியது. முதலில் எவரும் கவனிக்கவில்லை. அவன் வழக்கம்போல அலைந்து கொண்டிருப்பதாகவே நினைத்தார்கள். பிறகுதான் வேறுபாடு

தெரிந்தது. அவன் கைகளைச் சுருட்டி இறுக்கி பற்களை கடித்து ஏதோ சொல்லிக்கொண்டான். அப்போது அவன் முகம் கொலைவெறி கொண்டவன் போலிருந்தது. தனக்குத்தானே பேசிக்கொண்டான். கண்கள் கலங்கி வழிய கைகளை வானம் நோக்கி விரித்தான். மலைகளை நோக்கி கைநீட்டி பேசினான்.

இரவில் அவனுக்கு தூக்கமே இருக்கவில்லை. எந்நேரமும் எழுந்து அமர்ந்திருந்தான். பலநாட்கள் அவன் இருட்டிலேயே கிளம்பி மலைமேல் ஏறி தன் பாறைக்குமேல் சென்ற நட்சத்திரங்களுக்கு கீழே படுத்துக்கொண்டான். எந்தக்கேள்விக்கும் அவனிடமிருந்து பதில் வரவில்லை. அவன் அம்மாகூட அவனிடம் பேசமுடியவில்லை. தேயி அவன் முன் நின்று அழுது கைகூப்பி மன்றாடியது எதுவும் அவனைச் சென்றடையவில்லை. அவன் கல்லில் எழுந்த தெய்வமுகம் கொண்டிருந்தான்.

அவன் அதன்பின் வேலைக்கும் செல்லவில்லை. அவன் மாமா சிண்டன் அவனை வேலைக்கு அழைத்தார். அவன் திரும்பிப் பாராமல் சென்றான். அவர் கோபத்துடன் கையை ஓங்கியபடி அவனை நோக்கிச் செல்ல அவன் திரும்பி "உம்!" என்றான். அவன் முகத்தில் எழுந்த உக்கிரத்தைக் கண்டு அவர் அஞ்சி பின்னடைந்துவிட்டார். அவனைப் பிடிக்க செல்ல இளைஞர்கள் எவரும் துணியவில்லை. அவனிடம் ஏதோ மலைவாதை கூடிவிட்டது என்றார்கள். அவனை இனி எவராலும் அடக்கமுடியாது என்றார்கள்.

மலைவாதையை அடக்கும் ஆற்றல்கொண்ட பூசகர்கள் காணிக்காரர்களே. சிண்டன் மலைக்குமேலே சென்ற காணிக்கார பூசாரியான கும்பனை கண்டு பேசி ஒருபணம் கொடுத்துவிட்டு வந்தான். அமாவாசை நாளில் பூசையும் பலியும் செய்து மலைவாதையை காடேற்றிவிடுவதாக கும்பன் சொல்லியிருந்தான். அதற்காக காட்டில் பொறிவைத்து பிடிக்கப்பட்ட பன்றி ஒன்று கூண்டில் அடைக்கப்பட்டு காத்திருந்தது.

அப்போதுதான் குமாரபுரம் சாலையின் நாலுமுக்கு வழியாக மலையிறங்கி வந்த சுண்டன் அங்கே ஏழு புலையப் பெண்களை கைகள் பனைநாரால் சேர்த்துக்கட்டி விற்பனைக்குக் கொண்டுவந்து வைத்திருப்பதைக் கண்டான். அவர்களின் குழந்தைகளும் அருகே கைகள் கட்டப்பட்டு வைக்கப்பட்டிருந்தன. பத்து படைநாயர்கள் ஈட்டிகளும் வாள்களுமாக காவல்நின்றனர். ஆலும்மூடுக் குடும்பத்தின் அடிமைகள் அவர்கள். ஆலும்மூடு காரணவர் கேசவன் தம்பி தன் வீட்டிலிருந்து வருவதற்காக அவர்கள் காத்திருந்தனர்.

அப்பெண்களின் கணவர்கள் தொலைவில் நின்று கதறி அழுதனர். அவர்களை வேலைக் காட்டி அச்சுறுத்தியும் கல்லைவீசி

எறிந்தும் விரட்டினர் காவலுக்கு நின்ற படைநாயர்கள். குழந்தைகள் அவர்களை நோக்கி கைநீட்டி ஓலமிட்டார்கள். சிலபெண்கள் மயங்கிக் கிடந்தார்கள்.

அப்போது ஆலும்மூடு காரணவர் கேசவன் தம்பி தன் காரியஸ்தனுடனும் சேவகனுடனும் வரப்பின் வழியாக வந்தார். அவரை கண்டதும் "தம்பிரானே, வேண்டாம் தம்பிரானே" என்று அலறியபடி ஒரு புலையன் எல்லையை மீறி ஓடிவர படைநாயர் ஒருவன் அவனை ஈட்டியால் மண்டையில் ஓங்கி அறைந்து வீழ்த்தினான். அவனுடைய மனைவியும் குழந்தைகளும் கூச்சலிட்டு அழுதார்கள்.

அத்தருணத்தில் சுண்டனுக்குள் இருந்து மலைவாதை பெருகி எழுந்தது. அவனுக்கு எட்டு கைகள் முளைத்தன, வாயில் வீரப்பல் எழுந்தது. சிம்மம்போல பிடரி சிலிர்த்தது. கர்ஜித்தபடி அவன் பாய்ந்தான் என்று புள்ளுவர் பாட்டு சொன்னது. வானத்தில் இடி முழங்கியது. மின்னல் வெட்டியபோது மலைப்பாறைகள் அதிர்ந்தன. காகங்கள் வானில் ஊதிச்சிறதடிக்கப்பட்டவை போல பறந்தன.

பானைப்பாட்டுகளில் உள்ள கதையில் சுண்டன் உறுமியபடி பாய்ந்து சென்று முதல் படைநாயரை கல்லால் அறைந்து வீழ்த்தினான். அந்த ஈட்டியை பிடுங்கி மற்ற நாயர்களை குத்திக் கொன்றான். நான்குபேர் விழுந்ததும் மற்றவர்கள் அஞ்சி ஓடினார்கள். அவன் கேசவன் தம்பியையும் அவருடன் வந்த காரியஸ்தனையும் சேவகனையும் கொன்றான். காரணவரின் நெஞ்சை வாளால் வெட்டிப்பிளந்து உள்ளிருந்து துடிக்கும் உயிர்க்குலையை எடுத்து ரத்தம் குடித்தான்.

ஒதுங்கி நின்றிருந்த புலையர்கள் ஓடிவந்து தங்கள் மனைவி குழந்தைகளை கட்டு அவிழ்த்து அழைத்துக்கொண்டு ஓடி காட்டுக்குள் தப்பிச் சென்றார்கள். ஓடிப்போன நாயர்கள் கொம்பூதி அழைக்க நாயர் படைவந்து சூழ்ந்துகொண்டது. அவர்கள் கல்லெறிந்து சுண்டனை வீழ்த்தினர். அப்போது பிடுங்கி எடுத்த இதயம் சுண்டனின் கையில் இருந்தது. காரணவர் கேசவன் தம்பியின் குடல் சேற்றில் நீண்டு கிடந்தது.

அவனை பத்மநாபபுரத்திற்கு கொண்டு சென்றார்கள். அவன் மயங்கி விழுந்து நினைவில்லாமல் கிடந்தான். கைகளை கயிற்றால் கட்டி தரையில் போட்டு இழுத்துச் சென்றார்கள். அங்கே புறக்கோட்டையில் அவனை ஒரு மரத்தில் கட்டி போட்டிருந்தனர். அவனை வேடிக்கை பார்க்க கோட்டை மக்கள் கூடினர். பிடிபட்ட காட்டுவிலங்குபோல அவன் சுருண்டு தன்னை மறந்து கிடந்தான். அவனில் எழுந்த தெய்வம் மறைந்துவிட்டிருந்தது.

மறுநாள் பேஷ்கார் வந்தார். அவன் குற்றம் விசாரிக்கப்பட்டது. கழுவேற்றியே தீரவேண்டும் என்று சபையினர் கூச்சலிட்டார்கள். கழுவேற்றும்படி பேஷ்கார் ஆணையிட்டார். கார்த்திகைத் திருநாள் ராமவர்மா மகாராஜாவின் முத்திரைப்படி திவான் கிருஷ்ணன் தம்பியின் பொறுப்பில் கழுவேற்ற ஆணை பிறப்பிக்கப்பட்டது.

மூன்று நாட்கள் சுண்டன் அந்த மரத்தடியில் கட்டிப்போடப்பட்டிருந்தான். பின்னர் கழுக்கோட்டையில் கழுவேற்றப்பட்டான். வழக்கமாக கழுபீடம் ஒருக்கும் அவன் தாய்மாமனான சிண்டன் தனியாகச் சென்று சாரோடு பாறையடியில் ஓர் இலஞ்சி மரத்தில் தூக்கிட்டு இறந்தார். பாறசாலையில் இருந்து கொண்டு வரப்பட்டவர்கள் கழுபீடம் ஒருக்கினார்கள்.

அவன் அம்மா அவனை அவர்கள் பிடித்துக்கொண்டு போவதைக் கண்டு உடன் வந்தாள். அவர்கள் அவளை அணுகவிடவில்லை. ஒரு மரத்தின்மேல் ஏறி நின்று அவள் அவனை பார்த்துக் கொண்டிருந்தாள். அவன் கசங்கிய அழுக்குத்துணி போல கிடப்பதை உணர்ச்சியில்லா கண்களால் வெறித்தாள். அவனை அவர்கள் கழுவேற்ற கொண்டு போனதை கண்டதும் நேராகச் சென்று தன் கைகால்களை கட்டிக்கொண்டு செம்பன்குளத்தில் விழுந்து மூழ்கி இறந்தாள்.

கழுவன் சுண்டனை ஏழுநாட்களுக்குப்பின் கொண்டுவந்து வயல்மேட்டில் எரித்தனர். அங்கேயே அவனை கழுமாடனாக நிலைநிறுத்தினார்கள். ஆனால் அவன் அடங்கவில்லை. சிவனிடம் வரம்கேட்டுவந்து அவன் நாட்டில் ஆதாளி செய்தான். ஆலும்மூடு குடும்பத்தினரின் எட்டு வாரிசுகளை அவன் முதுகிலறைந்து கொன்றான்.

அவர்கள் கீழ்மடம் போற்றியை அழைத்துவந்து பிரஸ்னம் வைத்து பார்த்தபோது உக்ரரூபியான கழுமாடன் அவர்கள் குடும்பத்தை அழிக்க வெறிகொண்டிருப்பதைக் கண்டார்கள். சுண்டன் கழுமாடனுக்கு குருதிபலி கொடுத்து மிகப்பெரிய சாந்திபூஜையை நடத்தினார்கள்.

பூசகனின் உடலில் எழுந்த கழுமாடன் 'என்குடியை வைத்து அடிமை வியாபாரம் செய்தவனின் குருதிகுடித்தேன். இனி செய்பவனின் குருதியையும் குடிப்பேன். என்ன தந்தாலும் அடங்கமாட்டேன்' என்றான். "முக்காலி அடியும் சாணியடியும் நடந்தால் இனியும் பெருகி எழுவேன்" என்றான்.

"இனி குடும்பத்தில் எவரும் அடிமை வியாபாரம் செய்வதில்லை" என்று ஆலும்மூடு குடும்பத்தினரின் புதிய காரணவரான ராமன் தம்பி நெய்விளக்கை தொட்டு சத்தியம் செய்தார். கழுமாடனுக்கு

பலியும் பூஜையும் முறையாகச் செய்யும்பொருட்டு சுண்டனின் குடும்பத்திற்கே பொறுப்பை அளித்து கரமொழிவாக வயலும் நிலமும் அளித்து நீட்டு பொறித்து கொடுத்தார்.

கழுப்பிடி ஆசான் சுண்டனை கழுவில் அமரச்செய்தபோது அவன் முகம் புன்னகையுடன் இருந்ததாக புள்ளுவர் பாட்டு சொன்னது. "நிலாவெழுந்த சுனைபோலே, கனாவெழுந்த குழந்தை போலே" அவன் முகம் இருந்தது. அவர்கள் அவனை கோட்டைக்குள் விட்டுவிட்டு கதவை மூடியபோது அவன் ஒரு வார்த்தை சொன்னான். "கரியாத்தா!" அதைக்கேட்டு அவர்கள் நடுங்கினார்கள். ஏனென்றால் அங்கே எட்டு மாதம் முன்பு கழுவேற்றப்பட்ட புலையனின் பெயர் அது.

கரியாத்தனுக்கு கழுபீடம் ஒருக்கியவர் சிண்டன். அப்போது அந்தக் கழுபீடத்தில் உடல்தடம் உருவாவதற்காக கரியாத்தனைப்போலவே உடல்கொண்ட சுண்டனை பச்சைக்களிமண் மேல் அவர் அமரவைத்தார். அந்த தடம் மீது அமர்ந்துதான் கரியாத்தன் கழுவிலேறினான்.

சுண்டன் கழுவிலேறிய அந்தப்பீடத்தை அமைக்கும்போதும் அவ்வண்ணம் ஓர் இளைஞனை அமரச்செய்து தடம் பதித்தனர். அவன் பெயர் உருமன். ஓடையடிக்கழுமாடனாகிய சுண்டனின் நடுகல்லுக்கு அப்பால் சிற்றாலக்காட்டின் அருகே கிளைபரப்பி நின்றிருக்கும் ஆலமரத்தடியில் நடுகல்லாக அமர்ந்திருக்கும் எழுமுடி கழுமாடன் உருமன்தான்.

9. சத்தியக்கட்டு

இமையம்

காலையிலேயே பொட்டைக்குளத்தைச் சுற்றியிருந்த இடம் உயிர்பெறத் தொடங்கியிருந்தது. வழக்கத்திற்கு மாறாகக் காக்கைகள், பருந்துகள், குருவிகள் அதிக அளவில் வரத் தொடங்கியிருந்தன. பல குடும்பங்கள் ஏற்கனவே வந்துவிட்டிருந்தன. வந்த வேகத்திலேயே நிழலில் உட்கார்ந்து பொங்கல் வைப்பதற்கான வேலைகளைச் செய்ய ஆரம்பித்தனர். ஒரு சிலர் அடுப்பு வெட்டிக்கொண்டிருந்தார்கள். ஒரு சிலர் அடுப்பு கோலக் கற்களைத் தேடிக்கொண்டிருந்தார்கள். பெண்கள் குச்சி பொறுக்கிவரக் கிளம்பிக்கொண்டிருந்தார்கள். கிழவிகளும், சிறுபிள்ளைகளும் மூட்டை முடிச்சுகளுக்குக் காவலாக உட்கார்ந்திருந்தனர். ஒருவர் தவறாமல் எல்லோரும் 'மய காத்து வந்துடும், சட்டுசருக்குன்னு வேலயப் பாருங்க' என்று சொல்லிக்கொண்டிருந்தார்கள். குடும்பம்குடும்பமாக ஆட்கள் வந்தவாறு இருந்தனர்.

பொட்டைக்குளத்தைச் சுற்றிக் கூடியிருந்த கூட்டத்தில் பாதிக்கு மேல் வெளியூர்க் கூட்டமாகத்தான் இருந்தது. அரசாங்கம் இலவசமாகத் தொலைக்காட்சிப் பெட்டி வழங்குகிறது என்று உள்ளூர்ச் சனங்கள் எல்லாம் கிராம அலுவலரின் அலுவலகத்தில் போய்க் காலையிலேயே உட்கார்ந்துவிட்டார்கள். 'சாமி எங்கியும் ஓடிடாது. காலயிலெ இல்லன்னா மத்தியானம் கோவுலுக்குப் போயிக்கலாம். டி.வி. அப்பிடி இல்லெ. கூட்டத்திலெ வாங்குனாத்தான் மணியக்காரன் எதுவும் கேக்கமாட்டான். அவன் சொன்ன தவண தவறிப்போனா நூறு எடு. எரநூறு எடும்பான்' என்று சொல்லி ஊரின் மொத்த சனமும் கிராம நிர்வாக அலுவலகத்தில் காத்துக்கிடந்தது. அதே நேரத்தில் எந்த நேரமாக இருந்தாலும் பொன்னருவி சாமிக்குப் பொங்கல் வைத்துப் படைக்க வேண்டும் என்ற எண்ணமும் லேசாக எல்லோருக்கும் இருந்தது.

பொட்டைக்குளத்தைச் சுற்றித் திருவிழாவிற்கான களைகட்டத் தொடங்கியது. வளையல்காரர்கள் கடை போட ஆரம்பித்திருந்தனர். கிளி ஜோசியக்காரன், கைரேகை பார்ப்பவன் தங்களுடைய பாய்களை விரித்துப்போட்டனர். மாட்டுவண்டியில் ஏற்றிவந்த பானைகளைக்

கொசவன் இறக்கி வைத்துக்கொண்டிருந்தான். கூடை, முறக்கடையும் போடப்பட்டிருந்தது. அரிவாள்மணை, சுத்தி, அரிவாள், உலக்கை போன்ற இரும்புச் சாமான்கள் விற்பவன் தன்னுடைய மூட்டையைப் பிரித்துக்கொண்டிருந்தான். தேங்காய் விற்பவர்கள் காலையிலேயே வந்துவிட்டிருந்தனர். கற்பூரம், ஊதுவத்தி விற்பவர்கள், பொரி, பொட்டுக்கடலை விற்பவர்கள் அவசரஅவசரமாகத் தங்களுடைய படுதாக்களை விரித்துப் போட்டுக்கொண்டிருந்தனர். பலூன் விற்பவனும், ஐஸ் பெட்டிக்காரனும், ஊசி, மணி விற்கிற குறத்திகளும், பூ விற்பவர்களும் கூட்டத்திற்குள் சுற்றி வர ஆரம்பித்தனர். கூட்டம் சேரச்சேர, சத்தமும் இரைச்சலும் கூடிக்கொண்டிருந்தது. அதனால், கூட்டத்தினருக்கு உற்சாகமும் கூடிற்று.

'மய வந்துடும். சீக்கிரம் பொங்க வைக்கிற வேலயப்பாரு. மய காத்துன்னு வந்துட்டா ஒண்ணும் செய்ய முடியாது. போன வருசம் பன்னண்டு ஒரு மணிக்கே மய வந்துடுச்சி' என்று சிவப்பு நிறத்துண்டு போட்டிருந்த ஆள் சொன்னான். அதற்கு அவனுக்குப் பக்கத்தில் நின்று கொண்டிருந்த பெண் 'பேசிக்கிட்டெ நிக்காம, பிராக்கு பாக்காம அடுப்ப வெட்டுற வேலயப்பாரு. மய காத்துன்னு வந்துட்டா ஒதுங்கி நிக்கக்கூட இங்க எடமில்லெ' என்று சொல்லிக்கொண்டே மூட்டையைப் பிரித்துப் பொருட்களை எடுத்து வைக்க ஆரம்பித்தாள். அந்த வழியே போன ஒரு ஆள் அவனுக்குப்பின்னால் வந்த பெண்ணிடம் 'சீக்கிரம் கடெக்கிப் போயிட்டு வா. மய வர்றதுக்குள்ளார எல்லா வேலயும் முடிச்சாவணும்' என்று சொல்லிக்கொண்டே வேகமாகப் போனான்.

பொன்னருவி சாமி கோவிலுக்கு மேற்கில் இருபது முப்பதடி தூரத்தில் நின்றுகொண்டிருந்த வேப்ப மரத்தின் கீழ் ஒரு ஆள் அடுப்பு வெட்டிக்கொண்டிருந்தான். அவனுக்குப் பக்கத்தில் ஒரு பெண் பூசணிக்காயை அறுத்துக்கொண்டிருந்தாள். அவளுக்கு எதிரில் ஒரு பெண், குழந்தைக்குப் பால் கொடுத்துக் கொண்டிருந்தாள். குழந்தைக்கு வியர்த்து ஒழுகியது. வியர்வையைத் துடைத்துவிட்டு அந்தப் பெண் முந்தானையால் குழந்தைக்கு விசிறிவிட்டாள். பிறகு தனக்கும் விசிறிக்கொண்டாள். அவளுக்கு என்ன தோன்றியதோ 'இந்த நேரத்திலியே எதுக்குத்தான் இப்பிடி ஒரு வெயிலு அடிக்குதோ. இம்மாம் மரம் இருந்தும் ரவ குளுந்த காத்து இல்லெ. இன்னும் பத்து நாளக்கி இப்பிடியே வெயிலடிச்சா அவ்வளவு தான்' என்று சொன்னாள். அதற்கு, பூசணிக்காயை அறுத்துக்கொண்டிருந்தவள் சொன்னாள்: 'இன்னியப் பொயிதுக்குள்ளார மய வந்துடும். நாளக்கே சூடு தணிஞ்சுடும். மய வர்றதுக்காகத்தான இன்னிக்கி இங்க வந்திருக்கம். எந்த நிமிசத்துலயும் காத்து மய வரலாம்.'

'வானம் இருக்கிற நெலமயப் பாத்தா சந்தேகமாத்தான் இருக்கு.

சூட்டுல புள்ளக்கி ஒடம்பெல்லாம் கொப்பளம் போட்டுடுச்சி. பெரியவங்களுக்கே தாங்க முடியலியே, பச்சப்புள்ளெ ஒடம்பு தாங்குமா?'

'இப்ப அப்பிடித்தான் இருக்கும். சாயங்காலத்துகுள்ளார மய வந்துடும். இருவது வருச சத்தியக்கட்டாச்சே. மய வராம இருந்திடுமா? இன்னிக்கி மய பெய்யும்ன்னுதான இத்தினி ஊரு சனங்க வந்திருக்குது. பாக்கல?'

'மய வந்தாத்தான் தேவல. ஆனா வருமான்னுதான் தெரியல. இன்னிக்கி அந்தம்மா மனசுல என்னா இருக்கோ. இப்பத்தான் எல்லாம் தலகீய நடக்குதே, நாலஞ்சி வருசத்துக்கு மின்னாடியும் இப்படித்தான் மய இல்லாம போயிருச்சி.'

'ஒனக்கு எதுலயும் சந்தேகம்தான். போயும்போயும் சாமிய சந்தேகப்படலாமா? மயயாலதான் இந்த சாமி எட்டு ஊருக்கும் பேரு பெத்து வெளங்குது. நெறஞ்ச கொளத்தில அந்தம்மா எதுக்கு உசுர வுட்டான்னு தெரியுமில்லெ? இன்னிக்கி எப்பிடியிருந்தாலும் மய வராம நிக்காது. சாமி சோதன பண்ணிப் பாக்கும். ஆனா செய்யாம இருக்காது.'

'ஒன்னோட வாக்கு பலிச்சா சரி' என்று சொல்லும்போது இரண்டு குழந்தைகள் ஓடி வந்து அவளுடைய கழுத்தைக் கட்டிக்கொண்டன. 'தம்பிய இடிக்காதீங்க. ஒரு எடத்திலெ குந்தியிருந்தா என்ன? எதுக்கு நெருப்பு மாரி சுடுற வெயில்ல அலயுறீங்க?' என்று சொன்னதைக் கேட்காமல் ஐஸ் வாங்கக் காசு கேட்டு அவளிடம் பிள்ளைகள் இரண்டும் நச்சரிக்க ஆரம்பித்தன.

'தேங்கா வாங்கிக்கிட்டு வர்றன்னு போன மனுசன ஆளக்காணும். தண்ணீ எடுக்கப்போனவளயும் காணும். இரு, ஒரு எட்டு பாத்துட்டு வந்துடுறன். ஒரு எடத்துக்கு வந்தா ஒன்னாமின்னா இருக்க வாணாமா? இன்னிக்கிப் பாத்துத்தான் பெரும் மய காத்து வரும். இதுகூடத் தெரியாத மனுசன் என்னா மனுசன்?' என்று சொல்லிவிட்டு அறுத்துக்கொண்டிருந்த பூசணிக்காயை ஒரு குண்டானில் போட்டு வைத்துவிட்டுப் பொன்னருவி சாமி கோவிலுக்கு அருகில் அவள் வந்தாள். கூட்டத்தில் தன்னுடைய புருசன் தென்படுகிறானா என்று பார்த்தாள். தன்னுடைய மகளையும் தேடினாள். எங்கு பார்த்தாலும் சிவப்பு நிறச் சீலையாகவும், மஞ்சள் நிறச் சீலையாகவுமே தெரிந்தது. குறைந்தது அறுபது எழுபது இடங்களிலாவது பொங்கல் வைப்பதற்கான வேலைகள் நடந்து கொண்டிருந்தன. பொட்டைக்குளத்திற்குள் பெரிய கூட்டம் குளித்துக்கொண்டிருந்தது. ஆண்களும் பெண்களும் குறுக்கும்நெடுக்குமாக ஓயாமல் நடந்து கொண்டிருந்தனர். எல்லாவற்றையும் வேடிக்கை பார்த்துக்கொண்டே

வந்த அந்தப் பெண் கோவிலுக்கு முன் வந்தாள். சாமியைப் பார்த்துக் கையெடுத்துக் கும்பிட்டாள்.

அந்த ஆலமரம் அவ்வளவு பெரிய மரமல்ல. இருபது வருசத்து மரம்தான். ஆனால் உரம்போட்டு வளர்த்தது மாதிரி வளர்ந்து கால்காணி அளவுக்கு நிழல் பரப்பிக்கொண்டிருந்தது. அடிமரத்தைச் சுற்றி அகலமாக, சிமெண்டால் மேடை கட்டி யிருந்தனர். மரத்தோடு சேர்ந்த நிலையில் கூண்டு மாதிரி மூன்றடி உயரத்தில் கோயில் கட்டியிருந்தனர். அதற்குள் அகல்விளக்கு ஒன்று எரிந்துகொண்டிருந்தது. மரத்தைச் சுற்றிலும் இருபதுக்கும் மேற்பட்ட சூலங்கள் நட்டு நிறுத்தப்பட்டிருந்தன. இவ்வளவு தான் பொன்னருவி சாமி கோவில். கூண்டுக்குள் எரிந்து கொண்டிருந்த அந்த அகல்விளக்கைப் பார்க்கப்பார்க்க அந்தப் பெண்ணுக்கு என்ன தோன்றியதோ, சட்டென்று நெடுஞ்சாண்கிடையாக விழுந்து கும்பிட்டாள். அப்போது பொட்டைக்குளத்தில் குளித்துவிட்டு ஈரச் சீலையுடன் வந்த இரண்டு பெண்கள் சாமி கும்பிட்டனர். மேடையில் உட்கார்ந்திருந்த பூசாரி அவர்களுக்குத் திருநீறு கொடுத்தான். திருநீறையும் குங்குமத்தையும் வாங்கி நெற்றியில் பூசிக்கொண்ட அந்தப்பெண்கள் ஆலமரத்தைச் சுற்றிக் கட்டி யிருந்த சிவப்பு நிறச் சீலையைத் தொட்டுக் கும்பிட்டனர். பிறகு சீலைக்குக் கீழே கொட்டிக்கிடந்த வளையல்களில் தேவையான அளவுக்கு எடுத்துத் தங்களுடைய கைகளில் மாட்டிக்கொண்டு கூட்டத்திற்குள் புகுந்து நடக்க ஆரம்பித்தனர். எல்லாவற்றையும் பார்த்துக் கொண்டிருந்த அந்தப்பெண், சாமி கும்பிடக் கூட்டமாகப் பெண்கள் வந்ததும் சற்றுத் தள்ளி வடக்காக நடந்து சென்றாள். வேடிக்கை பார்த்துக்கொண்டே போனதில் உட்கார்ந்திருந்த கிழவி ஒருத்தியை இடித்துவிட்டாள். கிழவியை இடித்துவிட்டோமே என்ற பரிதாபத்தில் அந்தக் கிழவியிடம் பேச்சுக் கொடுத்தாள். 'என்னா ஊரும்மா? வேச்சடலா குந்தியிருக்கியே, தண்ணிகிண்ணி ஏதாச்சும் வேணுமா? சொந்தக்கார சனங்க எல்லாம் எங்க இருக்காங்க?' என்று என்னென்னவோ கேட்டுப்பார்த்தாள். கிழவியிடமிருந்து ஒரு பதிலும் இல்லாததால் 'கொண பேதகம் புடிச்சது போல இருக்கு' என்று சொல்லிவிட்டுத் தன்னுடைய புருசனையும் மகளையும் தேடிக்கொண்டு நடக்க ஆரம்பித்தாள்.

பொன்னருவி சாமி கோவிலுக்குச் சற்றுத் தள்ளி வடக்கில் உட்கார்ந்திருந்த அந்தக் கிழவியைப் போகிறவர்கள், வருகிறவர்கள் எல்லாம் ஒரு மாதிரியாகப் பார்த்துக்கொண்டேதான் போனார்கள். கிழவியினுடைய உடம்பும் தோற்றமும் அவளை மற்றவர்களுக்குப் பைத்தியம் போலத்தான் காட்டிக்கொண்டிருந்தன. அவளுடைய பார்வை ஆலமரத்தில் கட்டியிருந்த சிவப்பு நிறச் சீலையிலேயே

நிலைகுத்தியிருந்தது. சனங்களுடைய போக்குவரத்து, இரைச்சல் என்று எதுவுமே அவளுடைய பார்வையை மாற்றவில்லை. பல ஊர்ச்சனங்கள் கூடியிருக்கிறார்கள், பொன்னருவி சாமிக்குப் படைக்கிறார்கள் என்பதுகூட அவளுக்குத் தெரியுமா என்பது சந்தேகம்தான். பழைய நாகம்மாளாக இருந்தால் அவளுக்கு எல்லாம் தெரிந்திருக்கும்.

நாகம்மாள் நாகம்மாளாக இருந்து இருபது வருசத்திற்கு மேல் ஆகிவிட்டது. நாகம்மாளும் அவளுடைய புருசன் சின்னசாமியும் சாமிதுறை படையாச்சி வீட்டில்தான் வேலை செய்துகொண்டிருந்தனர். சின்னசாமியின் அப்பனும் அம்மாளும் அதே வீட்டில்தான் வேலை செய்திருந்தனர். அறுவடைச் சமயத்தில் எல்லோருடைய வீட்டுப் பண்ணைக்காரர்களும் வயலுக்குக் காவல் காக்கப்போவது வழக்கம். அப்படிப் போகும்போது ஏழெட்டுத் திருடர்கள் சாமிதுரை படையாச்சியின் வயலில் நெல் கசக்கிக் கொண்டிருந்தார்கள். நல்ல நிலவு வெளிச்சத்தில் வயலில் என்ன நடக்கிறது என்பது தெரிந்தது. அவசரப்பட்ட சின்னசாமி 'திருடனுங்க நெல்லு கசக்குறாங்க. வாங்க டோய்' என்று பக்கத்து வயல்களுக்குக் காவலுக்கு வந்தவர்களைச் சத்தம் போட்டுக் கூப்பிடவும், திருடர்கள் உஷாராகிச் சின்னசாமியை வளைத்துக்கொண்டார்கள். சத்தம் போடாமலிருக்க வாய்க்காலில் அவன் முகத்தை வைத்து அழுத்த, மூக்குக்குள் சேறு போய் அடைத்துக்கொண்டு உயிர் போய்விட்டது. வெலவெலத்துப்போன திருடர்கள் கசக்கிய நெல்லைக்கூட எடுக்காமல் ஓடிவிட்டார்கள். சின்னசாமி செத்த செய்தி மறுநாள் காலையில்தான் தெரிந்தது. அப்போது நாகம்மாளின் வயிற்றில் பொன்னருவி எட்டு மாதக்கருவாக இருந்தாள்.

நாகம்மாளோடு சேர்ந்து பொன்னருவியும் சாமிதுரை படையாச்சி வீட்டில்தான் சின்ன வயதிலிருந்தே வேலை செய்தாள். படுப்பதற்கு மட்டும் தான் வீட்டுக்கு வருவாள். மற்ற நேரமெல்லாம் படையாச்சி வீட்டிலேயே தான் கிடப்பாள். அதனால், சாமிதுரை படையாச்சியின் பேரனுக்கும் பொன்னருவிக்கும் உறவாயிற்று. அந்த உறவில் பொன்னருவியின் வயிறு வளர ஆரம்பித்தது. வயிற வளர ஆரம்பித்து ஆறு மாதம் முடிந்திருந்தது. படையாச்சியின் உறவும் கெடக்கூடாது, மகளுடைய வயிறும் சுத்தமாக வேண்டும் என்று நாகம்மாள் பிறர் அறியாமல் காரியத்தை முடிக்க நினைத்தாள். உள்ளூரில் பிள்ளையைக் கலைத்தால் தெரிந்துவிடும் என்று வெளியூருக்குப் போய் வயிற்றைச் சுத்தம் செய்ய நினைத்தாள். முடியாததால் உள்ளூரில் முயன்றாள். வெளியூர், உள்ளூர் என்று அலைந்ததில் ஒரு மாதம் ஓடிவிட்டது. அப்படி, இப்படி என்று விசயமும் வெளியே பரவிவிட்டது. விசயம் நாகம்மாளின்

கையிலிருந்து படிப்படியாக ஊராரிடம் போய்விட்டது. அதனால், ஊர் இரண்டாகிவிட்டது.

ஊர் முழுவதும் பேசுகிற விசயமாக மாறிவிட்டது பொன்னருவியின் வயிற்றில் வளர்ந்த கரு. குடித் தெருக்காரர்கள் முன்பு செய்த காரியங்களை எல்லாம் மனதில் வைத்துக்கொண்டு காலனிக்காரர்கள், கருவைக் கலைக்கக்கூடாது என்று பொன்னருவிக்குக் காவல் இருந்தனர். அதோடு, பிரச்சினைக்கு முடிவு தெரியாமல் ஊர் வேலை எதுவும் செய்யக்கூடாது என்று முடிவெடுத்தனர். மீறி வேலை செய்யப் போனவர்களையும் மறித்தனர். பிரச்சினை முற்றிய பிறகுதான் குடித்தெருக்காரர்கள் ஒன்றானார்கள். அவர்களோடு இரண்டு மூன்று ஊர் ஆட்களையும் சேர்த்துக்கொண்டு பஞ்சாயத்துப் பேசினர். கல்யாணம்தான் கட்ட வேண்டும் என்று காலனிக்காரர்கள் ஒரே பிடிவாதமாக இருந்தனர். இல்லை என்றால் காவல்நிலையத்தில் புகார் மனு கொடுப்பதாகக் கூறியதால் பிரச்சினை வளர்ந்து கொண்டே போயிற்று. படிப்படியாகப் பொன்னருவியின் பிரச்சினை பல ஊர்ப் பிரச்சினையாக உருவெடுத்தது. தன்னால்தான் ஊருக்குள் பிரச்சினை ஏற்பட்டுவிட்டது, பல ஊர்ப் பிரச்சினையாகவும் மாறிவிட்டது, தான் இருக்கும்வரை இந்தப்பிரச்சினை தீராது என்று நினைத்த பொன்னருவி தற்கொலை செய்துகொள்ள முயன்றாள். இரண்டு முறை காப்பாற்றப்பட்டதோடு, நல்ல அடியும் உதையும் கிடைத்தது. 'ஊர் மேஞ்ச தேவிடியாள யாண்டி பெத்த?' என்று நாகம்மாளுக்கும் அடி கிடைத்தது. 'ஊரு எப்பவும்போல இருக்கணுமின்னா அவ சாவணும், அவ சாவணும்' என்று சொல்லி நாகம்மாள் தலையிலேயே அடித்துக்கொண்டாள். 'ஏயேயு சென்மத்துக்கும் தீராத பாவத்தக் கொண்டாந்துட்டாளே. இனி எப்பிடி நான் இந்தப் பாவத்தப் போக்குவன்?' என்று சொல்லிப் புலம்பினாள். 'இந்தச் சனியனாலதான இப்பிடியெல்லாம் ஆவுது' என்று சொல்லிப் பொன்னருவி தன்னுடைய வயிற்றிலேயே குத்திக்கொண்டாள். எப்படியாவது வயிற்றின் பாரம் இறங்கினால் சரி என்று பப்பாளிப் பழத்தைத் தின்று பார்த்தாள். வெல்லம், எள் என்று எதைஎதையோ விழுங்கிவைத்தாள். கருங்கல்லை வைத்து வயிற்றில் கட்டிவிட்டது மாதிரி அவளுடைய வயிறு கரையாமல் இருந்தது.

குடித்தெருவுக்கு வேலைக்குப் போகாமல் காலனிக்காரர்கள் ஆறேழு நாட்கள் கட்டுமானமாக இருந்தனர். விசயம் அடுத்தடுத்த ஊர்க் காலனிக்கும் பரவியது. அதனால், சில ஊரில் பிள்ளையைக் கலைக்கலாம் என்றனர். நிறைய ஊரில் கலைக்கக்கூடாது என்றனர். பொன்னருவியின் வயிற்றிலிருந்த கரு கிட்டத்தட்ட பத்துக்கும் மேற்பட்ட ஊர்களுடைய தூக்கத்தைக் கெடுத்துக்

கொண்டிருந்தது. குடித்தெருக்காரர்கள் விசயத்தை எப்படி அமுக்குவது என்று யோசித்தனர். கடைசியில் மூன்று நான்கு ஊர்க் குடித்தெருக்காரர்கள் ஒன்றாகக் கலந்து பேசி ரகசியமாக நாகம்மாளையும் பொன்னருவியையும் வரவழைத்தனர். 'தப்பு நடந்து போச்சி. இப்ப இது பல ஊரு பிரச்சனயா ஆயிடும்போல இருக்கு. அதனால இன்னும் பேரு கெட்டுப்போறதுக்குள்ளாரக் காதும்காதும் வச்சாப்ல ரெண்டு பேத்துக்கும் கண்ணாலத்தக் கட்டி மாயவரத்துப் பக்கம் கொண்டு போயி சொந்தக்காரங்க ஊட்டுல குடிவச்சிடலாம். அங்கியே வேலக்கிப் போயி கால சீவனத்த ஓட்டட்டும். மூணு நாலு ஊர்க்காரங்க சொல்றம். எங்க வாத்தய நம்பு. ஒனக்கு நல்லதுதான் சொல்றம், முடியாதின்னா ஒன்னோட மவ வாயிக்கத்தான் வீணாப்போவும். ஊரும் ரத்தகாடாப் போயிடும். மேச்சாதிக்காரங்க சொல்றம். வாத்தய மாத்திப் பேசுற சாதி நாங்க இல்லெ. இந்த மாரி வெவகாரம் இன்னிக்கி மட்டும்தான் நடக்குதா? இத்தன காலமா அனுசரிச்சிப் போவலியா? இப்பத்தான் புதுசா கொம்பு மொளச்ச மாரி எல்லாப் பயலும் ஆடுறானுவோ, ஆடட்டம், பாத்துக்கலாம். இது பொட்டப்புள்ள விசயம். நீதான் முடிவு எடுக்கணும்' என்று சொன்னதும் பொன்னருவிக்கும் நாகம்மாளுக்கும் மறுபேச்சு பேச முடியவில்லை. ஊருக்குள் பிரச்சினை இல்லாமல் இருந்தால் சரி என்று இருவரும் குடித்தெருக்காரர்கள் சொன்னதற்கெல்லாம் தலையாட்டினார்கள். அவர்கள் சொன்னதை அப்படியே நம்பவும் செய்தனர். என்றைக்குப் புறப்பட வேண்டும், எந்த ஊரில், எந்தக்கோவிலில் கல்யாணம், அதன் பிறகு எந்த ஊருக்கு, எந்த வழியாகப் போக வேண்டும் என்பதையெல்லாம் குடித் தெருக்காரர்கள் தெளிவாகச் சொன்னார்கள். அவர்கள் சொன்னபடியே குறிப்பிட்ட நாளில், குறிப்பிட்ட இடத்தில், குறிப்பிட்ட நபர்களிடம் ஊர் அறியாமல் பொன்னருவியைக் கொண்டுவந்து நாகம்மாள் ஒப்படைத்தாள். அவள் ஒப்படைத்து மூன்று நான்கு மணிநேரம்கூடக் கழிந்திருக்காது. காலையில், பொன்னருவியின் பிணம் பொட்டைக்குளத்தில் மிதப்பதாகச் சொன்னார்கள்.

காலனிக்காரர்களுக்கு ஒரே குழப்பமாகிவிட்டது. 'எப்படி நடந்திருக்கும், எப்படி நடந்திருக்கும்?' என்று ஒருவருக்கொருவர் கேட்டுக்கொண்டனர். ஊர்க்கட்டுப்பாட்டை மீறக்கூடியவள் அல்ல நாகம்மாள். ஊர்க்கட்டுப்பாட்டை மீறி, ஊராருடைய பார்வையை மீறிப் பொன்னருவி எப்படி வீட்டைவிட்டு வெளியே வந்திருக்க முடியும்? தூக்கில் தொங்கி, அரளிக்கொட்டையை அரைத்துத் தின்றுவிட்டு செத்திருந்தாலும் தானாகச் செத்திருப்பாள் என்று நம்ப முடியும். பொட்டைக்குளத்தில் விழுந்து செத்திருப்பதை யாராலுமே நம்ப முடியவில்லை. பொட்டைக்குளத்திற்குள் காலனிக்காரர்கள்

இறங்கக்கூடாது என்று அவளுக்குத் தெரியும். கால்கழுவ என்று மீறி இறங்கியிருந்தாலும் கால் தவறி விழுந்து செத்துவிட்டாள் என்று நம்ப முடியாது. நீச்சல்தெரிந்த, இருபது வயதுள்ள பெண் குளத்தில் சாவது என்பது நம்பக்கூடிய விசயமாக இல்லை என்று ஊரே பேசிக்கொண்டது. என்ன செய்வது, எப்படிச் செய்வது என்று பல பேருக்கும் புரியவில்லை. மீறிச் செய்யலாம் என்றால் யார் செய்வது என்ற குழப்பம் வேறு. நாகம்மாளைப் பிடித்து உலுக்கிப் பார்த்தார்கள். அவள் மயக்கம் வந்தது மாதிரி சுருண்டு கிடந்தாள்.

பிணத்தை வெளியே எடுக்கக் குடித் தெருக்காரர்கள் விடவில்லை. காரணம் தண்ணீர் குடிக்கவோ, கால் கழுவவோ குளத்திற்குள் இறங்கிக் கால்தவறி விழுந்து பொன்னருவி செத்துவிட்டாள். ஒரு காலனிக்காரி எப்படி குளத்திற்குள் இறங்கலாம்? பிணம் கிடக்கிற குளத்தை எப்படி இனி மேல்சாதிக்காரர்கள் பயன்படுத்துவது? இனிமேல் ஆடுமாடுகளுக்கு எந்தக் குளத்திலிருந்து தண்ணீர் எடுப்பது? ஆடுமாடுகளை இனிமேல் எங்கே கொண்டுபோய்க் கழுவுவது? முக்கியமாக, வெளிக்குப்போய்விட்டு வந்து எங்கே கால்கழுவுவது என்று கேட்டுக் குடித்தெருக்காரர்கள் தகராறு செய்தார்கள். அதோடு பஞ்சாயத்தையும் கூட்டிவிட்டார்கள். காலனிக்காரர்களுக்கு பேசுவதற்கு வழியில்லாமல் போயிற்று. 'இருந்தும் கெடுத்தா தேவிடியா, செத்தும் கெடுக்குறா பாரு தேவிடியா' என்று பொன்னருவியைத் திட்டாதவர்கள் இல்லை. குடித்தெருக்காரர்களின் பஞ்சாயத்துக்குக் கட்டுப்பட்டார்கள். ஆனால், அபராதத் தொகையில் பாதிதான் கட்ட முடியும் என்று சொன்னார்கள். அதற்குச் சரி என்று ஒத்துக்கொண்ட குடித்தெருக்காரர்கள். அபராதத் தொகையை கட்டிய பிறகுதான் பிணத்தை எடுக்கவிட்டார்கள். பொட்டைக்குளத்திலிருந்து பிணத்தை வெளியே எடுக்கும்போது இருள் இறங்க ஆரம்பித்துவிட்டது. ஏழு மாத வயிற்றுப் பிள்ளையுடன் ஊதிப்போய்க் கிடந்த பிணத்தைப் பார்த்து ஊரே திரண்டு வந்து அழுதது. ஆனால், நாகம்மாள் மட்டும் அழவில்லை. ஒரு சொட்டுக் கண்ணீர்கூட அவள் விடவில்லை. எல்லாவற்றையும்விட, பிணத்தின் முகத்தைக்கூட அவள் கடைசிவரை பார்க்கவில்லை. ஊரார்கள் கட்டாயப்படுத்தியும்கூட அவள் அசைந்து கொடுக்கவில்லை.

பொன்னருவி செத்த பிறகு ஊருக்குள் பல கதைகள் உருவாயின. பொட்டைக்குளக்கரையில் நடுச்சாமத்தில் யாரோ ஒரு பெண்ணுடைய அழுகுரல் ஓயாமல் கேட்பதாக ஊருக்குள் முதலில் வதந்தி பரவியது. பிறகு பேயாக அவள் அலைகிறாள் என்று பேசப்பட்டது. ஊரார்களுடைய கற்பனைக்கு ஏற்றவாறுதான் காரியங்களும் நடந்தன. பொட்டைக்குளத்தில் குடித்தெருக்காரர்கள் யாரும் இறங்கக்கூடாது என்று கட்டுமானம் இருந்தது. அதை மறந்துவிட்டு,

கால்கழுவுவதற்குப் போன ஐந்தாறு வயதுப்பையன் எப்படி விழுந்து குளத்தில் செத்தானோ தெரியாது, ஆனால், பொன்னருவிதான் காலைப்பிடித்துக் குளத்திற்குள் இழுத்துக்கொண்டாள் என்று ஊரே பேசியது. அந்தப்பேச்சு அடங்குவதற்குள் மூன்று ஆட்டுக்குட்டிகள் அதே குளத்தில் விழுந்து செத்தன. இதைவிடப் பெரிய விசயமாக, உச்சிப்பொழுதுக்கு ஆடு மேய்த்துக்கொண்டிருந்த முத்துசாமி படையாச்சி குளக்கரையை ஒட்டியிருந்த புளியமரத்துக்குக் கீழே நெஞ்சுவலி வந்து செத்ததுதான் பேசப்பட்டது. இதுதான் என்றில்லை. பொன்னருவி விசயத்தில் முன்னால் நின்று தகராறு செய்தவர்கள் மூன்று பேர்தான். அந்த மூன்று பேரில் ஒருவனுக்கு வயிற்றுப்போக்கு ஏற்பட்டுச் சிதம்பரம் மருத்துவமனைக்குப் போனவனைப் பிணமாகத்தான் திருப்பிக் கொண்டுவந்தார்கள். மற்றொருவனுடைய பொண்டாட்டி சாதாரண வாய்ச்சண்டைக்காக நான்கு பிள்ளைகளை விட்டுவிட்டுத் தூக்கில் தொங்கிச் செத்தாள். இன்னொருவனுடைய மாடுகள் இரண்டு காட்டில் விஷம் தீண்டிச் செத்தன. புது வழக்கமாக குடித்தெருப் பெண் ஒருத்திக்குப் பேய் பிடித்துக்கொண்டது. ஒரே நாளில் மூன்று பெண்களுக்குக் கர்ப்பம் கலைந்தது. அந்தச் சமயத்தில் பிரசவித்த பெண்களில் ஒன்றிரண்டு பேருக்கு குழந்தைகள் செத்தே பிறந்தன. இப்படி ஊருக்குள் நாளுக்கு ஒரு சாவு; வாரத்திற்கு ஒரு அபசகுனமாகக் காரியங்கள் நடந்ததால், ஊருக்குள் இருந்த எல்லோருக்குமே பீதியும் கலவரமும் உண்டாயிற்று. கெட்ட காரியங்கள் நடப்பதற்குப் பொன்னருவி யினுடைய சாபம்தான் காரணம் என்று எல்லோருமே நம்பினார்கள். யாருக்கு எப்போது என்ன நேருமோ என்ற அச்சம் எல்லோருடைய மனதிலும் இருந்தது. ஊராருடைய அச்சத்தை வளர்ப்பது மாதிரிதான் காரியங்களும் நடந்துகொண்டிருந்தன. ‘பீ மேல யாண்டா கல்லெப் போட்டமின்னு இருக்கு’ என்று ஆண்களும், ‘பொண் பாவம் சும்மா வுடாது, ஏழு கோத்தரத்துக்கும் கேக்கும்‘ என்று பெண்களும் பேச ஆரம்பித்தனர். பொன்னருவியினுடைய சாபத்திலிருந்து, கோபத்திலிருந்து தப்பிப்பதற்கு வழி தேடுமாறு பெண்கள் புலம்ப ஆரம்பித்ததோடு, அவர்களே பொங்கல் வைத்துப் படைத்தால் அவளுடைய கோபம் தணியும் என்று சொன்னார்கள். அதனால், ஊர்ப்பஞ்சாயத்து கூடியது. பஞ்சாயத்தில் ஒரு ஆள் தவறாமல் எல்லோருமே பொங்கல் வைத்துப் படைக்கலாம் என்று சொன்னார்கள். சிவன் கோவிலுக்கு எதிரிலுள்ள வீட்டுக்காரரான சிதம்பரம் பிள்ளை மட்டும் ‘பறச்சிய எப்பிடியோ சாமி ஆக்கிட்டீங்க’ என்று சொன்னார். அவருடைய பேச்சு பஞ்சாயத்தில் எடுபடவில்லை. குடித்தெருக்காரர்கள் பொங்கல் வைத்துப் படைக்க முடியாது. அதனால், பொன்னருவியினுடைய சொந்தக்காரர்களிடமே அந்தப்பொறுப்பை ஒப்படைக்கலாம் என்றும், அதற்குரிய செலவை

ஊர்ப்பொதுவில் தர வேண்டும் என்று பஞ்சாயத்தில் முடிவாகியது. பஞ்சாயத்தில் முடிவானபடிதான் பொட்டைக்குளக்கரையில் பொன்னருவிக்கு முதல் பொங்கல் படைத்தது.

பொன்னருவி என்று பொட்டைக்குளத்தில் பிணமாகக் கிடந்தாளோ அன்றிலிருந்தே குடித்தெருக்காரர்கள் அந்தக்குளத்துப் பக்கம் வருவதை விட்டுவிட்டார்கள். ஆடுமாடுகளுக்குத் தண்ணீர்கூட எடுப்பதில்லை. ஆடுமாடுகளைக் கழுவுவதில்லை. அவற்றைத் தண்ணீர் குடிக்கக்கூட விடுவதில்லை. குறுக்கநெடுக்க என்று போகும்போது அவசரமாக வெளிக்குப்போனாலும் கால்கழுவக்கூடப் பொட்டைக்குளத்திற்குள் அடிவைப்பதில்லை. இந்த விசயத்தில் ஊர்க் கட்டுப்பாட்டைச் சிறு பிள்ளைகள்கூட மீறவில்லை. பொன்னருவி செத்த மறுநாளே பெருமாள் கோவிலுக்கு மேற்கில் தூர்ந்துபோய்க் கிடந்த குளத்தைத் தூர் எடுத்துப் பயன்படுத்த ஆரம்பித்துவிட்டார்கள். நாகம்மாள் பொன்னருவியின் எட்டாம் துக்கத்தையும், கரும காரியத்தையும் பொட்டைக்குளத்தின் கரையில்தான் செய்தாள். காரியத்திற்குத் தேவையான தண்ணீரைக் குளத்தில்தான் எடுத்தாள். அவளும் குளத்தில்தான் குளித்தாள். அதிலிருந்து பொட்டைக்குளம் நாகம்மாளுடைய குளமாகிவிட்டது.

பொன்னருவி செத்ததிலிருந்து நாகம்மாள் வேலைக்குப் போவதை விட்டுவிட்டுப் பொட்டைக்குளத்தின் கரையிலேயே நாள் முழுக்க உட்கார்ந்திருக்க ஆரம்பித்தாள். இல்லையென்றால் குளத்தைச் சுற்றிச்சுற்றி வருவாள். ஆரம்பத்தில் சொந்தக்காரர்கள் கட்டாயப்படுத்தி வீட்டுக்கு அழைத்துக்கொண்டு போனார்கள். நாளடைவில் அவளுடைய போக்கிற்கே விட்டுவிட்டார்கள். இரவும் பகலும் குளக்கரையிலேயே கிடந்தாள். மழை குளிருக்குக்கூட அவள் வீட்டுக்கு வருவதில்லை. தனியாக இருக்கும்போது எப்படி இருந்தாளோ அதே மாதிரிதான் கூட்டத்திற்குள் இருக்கும்போதும் இருந்தாள். எப்போது பார்த்தாலும் பெரிய பாரத்தைச் சுமந்து கொண்டிருப்பதுபோல அவளுடைய முகத்தோற்றம் இருக்கும். அவள் மற்றவர்களிடத்தில் காரணமின்றி ஒரு வார்த்தைகூடப் பேசுவதில்லை. தாங்க முடியாத அளவுக்குப் பசி இருக்கும்போது மட்டும்தான் தெருவுக்குள் வருவாள். ஏதாவது ஒரு வீட்டின் முன் நிற்பாள். கொடுப்பதை வாங்கிக் கொண்டு மறுபேச்சு பேசாமல் அடுத்த நிமிடமே பொட்டைக்குளத்திற்குக் கிளம்பிவிடுவாள். அவள் உயிருடன் இருக்கிறாள் என்பதே நிறைய பேருக்கு அவளைப் பார்க்கும்போதுதான் நினைவுக்கு வரும். ஊருக்கும் அவளுக்குமான உறவு எப்போதோ அறுந்துபோய்விட்டிருந்தது. ஆனால், அவளைப் பற்றிய கதைகள் மட்டும் ஊருக்குள் பேசப்பட்டன. இரவிலும் சரி, பகலிலும் சரி, அவள் தூங்குவதே

இல்லை. இரவு முழுவதும் யாருடனோ பேசிக்கொண்டேயிருக்கிறாள் என்று சொன்னார்கள் அதோடு அவளைப் பைத்தியம், கிறுக்கு, பித்திச்சி என்று குறிப்பிடத் தொடங்கிவிட்டார்கள். அந்தப் பேச்சுகளும் படிப்படியாகக் குறைந்துவிட்டன. பைத்தியம் மாதிரி என்னென்னவோ செடிகளையெல்லாம் பிடுங்கிக் கொண்டு வந்து நட்டு, தண்ணீர் ஊற்றி, பொட்டைக்குளத்தைச் சுற்றிப் பெரிய நந்தவனத்தையே நாகம்மாள் உருவாக்கிவிட்டாள். வேப்பமரம், ஆல, அரச, புங்கமரம் என்று ஐம்பது அறுபது மரங்களுக்கு மேல் வந்துவிட்டன. நாளடைவில் பொட்டைக்குளம் ஊருக்குள் முக்கியமான இடமாகிவிட்டது. வழிப்போக்கிகள் தங்குகிற இடமாக, குறவன் குறத்திகள் வந்து தங்கிச் செல்கிற இடமாக, ஊர்ப்பஞ் சாயத்து கூடுகிற இடமாக, சீட்டு, ஆடுபுலி ஆட்டம் ஆடுகிற இடமாக மாறிவிட்டது. ஊர்க்காரர்கள் பொங்கல் வைத்துப் படைக்கச் சொன்னது, நாகம்மாள் எட்டாம் துக்கத்திற்கும், கரும காரியத்திற்கும் பொட்டைக்குளத்தின் கரையில் படைத்தது, ஒவ்வொரு அமாவாசைக்கும், செத்த அன்றும் படைத்தது, செடிகளையும், மரங்களையும் நட்டது, ஆலமரத்தின் கீழ் அகல் விளக்கு ஏற்றி வைத்துக் கும்பிட்டது, பிறகு கற்களைக் குவித்துவைத்து விளக்கை அணையாமல் பார்த்துக்கொண்டது, எல்லாமே சாதாரணமாக நடந்ததுதான். நாகம்மாளுக்கு அடுத்து, ஆடுமாடு மேய்க்கிற பிள்ளைகளும், வழிப்போக்கிகளும்தான் அகல் விளக்கிற்குக் கும்பிட்டுக் கற்பூரம் ஏற்றினார்கள். இவர்கள்தான் பொன்னருவியைச் சாமியாக மாற்றியது. பொன்னருவி செத்துவிட்டாள். ஆனால், அவளுடைய கதை ஒருபோதும் முடிவுக்கு வராத ஐதீகமாக கதையாக நிலைத்துவிட்டது. பெரியவர்களும் சிறியவர்களும் வாய் நிறையப் பேசுகிற கதையாகிவிட்டது. பொன்னருவி பொட்டைக்குளத்தில் பிணமாகக் கிடக்காவிட்டால், குடித்தெருக்காரர்கள் எப்போதும் போலப் பொட்டைக் குளத்தைப் பயன்படுத்தியிருந்தால் பொன்னருவியின் சாவு ஊரில் விழுகிற எல்லாச் சாவுகளையும்போல ஒரு சாதாரணச் சாவாக, எளிதில் எல்லோரும் மறந்துவிடும் சாவாகத்தான் இருந்திருக்கும். பொன்னருவி இன்று நாகம்மாளுடைய மகள் அல்ல. சாமி. தெய்வம். வேண்டிக்கொள்வதை நிறைவேற்றித் தருகிற சத்தியமுள்ள சாமி. குளத்தில் தன்னைச் சாக அடித்ததற்காகத் தான் செத்த அன்று மழையைக் கொண்டு வருகிற சாமி. பொன்னருவி சாமியிடம் கல்யாணம் நடக்க வேண்டும், ஆண் பிள்ளை பிறக்க வேண்டும், நோய் குணமாக வேண்டும், நன்றாக விளைய வேண்டும் என்று வேண்டிக்கொள்ளாதவர்கள் என்று சுத்துப்பட்டு ஊர்களில் ஒரு ஆளைக்கூடக் காட்ட முடியாது. திருடப்போகிறவர்கள் கூட நேர்ந்துகொள்கிற சாமியாகப் பொன்னருவி சாமி ஆகிவிட்டிருந்தது.

செட்டிக் கட்டளையைச் சுற்றியுள்ள ஊர்களில் இப்போது வீட்டுக்கு ஒரு பொன்னருவியாவது இருக்கிறாள். ஒருசில வீடுகளில் இரண்டு பேருக்குக்கூட சின்ன பொன்னருவி, பெரிய பொன்னருவி என்று பெயர்கள் இருக்கும்.

நாகம்மாளைப் பொன்னருவியின் அம்மா என்று பெரியவர்களுக்கு மட்டும்தான் தெரியும். சிறுபிள்ளைகளுக்கு அவள் ஒரு வழிப்போக்கி, குணபேதகம் கொண்ட ஒரு பெண். விறகுக்கட்டைக்குச் சீலையைக் கட்டிவிட்டது போலிருந்தாலும் நாகம்மாள் உயிருடன்தான் இருக்கிறாள். ஆனால், சாமிதுரை படையாச்சியின் வீடு எரிந்த வீடு மாதிரியாகிவிட்டது. சாபம் மாதிரி பொன்னருவி செத்த எட்டாம் துக்கம் படைக்கிற அன்று, சாமிதுரை படையாச்சி நெஞ்சுவலி வந்து செத்தான். அவன் செத்து ஒரு மாதம்கூட முடிந்திருக்காது. அவனுடைய இரண்டாவது மகன் கோடைமழை பெய்யும்போது இடி விழுந்து செத்தான். அவனுடைய மகன் பொன்னருவி செத்த அன்று ஊரைவிட்டுப் போனவன்தான், இன்றுவரை ஊருக்குத் திரும்பவில்லை. அவனைப் பற்றி ஒரு தகவலுமில்லை. மூன்று நான்கு வருசத்தில் அந்த வீட்டில் ஆண் என்று ஒரு ஆள் கூட இல்லை. இந்த இருபது வருசத்தில் அந்த வீட்டில் ஆண் பிள்ளை என்று ஒன்றுகூடப்பிறக்கவில்லை. நடுத்தர வயதுள்ள பெண் ஒருத்தி வந்து பூசாரியிடம் ஒரு டஜன் வளையல்களையும் ஒரு குங்கும டப்பியையும் கொடுத்தாள். அதைச் சாமிக்குப் படைத்தான் பூசாரி. அடுத்து மூன்று பெண்கள் வந்து வளையல்களையும் குங்கும டப்பியையும் கொடுத்தனர். அதையும் வாங்கிப் பூசாரி படைத்தான். பிறகு திருநீறு கொடுத்தான். திருநீறை வாங்கிப் பூசிக்கொண்டு கோவிலை ஒட்டிக் குவியலாகக் கிடந்த வளையல்களில் தங்களுக்குத் தேவையான அளவுக்கு எடுத்து மாட்டிக்கொண்டு அந்தப் பெண்கள் நகர்ந்து சென்றனர். அடுத்தடுத்து வளையல்களுடனும் குங்கும டப்பியுடனும் பெண்கள் வந்தவாறு இருந்தனர்.

காலையில் இருந்ததைவிட இப்போது அதிகமான கூட்டம் சேர்ந்திருந்தது. உள்ளூர்க்கூட்டம் இப்போதுதான் வர ஆரம்பித்திருந்தது. கூட்டம் சேரச்சேர, சத்தமும் இரைச்சலும் கூடிக்கொண்டிருந்தது. கோவிலுக்கு மேற்குப்புறமாக இருந்த புங்கமரத்தின் கீழ் உட்கார்ந்திருந்த கிளிஜோசியக்காரனைச் சுற்றிச் சிறு கூட்டம் கூடியிருந்தது. அவனுக்குப் பணம் சேர்ந்து கொண்டிருந்தது. அவனுக்குச் சற்றுத் தள்ளி வடக்கே வரிசையாக இருந்த வளையல் கடைகளில்தான் சொல்ல முடியாத அளவுக்குக் கூட்டம். சிறுசிறு பெண் பிள்ளைகள்கூட வளையலும் குங்கும டப்பியும் வாங்குவதற்கு முட்டிமோதிக்கொண்டிருந்தனர். பொன்னருவி சாமிக்கு உகந்த பொருள் கண்ணாடி வளையலும் குங்கும டப்பியும்தான்.

திடீரென்று கோவிலின் முன் சிறு கூட்டம் கூடியது. ஒரு பெண்ணுக்கு சாமிவந்து ஆடிக்கொண்டிருந்தது. மூன்று நான்கு ஆண்கள் இறுக்கிப் பிடித்தும் சாமியினுடைய ஆட்டத்தைக் கட்டுப்படுத்த முடியவில்லை. ஆக்ரோசமாக சாமி ஆடிக்கொண்டிருந்தது. கூட்டத்திலிருந்த ஒரு பெண் 'அம்மா ஒனக்கு வேண்டியதச் சொல்லு, செய்யுறம். கைகூசாம வளையல் வாங்கிப்போட்டிருக்கம். குங்குமம் வாங்கிப் போட்டிருக்கம். கோழி காவு கொடுத்திருக்கம். மத்த சாமிவோ பொறாமப்படும்படியா செவப்புச் சீல எடுத்தப் போட்டிருக்கம். இன்னும் என்ன வேணும் சொல்லு. இன்னிக்கி அம்மா வந்த காரணம் என்ன?' என்று கேட்டாள். சாமி, வாயைத் திறக்கவில்லை. கூட்டத்திலிருந்த ஒரு ஆள் 'இன்னிக்கி மய வருமா?' என்று கேட்டான். அவனோடு சேர்ந்துகொண்ட மொத்தக் கூட்டமும் இன்று மழை வருமா என்று கேட்டது. சாமி 'டே, டே' என்று கத்தியதோடு சரி. அருள்வாக்கோ குறியோ சொல்லவில்லை. சாமி மலையேறும்வரை எந்தப் பதிலுமில்லை. அந்தப் பெண் ஆடி ஓய்ந்தபோது மற்றொரு பெண்ணுக்குச் சாமி வந்தது. கூட்டம் அந்தப் பெண்ணைச் சூழ்ந்துகொண்டது. அந்தச் சாமியிடமும் மழை இன்று வருமா என்று கூட்டத்தினர் கேட்டனர். பூட்டுப்போட்டது மாதிரி சாமி வாயைத் திறக்கவில்லை. கழுத்தை வளைத்து வளைத்து ஆட்டியதோடு சரி. 'சாமிக்கித் தண்ணி கொடு' என்றாள் ஒரு பெண். எந்தச்சாமியும் அருள்வாக்கு சொல்லவில்லை என்பது அந்த இடத்திலிருந்தவர்களைச் சோர்வடையச் செய்தது. இன்று மழை வராதோ என்ற எண்ணத்தையும் உண்டாக்கிற்று. எல்லோருடைய முகத்திலும் லேசாக இறுக்கம் படர ஆரம்பித்தது. இன்று மழை வருமா வராதா என்று எந்தச் சாமி வந்து சொல்லும்? ஏதாவது ஒரு பெண்ணுடைய வாயிலிருந்து அந்த ஒரு வார்த்தை வராதா என்ற ஏக்கம் கூட்டத்தினருடைய முகத்தில் படர்ந்தது.

பொழுது உச்சிக்கு வந்துவிட்டது. சூரியன் முழு அளவில் எரிந்துகொண்டிருந்தது. காற்று நெருப்பாகச் சுட்டுப் பொசுக்கியது. கூட்டம் எதையும் பொருட்படுத்தவில்லை. மழை வந்துவிடும் என்ற நம்பிக்கையில் நேரத்திலேயே சாமிக்குப் படைக்க ஆரம்பித்தனர். நேரமாக நேரமாக, படைக்க வருபவர்களின் எண்ணிக்கை கூடிக்கொண்டே போயிற்று. பூசாரி படாதபாடு பட்டுக்கொண்டிருந்தான். அவனுக்கு உதவியாக இருந்தவனும் திக்குமுக்காடிப் போனான். யார் என்ன சொல்கிறார்கள், யார் என்ன கொடுக்கிறார்கள் என்பதே தெரியாத அளவுக்குக் குழப்பமாக இருந்தது. எல்லாவற்றுக்கும் மேலாகச் சத்தம்தான் எல்லாவற்றையும் குழப்பியது. படைப்பதற்காக வருகிற சனங்களின் எண்ணிக்கை கூடக்கூட, பொன்னருவி சாமியின் கோவிலைச் சுற்றிப் பெரும் கூட்டம் சேர ஆரம்பித்ததும், நாகம்மாள் எழுந்து நடக்க

ஆரம்பித்தாள். ஆட்கள் ஓயாமல் இப்படியும் அப்படியுமாக நடப்பது, பிள்ளைகள் ஓடுவது, கத்துவது, எதுவுமே அவளைப் பாதித்த மாதிரி தெரியவில்லை. உட்காருவதற்கு நிழல் தேடி ஒவ்வொரு மரமாகப் பார்த்துக்கொண்டே வந்தாள். எல்லா மரத்தின் கீழும் கூட்டம் இருந்தது. கோவிலுக்குச் சற்றுத் தள்ளி மேற்கில் சிறிது தூரம் வந்தாள். கூட்டம் குறைவாக இருந்த ஒரு வேப்பமர நிழலில், மரத்தில் சாய்ந்து உட்கார்ந்துகொண்டாள். அவளுக்கு முன் மூன்று குடும்பங்கள் பொங்கலுக்குத் தயார் செய்து கொண்டிருந்தன. தெற்குப் பக்கமாக உட்கார்ந்து அடுப்பில் விறகைச் செருகிய திடுமலான பெண் தேங்காய் உரித்துக்கொண்டிருந்த ஆளிடம் சொன்னாள்: 'வருசா வருசம் உச்சிப்பொயிதுக்கெல்லாம் மானம் இருட்டிக்கிட்டுவந்துடும். இந்த வருசம் என்னடான்னா வெள்ளச் சீல மாரி கெடக்கு. எப்பத்தான் மய வருமின்னு தெரியலியே.'

'ஒரு சொட்டு மயக்கூட இன்னிக்கி வராது. மீறி வந்துட்டா ஜோசியத்தியே வுட்டுடுறன்னு சொல்றான் ஜோசியக்காரன்' என்று அந்த ஆள் சொன்னான்.

'என்னா ஊரு ஜோசியக்காரன் அவன்?'

'அந்தா தெரியுதில்லெ வேப்பமரம்? வடக்கப் பாரு. மரத்துக் கீய உடுக்க வச்சிக்கிட்டு ஒருத்தன் குந்தியிருக்கல? அவன்தான் சொன்னான்.'

'அவன் ஜோசியத்திலெ போட்டுச் செருப்பால அடி. அந்த நாதேறி சொன்னா மய வராதா? சாமிக்கு சத்தியம், மருந்துக்குப் பத்தியம்தான் முக்கியம். இன்னிக்கி மய வராம நின்னுடுமா? ஒரு சொட்டாவது விய்யாம இருக்காது. மயயும் காத்தும் வரத்தான் போவுது பாரு.'

'எப்பிடிச் சொல்ற?'

'எனக்குத் தெரியும். கேட்ட வரத்தக் கொடுக்கறவளாச்சே அந்தம்மா. இங்க வந்து மடியேந்துன பின்னாலதான் ஒனக்கு அஞ்சாவதா ஆம்பளப் புள்ளெ பொறந்தது. போன வருசம் கையகால இயித்துக்கிட்டு எங்கப்பா கெடந்தப்ப இங்க வந்து திருநீறு வாங்கிக்கிட்டுப்போயி நெத்தியிலெ பூசுன மறாம் நாளே எயிந்திருச்சி நடக்கல? சாமி செஞ்சதெல்லாத்தயும் மறக்கிறவன் மனுசனா? எத்தன ஊரு சனங்களுக்கு அவ நல்லது பண்ணியிருக்கா? இங்க வந்திருக்கிற சனங்களோட மனசுல என்னா இருக்குன்னு அவளுக்குத் தெரியாதா? அந்த அளவுக்கா அது கண்ணு கெட்ட சாமி?'

'ராசா மெச்சினா ரம்பதான்.'

‘ச்சி, வாய மூடு, இதான் ஆம்பள புத்திங்கிறது. அந்தம்மா உசுர வுட்டது அவ ஒருத்திக்காக மட்டுமில்லெ, அவ செத்த பெறவு வேலி போட்டாப்ல எல்லாக் குடியானவனும் ஒரேடியா நின்னுப்புடல? பத்து ஊரு பொட்டச்சி ராவோ பவலோ இன்னிக்கி யாரால துணிஞ்சி நடக்குறா? நீயும்தான் வரிசியா பொட்டச்சியா பெத்திருக்க. அதெல்லாம் மறந்தா பூடும்?’ என்று அந்தப் பெண் அந்த ஆளைத் திட்டிக்கொண்டிருக்கும்போது ஆறேழு வயதுள்ள இரண்டு பெண் பிள்ளைகள் ஓடிவந்தன. வந்த வேகத்திலேயே ‘அப்பா, காசி வேணும்’ என்று கேட்டன. அதற்கு அந்த ஆள் முறைத்தான். பிள்ளைகள் அழ ஆரம்பித்தன. ‘யாண்டி அயிவுறீங்க?’ என்று அந்தப்பெண் கேட்டாள்.

‘வளயல் வாங்கிச் சாமிக்குப் போடணும். காசி தர மாட்டங்கிறாரு’ என்று அழுதுகொண்டே பெரிய பெண் சொன்னதுதான் தாமதம், அந்தப் பெண்ணுக்கு எங்கிருந்துதான் அவ்வளவு கோபம் வந்ததோ ‘சாமிக்கி வாங்கிப்போடவே இல்லங்கிறியா? கை வெளங்காமப்பூடும். கொடுய்யா ஆளுக்கு ஒரு ரூவா’ என்று சொல்லிச் சத்தம் போட்டாள். அதற்கு அவன் ‘நீதான் வந்த வுடனேயே அஞ்சி ரூவாயிக்கி வாங்கிப்போட்டியே’ என்று கேட்டான். ‘அடச்சீ, என்னா மனுசன்ய்யா நீ? சாமிக்குப் போாட்டதப் போயி கணக்கு பாத்துக்கிட்டு’ என்று சொன்னதும் ஒன்றும் பேசாமல் அந்த ஆள் ஐந்து ரூபாய் நோட்டு ஒன்றை எடுத்துக்கொடுத்தான். பணம் கைக்கு வந்ததும், பிள்ளைகள் சிட்டாக வளையல் கடையை நோக்கிப் பறந்தன.

‘இன்னிக்கிப் பாத்து இப்பிடியொரு வெயிலு அடிக்குதே. மய வருமா? சனங்க பொங்க படைக்க ஆரம்பிச்சிடுச்சி. ஆனா மய வர்ற அறிகுறியக்காணுமே. ஆறேயி வருசத்துக்கு மின்னாடியும் மய வராப்ல வந்து இப்படி தான் ஏமாத்துச்சி. இந்த வருசமும் அப்படிதான் ஆவப்போவுது போலருக்கு’ என்று இரண்டு பேர் பேசிக்கொண்டே தேங்காய்க்கடை இருந்த பக்கம் நடந்தனர். வானத்திற்கு இன்று என்ன வந்ததோ. பொன்னருவி சாமிக்கு என்று படைக்கிறார்களோ அன்று மதியத்திற்குள்ளாகவே வானம் இருட்டிக்கொண்டு வந்துவிடும். சில நாட்களில் படையல் போடும்போதே மழை வந்துவிடும். மழையில் நனைந்துகொண்டே படைக்கும் போதுதான் சனங்களுக்கு அதிக உற்சாகமாக இருக்கும். பல ஊர்ச்சனங்கள் பொங்கல் படைக்க வருவதே மழையில் நனைவதற்காகத்தான். வானம் இருக்கிற நிலையைப் பார்த்தால் இன்று மழை வருமா என்பது சந்தேகமாகத்தான் இருந்தது. கூட்டத்தினருடைய நம்பிக்கையைப் பொய்யாக்குவது மாதிரி தான் வெயில் அடித்தது.

பொங்கலைப் படைத்துவிட்டுக் குடும்பம் குடும்பமாக ஆட்கள் திரும்பி வந்து கொண்டிருந்தனர். முன்பு உட்கார்ந்திருந்த இடத்திற்கு வந்ததும் சாப்பிட உட்கார்ந்தனர். ஒரு குடும்பம் தவறாமல் காக்கைக்கு ஒரு இலை சோற்றை வைத்தனர். ஒவ்வொரு மரத்தின் கீழும் ஆட்கள் கூட்டம் கூட்டமாக உட்கார்ந்து சாப்பிட்டுக்கொண்டிருந்தனர். ஒரு சிலர் படைப்பதற்காகப் போய்க் கொண்டிருந்தனர். பொன்னருவி சாமி கோவிலின் முன் ஒரே அமர்க்களமாக இருந்தது. சாப்பிட்டுக் கொண்டிருந்தவர்களும் சரி, படைப்பதற்காகப் போனவர்களும் சரி, காலையிலிருந்த உற்சாகம் இல்லாமல்தான் காணப்பட்டனர். யாரைப் பார்த்தாலும் சலிப்பான பேச்சுதான். யார் என்ன வேலை செய்துகொண்டிருந்தாலும் அவ்வப்போது வானத்தைப் பார்த்தவாறு இருந்தனர். பல ஊர்ச்சனங்கள் சாமியைப் பார்க்க வருவதைவிட, பொங்கல் வைக்க, வேண்டிக்கொள்ள, நேர்த்திக்கடன் செய்ய வருவதைவிட, மழையில் நனைவதற்காகத்தான் வருவார்கள். மழை ஒன்றுதான் பெரும்பாலானவர்களுடைய ஆசை, வேண்டுதல். பொன்னருவி சாமிக்குப் பொங்கல் வைப்பதற்குப் பத்து நாட்களுக்கு முன்னதாகவே, மழை வரும் என்ற நம்பிக்கை எல்லோருடைய மனதிலும் வந்துவிடும். அந்த நம்பிக்கைதான் பத்து மைல். இருபது மைல் தூரம் சனங்களை மலைப்பின்றி நடக்க வைக்கும். ஆனால், அந்த நம்பிக்கை இன்று பொய்யாகிவிடும்போல இருந்தது.

கொசவன் பானை விற்றுக்கொண்டிருந்த இடத்திற்குப் பக்கத் திலிருந்த அரச மரத்தடியில் நான்கு, ஐந்து குடும்பங்கள் உட்கார்ந்து சாப்பிட்டுக் கொண்டிருந்தன. மரத்தில் சாய்ந்து உட்கார்ந்திருந்த வழுக்கைத் தலை ஆள் மிகவும் சலிப்புடன் ‘மனுசங்க எப்பிடியோ அப்பிடித்தான் சாமியும். காலம் மாறிப்போற மாரி சாமியும் மாறிப்போவுது. இருவது வருசமா நூல் மாறுனதில்லெ. ஆனா இன்னிக்கி நெருப்பாக் கொட்டுது. வந்திருக்கிற கூட்டத்திலெ யாரு என்னா குத்தம் செஞ்சாங்களோ, கொற வச்சாங்களோ. சாமியோட மனம் எரங்கல, வானமும் கருக்கல. இனிமே குந்தியிருக்க வேண்டியதில்லெ. சாமானுவுள எடுங்க, போவலாம். காலயிலெ ஊட்டுல கிளம்பும்போதே பூன குறுக்கால போச்சி. என்னடா சகுனத்தடங்கலா இருக்கேன்னு நெனச்சேன். நான் சந்தேகப்பட்டது சாரியப் போயிடிச்சி. இனிமே மயவும் வராது. மசுரும் வராது. கெளம்புங்க, போவலாம்’ என்று சொன்னான். அதற்கு, குண்டானைக் கழுவிக்கொண்டிருந்த பெண் சொன்னாள், ‘அப்பிடி சொல்லாத மாமா. தண்ணீயிலெ உசுர வுட்டவ தண்ணீ தராம வுட்டுடுவாளா? பொயிது சாயுறதுக்குள்ளார மய கொட்டோ கொட்டுன்னு கொட்டுதா இல்லியான்னு பாரு. இருவது வருசமா மயயக்கொண்டாந்தவளுக்கு இன்னிக்கி முடியாதா? சாமியால முடியாதது ஒலகத்திலெ இருக்கா? இன்னிக்கி மய

வரும். இது என்னோட மூணு புள்ளெமேல சத்தியம்.' அவள் சொன்னதைக் கேட்ட அந்த இடத்திலிருந்த மொத்த சனங்களும் அந்தப் பெண்ணையே பார்த்தனர். அப்போது மேற்குப் பக்கமாக உட்கார்ந்திருந்த குடும்பத்திலிருந்த நடுத்தர வயதுள்ள ஒரு ஆள் 'எல்லா ஜோசியக்காரனும் 'இன்னிக்கி மய வான்னாலும் வராது, அதுக்கான கிரக பலன் இன்னிக்கி இல்ல'ன்னு சொல்றானுவோ. அப்பிடின்னா ஜோசியக்காரனுவோ சொல்றது பொய்யா?' என்று அந்தப் பெண்ணிடம் கேட்டான். அதற்கு அந்தப் பெண் கொஞ்சம்கூட யோசிக்காமல் வெடுக்கென்று 'சாமி பெருசா? ஜோசியக்காரனோட சொல்லு பெருசா?' என்று கேட்டாள்.

'சாமிதான் பெருசு.'

'அப்பிடின்னா இன்னிக்கி மய வரும்.'

'எப்பிடிச் சொல்ற?'

'நம்புனாத்தான் சாமி. நம்பாட்டி உமிதான். பொண்டாட்டிய, பெத்த புள்ளெயக்கூட சந்தேகப்படலாம். ஏன் பெத்த தாயக்கூட சந்தேகப்படலாம். ஆனா சாமிய மட்டும் சந்தேகப்படக்கூடாது. நம்பிக்கத்தான் சாமி. நம்புனா நடக்கும்' என்று சொல்லிவிட்டுக் குண்டானைத் தேய்த்துக் கழுவ ஆரம்பித்தாள்.

'மயயக் கொண்டாராம இந்த சாமி எத்தினியோ வாட்டி இருந்துருக்கு. மய வரும்ன்னு வந்து மொக்கப்பட்டுப் போனதெல்லாம் மறந்துபோச்சா?'

'மசுருல மறந்துபோச்சு' என்று சொன்ன அந்தப்பெண், வெடுக்கென்று முகத்தைத் திருப்பிக்கொண்டாள்.

சூரியன் மேற்கில் சாய ஆரம்பித்துவிட்டது. வானத்தில் துளி மேகமில்லை. காற்று அடுப்புத்தணலாகச் சுட்டுக்கொண்டிருந்தது. பொன்னருவி சாமி கோவிலின் பக்கம் கூட்டம் குறைந்திருந்தது. வெயில் தாங்கமுடியாமல் நிறைய பேர் குளத்தில் குளித்துக்கொண்டிருந்தனர். ஒன்றிரண்டு குடும்பங்கள் மூட்டை கட்ட ஆரம்பித்தன. தாமதமாக வந்த ஒன்றிரண்டு குடும்பங்கள் சாமிக்குப் படைப்பதற்கான காரியங்களைச் செய்து கொண்டிருந்தன. முதலில் இரண்டு மூன்று குடும்பங்கள் கிளம்பின.

நேரமாகிக் கொண்டிருந்தது. மழை வராது என்ற நம்பிக்கை வளர்ந்து கொண்டேயிருந்தது. கோவில் பக்கமிருந்து வந்த தடித்த குள்ளமாக இருந்த ஒரு ஆள் வேப்பமரத்தின் கீழ் வந்து, வந்த வேகத்திலேயே அந்த இடத்தில் இருந்தவர்களிடம் சத்தமாக 'நேரமாவறது தெரியலியா? சனங்க போறது தான் தெரியலியா? நேரத்திலியே ஊட்டுக்குப் போயி சேர வாணாமா? இனிமே

மய வராது. இன்னிக்கி எல்லாரோட மொகத்திலியும் அந்தம்மா கரியப்பூசிட்டா. சாமியே சத்தியக்கட்ட மீறுனா அப்பறம் என்னா இருக்கு? என்னா இருந்தாலும் அவ மனுசப் பொறப்புத்தான? சொப்பனத்திலெ கண்ட பணம் கைச்செலவுக்கு ஆவுமா? எலும்பு கடிக்கிற நாயால ஒரு நாளும் இரும்பக்கடிக்க முடியாது. இனிமே எந்தக் குடியானவன் நம்பள மதிப்பான்? சாமியப்பாரு, மசுரு சாமி' என்று சொல்லிக்கொண்டே சாமான்களை எடுத்துவைக்க ஆரம்பித்தான். அந்த இடத்தில் உட்கார்ந்த கிழவி ஒருத்தி அவளால் முடிந்தவரை அந்த ஆளைச் சமாதானப்படுத்தி உட்கார வைக்க முயன்றாள். 'இருடா தம்பி, இன்னம் செத்த நேரம் பாப்பம். ஊட்டெ திருடன் வந்து தூக்கிக்கிட்டுப் போயிடப்போறானா? ஊடு இருந்த எடத்திலதான் இருக்கும். எங்கேயும் போயிடாது' என்ற கிழவி என்னென்னவோ சொல்லிப்பார்த்தாள். அவள் சொன்ன ஒரு வார்த்தைகூட அவனுடைய காதில் விழுந்த மாதிரி தெரியவில்லை. அதனால், அந்தக்கிழவி பொன்னருவி சாமி கோவில் இருந்த பக்கம் திரும்பி யே பொன்னருவித்தாயே, எல்லாரோட வாயயும் அடக்கிறாப்ல ஒரு சொட்டு மயயயாவது நெலத்திலெ விய வைய்யி, ஓம் பேருக்கு அவச் சொல்லு வராம செய்யுடி அம்மா' என்று சொல்லிக்கொண்டே வானத்தைப் பார்த்துக் கும்பிட்டாள். அப்போது நடுத்தர வயதுள்ள பெண் 'என்னோட கழுத்துச் சங்கிலியக் காணுமே' என்று சொல்லி அழுதுகொண்டே கோவில் பக்கம் ஓடினாள். அவளைத் தொடர்ந்து இரண்டு மூன்று பெண்களும் ஓடினார்கள். 'என்னாடா தம்பி, சனங்க கூட்டமா ஓடுறாப்ல இருக்கு?' என்று அந்தக்கிழவி கேட்டாள். அதற்கு அவளுடைய மகன் ஒரு வார்த்தையும் பேசாமல் சாமான்களை மூட்டை கட்டிக்கொண்டிருந்தான்.

ஒவ்வொரு குடும்பமாகப் போய்க்கொண்டிருந்தது. பொட்டைக்குளத்திலும், பொன்னருவி சாமி கோவில் முன்னும் கூட்டம் பாதிக்கு மேல் குறைந்துவிட்டது. ஆட்கள் குறையக்குறைய, காக்கைகளும், நாய்களும் கூடுதலாக வரத் தொடங்கியிருந்தன. சாப்பிட்டுவிட்டுப் போட்டிருந்த இலைகளுக்காக நாய்களும், காக்கைகளும் போட்டிபோட்டுக்கொண்டிருந்தன. எங்கிருந்தோ குரங்குகளும் வந்து சேர்ந்திருந்தன. குரங்குகளின் ஒரே குறி குழந்தைகளின் கையிலிருந்த வாழைப்பழங்களின் மேல்தான் இருந்தது.

பொன்னருவி சாமி கோவிலின் பூசாரியாக இருந்த நாகம்மாளின் சொந்தக்காரன் வேண்டுதலுக்காகப் படைத்த சீலை ஒன்றை விரித்துப்போட்டு, காணிக்கையாகப் போட்டிருந்த காசுகளை அதில் அள்ளிப்போட்டு மூட்டை கட்டினான். அவனுக்கு உதவியாக

இருந்தவன், சேர்ந்திருந்த சிவப்புநிற, மஞ்சள்நிறச் சீலைகளை ஒரு சாக்கில் போட்டுக்கட்டினான். தேங்காய் மூடிகளையும், எலுமிச்சம்பழங்களையும் தனித்தனியாக மூட்டை கட்டச் சொல்லி உதவியாளனிடம் சத்தம் போட்டான் பூசாரி. அவனுடைய முகத்தில் மட்டும்தான் மலர்ச்சி இருந்தது. அவன் அடிக்கடி வானத்தையும் எஞ்சியிருந்த கூட்டத்தினரையும் பார்த்தவாறு இருந்தான். அப்போது அந்த இடட்ததிற்கு வந்த பெண்ணிடம் 'யாண்டி இம்மாம் நேரம் கயிச்சி வர்ற? பொயப்பக் கெடுக்க மய கிய வந்தாலும் வரும். அதுக்குள்ளார எல்லாத்தயும் எடுத்துக்கிட்டுப் போயி ஊட்டுல சேக்க வேண்டாமா? வர்றாப் பாரு வண்ணான் போற நேரத்துக்கு, பிச்சக்காரன் மவ' என்று சொல்லி முறைத்தான். பிறகு உதவியாளனிடம் 'ஒரு மூட்டயத் தூக்கி அவ தலயில வைச்சு அனுப்பு' என்று சொன்னான்.

பொழுது மேற்கில் சாயச்சாய, கூட்டமும் குறைந்துகொண்டே வந்தது. பொன்னருவி சாமி கோவிலைச்சுற்றி ஒன்றிரண்டு குடும்பங்கள் மட்டும்தான் இருந்தன. சந்தடியும் இரைச்சலும் மட்டுப்பட்டுவிட்டது. மொத்தத்தில் நூறு பேருக்குள்தான் இருப்பார்கள். இருந்தவர்களிடமும் மழை குறித்த எதிர்பார்ப்பு குறைந்து, சலிப்பான பேச்சுதான் அதிகமாக இருந்தது. மழை வராது என்ற எண்ணம் ஏற்பட்டதும் வியாபாரம் மதியத்திற்கு மேல் படுத்துவிட்டதால் தேங்காய்க் கடைக்காரன் மூட்டை கட்ட ஆரம்பித்தான். கொசவன் எஞ்சிய பானைகளை எடுத்துக்கொண்டு வண்டியைப் பூட்டினான். வளையல் கடைக்காரர்கள் கடையை ஏறக்கட்டிக் கொண்டிருந்தனர்.

நாகம்மாளுக்கு என்ன தோன்றியதோ, புங்கமர நிழலை விட்டு வெளியே வந்து ஒளி வற்றிப்போன கண்களால் வானத்தைப் பார்த்தாள். நேரே பொட்டைக்குளத்திற்குப் போய்த் தலைமுழுகிவிட்டுப் பொன்னருவி சாமி கோவிலுக்கு வந்தாள். சாமி கும்பிட்டாள். பூசாரியோ அவனுடைய உதவியாளனோ அவளிடம் ஒரு வார்த்தைகூடப் பேசவில்லை. அவர்களுடைய கவனமெல்லாம் சாமிக்குக் காணிக்கையாகச் சேர்ந்திருந்தவற்றை மூட்டையாகக் கட்டுவதில்தான் இருந்தது. நாகம்மாளின் கண்ணில் பூசாரியோ அவனுடைய உதவியாளனோ பட்டது மாதிரி தெரியவில்லை. சாமி கும்பிட்டவள், மெல்ல நடந்து ஒவ்வொரு மரமாகப் பார்த்துக்கொண்டே வந்தாள். திடீரென்று அவளுக்கு என்ன தோன்றியதோ, அடுப்பு பற்றவைத்திருந்த இடங்களில் புகைந்துகொண்டிருந்த நெருப்புகளை அணைத்துவிட்டு அடுப்பு கோலிய இடங்களில் கிடந்த கற்களைக் பொறுக்கி வந்து ஒரே இடத்தில் குவிக்க ஆரம்பித்தாள்.

பொரிகடலைக் கடை போட்டிருந்த இடத்திற்குப் பக்கத்திலிருந்த வேப்பமரத்தின் கீழ் ஏழெட்டு பேர் உட்கார்ந்திருந்தனர். அந்தக் கூட்டத்திலிருந்த வயதான ஒரு ஆள் ‘ஒரே ஒரு சொட்டு மய வந்தாக்கூடப்போதும்’ என்று சொன்னான். அதற்கு, கிழவனுக்குப் பக்கத்தில் உட்கார்ந்திருந்த ஆள் ‘இன்னிக்கி மட்டும் மய வந்துட்டா, அடுத்த வருசப்பொங்கல் படைக்கிறதுக்குள்ளார பெருசாக் கோவுலு கட்ட ஏற்பாடு பண்ணுவன்’ என்று சொன்னான். அதற்கு, சிவப்புச்சட்டை போட்டிருந்த இருபது வயது மதிக்கத்தக்க பையன் ஒருவன் ‘என்னோட பங்கா பத்து மூட்டெ சிமெண்ட் எடுத்துத் தர்றன்’ என்று சொன்னான். ‘காத்துல ஏதோ வாட வர்றமாரி இருக்கு வெளியப்போயி மானத்தப் பாருடா’ என்று அவனே சொன்னான். சிவப்புச்சட்டை போட்டிருந்த பையன் அவசரமாக ஓடிப்போய் வானத்தைப் பார்த்தான். ‘மேகம் தெரியுது தாத்தா’ என்று பையன் சொன்னதும் கிழவன் வானத்தைப் பார்ப்பதற்காக இயல்புக்கு மீறிய வேகத்தில் எழுந்து போனான். அவனைத் தொடர்ந்து மற்றவர்களும் ஓடினார்கள்.

மேற்கு வானில் துண்டுதுண்டாக மேகங்கள் தெரிந்தன. ஆனால், அந்த மேகங்கள் ஒரே வெள்ளையாக இருந்தன. மேகத்தைப் பார்த்தவர்களுக்குச் சிறு நம்பிக்கை வந்தது. திரும்பிப்போய் முன்பு போலவே உட்கார்ந்து கதை பேச ஆரம்பித்தனர். அப்போது சிவப்புச்சட்டை போட்ட பையன் நாகம்மாளைக் காட்டினான். ‘நல்லகாரியம் பண்ணினா புண்ணியம்ண்டா. வாங்க நாம்பளும் போயி நெருப்ப அணைக்கலாம். அடுப்புக்காக வெட்டுன பள்ளத்த மூடலாம். முள்ளுக்குச்சிக் கெடந்தாப் பொறுக்கித் தூரப்போடலாம். அந்த கெயவிக்கி இருக்கிற அறிவு நம்பளுக்கு இல்லியே. எயிந்திருங்கடா’ என்று அவன் சொன்னதும் ஆண் பெண் என்று அத்தனை பேரும் நாகம்மாளோடு சேர்ந்துகொண்டு, புகைந்துகொண்டிருந்த இடங்களைத் தேட ஆரம்பித்தனர். அப்போது ஒரு பெண் ‘மானம் கறுக்குது’ என்று சொல்லிக்கொண்டே ஓடினாள். எல்லோரும் வானத்தைப் பார்த்தனர். மரத்தின் கீழ் உட்கார்ந்திருந்தவர்களும் ஓடிவந்து பார்த்தனர்.

வானத்தில் இருந்த மேகங்களில் நிமிடத்திற்கு நிமிடம் கருமை கூடிக் கொண்டிருந்தது தெரிந்ததும், ‘வாங்கடா, சாமிக்குக் கற்பூரம் ஏத்தலாம்’ என்று சொல்லிக்கொண்டே இரண்டு பேர் கோவிலுக்கு ஓடினர். அவசர அவசரமாகக் கற்பூரம் வாங்கிக் கொளுத்தி சாமி கும்பிட்டனர். மேடையில் குவியலாகக் கிடந்த வளையல்களில் ஆளுக்கொரு பிடி அள்ளி மடியில் கட்டிக்கொண்டு திரும்பிவந்தனர். வந்த வேகத்திலேயே அடுப்பு வைத்திருந்த இடங்களில் கிடந்த குச்சிகளை அள்ளிப்போட ஆரம்பித்தனர். வானம் நிறம்

மாறிக்கொண்டிருந்ததால் உட்கார்ந்திருந்தவர்கள், மூட்டை முடிச்சுகளைக் கட்டிக்கொண்டிருந்தவர்கள் எல்லாம் எழுந்து வந்து தெய்வக்காரியம் செய்வதுபோல அடுப்பு வைத்திருந்த இடங்களில் கிடந்த குப்பைகளை அகற்ற ஆரம்பித்தனர்.

வானம் நிறம் மாறிக்கொண்டு வந்தது, குளிர்ந்த காற்று வீச ஆரம்பித்தது, ஆட்கள் குப்பைகளை அகற்றிக்கொண்டிருந்தது எதுவுமே நாகம்மாளின் கவனத்தில் இல்லை. அவளுடைய கவனமெல்லாம் அடுப்புகளை அணைப்பதிலும், கற்களைப் பொறுக்குவதிலும், குச்சிகளை அள்ளிக் கொண்டு போய்த் தூரமாகப் போடுவதிலும்தான் இருந்தது. குளிர்ந்த காற்று வீசவீசக் கூட்டத்தினருக்கு உற்சாகம் பொங்கியது.

திடீரென்று காற்று பலமாக அடிக்க ஆரம்பித்தது. காற்றடித்ததும் மழை பெய்வதற்குப் பதிலாக மேகம் கலைய ஆரம்பித்தது. காற்றின் வேகம் கூடக்கூட, திரண்டிருந்த மேகங்கள் படிப்படியாக நிறம் மாறத் தொடங்கின. கற்களையும் குச்சிகளையும் பொறுக்கிக்கொண்டிருந்த ஆட்கள் கைவேலையை மறந்துவிட்டு வானத்தைப் பார்க்க ஆரம்பித்தனர். ஒரு ஆள் வேகமாக ஓடிப்போய் சாமிக்கு முன் நின்று 'காத்து அடிக்காம, மேகம் கலையாம காப்பாத்து தாயே' என்று வேண்டிக்கொண்டு கும்பிட்டான். தன்னுடைய நம்பிக்கையும் வேண்டுதலும் நிறைவேறும் என்ற நம்பிக்கையில் திருநீறை அள்ளி நெற்றி நிறைய பூசிக்கொண்டான். காற்று பலத்தது. காற்றின் வேகத்திற்கேற்றவாறு மேகம் கலைந்துகொண்டிருந்தது. பத்து நிமிசம் கூடக் கழிந்திருக்காது. மேகம் கருமை நிறத்திலிருந்து வெள்ளைநிறமாக மாறிவிட்டது. அதோடு மேகக்கூட்டம் புகை மாதிரி மறைய ஆரம்பித்தது. வானத்தையே பார்த்துக்கொண்டிருந்த ஆட்களுக்கு முகம் வாடிப்போயிற்று. கையிலிருந்த கற்களை வேகமாக விட்டெறிந்த நடுத்தர வயதுள்ள ஆள் கசந்துபோய்ச் சொன்னான். 'சாமின்னா கேட்டெ வரத்தக்கொடுக்கணும். அதுதான் சாமி. சனங்களோட மனச அறிஞ்சி நடக்காத சாமி, என்னா மசுரு சாமி?' 'சாமியப்பத்தி குத்தம் சொல்றது மகா தப்பு. இன்னிக்கு இல்லன்னா நாளக்கி வரப்போவுது. மய வராமயே இருந்திடுமா? வாயுரப்புள்ளய தாயாரே கெடுத்தாப்ல காத்து வந்து கெடுத்துப்புடுச்சி. இதுக்கு சாமி என்னா செய்யும்? இருட்டுறதுக்குள்ளாற மய வந்தாலும் வந்துடும் பாரு. அவ என்னெ சாதாரண தெய்வமா? சாமி என்னிக்குமே சத்தியக்கட்டெ மீறாது. இது சத்தியமான வாத்த' என்று தடித்த குட்டையான ஆள் சொன்னதும், அவனை நடுத்தர வயதுள்ள ஆள் முறைத்துப் பார்த்தான். பிறகு ரொம்பவும் சலிப்புடன் 'கால யிலருந்து இப்படி நம்பி நம்பித்தான் மோசம் போச்சி. இனிமே மய வரும்ன்னு நம்பிக்கிட்டு இருக்க முடியாது நீ வேணும்ன்னா

'மய வரும், மய வரும்'ன்னு சொல்லிக்கிட்டேக் குந்தியிரு. நாங்க கௌம்புறம்' என்று சொன்ன வேகத்திலேயே தன்னுடைய பெண்டாட்டியிடம் மூட்டையைத் தூக்கச் சொன்னான். பிறர் சொன்னதைக் காதில் வாங்காமல் அவன் வேகமாக முன்னால் நடக்கவும் ஆரம்பித்துவிட்டான். அவனைப் பார்த்து இரண்டு குடும்பங்கள் கிளம்பின.

'யாண்டா அவசரப்படுறீங்க? சாமி நம்பள சோதிச்சிப் பாக்குது, அம்புட்டுத்தான். அதுக்காக அவசரப்படலாமா? இந்த வருசம் இல்லன்னா அடுத்த வருசம் பெஞ்சிட்டுப்போவுது. நாலு அஞ்சி வருசத்துக்கு மின்னாடியும் இப்பிடித்தான் ஒரு தடவ மய பெய்யல. இதெல்லாம் சாமியோட வெளயாட்டு. சாமியோட வெளயாட்டு மனுசனுக்குப் புரியுமா?' என்று சொல்லி எஞ்சியிருந்தவர்களைச் சமாதானப்படுத்த முயன்றான் கருத்த குட்டையான ஆள். அவனுடைய பேச்சை யாருமே கேட்கவில்லை. அவனுடைய பெண்டாட்டிகூட அவனுடைய பேச்சைக் கேட்காமல் மற்றவர்களைப் பார்த்து மூட்டையைத் தலையில் தூக்கிக்கொண்டு நின்றாள். அந்த ஆளுக்கு என்ன செய்வதென்றே தெரியவில்லை. ஏக்கத்துடன் வானத்தைப் பார்த்தான். பிறகு 'இருடி வரன்' என்று சொல்லிவிட்டு வேகமாக கோவிலுக்கு ஓடினான். சாமியின் முன் நெடுஞ் சாண்கிடையாக விழுந்து கும்பிட்டு 'அடுத்த வருசமாவது மயயக் கொண்டா தாயே. சனங்கள இப்பிடி மொக்கப்பண்ணி அனுப்பாத' என்று வேண்டிக்கொண்டு திருநீறை அள்ளி நெற்றி நிறையப் பூசிக்கொண்டு திரும்பிப் பார்த்தான். அவனுடைய பெண்டாட்டியும் நடக்க ஆரம்பித்திருந்தாள். அவளை நோக்கி வேகமாக நடக்க ஆரம்பித்தான்.

நாகம்மாள் தன் போக்கில், அடுப்பு வைத்திருந்த இடங்களில் கிடந்த கற்களைப் பொறுக்கிக்கொண்டு போய் தூரமாகப் போட்டுக் கொண்டிருந்தாள். மேற்கு வானில் இருள் படர ஆரம்பித்திருந்தது.

10. பெருமாயி

கௌதம சித்தார்த்தன்

இன்னும் கிழக்கு வெளுக்க ஆரம்பிக்கவில்லை. அவர்கள் இருவரும் பெருமாயி கோயில் குன்றை அடைந்தபோது அதிகாலைப் பூசைக்கான வேளையில் ஈடுபட்டிருந்தார் பூசாரி. இருவரும் தலைவழியக் குளித்துக் கொண்டு வந்திருந்த நடுக்கத்தில் அதிகாலைக் கூதக்காத்தின் விசும்பல் சுழட்டியது. அவள் உடல் நடுக்கத்தையும் மீறிய பயங்கலந்த பதட்டத்தில் இருக்க, அவனையும் பதைபதைப்பு தொற்றிக்கொண்டிருந்தது. சுற்றிலும் சில்லாம்பூச்சிகளின் சத்தம் கரைந்து வழிய பூசாரி அவர்களை அழைத்தார்.

பூசாரி நீட்டிய வெங்களத் தாம்பாளத்தில் தாங்கள் கொண்டுவந்திருந்த கோவைப் பழங்களை பணிவுடன் வைத்தார்கள். அதைப் பெற்றுக்கொண்டு போய் சாமியின் பீடத்தில் வைத்து மணியடிக்க ஆரம்பித்தார் பூசாரி. வெங்கல மணியின் நாவுகள் அவர்களது காலங்காலமான வேண்டுதலாக அசைந்தது. அவர்களது வாழ்வின் உயிர்நாதமே அதுதானென அவனும் அவளும் அந்த நாதத்தில் கரைந்துபோய் கைகுவித்து நின்றனர். பூசை முடிந்து துளசி தீர்த்தமும் நெற்றியில் சிவப்பும் வாங்கிக்கொண்ட பிறகு, அந்தப் படப்பை அவர்களிடம் நீட்டினார் பூசாரி. "ரெண்டு பேரும் மனமுவந்து பெருமாயியை வேண்டி அந்தப் படப்புக்கல்லு மேலே கொண்டு போயி வெய்யிங்க.." இருவரும் பயபக்தியுடன் அதைப்பெற்று கோயில் வாசலுக்கு வெளியே இருந்த படப்புக்கல்லின் மேல் கொண்டுபோய் வைத்தார்கள்.

கசிந்துகொண்டிருந்த பௌர்ணமியின் பால் வெளிச்சத்தில் செக்கச் செவேலன துடித்துக் கொண்டிருந்தன கோவைப்பழங்கள். தங்களது வாழ்வின் மூலாதாரமே அதுதானென அத்தனை கனவுகளையும் ஒன்றாக்கி பதட்டத்துடன் வேண்டினர். அவர்களது ஆன்மாவில் இருந்து கசியும் சுதி படப்பின் நாலா பக்கங்களிலும் பாய்ந்து பாய்ந்தோடியது. சற்றைக்கெல்லாம் ஆசுவாசமாய் கோயில் திண்டில் வந்து உட்கார்ந்து அடிவானத்தைப் பார்த்தார்கள். இன்னும் கருக்கல் விலகிய பாடில்லை. அவர்களுக்குள் இருக்கும் படபடப்பு அந்த வினோதமான அய்தீகத்தில் அலையடித்தது.

அது கிராமிய சனங்களின் அற்புதமான அய்தீகம். அந்த ஊரில் ஆணும் பெண்ணும் ஒருவரை ஒருவர் விரும்பினால் (ஒரே சாதியிலும் இருக்கலாம் சாதிமத பேதமற்றும் விரும்பலாம்)

அது நல்லதா கெட்டதா, அந்த அன்பு நீடிக்குமா நீடிக்காதா, தாங்கள் காலங்காலமாய் இதேபோல சந்தோசமாய் இருப்போமா என்றெல்லாம் விசனப்படாமல் பெருமாயி கோயிலுக்குப் போய் படப்பு வைத்து அருள்வாக்குக் கேட்டால் பளிச்சென்று விடிந்துவிடும்.

ஒரு பெளர்ணமியன்று கோவைப்பழங்களைப் பறித்துக்கொண்டு விடிகாலையில் பெருமாயி கோயிலுக்குப்போய் படப்பு வைக்க வேண்டும். விடிகாலையில் கருடன் அங்குவந்து கோவைப் பழங்களைக் கொத்திக்கொண்டு போகும். அப்படி நடந்தால் காதலர்கள் எவ்விதமான விசனமுமின்றி தொடர்ந்து பழகலாம். எவ்வித இடையூறுமின்றி திருமணம், நல்வாழ்க்கையென சிறப்படைவர். கருடன் பழங்களைக் கொத்தாமல் வெறுமனே வட்டமடித்துவிட்டுப் போய்விட்டால் இருவரும் தத்தமது வழியில் பிரிந்து போய்விடவேண்டும். அதை மீறி ஒன்று சேர்ந்து வாழ முயற்சித்தால் வாழ்க்கை சிதைந்து சின்னாபின்னமாகிப்போகும். இருவரில் ஒருவரை காவு வாங்கிப்போடும்.

இந்த அய்தீகத்தின் சுருக்குக்கயிறு அந்த ஊரை மட்டுமல்லாது சுற்றிலுமுள்ள ஊர்களையும் கண்ணிக்குள் வைத்திருக்கிற அதிசயத்தில் ஊர் சனங்களும் இணங்கிப்போகும் அபூர்வ நிகழ்வுதான் பெருமாயி. பூசாரி வேலையை முடித்துவிட்டு வெளியேவந்து வெளுத்துக்கொண்டிருக்கும் வானத்தை நோட்டம் பார்த்துவிட்டு அவர்களுடன் வந்து உட்கார்ந்தார். அவர் மேலிருந்து அடித்த துளசி வாசம் குளிரில் விரைத்தது.

“ஏம்பூசாரி எல்லா நாளும் கெருடன் வருமா?” என்று பேச்சுக்கொடுத்தான் அந்த இளைஞன்.

அவர் மெல்ல தலையை அசைத்தவாறு பேச ஆரம்பித்தார்.

“பெளர்ணமியன்னிக்குத்தான் வரும். அப்பத்தா பூசையும் நடக்கும். அந்தன்னிக்கு அருள்வாக்கு கேக்கறவங்க படப்பு வெப்பாங்க..”

“இந்த அருள்வாக்கு காதலர்களுக்கு மட்டுந்தானா?”

“கல்யாணம் செஞ்சி வாழ்க்கை நடத்தலாம்னு இருக்கற எல்லாருக்கும் பொதுவானதுதான் இந்த முறையீடு.. அப்படியிருக்கறவங்க இதுலவந்து கலந்துக்குவாங்க.. பெருமாயோட குறிப்பைத் தெரிஞ்சுட்டு அதன் பிரகாரம் நடப்பாங்க.. தன்னோட ஞானக்கண்ணுல பாத்து எல்லாத்துக்கும் தீர்வு சொல்வா பெருமாயி..”

அந்த இளைஞன் ஒரு நீண்ட பெருமூச்சுடன் இருப்புக்கொள்ளாமல்

தவித்தான். அந்தப்பெண் அமைதியாக வெளியே பார்த்துக் கொண்டிருந்தாள்.

"கட்டாயம் வருமா?"

பூசாரி அவனை உறுத்துப் பார்த்தார். "ஒவ்வொரு பௌர்ணமியன்னிக்கும் எனக்குத் தெரிஞ்சு வந்திட்டுத்தா இருக்கு.. ஒரு மொறையும் தவறுனதில்லே.."

அவன் எழுந்து வெளியே போய் நின்று கீழ் வானத்தைப் பார்த்தான். கருக்கல் கலைந்து கொண்டிருந்தது.

....

கட்டாரி பூட்டிக்கிட்டு - வலக்
கங்கணமும் மாட்டிக்கிட்டு
வாராங்க பட்டக்காரர்
வணங்குங்க.. வணங்குங்கய்யா...

சோபனம் பாடும் பெண்களின் பாட்டுச்சத்தம் அந்த ஊர்கோலத்தின் முன்வரிசையில் பெருங்குரலெடுத்து ஒலிக்க, உறுமியின் கைவரிச்சல் அதை மேலும் சுதியேற்ற, தாரை தப்பட்டைகள் கட்டியங்கூறும் அடவில் கொட்டு முழக்கம் போட்டன. பூந்துறை நாட்டு சனங்கள் கொண்டாட்டமாய் நடந்தார்கள். சங்கு சேகண்டியின் கெம்பீரமான முழக்கத்தில் கூட்டத்தின் நடுவாந்திரமாக பூந்துறை நாட்டுப் பட்டக்காரர் சுரட்டையன் கட்டாரியைக் கையில் ஏந்தியபடி வந்து கொண்டிருந்தார். சுங்கு விட்டுக் கட்டியிருந்த அவரது தலை உருமாலில் சூரியப்பிரவை மின்னுகிறது. நரைத்த மீசையின் விரைப்பில் பூந்துறை நாட்டின் வீரமும் அதிகாரமும் பொங்கிக்கொண்டிருக்க, வலங்காரக் கங்கணம் வாட்டமாய் சொலித்தது. அவருக்குப் பின்னால் கொற்றக்குடை பிடித்துவரும் முப்பாடுக்காரன். பட்டக்காரரைச் சுற்றிலும் பூந்துறை நாட்டின் காணியாளகாரர்கள் சேவகம் செய்துகொண்டுவர அந்த 'கட்டாரிவலம்' ஆரம்பமாயிற்று.

'கட்டாரிப் பொங்கல்' பூந்துறை நாட்டில் வெகு விமரிசையாகக் கொண்டாடப்படும் திருவிழா. மேல்கரைப்பூந்துறை, கீழ்கரைப்பூந்துறை அதன் இணைநாடுகளான பருத்திப்பள்ளி, ஏழூர் நாடுகளின் பரந்தபூமி பூந்துறை நாடு. இதன் ஒவ்வொரு இணைநாட்டிலும் முப்பத்திரண்டு ஊர்கள் அடங்கிய வளமான வெள்ளாமை நிலத்தையும் அதன் சீர்சிறப்புகளையும் ஞாய நடவடிக்கைகளையும் பூந்துறை பட்டக்காரரின் கட்டாரி அரசாண்டு கொண்டிருக்கிறது.

அஞ்சி வருசத்துக்கொருமுறை நடக்கும் இந்தக் கொண்டாட்டத்தில் வீரத்தின் வெஞ்சினம் வீறு கொண்டெழும்பும். பூந்துறையான் கோயிலிலிருந்து கட்டாரியை ஏந்திக்கொண்டு புறப்படும் பட்டக்காரரிடம் ஊர்சனங்கள் பணிந்து கட்டாரியை வாங்கிக் கொண்டுபோய் மனையில் வைத்து சாமிகும்பிட்டு விட்டு பட்டக்காரரிடம் கட்டாரியை திருப்பித் தந்துவிடவேண்டும். கட்டாரி வீட்டுக்குள் வந்து சென்றால் சீரும் சிறப்பும் செல்வவளமும் பெருகும் என்பது சாங்கியம். கட்டாரியை வாங்கிப் போனவர் திருப்பித் தரவில்லையெனில் பட்டக்காரரிடம் குத்துவாள் சண்டையில் இறங்கவேண்டும். இறுதியில் யார் ஜெயிக்கிறாரோ அவரே பூந்துறை நாட்டின் பட்டக்காரர்.

இதில் கலந்து கொள்ளும் உரிமை வலங்காரச் சாதியினருக்குத்தான் உண்டு. இடங்காரச் சாதியினருக்கு இல்லை. அதிலும் பறையடிப்பவர்களும் பஞ்சமர்களும் தூரவிலகிப்போய்விட வேண்டும். பூந்துறை நாட்டுக்குக் கட்டுப்பட்ட நூற்றி இருபத்தியெட்டு ஊர்களையும் சுற்றிவந்து பூந்துறையான் கோயிலில் கட்டாரியை இறக்கி வைக்க வேண்டும். ஊர்க்காணியாளகாரர்கள் பட்டக்காரருக்கு வண்ணச்சாந்து பூசிக் கொண்டாடுவார்கள். பெண்கள் அலரி எழுப்பிக்கொண்டு பொங்கல் வைப்பார்கள். அப்பொழுது குத்துவாள் சண்டையில் தோற்றுப்போனவரின் ஆடு பலி போடப்படும். அதன் குருதியை நெற்றியில் இடும் பட்டக்காரரின் வீரமும் அதிகாரமும் கொங்குமண்டலம் முழுக்க எதிரொலிக்கும்.

அவ்வளவு வல்லமைபெற்ற கட்டாரிப் பொங்கலின் ஊர்கோலம் நடந்து கொண்டிருந்தது. கட்டாரியின் மகிமையையும், வீரதீரத்தையும், அறச்செயல்பாட்டின் நற்கூறுகளையும் பாடிச் செல்கின்றனர் பெண்கள். சோபனத்தின் சுதிக்கேற்ப கொட்டுகள் மாறி விழுகின்றன. நாட்டு சனங்கள் பணிந்து மண்டியிடும் பாங்கில் கட்டாரி மறைகிறது. சடங்குகள் மறைகின்றன. அறமும், நெறியும், இறையாண்மையும் மறைந்தே போகின்றன. அதிகார போதை எழுகிறது. ஆதிக்கத்தின் தாகம் எழுகிறது. அரசபீடமும் அதுதரும் அளப்பரிய வாழ்வியற் கூறுகளும் ஆட்டம் போடுகின்றன.

கட்டாரிவலம் மேல்கரைநாட்டைத் தாண்டி கீழ்க்கரையில் இறங்கியதும், கெச்சங்கள் குலுங்க வெரசலாக நடந்த பட்டக்காரரின் கால்கள் பதட்டமேறின. கட்டாரி வலத்தை வழிமறிப்பவர்கள் அநேகமாக கீழ்க்கரை நாட்டுக்காரர்கள்தான். அந்த மண்ணில் கால்பட்ட உடனே சோபனப் பெண்களின் சுதி ஏறி ஒலிக்கிறது.

வீராதி வீரனல்லா
வுளுந்தல்லோ கும்புடுங்கோ
வீரமான ஆம்பளைன்னா

வீரத்தைக் காட்டனும்னா
கட்டாரியைப் புடுங்குங்கய்யா...
கைவாளைச் சொழட்டுங்கய்யா...

உறுமியின் கைவரிச்சல் சிறுத்தைப் புலியென உறுமுகிறது. பறைக் கொட்டுகளின் தாளகதி இளைஞர்களின் தோள்களைத் திணவு கொள்கின்றன. சங்கநாதத்தின் முழக்கம் உடலெங்கும் வீரியத்தை உசுப்புகிறது.

அவருக்கு கீழ்க்கரை நாட்டை நினைத்தாலே அச்சம் சாரக்காத்துபோல விசும்பும். காரணம் அந்த நாட்டுமண். சுற்றிலுமுள்ள மலைச்சரிவுகளிலும், அடிவாரங்களிலும்தான் வெள்ளாமைக்காடுகள் இருக்கின்றன. கரிசலும் செம்மண்ணும் கலந்த இந்தப்பூமியில் வருசத்துக்கு இருபத்தி அய்ந்திலிருந்து முப்பது அங்குலம் வரைதான் மழை பேய்கிறது. மற்ற நாடுகளைப்போல செழிப்பானதாயில்லாமல் முதுகெலும்பு ஒடிய பாடுபட்டால்தான் வயிறு நிரம்பும் நிலைமை. அத்தகைய அமைப்பு வாய்த்திருப்பதால் சனங்கள் இயற்கையாகவே நல்ல பாட்டாளிகள். சேகுபாய்ந்த உடம்புடனும், வல்லமையான நெஞ்சுத் திடத்துடனும், காட்டு மிருகங்களை எதிர்க்கும் தீரத்துடனும் கரணை கரணையாக உருண்டு திரண்டிருந்தார்கள். இயல்பாகவே வீரத் தழும்புகளைப் பெறுவதில் துடிப்பாக இருக்கும் அவர்களை, தன்னைப்பிடிக்காத கீழ்க்கரைக் காணியாளகாரர்கள் கொம்பு சீவி விடுவார்கள். ஒரு நீண்ட பெருமூச்சு அவரிடமிருந்து கிளம்பியது.

அதுபோன்ற துடிப்பான இளைஞர்களை வேவுபார்த்து வைத்திருந்தான் ஏழூரான். கட்டாரி வலம் வரும் சமயத்தில் அவர்களுக்கு பனங்கள்ளைப் பதமாக ஊற்றித்தந்து குடைசாய்த்துவிடும் காரியத்தை கச்சிதமாக முடித்திருப்பான் அவன். பல்வேறு விதமான எண்ண ஓட்டங்களில் சிக்கிக்கொண்டு காலெட்டிப்போட்டார் பட்டக்காரர். ஆயிற்று. கீழ்க்கரை முடிந்து பருத்திப்பள்ளி நாட்டையும் தாண்டி ஏழூர் நாட்டை வலம் வந்து கொண்டிருந்தார்கள். கடந்த நாலுமுறையும் யாரும் வலம் மறிக்கவில்லை. இந்த முறையும் மறிக்கவில்லையெனில் சுரட்டையன் மும்முடிப் பட்டக்காரராக மாறிப்போவார். மும்முடிப்பட்டம் என்பது பூந்துறை வரலாற்றில் இதுவரை யாரும் பெற்றிராத பராக்கிரமம். அவரது வீரமும் கீர்த்தியும் புகழும் கொங்குமண்டலம் முழுக்க அலையடிக்கும்.

அவரது கால்களின் கெச்சங்கள் குதியாளம் போட்டுக்கொண்டு நடக்க, ஊர்ச்சனங்கள் கொண்டாட்டமாய் ஆடிக்கொண்டும், பெண்கள் சோபனத்தின் இறுதிப்படலத்தை பாடிக்கொண்டும்,

கொட்டுமுழக்குகள் உற்சாக கதியில் முழங்கிக் கொண்டும், செம்மண் புழுதி எழுப்பி நடந்தபோதுதான் அது நிகழ்ந்தது.

கட்டாரியை வீட்டுக்குள் வாங்கிப்போன சேனையன் வெறுங்கையுடன் திரும்பிவந்து சுரட்டையனைப் பார்த்து புன்னகைத்தான். சனங்கள் நிலைகுலைந்து போயினர். சற்றைக்கெல்லாம் அலையலையாய்ப் பரவிய சேதியால் கூட்டம் ஆரவாரத்துடன் நிரம்பியது. சுரட்டையனின் உடல் முழுக்க ஏறி யிருந்த உற்சாக போதை நொடியில் சுருங்க ஆவேசத்தின் உச்சகதி தலையில் வீங்கியது.

சற்றைக்கெல்லாம் காணியாளகாரர்கள் யுத்தத்துக்கான இடத்தை ஒழுங்கு செய்துகொடுக்க, சுரட்டையனின் நரையேறிய மீசை துடிக்க, கச்சை வரிந்து கட்டி மைதானத்தில் இறங்கினார். கறுத்துத் திரண்ட புசங்கள் இறுகித் தெறிக்க அலட்டலில்லாமல் மைதானத்தில் இறங்கிய சேனையன் மீது குமிந்திருந்த கூட்டத்தினர் வசமாயினர். அவனது ரோமக்கால் புடைத்த மார்புகளில் முயங்கினர் பெண்கள்.

ஏழூரான் இரண்டு குறுவாள்களைக் கொண்டுவந்து இருவரிடமும் கொடுத்தான். சோபனப் பெண்கள் மறந்தே போய்விட்ட, அத்தருணத்தில் பாடவேண்டிய பாட்டு வரிகளை யோசிக்க, வயதான பெண்கள் எடுத்துக் கொடுக்க பாட்டின் ஆவேசம் அலையடித்தது.

டன்டனக்கு டன்டனக்கு டன்டனக்கு டன்டன்
வந்திருச்சி வீர.. பூந்தொறையின் சூர...
வீரந்தா ஆளவேணும் - வெற்றி
மாலைதான் சூடவேணும்
கோழைதான் வீழ வேணும் - அவங்
குருதிதான் ஓடவேணும்
ஓ... ஓ... ஓ... கிலுலுலுலூல்லூலூ...

குலவையடித்ததும் சங்கம் முழங்கியது. தாரைதப்பட்டைகளுக்கு மருள் ஏறி அடிக்க ஆரம்பித்தன. உறுமி பிடரி சிலிர்க்கும் சண்டைக்கோழிகளின் கெண்டை மடிப்புகளில் வரிச்சியது. குதிதாளமும், அடிதாளமும், புடிதாளமும் அவர்களது உடம்பில் மாறி மாறி விழுந்தன. வேங்கைகளாக மாற்றி விடும் பெருவித்தையை நிகழ்த்திக் கொண்டிருந்தது தாளகதி. குறுங்கத்தியின் வீச்சில் கிழிபட்டுக் கொண்டிருந்தது வீரம்.

ஆரம்பத்திலிருந்தே போரின் திசை மாறிக்கொண்டிருந்தது. இளைஞனான சேனையனின் புசவலிமையை வெள்ளிடைமலையென

உணர்ந்தார் நரையேறிய சுரட்டையன். பூந்துறைப்பட்டத்தின் அதிகார ஆளுகை கண்சிமிட்டிச் சிரித்தது. போரின் உக்கிரத்தில் தனது வல்லமையடர்ந்த கைகள் தாழ்ந்து வருவதை உணர்ந்து மேலும் ஆவேசத்துடன் ஓடியாடினார். சேனையனின் அலட்டலில்லாத வீச்சில் சனங்களின் மனசு ஆரவாரிப்பதை அவரால் ஏற்றுக்கொள்ள முடியவில்லை. சுதாரித்துக் கொண்டவராய், சட்டென நிகழ்ந்த போரின் சிறுமாற்றத்தில் அந்த இளைஞனின் குறுவாளைத் தட்டினார். அது ஒரு யுத்த தந்திரத் தட்டு.

கண்ணிமைக்கும்பொழுதில் சேனையனின் கைவாள் மளுக்கென்று முறிந்து வீழ, கொல்லன் கத்திக்குள் தந்திரமாய் ஊதிச்செய்திருந்த காற்றுத்தேரை சிதறித்தெறித்தது. அவன் திகைத்துத் தடுமாற, சடுதியில் சுரட்டையன் குறுவாளை அவனது தொண்டைக்குழிக்கு வீச, அவன் சுதாரித்து விலக, கைக்கெண்டையில் பாய்ந்து குருதி கிழித்தது குறுவாள். தடுமாறிக் கீழே விழுந்தவன் மீது வெறியோடு பாய்ந்தார் சுரட்டையன்.

அந்தப்பொழுதே, காணியாளகாரர்கள் பாய்ந்து அவரைப் பிடித்துக்கொள்ள அவர் ஆவேசத்தில் துள்ள, கூட்டம் களேபரமடைந்து அங்குமிங்கும் ஓடித்திரிய, மெல்லமெல்ல அந்த இடம் சாந்தமடைந்தது.

ஏழூர்க்காணியாளகாரர் அவருக்குப் பனம் பூ மாலையை சூட்ட, சனங்கள் பெருங்குரலெடுத்து ஆரவாரம் செய்தனர். சோபனப் பெண்கள் சந்தோஷம் பொங்க குலவை போட்டனர். அந்த இடமே உற்சாகம் குமிழியிட்டோடியது. ஒற்றைப் பேரொளியாய் நீண்ட குரலெடுத்து கம்பீரமாய் முழங்கியது சங்கம்.

• • •

செம்போத்துப் பறவையின் தாபம் காற்றில் மிதந்துவந்து மரக்கிளையில் மோதியது. ஊரைச்சுற்றி சகடமாய்க் கப்பியிருந்த மலைச்சோங்கின் பசிய மடிப்பில் பெருமாயிக்காகக் காத்திருந்தான் தவசி. சாயங்காலக்காற்றில் அசைந்து கொடுத்த கொலுமிச்ச மரத்தின் இலையைப் பறித்து வாயில் நிரடுகையில், கசியும் மெல்லிய துவர்ப்பு, அவனது உடலெங்கும் கிளர்ந்து நரம்புகளை முறுக்கேற்றுகிறது. மஞ்சள் குழைந்த அதன் இலைகள் இணைந்து இணைந்து கீழே விழுகையில் ஏற்படும் ஆனந்தத்திற்கும், பட்டாம்பூச்சிகளாய் ஒன்றையொன்று துரத்திக் களிக்கும் அடவுகளுக்கும் இடையில் ஏற்படும் கிளர்த்தலில் நிரம்பி வழிந்தான். தூவானமாய் வீழும் மழைத் துளிகளாகவும், ரெக்கை விரித்து வெளியேகும் சிறகுகளாகவும் மாற்றுகிறபொழுது கிறங்கிக் கொண்டிருந்தது. சற்றைக்கெல்லாம்

பாதையெங்கும் படிந்திருந்த இலைகளில் காலடிகள் சப்திக்கும் சலசலப்பு உடலெங்கும் கூடி வேட்கையாய்ப் பொழிந்தது.

"ரொம்பப் பொழுது காக்க வெச்சுட்டனா?" என்றபடி அவனது கைகளைப்பற்றினாள் பெருமாயி. உள்ளங்கையின் வெதுவெதுப்பு தேகமெங்கும் வெப்பமூட்ட இருவரும் உட்கார்ந்தார்கள். அவளது மடியில் தலைவைத்தப் புதைந்தான் தவசி. மருக்கொழுந்து வாசத்தில் சுழட்டியடித்தது காத்து. இருவரும் வெகுநேரம் வரை மௌனமா யிருந்ததைக் கலைத்தன தத்தித்தத்தி அவர்களைச் சுற்றி வந்த இரு சிட்டுக்குருவிகள்.

"இன்னும் எத்தனை பொழுதுக்குத்தா இப்படியே மறைவாவே பாத்துக்கறது?" என்று அவனது நீண்ட சிகையைக் கோதிவிட்டாள் அவள். எதுவும் பேசாது அவள் கண்களையே உறுத்துப்பார்த்தவன், புன்னகையுடன்

"எல்லாத்துக்கும் ஒரு விடிவு பொறக்கும்.." என்றான். அவள் கண்கள் விரக்தியுடன் நெளிந்தன.

"நாமலும் கலியாணம் கட்டிட்டு எல்லாரையும் போல வாழமுடியுமா?" என்ற அவள் குரலின் ஆதங்கத்தில், ஒரு நீண்ட பெருமூச்சை பதிலாகத் தந்தான் அவன். சட்டென ஞாபகம் வந்தவனாய் எழுந்து பக்கத்திலிருந்த தன் உருமாலைத் துண்டின் முடிச்சை அவிழ்த்தான். செவ்வரியோடிய கோவைப்பழங்கள் கண்சிமிட்டின.

பெருமாயிக்கு மிகவும் பிடித்த பழங்கள். அவளது முகமெங்கும் ஆனந்தம் கொப்புளிக்க ஆசைப்பாடுடன் அள்ளிக்கொண்டாள். நெறந்திருக்கும் கோவைப்பழத்தின் ருசி அவளது செவ்வாயில் இறங்குவதையும், ஒரு கிளியின் லாவகத்துடன் அதைப்பற்றித் தின்னும் அழகிலும் சொக்கிப்போய் நின்றான்.

அந்த நிலப்பகுதி முழுமைக்கும் அந்தந்தப் பருவத்தில் மழைமாரிபெய்து தங்களது வாழ்நிலை சீரும் சிறப்புமாக இருக்க வேண்டி அறுவடைக்காலங்களில் 'தவசிப்பண்டிகை' கொண்டாடுவார்கள் சனங்கள். இதில் முக்கியத்துவம் பெறுவது பதிமூனு நாள் நடக்கும் தவசிக் கூத்துதான். காங்காலமாய் அர்ச்சுனன் தவசியாக அவன் கூத்தாடுவதால் தனது பெற்றோரிட்ட பெயர் மறைந்து 'தவசி' என்ற பெயரே நிலைத்துப்போய் விட்ட அழகில் சொக்கி நிற்கிறது கூத்துக்கலை. அர்ச்சுனன் தவசி வேசங்கட்டுவது லேசுப்பட்ட காரியமல்ல.

அர்ச்சுனன் தன் எதிரிகளை வெற்றி கொள்ளவும், வாழ்க்கையை சிறப்பாக அமைக்கவும் வேண்டி 'தபசு' இருக்க வனத்திற்குப்

போகிறான். அங்குள்ள ஒரு பனைமரத்தின் மீதேறி மூன்று பௌர்ணமிகள் கடுந்தபசு இருக்கிறான். அவனது தவவலிமையைக் கண்டு மெச்சிய சிவபெருமாள் அவனுக்கு வரம் கொடுக்கிறார்.

இந்த நிகழ்வை கூத்தில் பதிமூனு நாள்களாக நடத்துகிறார்கள். ஒவ்வொரு நாள் இரவும் நடைபெறும் இக்கூத்தாட்டத்தில், தவசி வேசங்கட்டுபவன் பத்துநாள் பூமியில் கூத்தாடுவான். பதினோறாவது நாள் இரவு தவசிமரமேறிவிட்டால், தொடர்ந்து மூனுநாள் மரத்தைவிட்டு இறங்காது, அன்னஆகாரமின்றி ஆடவேண்டும். கூத்து நடக்காத பகல் பொழுதில், ஓலைக்கருக்குகளிலேயே சாய்ந்து படுத்துக்கொள்வான். பதிமூனாவது பொழுதின் நிறைந்த பௌர்ணமி மங்கும் அடுத்தநாள் விடிகாலையில், சிவபெருமாளாகப்பட்டவர் ஒரு கருடப்பறவையாக மாறி பறந்துவந்து பனைமரத்தின் மீது நின்று ஆடும் தவசியை மூன்றுமுறை வலம் வந்து வரங்கொடுத்துப் போகும் அற்புதம் நடந்தேகும். இந்த வரம் கொடுக்கும் சடங்குதான் பிரசித்தி பெற்றது. இறைமையும், கலையையும், வாழ்வியலும் இணைந்து கூடும் அபூர்வத்தில் தவசிக்கு வரங்கொடுக்கும்போது, அந்த நாட்டு மக்களுக்கே வரங்கொடுக்கிறாற் போல சனங்கள் எல்லோரும் எழுந்து நின்று கைகுவித்து குலவையடிப்பார்கள்.

அதன்பின் தவசி பனைமரத்தை விட்டுக் கீழிறங்கலாம். சனங்களின் குதியாட்டம் அலையடிக்கும். கூத்தும் சிறப்பாக முடிவடையும். ஆனால் கருடப்பட்சி வராதபட்சத்தில், தவசி மரத்தை விட்டுக் கீழிறங்கக்கூடாது. பொழுதானாலும் பெருமாளை வேண்டிக்கொண்டு மரத்திலேயே தபசிருக்க வேண்டும். கூத்தைப் பார்க்க வந்த சனங்களும் எழுந்து போகக்கூடாது. அந்தப்பொழுது இறங்குவதற்குள் பறவை வரவேயில்லை என்றால், தெய்வக்குத்தம் செய்தவனென தவசியை கறையேத்துவார்கள். தெய்வ நியமங்கள் தவறியவனாகிப் போன தவசி, அந்த மரத்திலிருந்து கீழே குதித்து இறந்துபோய்விடவேண்டும். ஆனால் ஒருபொழுதும் கருடன் வரத்தவறியதேயில்லை.

இவ்வளவு சவால்களையும் ஏற்றுக்கொள்ள வலங்காரங்களோ, இடங்காரங்களோ முன்வரவில்லை. இந்தத் தவசியின் பஞ்சம உடல்தான் நெஞ்சுக் கூட்டை நிமிர்த்தியது. ஒதுக்கப்பட்ட அவனது உடலின் பஞ்சமவாசம், சத்திரிய அடவுகளாய் உருமாற்றம் பெறும்போது, வர்ணங்களற்ற வலிய உடலின் ஆதி அழகாய் வீறு கொண்டெழுந்தது. மிருதங்கக்காரரின் கைவன்மைக்கேற்ப, குதிகாலைப்பூமியில் தட்டி கெச்சத்தைப் பேச வைக்கிற அடவுகளில் பெண்டுகள் அவன்மீது பித்தமேறினார்கள். தனது உடலையே காண்டீபமாய் வளைத்து திரிபன்றியாய்ச் சுழலும் சனங்களின் உள்ளங்களை வீழ்த்திய மகாகலைஞனாக மாறிப்போனான் தவசி.

அவன் ஆட்டத்தின் முன் அந்த அர்ச்சுனனே வந்து ஆடினாலும் தோற்றுப்போவான் என்று சனங்களின் வாக்கை வாங்கியவன்தான் அந்தத் தவசி.

பெருமாயி, சர்வ வல்லமை பொருந்திய பூந்துறைப் பட்டக்காரர் சுரட்டையனின் ஒரே குலமகள். தன்முகத்தை சீலை முந்தியில் துடைத்து விட்டுக்கொண்டே அவனை ஏறிட்டுப்பார்த்தாள். கோவைப்பழத்தின் இனிமையை அனுபவிக்கும் தருணத்தை அவள் ஏற்கனவே மறந்து போயிருந்தது, அவளது கண்களின் கலக்கத்தில் தெரிந்தது. “நாம ஒண்ணு சேந்து வாழ்றதுக்கு இந்தநாடு உடுமா?” என்றாள். இருவருடைய முகங்களும் சாரமிழந்து போயின.

வெகுபொழுது பேசாமல் மரங்களின் அசையோட்டத்தையே பார்த்துக் கொண்டிருந்தனர். எங்கிருந்தோ ஒரு குயில் கானக்குரலெடுத்துக் கூவிய வேளை, இதமான நெகிழ்ச்சியில் அவன் ஒரு முடிவுக்கு வந்தவனாய் அவளது கைகளை எட்டிப்பிடித்தான். எதிர்வரும் தவசிப்பண்டிகை அவனது கண்களில் அலையாடியது. “இந்தக்கூத்து முடிஞ்ச மக்கா நாளே நாம வேற ஒரு நாட்டுக்குப்போயி கலியாணங் கட்டிட்டுப் பொழைக்கலாம்..” அவனது இறுகப் பற்றிய கைகளில் படிந்திருந்த உறுதி மெல்ல மெல்ல அவளது உடலெங்கும் எகிற ஆரம்பித்தது.

• • •

“வேண்டாம் மகளே.. இது எந்தக் காலத்துக்கும் நடக்காது.. அவனை மறந்திடு..” சுரட்டைப் பட்டக்காரர் கோபத்தில் குமுறிக் கொண்டிருந்தார். பூந்துறைப் பட்டக் குலக்கொடியின் வமிசாவளியில் இப்படியொரு களங்கம் படர்வதை நினைத்துக்கூடப் பார்க்க முடியவில்லை அவரால். பெருமாயி பதிலேதும் பேசாமல் தன் கால் நகங்களில் தவசி பூசிவிட்ட செம்பஞ்சுக் குழம்பின் வர்ணத்தையே பார்த்துக்கொண்டிருந்தாள். சுரட்டையனின் கண் ரெப்பைகளினடியில் உறைந்திருந்த கவண்வில் சுழல்கையில் அந்த நிலப்பகுதியின் நூற்றி இருபத்தியெட்டு ஊர்களுக்குமான குலத்தலைவராகப் போற்றப்படும் அவரது வல்லமையடர்ந்த கைகள் இறுகின. தனது தலைக்கட்டான சல்லியனிலிருந்து தொடரும் இந்தப் பட்டத்தின் குல கண்ணியம் கண்சிமிட்டிச் சிரித்தது.

அந்தக் குலக்கொடியின் கீழ் வந்த வமிசாவளியில் இப்படியொரு களங்கம் படர்வதைப் பொறுக்கமுடியாது. வீட்டுச்சுவற்றில் மாட்டி வைத்திருந்த விலங்குத் தலைகளின் கீர்த்தி அவரது மீசை நுனியில் ரத்தம் சூடேறித்துடிக்க வைத்தது. திரிபன்றியடிப்பதில் பிரசித்தி பெற்ற கைகளால் தனது குலக் கொழுந்தின் கன்னத்தை நிமிண்டினார்.

"வேண்டாம் தங்கமே.. அவனை மறந்துவிடு.."

காதலின் வீரியத்தை வீறு கொண்டெழுப்பும் மிருதங்கத்தின் அடியில் எல்லாமே நொறுங்குபடுகின்றன.

• • •

தவசிக்கூத்துக்கு பொழுது குறித்துவிட்டார்கள். இன்றிலிருந்து ஒரு மண்டலகாலம் விரதமிருந்து தவசிமரமேற வேண்டும், வரம் வாங்கவேண்டும், நாடு சிறப்படைய வேண்டும். இன்றைக்கு அமாவாசை. நாட்டு சனங்கள் எல்லாரும் சிவன் கோயிலில் ஒன்றுகூடி பூசை செய்து, வழிபட்டு, தவசிக்கு உரு ஏற்றுவார்கள். அவன் தவசியாக மாறமாற சனங்களின் குலவையொலி நூற்றி இருபத்தியெட்டு ஊர்களிலிருந்தும் வானேகும். அந்த நிலையில் பூந்துறைப் பட்டக்காரர் தவசிக்குக் காப்பு கட்டுவார். கோயிலுக்கு எதிரில் உள்ள பரந்த வெளியில் முளைத்திருக்கும் ஒற்றைப் பனைமரத்திற்கும் காப்புக்கட்ட வேண்டும். கோயிலின் வாசலிலிருந்து பனைமரம் வரை விரிக்கும் நிலப்பாவாடைகளின் மீது நடந்து சென்று பூலாப்பூ வைத்து பூசை செய்து காப்புக் கட்டி வருவார் பட்டக்காரர். அந்த வெட்டவெளியில் கூத்துப் பார்க்கும் சனங்கள் உட்காரும் இடத்தில், மாட்டுச்சாணத்தால் மெழுகி சுற்றிலும் சச்சதுரமாக வைக்கோற்புரியால் வளையம் கட்டுவார்கள். தீட்டான பெண்கள் தனியாய் உட்கார்ந்து பார்க்க அதில் ஒருசிறு இடம் பிரித்து அடுப்புச் சாம்பலால் கோடு கிழித்திருப்பார்கள். கூத்து நடக்கும் திட்டின் ஓரத்தில் பச்சைக் கம்மந்தட்டுகளால் பெரியகுச்சு ஒன்று வேயப்பட்டிருக்கும். காப்புக்கட்டியபின், தவசி நிலப்பாவாடையில் நடந்து குச்சுக்குச் சென்று விரதம் பிடிக்க வேண்டும். தெய்வீக நியமங்கள் ஏந்தி நேமநிட்டைகள் தவறாது காத்து வரவேண்டும்.

எதிர்வரும் அடுத்த அமாவாசையன்று மறுபடியும் சிவன் கோயிலில் பூசை நடக்கும். கூத்தாடிகளும், கதைபாடும் சூதர்களும் வாத்தியக்காரர்களும் இப்பொழுது சாதி வழக்காரங்களற்ற ஒரே வர்ணத்தில் சொலிப்பார்கள். அவர்களுக்கு சாமி வரவழைக்கப்பட்டு காப்புக்கட்டுவார்கள். அதன்பிறகு நிலப்பாவாடை விரிக்கப்பட்டுவிடும். கூத்தர்கள் அதில் நடந்துபோய் கூத்துத்திட்டை அடைந்து கம்பங்குச்சில் இறங்கிக் கொள்வார்கள். அடுத்தபொழுது வெறுமானம். அதற்கடுத்த பொழுதிலிருந்து துவங்கும் பதிமூனுநாள் கூத்து முடிந்தபிறகுதான், அவர்கள் தெரு மண்ணில் கால்வைக்க வேண்டும்.

கூத்து சிறப்பாக முடிந்தபிறகு, கம்பத்துக்குக் கட்டப்பட்ட காப்பும், கூத்தர்களின் காப்பும் அவிழ்த்து, பூலாப்பூ, மஞ்சள், ஒன்பது தானியங்களுடன் சேர்த்து ஆற்றில் விடப்படும்போது

'தவசிப்பண்டிகை' நீரின் அலைமேடுகளில் குதியாட்டம் போட்டுக்கொண்டு விடைபெறும்.

மணியின் வெண்கல நாவுகள் அசைந்து முழங்கின. தவசியின் கால்களில் விறுவிறென்று ஏறியடித்தது மருள். அவன் மனசெங்கும் அப்பியிருந்த பெருமாயியின் முகம் மங்கிக்கொண்டே போக, அவனுக்குள் தவசி உருவேறியது. சனங்கள் குலவையடிக்க அவனது காலடியில் நிலம் அதிர்ந்து கொடுத்தது. கோயில் பூசகர் ஓயாமல் மணியை முழக்கிக் கொண்டேயிருந்தார். தவசி நிலை கொள்ளாமல் அந்தரவெளியில் அதிர்ந்தான்.

எதிரில் நின்றிருந்தார் பூந்துறைப் பட்டக்காரர் சுரட்டையன். அவரது ஒவ்வொரு மயிர்க்காலிலும் பெருஞ்சீற்றம் வெடித்து அந்தப்பொழுதே தவசியைக் கொல்ல வேண்டுமென நெருப்புக்கங்குகள் சிதறின. ஆக்ரோசத்தின் ஊற்றுக்கண்களில் கிர்ரென்று மண்டை சுழட்டியடித்தது.

அவருக்கு முன் காப்புத்தட்டை பூசகர் நீட்டியதும், ஒருநிலைக்கு வந்தார். கொந்தளித்த கோபத்தை கட்டுப்படுத்தி அடக்கிக்கொண்டார். எலும்புக்குருத்தின் ஊண்வரை அவருக்குள் சுருண்டு கொண்டிருந்தது ஒரு மகத்தான திட்டம். 'ஆஹா.. ஒழிந்தாயடா ஒழிந்தாய்..' நெருப்புக் குண்டமாய் அவருக்குள் வெடித்தன சொற்கள். காப்புக்கயிறை எடுத்து தவசியின் கையில் கட்டி இறுக்கினார். அதற்குள் தவசிமரம் இருந்த திக்கில் நடைமாத்துகளை விரிக்கத் தொடங்கியிருந்தான் வண்ணான்.

• • •

அது ஒரு காலத்தின் அழைப்பாகக் கருக்கொண்டிருந்தது. மிருதங்கத்தின் லாவகமான வீச்சு சப்த சுரங்களைத் திக்குகளெங்கும் உருட்டிவிட இசை லயத்தோடு பிளறியெழுந்தது பறை. தோற்கருவிகளின் அதிர்வுகளில் காற்று நடுங்க உடம்பெங்கும் துளையிட்டு வழிந்த நாகசுரத்தின் நாதம் சுழல்கிறது. மகரயாழின் நரம்புகளில் வருடும் கானத்தில் கெச்சங்களின் சிறகு விரிகிறது. முதல்நாள் கூத்து காப்புப்பாடலுடன் ஆரம்பமாயிற்று.

பின்னணியில் சூதர்கள் பெருங்குரலெடுத்துப் பாடிய விளக்கப் பொழிவுகளில் திரைச்சீலை ஒதுங்கி மறைய கூத்தர்கள் ஆடினர். அரங்கத்தின் முன் பிரம்மாண்டமாய் அசையும் கல்த்தீபத்தின் ஒளி நாவுகளில் ஆடையாபரணங்களின் காக்காய்ப் பொன்னுகள் மின்னலாய் வெட்டிவெட்டி ஒளிர்கின்றன. கால்களில் கொஞ்சிய கெச்சங்கள் அவர்கள் தரித்திருந்த தலைப்பாகைக்கேற்பப் பேசிச்சிரித்தன. ஒரே நேர்கோட்டில் இணையும் வாத்தியங்களின் தாளலயம் காலத்தைப் பின்னோக்கிச் சுழட்டிக் கொண்டிருந்தது.

திரைமறைப்பைச் சற்றே ஒதுக்கி பெருமாயியைத் தேடினான் தவசி. 'வராமல் இருக்கமாட்டாளே..' கூத்தின் கலாபோதத்தில் நெக்குருகி நிற்கும் சனக்கூட்டத்தினூடே அவளது சூரியபிரவையைக் காணவில்லை. 'வீட்டில் ஏதேனும் விபரீதம் ஆகியிருக்குமோ?' அவன் வேர்வைக் கோடுகளில் முகப்பூச்சுக் கசிய அதிர்ந்து கொண்டிருந்தது பெருங்கலம்.

ஆடிமுடித்துவிட்டு உள்ளே வந்த வீமசேனன், "தவசி, போ உன்னோட வேசந்தான்.." என்று தோளில் தட்டிவிட்டு தலைப்பாகையைக் கழட்டிக்கொண்டு ஆசுவாசமாய் உட்கார்ந்தான். தவசி தனது தலைப்பாகையை எடுத்து அணிந்தவாறே, முன் நெற்றியில் சுருண்டிருந்த கேசத்துடன் திரையை ஒதுக்கிக்கொண்டு நடக்க நடக்க, மிருதங்கத்தின் இசைச்சுருதி. கெச்சங்களின் ஜதி. கெலிப்பின் திண்தோள் அசைவு. ஆண்மையின் பூரண தரிசனம். அர்ச்சுனன்.

சூத்திரனும் சத்திரியனும் இணைந்த அபூர்வக் கலவையில் மிளிர்கிறது அர்ச்சுனனின் ஆளுமை. வர்ணங்களற்ற வலிய உடல் ஒன்றையே பிரதானமாய்க்கொண்ட ஆதி அழகின் அடக்கி வைக்கப்பட்ட உணர்வுகளாய் மிருதங்கத்தை உடைத்தெழுகின்றன கால் அடவுகள். இதுவே அவனாடும் கடைசிக்கூத்து என்பதால் கால்களின் தசைகள் தோறும் விம்முகிறது கலை வன்மை. நரம்புகளைப் பிசைகிறது வீணையின் சுர வரிசை.

வனவாசம் புகுந்திருந்த பாண்டவர்களுக்கு வியாசர் உபதேசம் செய்யும் பகுதியின் தர்ம அதர்மங்கள் கூத்தர்களின் அடவுகளில் சடசடத்தெழுந்தன. சாமவெள்ளி முளைக்கும்வரை நீண்டு, அப்பகுதி நிறைவுற, கின்னாரம் அசைந்து அசைந்து சோபனம் கூட்ட, ரெண்டாம் சாமக்குளிரில் நனைந்து கொண்டே வீடுபோனார்கள் சனங்கள்.

ரெண்டாம் நாள், பங்காளிகளைப்போரில் வெல்ல சிவபெருமானிடம் ஆயுதம் வாங்கிவரப்போவதாகவும், அதற்கு தபசு செய்ய வனத்திற்குப் போகவேண்டுமென்றும் அர்ச்சுனன் உரைத்தல். தருமரும் மற்ற பாண்டவர்களும் வாழ்த்தி வழியனுப்பும்போது, ஆகாசத்திலிருந்து தேவர்களும் ஆசி வழங்குகிறார்களென்று பாடுகிறார்கள் சூதர்கள்.

மூனாம்நாள் மாற்றத்தில் புரண்ட காட்சியில், அர்ச்சுனன் அங்கவத்திரங்கள் கலைந்து இடுப்பு வேட்டியுடன் மரவுரி தரித்த தவசியாக உருமாறுவதைக் காண பெருமாயி வரவில்லையே என்ற ஏக்கத்தில் பல்வேறு எண்ணங்கள் அவன் மண்டையில் சுழட்டியடிக்கின்றன. 'தெய்வமே அப்படி எதுவும்

நேர்ந்திருக்கலாகாது..' செம்பஞ்சுக் குழம்பு பூசிய அவன் கால்களில் முழங்கிக் கொண்டிருந்தது செண்டை.

நாலாம் நாளிலிருந்து பத்தாம்நாள் வரை, தவசி ஒவ்வொரு வனமாக ஏழுவனங்கள் தாண்டிப்போகிறான். அரக்கர்களும், கொடிய மிருகங்களும் வழிமறித்து இம்சை செய்வதை, தொம்சமாக்கி முன்னேறுகிறான் தவசி. பதினோராம் நாள் கூத்தில், நாட்டு சனங்களும் பங்கெடுத்துக் கொள்ளும் சடங்குகள் அதிகாலை யிலிருந்தே நடைபெற்றன. எல்லாரும் குளித்து, வீடுகளை மாட்டுச்சாணமிட்டு மொழுகி, மாடத்தில் தீபமேற்றி, சாமிகும்பிட்டு விட்டுத்தான் அவரவர் வேலைகளைப் பார்த்தார்கள். இரவு அனைவரும் கூத்துத்திடலுக்கு வந்து சேர்ந்தவுடன், பூசகர் தபசுக்கம்பத்துக்குப் பூசை செய்தார், நாட்டுமக்கள் எல்லாரும் கம்பத்துக்குப் பொட்டு வைத்துச் சாமி கும்பிட்டார்கள்.

தேவதுந்துபி முழங்க, மிருதங்க அடிமாறி வீழ, மத்தளம் படீர்படீரென அறைந்த இசைமாற்றத்தில் கூத்தின் போக்கு சுதியேறுகிறது. தவசிமரத்தைச் சுற்றிச்சுற்றி ஆடினான் தவசி. அவனுக்குள் அலையடிக்கும் பெருமாயியை ஒதுக்க ஒதுக்க, மண்டைக்குள் வளையமிடுகிறது அரவம். வேள்வியின் சுருதிநாதம் விசை கூட்டக்கூட்ட, அவனது கால் அடவுகள் அந்தரத்தில் எழும்பி பனைமரத்தின் கருத்த சொரசொரப்பில் கால் பாய்ச்சின. சனங்கள் குலவை போட்டார்கள்.

உருண்டு திரண்டிருந்த மரத்தைத் தாவி மேல் எழுகிற ஒவ்வொரு எட்டுக்கும் சூதர்கள் விருத்தம் பாட ஆரம்பித்தார்கள். மக்களில் ஒருசிலர் முந்தியில் மடிந்து வைத்திருந்த தானியங்களை வீச ஆரம்பித்தார்கள். தனக்கு மேலே உயர்ந்திருக்கும் மரத்தின் தூரம் நீண்டு கொண்டே போவது போலத் தோன்றியது அவனுக்கு. ஒவ்வொருமுறை தாவும் போதும் பெருமாயித்தவசியிலிருந்து அர்ச்சுனத் தவசியாக மாறும் உருவேற்றம் அது. வாழ்வுக்கும் கலைக்குமான உணர்ச்சிப் போராட்டமாக அத்தாவல் இருந்தது. பெருமாயியின் ஆக்கிரமிப்பிலிருந்து தபசின் மனோநிலைக்கு வருகிற தாவல் அது. காலத்தினூடே தாவிய முடிவற்ற பாய்ச்சலாகப் பயணம் போகின்றன கால் அடவுகள். காலவெளியில் சுழல்கிறது தபசு.

• • •

சூதர்களின் அடித்தொண்டையில் எழும்பும் வெண்கலக்குரல் உயர்ந்து உயர்ந்து இருள் குழைந்த புறங்காடுகளில் பாய்ந்தோடியது. ஊரைவிட்டுக் கிழகோட்டில் தள்ளியிருந்த குன்றின்மீது அடர்ந்த வனத்தின் சூனியத்தை உலுக்கியது தவசியின் சுதி. ஆகாயத்தை

ஓங்கியிருந்த வலுவான மரக்கிளைகளில் பரண் கட்டிப்படுத்திருந்தார் சுரட்டைப்பட்டக்காரர்.

பெருமாயியிடம் தனது அத்தனை திறன்களையும் கையாண்டு பார்த்துவிட்டார். அவள் எதையும் கேட்பதாக இல்லை. அப்பொழுதே அவளை இருகூறாகப் பிளந்து போட வேண்டுமென்ற வெறி எழுந்தாலும், தனது குலம் தழைக்க நிற்கும் ஒரே குலக்கொழுந்தின் வாசம் காப்பாற்றிவிட்டது. இணைபிரிந்து கூவும் சக்கரவாகப் பறவையின் கூவல் காற்றில் மிதந்து வந்து மரக்கிளையில் மோதியது. இரண்டாம் சாமம் ஆரம்பித்து ஒரு நாழிகை ஆகியிருக்குமென எண்ணங்கள் அசை போட்டன. தொடர்ந்து கூவும் சோகத்தின் சுருதியில் கசியும் அவலச் சுவை அவரது உடலெங்கும் சீறி எடுத்தது. சுரீரென காதுகள் விரைக்கின்றன. 'தவசியைக் கொல்ல வேண்டும்..' ஆவேசத்துடன் எழுந்ததில் கிளைகள் அசைந்து பறவைகள் சடசடத்தன. கால் மாட்டிலிருந்த ஞெலிகோலைக் கடைந்து சுளுந்து கொளுத்திக்கொண்டு சுற்றிலும் நோட்டம் விட்டார். தலையைச் சிலும்பிக் கொண்டோடிய ஒளிக்கீற்றுகள் பட்டு மங்கியது, நிறைந்த பௌர்ணமியின் பால்வண்ணம்.

கவண் வீசியடிப்பதில் அந்த நாட்டிலேயே அவருக்கு இணை எவருமேயில்லையென்று சொல்லும் வண்ணம் ஆகாயத்தில் பறந்து போகும் பறவைகளையும், பாய்ந்தோடும் சிறு விலங்குகளையும் வீழ்த்துவதில் சாமர்த்தியசாலியாய் விளங்குபவர். அவரது கைவன்மையில் கவண்கல் சுழன்று சுழன்று சக்ராயுதமாக உருமாறும். தீர்க்கமான இலக்குநோக்கிய கண்களின் தீட்சணத்திலும், உள்ளங்கையின் இறுக்கு விசையில் லாவகமாய்ச் சுழலும் முஷ்டி வன்மையிலும் அந்த நுட்பத்தின் ரகசியம் பதுங்கியிருப்பதை சின்ன வயசிலேயே உணர்ந்து கொண்டார். அந்த சூட்சுமத்தை ஓயாது மேலும் மேலும் செயல்படுத்தி சிறந்த வில்லாளியாக மாறிப்பெருமை காத்தார்.

கவணை எடுத்து ஆசையாக நீவிப்பார்த்தார். அவருக்குள் சொலித்துக் கொண்டிருக்கும் ஆக்ரோசம் அதற்குள் பாய்ந்தது போல ஒரு விறுவிறுப்பு எகிறிக் கொண்டிருந்தது. தனக்கு நேரப் போகின்ற சிறுமையை இந்தப்பெருமையில்தான் போக்கவேண்டும். சுழன்றடிக்கும் ஊதல் காற்றினூடே அசைந்தாடிக் கொண்டிருந்த சுளுந்து வெளிச்சம் அவரது முகத்தில் சீறுகிறது.

பழியெடுக்க வேணும் பங்காளிமாரையே
பாசுபதாஸ்திரம் வேணுமய்யா...
வரங்கொடுக்க வேணும் தருமங்கொலிக்கவே
வச்சிராயுதம் வேணுமய்யா....

பாட்டின் ரத்தநாளங்களில் சுழன்றாடிக் கொண்டிருந்த தவசியின் கால் ஜதியில் துளிர்த்தது சில விருத்தம். மரத்தின் தலையில் விரிந்திருந்த பனையோலைகளின் நடுவே காலூன்றிய கடைசிப்பொழுது ஆசுவாசம் களைப்பேற்றுகிறது.

கருடபகவான் பிரசன்னமானதும் பாசுபதாஸ்திரத்துக்குப் பதிலாக தாங்கள் இருவரும் ஒன்று சேர்ந்து வாழ வரம் அருளுமாறு கேட்க வேண்டுமென அவனது கண்கள் பனித்தன. 'இவ்வாறெல்லாம் எண்ணுதல் சரியோ? விரத நிலையழிந்து போகுமோ..? கருடன் வராமல் போய்விடுமோ..? வராவிட்டால்..?'

நிலத்தின் கிடுகிடு பாதாளம் ஏழாவது வனத்தில் தவசியை விழுங்கவந்த அரக்கனைப்போல வாயைப் பிளந்து கொண்டிருந்தது. அவன் கால்களில் கொறக்குளி ஏறிச் சிலீரிட்டது. இப்படியெல்லாம் ஒருநாளும் எண்ணியதில்லை அவன். கால்களை உதறிக் கொண்டவனாய் கீழ்நோக்கி பார்வையைத் துழாவினான். சிறுத்துப் போயிருந்த சனக்கூட்டத்தின் உருவங்களில் கோவைப்பழமில்லை. 'கடைசி நாளான இன்னைக்கும் ஏன் வரவில்லை? ஏதோ நடந்துபோச்சு..'

அந்தர வெளியில் அசைந்த விசனத்தில் பெருமாயியின் சிரிப்பு மிதந்து வந்தது. அவனது வாழ்வுக்கும் சாவுக்குமென இடைவெளியை ஒரே சீராக மீட்டிக் கொண்டிருந்தது தம்புரா.

திடீரென வாயுதேவனின் இடிமுழக்கமாக அவன் தேகமெங்கும் படார் படாரென அறைந்து நொறுக்குகிறது மத்தளம். மின்னலாய்க் கண்களைக் குருடாக்குகிறது கின்னாரம். வருணதேவனின் ஆவேசமான வீச்சாக யாழும், தம்புராவும், வீணையும் பேய்மழையாய்ப் பொழிகிறது. ஒருகணம் தடுமாறிப் போனான் தவசி.

சுதாரித்துக் கொண்டவனாய் ஓலைக் கருக்குகளில் சாய்ந்து சாய்ந்து, ஒரு கலைக்கூத்தனின் லாவகமான அடவுகளில் அந்த இசைமொழியின் அரூபங்களை சாமர்த்தியமாகப் பிடித்து விலா இடுக்கில் வைத்து ஞெமுக்க ஆரம்பித்தான். மத்தளமும், மிருதங்கமும் சொங்கிப்போக ஆரம்பித்தன. யாழும், வீணையும் கெஞ்சிக் கெஞ்சித் தவ்வின. சனக் கூட்டத்திலிருந்து "அர்ச்சுனா.. அர்ச்சுனா" என்று கைகூப்பும் குரல்கள் வான்நோக்கி உயர்ந்தன.

தபசைக் கலைக்க வரும் வாயு தேவனையும் வருணதேவனையும் விலா இடுக்கில் வைத்து ஞெமுக்கும் சத்யாவேசம், இடிமின்னல் வரும்போது 'அர்ச்சுனா.. அர்ச்சுனா..' என்று சனங்கள் வேண்டி வழிபடும் அய்தீகத்தின் அழகியதாக மலர்ந்து கொண்டிருந்தது.

இசை மெல்ல மெல்லத் தேய சூதர்கள் ஆடிப்பாடினர். தவசி களைப்புடன் ஓலைகளைப் பற்றினான்.

• • •

கரிய இரவு கவிந்திருந்த தாவரங்களின் மீது விடிகாலை வெளிச்சம் மெல்லப் புரண்டு கொண்டிருந்தது. விடிகாலைப் பறவைகளின் கீச்சொலியும், ரெக்கைகளின் படபடப்பும் காட்டின் இறுக்கத்தைத் தளர்த்திக் கொண்டிருந்தன. சிறுதும் கண்துஞ்சாமல் விடிய விடிய பரணில் இங்கும் அங்குமாக நடந்து கொண்டிருந்ததில் கால்கெண்டை மடிப்புகள் வலித்தன சுரட்டையனுக்கு. சோர்ந்து போன கண்கள் வானத்தில் நாலாபுறமும் சுழன்றேக, உள்ளங்கையில் வெறியுடன் பதுங்கியிருந்தது கவண்.

பாட்டின் கண்ணிகள் மங்கிய காற்றில் மிதந்து கொண்டிருந்தன. அவர் நின்று கொண்டிருந்த பரண் தீக்கணப்பாய் கொதிக்க, அவரது திரேகம் முழுவதும் காலத்துளிகள் எரிந்து விழுந்தன.

'எங்கே அந்த கருடப்பறவை...? தவசியின் உயிர் எங்கே..?'

ஆகாயமார்க்கமாய் தவசியுடைய அவலக்குரலின் இறைஞ் சுதலுக்கு செவிமடுத்துப் பறந்துவரும் அந்தப் பறவையை இன்னும் காணவில்லை. வானத்தில் சுழன்றோடிய அவரது பார்வை முழுக்க வெறுமையடித்தது. கவணை மேலும் கீழும் சுற்றி வாகு பார்த்தார். கயிற்றின் விசை அரவமாய்ச் சீறியது. பௌர்ணமி வெளிச்சம் மெல்ல மங்கிக்கொண்டிருக்க வானம் வெளுக்க ஆரம்பித்தது.

அந்தப் பொழுதில் அவரது பாம்புச் செவி விறைத்தது. மிக மெல்லிசாக ஒரு கிரீச்சொலி மற்ற பறவை ஒலிகளிலிருந்து தனித்துக் கேட்கிறது. அவரது கண்கள் கூர்தீட்டிச் சுழன்றன. திரேகம் முச்சூடும் பரபரக்க, திக்குகளெங்கும் சுழட்டியடித்தன. இறைஞ்சி நிற்கும் சூதர்களினுடைய வெண்கலக்குரலின் ஓங்காரத்திற்கு எதிர்ச்சுருதி கூட்டும் கூவல்.

அவருக்குள் அரவம் பாய்ந்து பாய்ந்து பிடுங்க முஷ்டிகள் புடைத்திறுக, ஆகாசத்தின் கிழதிசையில் எழுந்த அந்தப்பறவையைப் பார்த்தார் அவர். ரெக்கைகளை மலர்த்திக்கொண்டு அலகை நீட்டியபடி அந்தரவெளியில் விரைந்து வரும் அற்புதம். வன்மமோடிய முஷ்டியின் சுழற்சியில் உள்ளங்கை இறுகுகிறது. நிறைந்த பௌர்ணமியைக் கடந்து ரெக்கை விரித்த அதன் ஆலாபனக்குரலில், கால்ப் பெருவிரலையூன்றி ஒரே இறுக்கு. ரெக்கைகளைப் படபடவென்று அடித்துக் கொண்டு வீழ்ந்தது பட்சி. தலைகீழாய் நின்றுகொண்டிருந்த தாவரங்களின் பசிய மடிப்புகளில் பிய்ந்தோடிய இறகுத்தூவிகள் சுழித்துக் கொண்டிருந்த காட்சி அவரது கண்களில் நிறைந்தது.

ஹ்ஹா...

வலங்கையாரமாய் அசைந்த அவரது கங்கணக் காப்பு குதியாட்டம்போட 'சுரட்டையன் குறி என்னைக்கும் பெரட்டியதில்லை' என்ற செலவாந்தரம் மீசையை முறுக்கிவிட்டுக் கொண்டது.

• • •

சாளரத்தின் வழியே கசியும் இசைக்கிரணங்களை அருந்திக்கொண்டே சாதகப்புள்ளாய்க் கிடந்தாள் பெருமாயி. இந்தப் பதிமூனு பொழுதுகளும் அவளுக்குள் யுகயுகங்களாய்க் கழிந்து கொண்டிருந்தன. சூரிய வெப்பம் வீசும் பகல் முழுவதும், காலத்துக்குத் தன்னைத் தின்னக் கொடுத்துவிட்டு விரக்தியின் வெம்மையில் மூலையில் முடங்கியிருப்பாள். வசவசப்பான குளிர்ச்சியேற்றும் இரவில் கூத்தின் இசைபோதத்தில் பாய்ந்தெழுவாள். தவசியின் கால் அடவுகள் வீசும் ஜதியில் ஆடி முகிழ்ப்பாள். அவளது உடல்மொழியும் தவசியின் உடல் மொழியும் ஒரு லய அசைவில் ஒருங்கிணைந்து அவளே தவசியாக மாறிப்போவாள். சனங்களும், வாத்தியங்களும், சூதர்களும், தபசுக்கம்பமும் அவள் கண்முன்னே விரிந்து கொண்டேயிருக்கும்.

பட்டக்காரர் கனிவான வார்த்தைகளால் தங்களது குலகௌரவத்துக்கு ஏற்படப்போகும் பாதிப்பை எடுத்துச்சொன்னார். அவரது கெஞ்சலையும் மிஞ்சலையும் பொருட்படுத்தாத அவளது உடம்பை சாட்டவார் வீறி எடுத்தது. வீட்டின் கதவுகள் அடைபட பெருமாயி சிறைபட்டுப் போனாள்.

விடிந்து கொண்டிருந்த வெளிச்சத்தில் மிதந்துவந்த பாட்டுக் கண்ணிகளில் அபிநயமாய் சுருண்டு சுருண்டு தவசியமாக மாறிக் கொண்டிருந்தாள். 'தன் வாழ்விலும் இனி வெளிச்சம் கூடுவதை யார்தான் தடுக்க முடியும்?' இன்னும் கொஞ்ச நேரத்தில் தன் வாழ்நிலை மாறப்போகிறது என்ற குதியாட்டத்தில் அவளது மயிர்க்கால்களெங்கும் புத்துயிர்ப்பூட்டியது. ஆனந்தக்களியில் திளைத்தாடிக் கொண்டிருந்தது கலையின் அற்புதம்.

திடீரென்று சாவின் வாசனை குறுகலான சுவர்களை இறுக்குகிறது. பல்கிப் பெருகிய காற்றைத் துளைத்து சாளரத்தின் வழி சருகுகளை அள்ளி வீசுகிறது. அந்தரவெளியெங்கும் அழுங்குகிற சடசடப்பின் எல்லையற்ற நிழலாக ரெக்கைகளைப் பரப்பிக்கொண்டு முன்றிலில் வந்து வீழ்கிறது கருடன். அந்தக்கணத்தில் அவளுக்கு எல்லாமே புரிந்து போயிற்று.

துள்ளியெழுந்த விசையில் அடிப்புறமற்ற அதிகாலைப்பொழுது அவளது காலுக்குக் கீழே பிளக்க, பூட்டப்பட்ட கதவின் கணையத்தில்

மோதிச் சுழன்றது அவளது தலை. கண்களைக் கப்பியது அவளைச் சுற்றி வளைத்திருந்த சுவர்களின் அரண். பூமியைக்குடைந்து கொண்டு போகிறவளாய் வெறி கொண்ட கைகளில் நகக்கண்கள் பிய்ந்துபோக, செம்மண்ணைச் சாடிப் பறித்தாள். கண்கள் இருண்டு கொண்டேவர, சாளரவெளியில் கிடக்கிறது அவள் வாழ்வு.

சட்டென உடுக்கையின் ஒற்றைப்பேரொளி அவளுக்குள் ருத்திரமேற்றியது. ஒரு தீர்க்கமான முடிவுக்கு வந்த அவளது கண்களில் ஒளி பளீரிட்டது. அந்தமுடிவு அவளுக்குள் உருண்டோடிய பொழுதில் பறவையினத்துக்கேயுரிய நடுக்கம் அவளது அசைவுகளில் விம்மியெழுந்தது. பறவையின் குணாம்சமாக பக்கவாட்டில் அசையும் பார்வையில் அவள் பெண்ணாக இல்லை, கைகளைப் பரப்பிக்கொண்டு மண்டியிட்டெழுந்து சாளரத்தின் முகமாய் உட்கார்ந்த பறவையாயிருந்தாள்.

"கடவுளே, என் உயிரை எடுத்து அந்தப்பறவைக்கு உயிர்கொடு.." அவளது பிரார்த்தனையின் ஓயாத உச்சரிப்பில் கரைந்து கரைந்து அவள் உடல் சரிந்து பூமியில் விழவும், முன்றிலில் வீழ்ந்திருந்த பறவையின் ரெக்கைகள் படபடத்து ஆகாயத்தில் எம்பவுமான அற்புத ஜாலம் நடந்தேகியது.

தபசுக்கம்பத்திலிருந்து உருகிவழிந்த இசைத்துதியின் ஆலாபனம் நாலாத் திக்குகளிலும் எதிரொலிக்க, உடுக்கையின் தாண்டவம் ஏறியடிக்கிறது. அந்தப் பொழுதில் பறவையின் கூவல் அரங்கம் முழுவதும் ஊடுருவ, சனங்கள் பரபரப்படைந்தனர். தூரத்தே சிறகு விரித்த பறவையின் கண்கள் கடுகி வந்தன மரத்தை நோக்கி. வாத்தியங்கள் உச்சகதியில் முழங்கின. தவசியின் கால்களில் புத்துணர்ச்சியேற, அடவுகள் மாறிவீழ, அந்த ஜதிக்கேற்ப அசைந்து அசைந்து கம்பத்தைச் சுற்றுகிறது பறவை. சனங்கள் பரவசத்துடன் எழுந்து கை கூப்பித் தொழுது, குலவையடிக்க கருடதரிசனத்தின் ஆனந்தக்களியில் புல்லாங்குழல் சனங்களின் உடலெங்கும் துளையிட்டு ஊதுகிறது. அந்தக்கூத்து வெளியெங்கும் குதியாட்டம் போடுகிறது. தவசி ஓலைக்கருக்குகளில் சாய்ந்து கொண்டு மெய்மறந்து நிற்கிறான். ரெக்கைகளைக் கடைந்து கடைந்து கிழ திசையில் போய் மறைகிறது பறவை.

• • •

மெல்ல விடிந்து கொண்டிருந்த அதிகாலை வெளிச்சத்தில் பறவையின் கூவல் ஒலி கேட்டது. அவனும் அவளும் பரபரப்புடன் வானத்தை நோக்கினார்கள். பூசாரி பயபக்தியுடன் எழுந்து கண்களை மூடி வேண்டினார். சற்றைக்கெல்லாம் கருடப்பறவையின் ரெக்கையடிப்பில் அந்த இடமே துலக்கம் பெற்றது. படப்புக்கல்லின்

மீது உட்கார்ந்து கோவைப் பழங்களை தன் கூரிய அலகால் கொத்திச் சுவைத்தது. அவர்கள் மெய்மறந்து கைகுவித்தார்கள். ஓரிரு கணங்களில் பழங்களைக் கவ்விக்கொண்டு எழுந்து ரெக்கைகளை அசைத்தபடி பறந்து போய்விட்டது.

பூசாரி அந்தப்படப்பை எடுத்துவந்து பூசைசெய்து அவர்களிடம் நீட்டினார். நிறைந்த சந்தோசத்தில் திருநீறு வாங்கி இட்டுக்கொண்டு குன்றை விட்டு, ஊரை நோக்கி இறங்கினார்கள். 'இனி கவலையில்லாமல் அவரவர் வேலையைப் பார்க்கலாமென்றும், எல்லாவற்றையும் பெருமாயி பார்த்துக்கொள்வாள், தங்களது காதல் தன்னால் நிறைவேறுமென்றும்' ஆனந்தக் கூத்தாடின அவர்களது எண்ணங்கள். மானம் துலாம்பரமாய் விடிந்திருந்தது.

11. ஓலையக்கா லாக்கப்

மு.ஆனந்தன்

ஓலையக்கா கொண்டையிலே
ஒரு சாடு தாழம்பூ
தாழம்பூ சித்தாடை
தலை நிறைய முக்காடு
ஓலே.. ஓலே...

கொங்கு நாட்டில் மேற்குத் தொடர்ச்சி மலையின் பாதங்களில் படுத்துக்கிடக்கும் மசக்கவுண்டன் செட்டிபாளையத்தில் ஒவ்வொரு ஆண்டும் ஆடி மாத பௌர்ணமி வெளிச்சத்தில் கொண்டாடப்படும் ஓலையக்கா நோன்பு இந்த ஆண்டும் தாரை தப்பட்டையுடன் தொடங்கிவிட்டது. நாட்டுக்கு சுதந்திரம் கிடைத்து ஓராண்டு ஆகிவிட்டது. சுதந்திரத்திற்குப் பிறகு நடக்கும் முதல் ஓலையக்கா நோன்பு என்பதால் பெரும் உற்சாகமும் சுதந்திர உணர்வுமாகக் கொண்டாட்டம் களைகட்டிவிட்டது.

200 ஆண்டுகளுக்கு முன்பு மைசூர் சாம்ராஜ்ஜியத்தில் அரசனின் படைவீரர்கள் இளம் பெண்களைக் கடத்திச் சென்று வல்லுறவு செய்கிற கொடுமை அதிகரித்தது. உம்மத்தூரில் வாழ்ந்த தாசபளஞ்சிகர் மக்கள் தங்கள் வீட்டுப் பெண்களைக் காப்பாற்ற ஆடி மாதம் வளர்பிறை புதன் கிழமையன்று இரவோடு இரவாக ஊரைக் காலி செய்துவிட்டு ஆசனூர், பண்ணாரி வழியாக கொங்கு நாட்டுக்கு இடம் பெயர்ந்தார்கள். பவானி ஆற்றைக் கடக்கும் முன்னர் இரண்டு சிறுமிகள் படைவீரர்களிடம் மாட்டிக்கொண்டார்கள். தங்கள் கற்பைக் காப்பாற்றிக்கொள்ள சுள்ளிகளில் தீ வளர்த்து அதில் இறங்கி உயிர் நீத்தனர். தங்கள் கண் முன்பாகவே இறந்துபோன அந்தச் சிறுமிகளின் நினைவாக ஆடி மாத வளர்பிறை நாட்களில் பௌர்ணமிக்கு முந்தைய செவ்வாய்க்கிழமை முதல் வெள்ளிக்கிழமை வரை கொண்டாடப்படுகிறது ஓலையக்கா நோன்பு. ஒவ்வொரு நாளும் ஒவ்வொரு சடங்குகள். சிறுமிகளும் பெண்களும் வட்டமடித்து ஓலையக்கா பாட்டுப்பாடி கும்மியடிப்பார்கள். ஆண்கள் அதில் இணையமாட்டார்கள். தூர நின்று வேடிக்கைதான் பார்ப்பார்கள்.

காளிச்சாமிக்கு சின்ன வயது முதலே ஒலையக்கா கும்மி என்றால் மனசுக்குள் ஜொள்ளு ஊறும். எப்படியாவது கும்மியடிக்க வேண்டுமெனத் துடித்துக் கொண்டிருந்தான். ஒவ்வொரு ஆண்டும் அவன் அடம்பிடிக்கும் போதெல்லாம் அம்மாவும் அக்காவும் நீயெல்லாம் வரக்கூடாதென அப்பாவிடம் அவனைத் தள்ளிவிடுவார்கள். ஆறாம் வகுப்போ ஏழாம் வகுப்போ படித்துக் கொண்டிருந்த போது காளிச்சாமி துணிந்து கும்மிக் கூட்டத்திற்குள் புகுந்தான்.

"டேய்! ஆம்பளப் பசங்க எல்லாம் வரக்கூடாது, பொட்டப்பிள்ளைகள்தான் கும்மியடிக்கோணும்" என்று அவனைத் துரத்திவிட்டார்கள்.

உடனே வீட்டுக்கு ஓடிச்சென்று அக்காவின் பாவாடையையும் சோளியையும் உடுத்துக்கொண்டு வந்தான். அவன் ஆர்வத்தைப் பார்த்து கும்மியில் சேர்த்துக் கொண்டார்கள். அது முதல் காளிச்சாமி இல்லாத கும்மியில்லை. மீசை தாடி முளைக்கத் தொடங்கிய பிறகும்கூட ஒவ்வொரு ஆண்டும் தவறாமல் கும்மியடித்துக் கொண்டிருந்தான். அவன் வயதுப் பையன்கள் எல்லாம் வேட்டியும் சட்டையுமாக, காடு மேடெல்லாம் திரிந்து கொண்டிருந்தபோது பாவாடை சோளியில் தன்னை கண்ணாடியில் அழகு பார்ப்பது அவன் வாழ்வியலாக இருந்தது. ஊர்ப்பெண்களும் அவனை தங்களில் ஒருவராகவே நினைத்தார்கள். காளிச்சாமி என்ற அவன் பெயர் கைரதியாக மாறியிருந்தது.

ஆரம்பத்தில் கேலியும் கிண்டலுமாகத்தான் ஊர் பார்த்தது. பஞ்சாயத்து வரை பிரச்சனை சென்றது. கைரதி குடும்பத்தை ஊரை விட்டுத் தள்ளி வைக்க வேண்டுமென சில பெருசுகள் பேச ஆரம்பித்தார்கள். அப்போதுதான் காக்கா முள்ளு வேலிக்காரர் செருமிக்கொண்டே பேச வந்தார். சுத்துப்பட்டிக் கிராமங்களில் எங்கு கதாகாலச்சேபம் நடந்தாலும் கேட்கப் போய்விடுவார். 1931இல் மகாத்மா காந்தி கோயமுத்தூர் வந்தபோது அவரைப் பார்க்க வேண்டுமென கோயமுத்தூருக்கு நடந்தே போனார். புராணங்கள் தனக்கு அத்துபடியென அவரே பெருமை பீத்திக்கொள்வார்.

உங்களுக்கெல்லாம் அலிகளோட அருமை தெரியுங்களா? மகாபாரத குருஷேத்திர போர்ல பாண்டவர்கள தோக்கடிக்கிறதுக்காக சாமுத்திரிக்கா லட்சணம் இருக்கிற ஒருத்தர பலி கொடுக்கனும்னு முடிவாச்சு. அரவான் தன்னையே தியாகம் செய்ய முன்வந்தாரு. ஆனா ஒரு கண்டிசன் போட்டாரு. சாகறதுக்கு முன்னாடி கல்யாணம் செஞ்சு குடும்பம் நடந்தோணும். சாகப்போறவன எந்த பொண்ணுதான் கட்டிக்கும். அதனால கிருஷ்ணனே மோகினி வேசம்

போட்டு அரவான கல்யாணம் செய்துகிட்டாரு. கிருஷ்ணனோட அந்த மோகினி அவதாரந்தான் அலிகள். ரமன் காட்டுக்குப்போறப்ப கூட வந்த ஆம்பள, பொம்பள எல்லாத்தையும் திரும்பிப் போகச் சொல்லிட்டாரு. நாமதான் ஆம்பளயும் இல்ல பொம்பளயும் இல்லைன்னு அலிகள் மட்டும் ராமனோடவே தங்கியிருந்து அவருக்குச் சேவகம் செஞ்சாங்க. அதனாலே அலிகளுக்கு மனுசங்கள ஆசீர்வதிக்கிற சக்திய ராமனே கொடுத்தாரு. இப்பவும் அலிகள் ஆசீர்வாதம் கிடைச்சா நல்லது நடக்கும். ஒரு கதாகாலச்சேபமே நடத்தி முடித்தார் காக்கா முள்ளு வேலிக்காரர். அதற்குப் பிறகு ஊர் கைரதியைத் தெய்வப் பிறவியாகவே பாவித்தது. ஓலையக்கா நோம்பு மட்டுமல்ல தேரோட்டம், மாரியம்மன் பண்டிகை என எந்த விசேசமாக இருந்தாலும் கைரதியை முதல் வரிசையில் நிற்க வைத்து அழகு பார்த்தது. ஊருக்குள் எந்தக் கல்யாணமாக இருந்தாலும் வெத்திலை பாக்கு வைத்து முதல் அழைப்பு கைரதி வீட்டுக்குத்தான் கொடுப்பார்கள். கைரதிக்குப் புதுப்பாவாடை சோளியும் வைத்து அழைப்பது ஊர் வழக்கமாகவே மாறியிருந்தது.

வெள்ளையடிக்கப்பட்ட ஒவ்வொரு வீட்டிலும் பச்சைப் பனையோலையில் பின்னப்பட்ட இரண்டு ஓலையக்காள் பொம்மைகள் இரண்டு கால்களையும் நீட்டியபடி உட்கார்ந்திருந்தன. நீண்ட ஜடையும் பனையோலையிலேயே பின்னப்பட்டிருந்தன. தேன் மெழுகு பூசி கழஞ்சிக் காய்கள் ஒட்டப்பட்டிருந்தன. மஞ்சள் பூசி விளக்கெண்ணெய் தேய்த்து குளிப்பாட்டி மஞ்சள் பூசப்பட்ட வெள்ளைத் துணிகளால் ஆடைகளைப் போட்டுவிடுவார்கள். கழுத்துக்குக் காசுமாலை, சித்தாக்கு, சங்கிலி, இடுப்புக்கு ஒட்டியாணம், கைகளுக்கு வளையல்கள், காப்புகள், கால்களுக்குத் தண்டைகள், தலைக்கு ஜடை வில்லைகள் என நகை நட்டுகளையெல்லாம் பனையோலையிலேயே செய்து அணிவித்திருந்தார்கள். ஊறவைத்த பச்சரிசி, வெல்லம், தேங்காய்த் துருவல் கலந்த உணவைப் படைத்தார்கள். சிறுமிகள் நோன்பு இருப்பார்கள். இருபது வயதுக்கு மேலாகியிருந்தாலும் கைரைதி தன்னை ஒரு சிறுமியாகவே நினைத்து நோன்பு இருப்பாள்.

ஓலையக்கா நோன்பின் கடைசி நாள், வெள்ளிக்கிழமை. ஓலையக்கா காட்டில் ஓலையக்காளை தீயிட்டு எரிக்க வேண்டும்.

கோழிக்கறியாக்கி
குத்துநெல்லு சோறாக்கி
கோழிக்கறி பத்தலேன்னு
குதிக்கறாளாம் ஓலையக்கா

கோழிக்கறிகளா ஓலையக்கா
குறுவை நெல்லு சோறுகளா
கூலிக்கார வீடுதேடி
போறாளா ஓலையக்கா

ஓலையக்கா பாட்டைப் பாடிக்கொண்டே சிறுமிகள் கூட்டம் ஒவ்வொரு வீடாகச் சென்று ஓலையக்கா பொம்மைகளைச் சேகரித்தது. தாம்பூலத் தட்டைக் கையிலேந்திக் கொண்டு முன் சென்றாள் கைரதி. ஓலையக்காளை தாம்பூலத் தட்டில் வாங்கிக்கொண்டாள். ஓலையக்கா பொம்மைகளைப் பார்க்கும் போதெல்லாம் கைரதியின் முகத்தில் புதிய களை துலங்கும். தன்னை ஓலையக்காளாகவே பாவித்துக் கொள்வாள்.

தாரை தப்பட்டைகளின் குரல்கள் ஓங்கி ஒலித்தன. ஒவ்வொரு வீட்டிலிருந்தும் எடுத்துவரப்பட்ட பொம்மைகள் ஓலையக்கா காட்டில் குவிக்கப்பட்டிருந்தன. ஓலையக்காளை வட்டஞ்சுற்றி சிறுமிகளும் பெண்களும் கும்மியடித்துக் கொண்டிருந்தார்கள். கைரதி இல்லாமலா.

தீப்பந்த வெளிச்சத்தைவிட பௌர்ணமி வெளிச்சத்தின் ஆதிக்கமே அதிகமாக இருந்தது. சுதந்திரம் கிடைத்து ஒரு வருடம் ஆகியும் சுற்று வட்டார கிராமங்கள் எதற்கும் கரண்ட் லைட் எதுவும் வரவில்லை. குனிந்து நிமிர்ந்து இடுப்பை லாவகமாக ஆட்டி கும்மியடித்தார்கள். பாட்டின் வரிகளுக்கேற்பவும் தாரை தப்பட்டையின் சுதிக்கேற்பவும் அடவுகளை மாற்றி மாற்றி ஆடினார்கள். “ஓலே.. ஓலே..” வார்த்தைகள் வரும்போது சரியாக தலைக்கு மேலே தூக்கி கைகளை அடித்தார்கள். கைரதியின் இடுப்பு ஒரு பெண்ணின் இடுப்பைவிட மிகவும் நளினமாக அசைந்தாடிக் கொண்டிருந்தது. கைரதிக்கு சளைக்காமல் ஆட வேண்டுமென்ற நெருக்கடியும் சில பெண்களுக்கு இருந்தது. கைரதியின் ஆட்டத்திற்கு விசிலடிப்பதற்காகவே ஒரு கூட்டம் காத்திருந்தது. கைரதியின் ஆட்டத்தைப் பார்ப்பதற்காகவே கோவில்பாளையம், கோட்டைபாளையம், கஞ்சப்பள்ளி, தேவணாபுரம், திருமலைசெட்டிபுதூர், அறுவ செட்டிபுதூர் என சுத்துப்பட்டி கிராமங்களிலிருந்தெல்லாம் மாட்டு வண்டி கட்டிக்கொண்டு வருவார்கள். அன்னூரிலிருந்தும்கூட வருவார்கள். வழக்கமாக மாஸ்தி கூட்டம் விசேசங்களுக்கு பானு கூட்டம் ஆளுங்க வரமாட்டாங்க. ஆனால் பகையெல்லாம் மறந்து கைரதி ஆட்டத்துக்காக பானு கூட்டம் மட்டுமல்ல ரங்கஞ்செட்டி கூட்டம், கஸ்தூரி கூட்டம், உத்தாண்டி கூட்டம், சங்கஞ்செட்டி கூட்டம், பேச்சிக்கூட்டம், ஆண்டி கூட்டம் என தாசபளஞ்சிக சமுதாயமே திரண்டு நிற்கும். சுற்றுவட்டாரத்தில் எல்லா ஊர்களிலும் ஓலையக்கா

நோன்பு நடந்தாலும் மசக்கவுண்டன் செட்டிபாளையத்தில் நடக்கும் ஓலையக்கா நோன்பு சமுதாய விசேசமாகவே மாறியிருந்தது.

நாழி நாழி நெல்லுகுத்தி
நடுக்கிணற்றில் பொங்கல் வைத்து
நாட்டாரைக் கூட்டமிட்டு
நடந்து போறா ஓலையக்கா
ஓலே... ஓலே..
சீலை அறுபதென்பாள்
சித்தாடை முப்பதென்பாள்
சீலை குறைச்சலென்னு
சிணுங்குகிறாளாம் ஓலையக்கா
ஓலே.. ஓலே..

கும்மியாட்டம் வேகமெடுத்துச் சுழன்று கொண்டிருந்தது. கடலைத் தோட்டத்தில் காட்டுப்பன்றி புகுந்ததுபோல் உருமிக் கொண்டு வந்தது ஒரு போலீஸ் ஜீப். மொடமொடப்பான காக்கி டவுசரும் சட்டையும் குழல் தொப்பியுமாக ஒரு கூட்டம் போலீஸ்காரர்கள் இறங்கினார்கள்.

பட்டக்காரனும் செட்டிக்காரனும் ஓடிச்சென்று கும்பிடு போட்டார்கள். சர்க்கிள் இன்ஸ்பெக்டர் அதை கண்டுகொண்டதாகவே தெரியவில்லை.

"என்னையா நடக்குது இங்க? இவ்வளவு கூட்டத்தைக் கூட்டிவச்சு என்ன செய்யறீங்க?"

"ஓலையக்கா நோம்புங்க."

"என்ன அக்கா? ஏலக்காவா? ஓலக்காவா? அது யாரோட யக்கா? சரி, சரி, போலீஸ் ஸ்டேசன்ல பர்மிசன் வாங்கனீங்களா?"

"இதுவரைக்கும் வாங்குனதில்லைங்க."

"இனிமேல் பர்மிசன் இல்லாம பொது இடத்துல எந்த விசேசமும் நடத்தக்கூடாது. புரிஞ்சுதா?" நாட்டுக்கு சுதந்திரம் கிடைத்ததால் அப்படிச் சொல்கிறாரோ என்னமோ?

பதிலுக்குக் காத்திருக்காமல் போலீஸ் பார்ட்டியுடன் சுற்றி வந்து நோட்டமிட்டார் சர்க்கிள் இன்ஸ்பெக்டர். இறுதியில் அவர் பார்வை கைரதியின் மீது நிலைக்குத்தி நின்றது. அந்த முரண்பட்ட உருவம் அவர் போலீஸ் மூளையைப் பிறாண்டியது.

எழுத்தில் எங்க சாமிகள் | 145

“யோவ், கான்ஸ்டெபிள், அந்தப் பொட்டய இழுத்துகிட்டு வாங்கய்யா..”

கைரதியைத் தரதரவென இழுத்து வந்து இன்ஸ்பெக்டர் முன் நிறுத்தியது போலீஸ் பார்ட்டி.

“நீ ஆம்பளதான, பொம்பளைங்க உடுப்பு எதுக்குப் போட்டிருக்க?” கைரதியை ஏற இறங்க பார்த்துவிட்டுக் கேட்டார் சர்க்கிள்.

“... ....”

“டேய்! பொட்ட, பொம்பளங்க உடுப்ப போட்டதுமில்லாம அவுங்ககூட ஜோடி சேர்ந்து கும்மாளமடிக்கிறயா?”

“தொரை, அது சின்ன வயசிலிருந்தே இப்படித்தாங்க உடுத்துக்கும்“ பட்டக்காரன் பம்பிப்பம்பி பேசினார்.

“யோவ், என்ன பேசற? அலிக பொம்பளைங்க உடுப்பு போடக்கூடாது, பொம்பளைங்ககூட சேர்ந்து ஆடக்கூடாது, தெனமும் காலைலேயும் ராத்திரியும் ஸ்டேஷன்ல வந்து ரேகை வக்கணும், மீறினா என்ன தண்டனை தெரியுமா? ரெண்டு வருஷம் ஜெயில், அபராதமும் கட்டோணும், பிரிட்டிஷ்காரன் போட்ட சட்டம், தெரியாதா?” குற்றப்பரம்பரை சட்டத்தின் சாரம்சத்தை மெனக்கெட்டு விளக்கினார் சர்க்கிள் இன்ஸ்பெக்டர்.

“தொரை, வெள்ளக்காரனயே விரட்டியடிச்சிட்டோம், அவன் போட்ட சட்டத்தை மட்டும் ஏன் புடிச்சு வச்சுக்கிட்டு இருக்கீங்க” காக்கா முள் வேலிக்காரர் தைரியமாகப் பேசினார்.

சர்க்கிள் இன்ஸ்பெக்டரின் கண்கள் சிவந்தன. கேள்விகளுக்கான பதிலாக கைரதியின் கன்னத்தில் அதிகாரத்தின் ஐந்து விரல்கள் பதிந்தன. திருவிழாக் கோலத்திலிருந்த ஊர், தன் முகத்தில் சாவுக்களையைப் பூசிக்கொண்டது.

• • •

கோயமுத்தூரிலிருந்து சத்தியமங்கலம் செல்லும் பெருவழிச் சாலையில் கள்ளிக்கோட்டை ஓடுகள் வேய்ந்த சிவப்புக் கட்டிடத்தில் கம்பீரமாக நின்றுகொண்டிருந்தது அந்தக் காவல்நிலையம். மேலோடு கழண்டு கிடந்த லாக்கப் தரையில் விழுந்தாள் கைரதி. அழுக்கும் எலிப்புழுக்கை வாடையும் கலந்துகட்டி அடிக்க கைரதியின் நுரையீரல் திணறியது.

புளுக், புளுக்கென எரிந்து கொண்டிருந்த குண்டு பல்பின் மங்கிய வெளிச்சத்தில் சில நிழல்கள் வளர்ந்தன.

“அடி, சவத்துக்குப் பொறந்தவளே, நீ ஆம்பளயா இல்ல பொம்பளயா?”

“ஆம்பளதாங்க சார்..”

எச்சிலையும் பயத்தையும் விழுங்கிக்கொண்டு சன்னமாகப் பேசினாள் கைரதி.

“அப்புறம் எதுக்குடி பாவாடை கட்டியிருக்க, பொட்டத்தேவடியா முண்ட?”

“ஊர்ல ஓலையக்கா நோம்பு.. கும்மியாட்டம்.. அதான்..”

“கும்மியாட்டம்னா பொம்பளைங்க ஆடுவாங்க.. பொட்டநாயே, பொம்பளங்ககூட நீ எதுக்குடி ஆடுற?” தலை மயிரைப் பிடித்து ஆட்டியபடியே கேட்டார் சப் இன்ஸ்பெக்டர்.

மலங்க மலங்க முழித்தாள் கைரதி. உடல் முழுவதும் ஆக்கிரமித்திருந்த பயத்தின் தோள் மீது பெருத்த வலியும் அதிர்ச்சியும் ஏறி நின்று அழுத்தும் போது முழித்துப் பார்ப்பதைத் தவிர வேறு என்ன செய்ய முடியும்?

“இவ இப்படியெல்லாம் கேட்டா சொல்ல மாட்டா, யோவ் ஏட்டு அவ குண்டியத் தடவிப் பாருய்யா..” சர்க்கிள் இன்ஸ்பெக்டரின் உத்தரவில் நக்கல் நெடி தூக்கலாக இருந்தது.

“கழட்டியே பார்த்தறலாங்கய்யா..”

“ஆமாங்கய்யா, அலிய அம்மணக்கட்டயா பார்க்குற பாக்யம் இப்பதான் கிடைச்சிருக்கு” கட்டையா குட்டையா இருந்த கான்ஸ்டெபிளின் மூளையில் எச்சில் ஊறியது.

“பாக்கறது மட்டுமா! செய்யறதானாலும் செய்யலாங்க..”

“அடியே, பொம்பளைங்க உடுப்பெல்லாம் அலிகள் போடக்கூடாது, நீயே கழட்டறியா, இல்ல நாங்க கழட்டட்டுமா?”

லாக்கப் சுவர்களும் அந்த நமட்டுக் கொக்கரிப்பில் தன்னை இணைத்துக்கொண்டன.

சர்க்கிள் இன்ஸ்பெக்டர் ’தலைமையில் போலீஸ் படை கைரதியைச் சுற்றி வளைத்தது.

மானத்தைக் காப்பாற்றிக்கொள்ள ஓலையக்காளாக மாறினாள் கைரதி. தன் மீது தீ பற்றவைத்துக்கொள்ள சுள்ளிகளைத் தேடினாள். சுற்றிலும் சு... களாக இருந்தது.

“ஓலே.. ஓலே..”

12. ஊமைக் கொலுசு

உமா மகேஸ்வரி

தட்டுமுட்டுச் சாமான்கள் அடங்கிய பரண்மேல் ஏறினாள். தாரிணிக்கு ‘பொன்னியின் செல்வன்’ பைண்ட் புத்தகங்கள் வேண்டும், அதைத் தேடுவதற்காக பாவாடை தூக்கிச் செருகி யிருந்தது. அண்ணனின் முழுக்கைச் சட்டையைப் போட்டு, தலையில் தாவணியை முக்காடிட்டிருந்தாள். தூசியிலிருந்து தப்பிக்க. “அடுத்த வாரம் நிச்சயதார்த்தத்தை வச்சுக்கிட்டு, கொரங்கு மாதிரி பரணில் ஏண்டி ஏறுனே? கை காலில் இடிச்சுடாத, எறங்கு கீழே.” அம்மாவின் அதட்டலைப் பொருட்படுத்தாமல், அந்த அகலமான மரப்பரண் முழுக்கத் தவழ்ந்து தேடினாள்.

தூசியின் நெடி ஒட்டடை முகத்தில் சுற்றியது. சுவரில் பெரிய மரப்பல்லி ஒன்று முதலையின் குறுவடிவம்போல் ஒட்டியிருந்ததைப் பார்த்தபோது பயமும் அருவருப்பும் வந்தன. விரட்டினால் மேலேயே வந்து விழும். அதுவோ முற்றும் துறந்த ஞானிபோல் அசைவே இன்றி சுவரோடு அழுத்தமாக ஒட்டிக் கிடந்தது. “ச்சீ, ச்சூ” – என்று துரத்திப் பார்த்தாள்.

ம்ஹூம், அது மசிவதாயில்லை. மங்கலாக மினுங்கும் அதன் விழிகள். பெரியதாகக் கிடந்த டிரங்குப் பெட்டியை டம டமவெனத் தட்டினாள். அது அப்போதுதான் உயிர் பெற்றாற்போல் நகர்ந்து, சாவதானமாகச் சமையலறைச் சுவரை நோக்கி ஓடியது. “சனியன் சனியன்” என்று வைதாள். பெட்டி துருவேறி, தாழ்ப்பாள் இறுகி யிருந்தது. அதில் பழைய டைரிகள், நைந்த பத்திரங்கள், பேனாக்கள், ஜாதக நோட்டுகள், ஒரு பாசி பிடித்த பித்தளைக்கெண்டி, சின்ன டம்ளர் என்று என்னென்னவோ கிடந்தன.

‘கிலுங் கிலுங்’ என்று வெள்ளியின் ஓசை கேட்டது. ஆர்வத்தோடு துழாவினாள். பட்டையான ஒற்றைக் கொலுசு. மேலே பொட்டுக்கோர்த்தாற்போல் ரெண்டு வரிசை. கீழே சின்னஞ் சிற தோகை மயில்கள். கடைசியாக ஜிலேபி பிழிந்தாற்போல் நெளிநெளியாக வெள்ளிச் சரங்கள்.

அவள் அதன் ஜோடிக்காக மறுபடி பெட்டியை உருட்டினாள்.

கண்டெடுத்த பிறகு அவற்றைக் கையிலேந்திப் பார்த்தாள். பூங்கொத்துப்போல் கனமேயற்று இருந்தது. முல்லை மணம்கூட வந்தது. அசைத்தபோது மழுங்கிய சலங்கைகள் சன்னமாக வெட்கப்படும் பெண்போலச் சிரித்தன.

குளம் நீராவி படிந்த கண்ணாடிபோல் கிடந்தது. காற்றில் இன்னும் நீங்காத குளிர். ஆனால் அது உடலைக் குத்துவதாக இல்லை. இதமான, இப்போதுதான் பிறந்த குழந்தையின் விரல்கள்போல் மெல்லிய குளிர். அவள் சுற்றுமுற்றும் பார்த்தாள். ஊர் இன்னும் விழிப்புக் கண்டிருக்கவில்லை. ஆடு மாடுகளின் அரவமும் இல்லை. இன்னும் ஒரு பறவையின் தூக்கமும் கலையவில்லை. கொடுஞ் சொல்லை மட்டுமே கொட்டும் பெரிய மதினியின் குறட்டை வீட்டைவிட்டு வெளியேறும்போது கேட்டது.

நிலா மேற்கில் சரிந்து கொண்டிருந்தது. மணி இரண்டா மூன்றா தெரியவில்லை. எப்போது வீடு உறங்கும் என்று காத்துக் கிடந்துவிட்டு தன் இடுப்பின்மீது கிடந்த சங்கரியின் காலை மெதுவாக அவள் விழித்து விடாமல் எடுத்துக் கீழே வைத்தாள். சிணுங்கிப் புரண்டு மறுபடி அவளை இறுகக் கட்டிக்கொண்டாள் குழந்தை. பெரியண்ணனின் மகள்.

மேலும் சில நிமிடங்கள் பொறுமையாக இருந்து, அவள் ஆழ்ந்து உறங்கக் காத்திருந்து, கொலுசுகளைக் கழற்றித் தலையணையடியில் வைத்துவிட்டு, மூச்சடக்கி பூனையடிகளாக வைத்து நடந்து முன்னேற்பாடாக திறந்தே வைத்திருந்த கொல்லைப்புறத் தாழ்ப்பாளைத் தள்ளித்திறந்து.. அம்மாடி...! எத்தனை இடைஞ்சல்கள், தடைகள், திருட்டுத்தனங்கள்.. அதற்காக! வெறும் அதற்காகவா?

இருளில் உறங்கிய குளக்கரையின் ஆலமர நிழலில் ஒளிந்து காத்திருந்தாள். பனி பெய்யும் பின் ராத்திரி. இருட்டில் அவள் அசைவுகளைக் கவனித்து குளப்படியில் குறுகி உட்கார்ந்திருந்தவன் அரவம் காட்டாமல் எழுந்து வந்தான்.

அவன் நெருங்கி வர வர, கிளர்ச்சியும் குலை நடுக்கமும் ஒருங்கே மூண்டன. கனத்த பெருமூச்சில் அவள் கண்கள் சுட்டன. சுய இரக்கம் அவளுள் திரண்டது. குத்தவைத்த முழங்கால் மூட்டுகளில் முகத்தைப் புதைத்துக்கொண்டாள். பயம் நரம்புகளில் கொதிஅமிலம்போல் கிளைத்தது. விரல் நுனிகள் பனிச் சில்லுகளாகின. எல்லாம் அவன் உள்ளங்கை முதுகில் படும் வரைதான்.

சாயங்காலம் மலர்ந்திருந்த கொடி முல்லை எங்கிருந்தோ மணந்தது. அவளுக்கு முல்லை மணம் பிடிக்கும். அதை அவனிடம் சொன்னபோது அவன் பதில் தராமல் ஒற்றை மல்லிகைச்சரம் சூடிய அவள் கூந்தலில் முகத்தைப் புதைத்துக்கொண்டான்.

குயிலின் நீண்ட கூவலில் உலுக்கி விழும் அவள் உடலை இறுக அணைத்தான். இனிமையான மறதி அவளைச் சூழ்ந்தது. வீடு குறித்த அத்தனை பதற்றங்களும் அவன் நெஞ்சில் புதைந்ததும் அடங்கிப் போயின. அவசரமாக விலக்கப்படும் புடவை. நந்தியாவட்டம் நட்சத்திரங்களை உதிர்ப்பதுபோல் ஒரு கைப்பிடி மலர்களை உதிர்த்தது. காது மடலிலும் இமை நுனியிலும் கழுத்து வளைவிலும் பதிந்த அவன் முத்தங்கள்.

அவள் அவ்வளவு தயக்கங்களையும் துறந்தவளாக அவனைத் தழுவினாள். மயக்கமூட்டும் பொருளற்ற ஆனால் உலகிலேயே இனிய கொஞ்சல்களைக் கேட்டாள். உடலின் கருஞ்சிவப்பு மையத்தில் இருந்து நரம்புகளுக்குள் ஏறிய மின்னலை ரசித்தாள். அவன் தொடுகைகள் அவள்மீது பரவின. அசைவேயற்ற குளத்தின் அலைகளில் அமிழ்வதுபோல மோதித் தாக்கும் அருவியின் வேகம் இல்லை, விண்மீன்கள் நிறைந்த வானில் மேகங்களின் ஈர மிருதுவிற்குள் பதிவது போன்றா?

மரத்தடி ஈர மண் வெற்று முதுகில் நெருட புரண்டாள்.

சட்டென்று அவளை விட்டு, “உறுத்துதா, வலிக்குதா?” என்று கேட்டான். அவள் அவசரமாக மறுத்து, அவனை இழுத்து இன்னும் நெருக்கிக்கொண்டாள்.

முற்றிலும் குளிர் குறைந்து மோகத்தில் கொதிக்கும் உடல்கள். திடீரென்று ஆலமரப் பறவைகள் கிறீச்சிட, திடுக்கிட்டு விலகினார்கள். நிலவு மேற்கில் மூழ்கி மறைய கிழக்கே செம்பொட்டு தெரிந்தது.

“கடைசியில் உறங்கி முதலில் விழிக்கும் இந்தப் பறவைகள், இவை இப்போது என்னை எச்சரிக்கின்றன. “நேரமாகிவிட்டது; வீடு திரும்பு’ என்று. போகட்டுமா? போதுமா?”

“இப்ப போதும். ஆனா நாளைக்கு..” குறும்புப் புன்னகை விரிந்து, அவன் பற்கள் பளீரிட்டன. தலைமுடியைக் கோதினான். அவள் சேலை நுனியைச் செருகிச் சுழன்று கொசுவம் வைக்கும்போது இடுப்பில் கிள்ளினான். விளையாட்டாக அவனைத் தள்ளிவிட்டு குளப்படிக்கட்டில் கிடந்த குடத்தை நோக்கி நடந்தாள். படியில் இறங்குபவளின் இடையினை அணைத்தபடி கூடவே வந்தான். “போயிடுங்க” என்று அவள் கண்கள் கலங்கிக் கெஞ்சவும் தலையாட்டி, கன்னத்தில் முத்தமிட்டு விரைந்து மறைந்தான்.

அவள் குளத்தில் இறங்கிக் குளித்து, நிறைகுடத்துடன் படியேறினாள்.

விடியத் தொடங்கிவிட்டது. எதிரில் மூத்த அண்ணன் வாயில் புகையும் பீடியோடு வந்தார். அவளைப் பார்த்து, ‘விரசா போ. ஒன்னய இன்னம் காணம்னு மதினி தேடுறா.”

ஆமாம், தேடுவார்கள்.

'தெய்வநாயகி, அந்த தேங்காயத் துருவிடு.'

'அப்படியே மீன் குழம்புக்கு அம்மியில் மசால் அரைச்சிடும்மா. வெங்காயத்தை கடைசியில் ஒன்றிரண்டா, அரைகுறையாத் தட்டினா போதும்.'

'தெய்வா, நான் குளிச்சிட்டேன்; அந்த வாளில ஊறுற உருப்படியையெல்லாம் துவைச்சுடு.'

'தெய்வாத்தை, ப்ளீஸ், எனக்கு இந்த ஜடையைப் பின்னி விடேன்.'

'தெய்வா, இந்தக் குட்டிப்பயல் காலைல இருந்து ஒண்ணும் குடிக்கல. இந்த ஸெரிலாக்கைக் கொஞ்சம் ஊட்டுறியா?'

எல்லோரும் அவளைத் தேடுவார்கள். எல்லாவற்றிற்கும் அவள் தேவை. ஆனால் அவளுக்கு? அம்மாவும் அப்பாவும் அடுத்தடுத்து போய்ச் சேர்ந்துவிட்டார்கள்..

வீட்டுக்குள் நுழைந்தாள்.

ஜோசியர் முன் வராண்டாவில் பெரியண்ணனோடு உட்கார்ந்திருந்தார். உரக்க என்னவோ சொல்லிக் கொண்டிருந்தவர் இவள் கொலுசுச் சத்தம் கேட்டதும் பேச்சை நிறுத்திவிட்டு, கடந்ததும் கிசுகிசுப்பாகத் தொடர்ந்தார்.

"இதுவும் ஒத்து வரலய்யா; ஒரு பொருத்தம்கூட இல்லய்யா."

எப்படி ஒத்துவரும்? அவள் ஜாதகம்தான் ஏதோ தோஷஜாதகம் என்கிறார்களே. இதில் ஏழரை நாட்டுச்சனி வேறு. அவளுக்குக் கல்யாணம் நடந்தால் உடனேயே வீட்டில் ஒரு பெருந்தலை உருளும்; கருமாதியும் நடக்கும். அப்புறம் எப்படி எந்த ஜாதகமும் அவளுடையதோடு பொருந்தும்? அவளுக்குக் கல்யாணம்னு ஒண்ணு நடக்கும்?

ஈரத் தலையைத் துவட்ட கண்ணாடியை நெருங்கினாள்.

'எங்க தெய்வா போன? நாந்தான் பாலைக் காய்ச்சும் படியாயிடுச்சு. இட்லிப் பானையைக் கொஞ்சம் அடுப்பிலேத்திடுறியா? கே.டி.வி.ல புதுப்படம் போடுறான்."

பெரிய அண்ணனின் மனைவி சொல்லிவிட்டு ரிமோட்டைக் கையில் எடுத்தாள்.

"இருபத்தி நாலு மணிநேரம் அவளையே வேலை சொல்லிட்டு.. உனக்கென்ன ஒடம்பு வளையாதா? கல்யாணத்துக்கு இருக்கிற

பொண்ணு. காலாகாலத்தில் அவளுக்கு கல்யாணம் நடத்திப்பார்க்க எனக்குக் கொடுத்து வைக்கல" – சின்னண்ணனின் போலியான அங்கலாய்ப்பு. படு செயற்கையான கண்ணீர் துடைப்பு. தெய்வநாயகியால் சகிக்க முடியவில்லை.

நனைத்த துணி விரித்த இட்லி தட்டில் ஒரே சீராக மாவை ஊற்றி, இட்லிப்பானையை அடுப்பில் ஏற்றினாள்.

சின்னண்ணனின் இளைய மகன், "அத்தை, எனக்கு பசிக்குது, சாப்பாடு ஊத்து.." என்று அவள் முந்தானையைப் பிடித்துக்கொண்டான்.

"பத்து நிமிஷம் கொஞ்சம் பொறுடா தங்கம்" என்று நிமிர்ந்தவள் ஜன்னலில் அந்தக் கண்களைப் பார்த்தாள். அழைக்கும் கண்கள். முத்தத்தில் குவியும் உதடுகள்.

உற்றுப்பார்த்துத் தலையை உலுக்கித் தன்னை மீட்டுக் கொண்டாள்.

"எனக்கு இட்லி எடுத்து வை தெய்வா" – சின்னண்ணன்.

"தெய்வநாயகி என் செருப்பைக் கொஞ்சம் துடைச்சுடும்மா. உன் கைராசிக்கு போற காரியம் ஜெயிக்கும்" – பெரியண்ணன்.

"தொவைச்ச துணியெல்லாம் காஞ்சிருக்கும் தெய்வா; எடுத்து மடிச்சு வச்சிடும்மா.." – அண்ணி.

"தெய்வா, மதியச் சமையல் முடிஞ்சுதில்ல? அந்த மல்லிப்பூவைத் தொடுத்துடு" – சின்னண்ணியின் அறையில் இருந்து குரல்.

"இந்தப் பூவே இன்னும் வாடல. கிட்ட வா" கிறங்கிய சின்னண்ணனின் கொஞ்சல்.

"என்னங்க நீங்க.. பட்டப்பகல்ல.. விடுங்களேன். உங்க பசங்க வந்துடுங்க. விடுங்க.."

விடச் சொல்கிறாளா? தொடச் சொல்கிறாளா? இழையும் உடல்களின் வாசனை. சிணுங்கல் ஒலிகள்.

அவள் அவசரமாக வாசல் திண்ணைக்கு ஓடினாள். உடலில் வெம்மையும் குளிரும் பரவின. இடைக்குக்கீழ் அந்த இருட்சுடர் விழித்தது.

'நீ எங்கிருக்கிறாய்? எப்போது இந்த வீடு உறங்கும்? எனக்குன்னு நீதான். இந்த உடம்புதான் நானா என்று தெரியவில்லை. ஆனால் நான் ஒரு குற்றமும் புரிவதாக அறியவில்லை. காமமோ, காதலோ, இது என்னவோ தவறென்றோ பாவமென்றோ எனக்குத் தெரியவில்லை. நீ வேணும்' அவள் மௌனமாக வளைந்தாள்.

தூக்கிக் கட்டிய வேட்டியோடு தேன் நிற முதுகு வியர்வையில் பளபளக்க அவன் லாரியைக் கழுவும் காட்சி மனதிலசைகிறது.

அவள் உணர்வுகள் தீர்க்கமுற்றன.

வேலைகள் முடிந்து மாலை வரக் காத்திருப்பின் தவிப்பு அதிகமானது. அவள் அசைவுகளில் மெல்லிய உல்லாசம் ஏறியது. காபிப் பரிமாறல்கள் முடிந்தபிறகு முகம் கழுவிப் பொட்டிட்டவுடன் அவன் உள்ளுக்குள் உலவத் தொடங்கினான்.

“தெய்வநாயகி இல்லாட்டி வீடு வீடாயிருக்குமா? உண்மை யிலேயே அவள் தெய்வம்தான்” சின்னண்ணி பக்கத்து வீட்டு அம்மாவிடம் சொல்லிக் கொண்டிருந்தாள்.

‘ஆமா, தெய்வம். தியாகத் திருஉருவம். நான் பெண்ணில்லையா? அது யாருக்கும் புரிவதேயில்லையா, அவனைத் தவிர..’

‘என்னுடன் வந்துடுறியா?’ நேற்று கேட்ட அவன் சொற்கள் நினைவிலசைந்தன. ஜன்னல் வெளியே மாமரத்தின் கிளைகள் அசைந்தன.

இன்று இரவு திரளும்போது அவளுக்கு ஒரு பதற்றமுமில்லை. வீட்டுக்கதவைத் திறப்பதில் துளி அச்சம் இல்லை.

இம்முறை அவனைக் கூடும்போது அவள் காற்றில் மிதக்கும் இறகானாள். தெரு விளக்குகள் மங்கலாக விழித்தன.

ஏதோ ஒரு வீட்டில் இருந்து ஒற்றைச் செருமல் கேட்டது. உறங்கும் ஒரு பறவை கூட்டில் சிணுங்கியது. ஆலமரமும் அதையொட்டிய மண்டபமும் நிழல் மஞ்சம் தந்தன. நழுவிய ஆடைகளிலிருந்து கற்பூர மணம் கமழ்கிறது என்று அவள் சொல்லவும் அவன் புன்னகைத்தான்.

“நாளைக்கு உங்களோடு வந்துவிடுகிறேன்.” அவளுடைய பளீரென்ற வார்த்தைகளில் திகைத்தான். “சரி” என்று அவள் கன்னங்களில் அழுந்த முத்தமிட்டுவிட்டு அவன் திரும்பி நடந்தான்.

குளத்தங்கரையை ஒட்டிய ஒரு நிழல் தெரிந்தது. அஞ்சி உடல் வியர்க்க அவசரமாகப் புடவையைச் சரி செய்தாள். கழற்றிய கொலுசுகள் ஆலமர வேரில் கிடந்தன. காலடியோசையில் உக்கிரம் அதிகரித்து அதிகரித்து நெருங்கியது.

பெரியண்ணன்..! திகிலில் முகம் உறைய நின்றாள். உடைந்து, கனிந்த குரலில், “சொல்லியிருந்தா நானே கல்யாணம் முடிச்சு வச்சிருப்பேனேம்மா” என்றார். அவள் ஆசுவாசமும் அமைதியும் அடைந்தாள்.

"மன்னிச்சிடுங்கண்ணே.." என்று விட்டு குனிந்த தலையோடு குடத்தை எடுக்கப் படிகளில் இறங்கினாள்.

முதுகில் விழுந்த ஒரு ஆக்ரோஷமான எற்றலில் தடுமாறி நீரில் சரிந்தாள். மூர்க்கமாக அவள் தலை நீரில் அழுத்தப்பட்டது. மெல்லிய நீர்த்தாவரம்போல் ஓரிருமுறை அவள் உடல் மீறி மேலெழுந்தது. பிறகு திடமற்று தன்னை ஒப்புக்கொடுத்து ஆழத்தில் சுழன்று இறங்கியது.

"அய்யோ, எத்தனை வருஷமாப் பழகிய குளம். இப்படியா எங்க தெய்வத்தை விழுங்கும்? கன்னித் தெய்வமாவே ஆயிட்டாளே! இனிமே இந்தக் குடும்பத்தை யார் கொண்டு செலுத்தப்போகிறாங்க?" வீட்டு முற்றத்தில் குரல்கள் தேம்பின.

"இந்தக் கொலுசை எங்கயிருந்து எடுத்த?"

"நான் இதைத்தான் என் கல்யாணத்துக்குப் போட்டுக்குவேன்"

"இது வேணாம்."

"நளினிக்கா, திவ்யாக்கா ரெண்டு பேருக்கும் கல்யாணத்தன்னிக்கு தெய்வாத்தைதான் கொலுசு போட்டிவிட்டிருக்காங்க. இப்ப அவங்க இல்லியே, இது அத்தையோட கொலுசுதானே?"

"இல்ல, இது அவ கொலுசு இல்ல."

"அத்தை எப்படிம்மா இறந்தாங்க?"

"சாவு வந்துச்சு, செத்துட்டா. அதுக்கென்ன இப்ப?"

தாரிணி தன் சேலை அடுக்குகளுக்கடியில் அந்தக் கொலுசுகளை ஒளித்து வைத்தாள். இரவுகளில் ரகசியமாக எடுத்து அசைத்துப் பார்ப்பாள். சன்னமான சிரிப்பொலிகளும் கண்ணீர்த்துளிகளும் அதிலிருந்து பெருக, கன்னத்தோடு அழுத்திக்கொண்டாள்.

"இது எங்க இங்க வந்தது?" சித்தி தன் அலங்கார மேஜையில் இருந்து அந்தக் கொலுசுகளை எடுத்து எறிந்தாள்.

"அஞ்சறைப் பெட்டியில் சீரகத்திற்குக் கையை விட்டா இது கிடக்கு. சனியன்" அம்மா அடுப்படி மேடையில் அந்தக் கொலுசு ஜோடியை 'பட்'டென்று போட்டாள்.

"காலைல கடை திறக்கப்போனா சாவிக்கொத்துக்குப் பதிலா இது வருது" அப்பா கத்திவிட்டு, குப்பைக்கூடையில் வீசி விட்டுப்போன அந்தக் கொலுசுகளை தாரிணி எடுத்துக்கொண்டாள்.

அவள் பிடிவாதமாக நிச்சயதார்த்தத்தின் போதும், மூன்று மாதம் கழித்து நடந்த திருமணத்திற்கும் அதே கொலுசுகளையே அணிந்துகொண்டாள்.

அவள் பாதத்தில் படிந்து, நடக்க நடக்க, பழைய பச்சைக்களிம்பு நீங்கி அந்தக் கொலுசுகள் மெதுவாகப் பொன்னிறம் பெற்றன. வெள்ளிப்புள்ளிகள் குள நீர்த்துளிகள் போன்றோ, வைரம் போலவோ மினுங்கின. அதன் சலங்கைக் கொத்துகள் மட்டும் ஒலியேயற்ற உறைந்த கண்ணீர்த் துளிகளாகவே இருந்தன.

"நாங்க சொன்னமே, தெய்வநாயகி எங்க வீட்டு கன்னித் தெய்வமின்னு. பாரு, வெள்ளிகூட பொன்னா மாறுது" பேசிக்கொண்டார்கள் வீட்டுப்பெண்கள்.

13. பிராது

கண்மணி குணசேகரன்

'வேடப்பர் துணை'

விருத்தாசலம் வட்டம் இருளக்குறிச்சி கிராமத்தைச் சேர்ந்த தனமணி அம்மாள் பிராது. பங்குனி 27 ஞாயிற்றுக்கிழமை. மறுபடி கட்டியது ரூ 12 பைசா 25.

"பிராது குடுத்து பத்து நாளாகியும் என் நக இன்னும் எனக்கு வந்தசேரல சாமி. ஏம் புள்ள கல்யாணத்த குறுக்கால வைச்சி, என்ன இப்பிடி தெவைக்க வுடுறிய! இதுலாம் நாயமா சாமீ? இப்பவும் சொல்றன், எனக்கு அந்த பெருமாள் மேலதான் சதேகம். ஒடம் பங்காளிய போயி எப்பிடி கேக்கறதன்னுதான் ஓங்கிட்ட வந்தன். நீனும் இந்த கம்னேட்டி பொம்பள சமுத்தப் பாக்கறதுக்கு இம்மாம் நாளு இழுத்தடிக்கிற. ஆனா ஒண்ணு, இன்னம் நாலு நாளுதான் குறுக்கால இருக்கு ஏம் மொவ கல்யாணத்துக்கு. நக இல்லன்னு சேதி தெரிஞ்சாலே போதும், ஏம் பழிகாரி அண்ணம் பொண்டாட்டி கல்யாணத்த நிறுத்திடுவா. ஒட்டு ழ நாக்காட்டம் ஒத்த புள்ளயேநாட கல்யாணம் நின்னுபோயி அப்பறம் இந்த சென்மத்த வைச்சிக்கிட்டு நா உயிரோட இருந்து புண்ணியமே இல்ல. கடைசியா சொல்றன். நாளைய பொழுதுக்குள் ஏந் நக ஏங் கைக்கி வந்துசேருலன்னா நா உயிரோட இருக்கவே மாட்டன். நா ஆதுபாது அத்தவ. ஒன்ன நம்பித்தான் இப்பவும் போறன். நாளய பொழுதுதான் ஒனக்குக் கெடு. இல்ல... சாண் கவுத்துல இந்த உயிர மாய்ச்சிக்குவன்."

பிராது சீட்டைப் படித்த வேடப்பர் ஒரு கணம் ஆடிப் போய்விட்டார். அதுவும் ஆணித்தரமாய் கறாராய் எழுதப்பட்டிருந்த கடைசி வரியைப் படித்து முடித்தபோது ஓங்கி உச்சி மண்டையில் பாறையால் அடித்தது போன்ற வலி. நிலை குலைந்துபோய் அப்படியே கல்லாய் குந்திவிட்டார். பிராது கொடுத்து வெகுநாள் ஆகி இப்போது கடைசி விளிம்பில் உயிரை மாய்த்துக் கொள்ளவும் சாவல் விட்டுவிட்டாள். வேடப்பருக்குள் குற்ற உணர்ச்சி குத்திக்குடைய ஆரம்பித்தது. முகமெல்லாம் கீறல் விட்டபடி அதிர்ச்சியின் ரேகைகள் படர்ந்தன.

நிமிர்ந்து வேடப்பரைப் பார்த்த குதிரை அரண்டு போய் விட்டது. ஒருநாளும் அவர் இப்படி இடிந்து போய்க் குந்தியதை பார்த்ததே இல்லை. வெடுக்கென பிராது சீட்டை பிடுங்கிப் பார்த்த குதிரைக்கு, வேடப்பரை விட மோசமாக நடுங்க ஆரம்பித்தது.

பதட்டமாய் வேடப்பர் கேட்டார் "இந்த பிராது எப்ப வந்துருக்கு பாரு."

"நேத்திக்கே வந்துருக்கு சாமி" சீட்டை ஒருமுறை மேலோட்டமாக மேய்ந்துவிட்டு குதிரை சொன்னது.

"நேத்திக்குன்னா, இதுல குடுத்துருக்கற கெடு இன்னையோட முடிஞ்சி போவுதா? போச்சி, போச்சி.. எல்லாம் போச்சி. என்னா கங்காட்சி நடத்தி வைச்சிருக்காளோ.." பதட்டத்தில் தன்னையும் அறியாமல் வேடப்பர் புலம்ப ஆரம்பித்துவிட்டார்.

தூரத்தில் இருட்டில் தமுக்கு வீரனும் கலங்கிப்போய் நின்று கொண்டிருந்தான். ஒருநாளும் இப்படியான அலங்கோலக் குழப்பத்தில் வேடப்பரை அவன் பார்த்ததே இல்லை. அவன்கூட நின்றிருந்த நாய், அதற்கு மேல் ஒன்றும் புரியாமல் வேடப்பரை உற்றுப் பார்ப்பதும் காதோரத்தில் வந்து குந்தும் குருட்டு ஈயை முன்னங்காலால் வளைத்து ஒட்டுவதுமாய் குந்தியிருந்தது.

"இம்மாம் நாளு அலட்சியமா இருந்துட்டன! மறு பிராது குடுத்ததகூட கவுனிக்காம உட்டுட்டன. நம்பி வந்தவள இப்பிடி அண ழிஞ்சாப்ல உட்டுட்டன! என்னா நடந்துருக்கோ? இன்னையோட கெடுவு முடியப்போவுத.."

பேசிக்கொண்டே திருமென அண்ணாந்து வானத்து இருட்டைப் பார்த்தவருக்கு, திரும்பவும் உள்ளுக்குள் ஒரு இடி இறங்கியது. நள்ளிரவைத் தாண்டி வெகுநேரமாகிவிட்டது. 'எப்பிடி இம்மாம்நேரம் தூங்கனன். நேரத்துல கெளம்பி போயிருந்தாக்கூட, அந்த கெடுவு குடுத்தவள போயி புடிச்சிருக்கலாம். எனக்கு வர வர என்னா ஆவுது! ஏம் மக்க மேல உள்ள அக்கற எனக்கு கொறைஞ்சிப் போச்சா? படையல சாப்புட்டு படுத்துப்படுத்து ஒடம்பு சொகம் கண்டு போச்சா? ரொம்ப அலட்சியமா இருக்கறன..'

குதிரையைத் திரும்பிப் பார்த்து முறைத்தார் "இம்மாம் நேரம் வரைக்கும் என்ன எதுக்கு தூங்கவுட்ட? நீனும் தூங்கிட்டியா.." தமுக்கு வீரனும் வாங்கிக் கட்டிக்கொண்டான். "ஏண்டா, நீனும் நின்ன நெலையிலேயே கண்ணசந்துட்ட போல்ருக்க. இப்பிடியே எல்லாரும் தூங்கிட்டுப்போவும். நம்பளத் தேடி வர்ற சனங்க ரொம்ப மெச்சிக்கும்" கூடக் குந்தியிருந்த நாய்க்கும் பாட்டு விழுந்தது.

“ஒனக்கு அறிவு எங்க போச்சி. நேரம் தாண்டனதும், நீனாச்சும் கொலைச்சி ஒரு சத்தம் போட்டருக்கலாமில்ல..”

ஆனால் ‘கீச்சா ராமா’ என்ற யாரும் வாயைத் திறக்கவில்லை. “சரி, விதி வுட்ட வழி. கௌம்பி போவும்“ கத்தியை கையில் எடுக்கும்போது உள்ளுக்குள் வேடப்பருக்கு நடுக்கம். ‘அவளுக்கு ஒண்ணும் ஆயிரக்கூடாது. நம்பியிருந்தவங்கள, நட்டாத்துல வேடப்பன் உட்டுட்டான்னு நாளைக்கி ஒரு கெட்டபேர் வந்துடக்கூடாது!’

நொடியில் தாவி குதிரைமேல் ஏறினார். அடுத்த கணத்தில் குதிரை கனைக்க ஆரம்பித்தது. மலையைப் பிளந்த சத்தம். தமுக்கு வீரன் வேறு, தொம்தொம்மென்று அடித்து இருளைக் கிழித்துக் கொண்டிருந்தான். வெட்டி வெட்டி இழுக்கிறமாதிரி விடாமல் நாய் குரைத்தது. பக்கத்து வயல்களில் கத்திக்கொண்டிருந்த தவளைகள் பொசுக்கென்று அடங்கின. தெற்கில் கருவேப்பிலங்குறிச்சி வரை நீண்டிருந்த கருவைத் தோப்புக்களில் பாடிக் கொண்டிருந்த ராக்கோழிகள் ஊட்டியை பிடித்தமாதிரி கப்பென்று நிறுத்தின. வெளியில் உலாவிக் கொண்டிருந்த வௌவ்வால்கள் அடித்துப் பிடித்துக் கொண்டு ஓடி கோயில் கோபுர இருட்டில் அரவப்படாமல் தொங்கின. சலங்கைச் சத்தம் விடாது ஒலிக்க காற்றைக் கிழித்தபடி வேடப்பரின் குதிரை பாய்ந்து கோயிலைவிட்டு கடந்து இருட்டில் நுழைந்தது.

விருத்தாசலத்தை மேற்கால தள்ளி, மணிமுத்தாற்றைக் கடந்து கொண்டிருந்தது குதிரை. வடவண்ட புறத்தில், தூரத்தில் புதிதாய் கட்டிய பாலத்தின்மேல் செகசோதியாய் வெளிச்சம். ஆனால் எதையும் பொருட்படுத்தாமல் ஒரு மின்னலைப்போல் போய்க்கொண்டிருந்தது குதிரை. உயர்த்திப் பிடித்திருந்த கத்தியுடன் அதையும் தாண்டிய வேகத்தில் வேடப்பரின் மனம் ஓடிக்கொண்டிருந்தது. பிராது கொடுத்தவள், கையில் கயிறை எடுத்துக்கொண்டு முந்திரிக்காட்டில் ஓடுவதாய் காட்சி உள்ளுக்குள் திரும்ப திரும்ப வந்துகொண்டிருந்தது.

அந்த வேகத்திலும் மனம் கேட்காமல் குதிரையிடம் கேட்டார் “அவ மனசுல துண்டிரிக்கமா எந்த எண்ணமும் வந்துருக்காது இல்ல?”

பாய்ச்சலில் போய்க்கொண்டே குதிரை சொல்லியது. “அதுலாம் ஒண்ணும் ஆயிருக்காது சாமீ. நம்ப காலடியில் வந்து உழுந்தப்பறம் எந்தக்கெடுதலும் நடக்காது. நடந்ததும் இல்ல. தே பத்து மைலுதான் சிட்டி தட்றதுக்குள்ள பூடுவம். நம்பி வந்தவங்கள எப்ப நாம கைநழுவ உட்ருக்கம் சாமீ..”

“உட்டுட்டம. பத்து நாளா வுட்டுட்டம. மறுபிராது வந்தும் கெடுவு தாண்டன நேரத்துலதான அடிச்சிருக்கறம், பறக்கறம். பாயறம்..”

பீங்கான் பேக்டரி கூண்டுகளின் கரும்புகையைக் கடந்து ரயில்வே ரோட்டைத் தாண்டிக்கொண்டிருந்தது குதிரை. அதற்கு குரல் மிகவும் இறங்கிப் போயிருந்தது. “என்னா சாமி பண்றது. பாக்காமலா இருந்துருக்கம். ஓய்ஞ்சி என்னைக்காவது குந்தியிருக்கமா.. இல்ல.. நித்தம் படையல் வருதுன்னு கறி சாராயம் சாப்புட்டு கத அளந்துகிட்டு குந்தியிருந்தமா.. என்னைக்கி சாமி பாராமுகமா இருந்தம்?”

“இன்னக்கி பாராமுகமாதான இருந்துட்டம். நீங்களும் பாராமுகமா இருந்த தொட்டுதான என்ன தூங்கவுட்டுட்டிங்க..” வேடப்பரின் குரலில் கொஞ்சம் கடுமை கூடியிருந்தது. “நம்ப சனங்க கஷ்டத்திலியும் நஷ்டத்திலியும் இடிபட்டுக்கிட்டுக் கெடக்கறப்ப, நமக்கு மட்டும் என்னா தூக்கம் வேண்டிக்கெடக்கு..”

வேடப்பர் வருத்தப்பட்டுக் கொள்வதுமாதிரி குதிரையும் அப்படி யொன்றும் அசந்தர்ப்பமாய் இருந்துவிடவில்லை. அக்கம்பக்கத்து ஊர்களில் அரவம் அடங்கியதுமே விழித்துக் கொண்டுவிட்டது. ஆனால் இன்னமும் விழிக்காத வேடப்பரைப் பார்த்ததும் குதிரைக்கு தூக்கிவாரிப்போட்டுவிட்டது. நல்ல குறட்டை விட்டபடி தூக்கம். எதேச்சையாக முகத்துப் பக்கம் விளையாடியபடி பறந்து வந்த வௌவால்கள், மூச்சுக்காற்றுப் பட்ட வேகத்தில் அரண்டுமுரண்டு ஓடி கருவைப்புதரில் விழுந்து சிக்கி அடித்துக்கொண்டன. குதிரைக்கு ஆச்சரியம் தாங்கவில்லை. வேடப்பர் ஒருநாளும் இப்படி மரணத் தூக்கம் தூங்கியதே இல்லை.

ஆனாலும் குதிரையால் அதற்கு மேலும் தூங்கிக் கொண்டிருப்பவரைப் பார்த்தபடி வெறுமனே நிற்க இருப்புக் கொள்ளவில்லை. முள்ளூ பாதரட்சைகள்மேல் நிற்பதுமாதிரி குளம்புகளுக்கு கீழே குத்திக்குடைய ஆரம்பித்தது. அங்குமிங்கும் அசைந்தபடி கால் மாற்றுவது போல் அரவம் காட்டுகிறது. ஈயை விரட்டகிற சாக்கில் சாட்டையால் அடிப்பது போன்று சளார் சளார் என்று அடித்துக் கொள்கிறது. வார் வாராய் உடம்பில் வலி எடுத்தது தவிர வேடப்பரிடமிருந்து வேறெந்த அசைவும் முனகலும் இல்லை.

நேரம் வேறு கணதாண்டிப் போய்க் கொண்டிருந்தது. என்ன செய்வது எனத் தெரியாமல் அங்குமிங்கும் சுழன்று பார்த்தபடி பரிதாபமாய் நிற்கிறது குதிரை. பக்கத்து வயல்களில் கொக்குகளுக்கும் குருவிகளுக்கும் கட்டிய வெள்ளை சவ்வுத்தாள் பைகள் கட்டிய குச்சிகளில் குந்தியபடி எலி வேட்டையாடிய ஆந்தைகள்

அவ்வப்போது ‘கலபுல’வென அலறி பிரிகட்டி அடித்தாலும், அது வேடப்பரை ஒன்றும் செய்யவில்லை.

திரும்பி தமுக்கு வீரனைப் பார்த்தது. குதிரையைவிட அவன் அதிக பதைபதைப்பில் நின்று கொண்டிருந்தான். அவன் நாயும் இரைக்குக் குறிவைக்கிற மாதிரி வேடப்பரையே வெறித்துக் கொண்டிருந்தது. எல்லோரும் நெருப்பில் நிற்கிற மாதிரி தகித்துக் கொண்டிருந்தார்கள்.

ஒரு பெரிய கனைப்புச் சத்தம் போடலாமா அல்லது தமுக்கு வீரனையாவது நாலு தட்டு தட்டச் சொல்லலாமா என்றுகூட யோசித்தது. அந்த நினைப்பையே முறித்துக்கொண்டு விட்டது. பாவம், அவர் மட்டும் என்னதான் செய்வார்!

ஒருநாளைக்கி ஒரு பிராது என்றால் பரவாயில்லை. நான் கைந்தை பார்க்க வேண்டியிருக்கிறது. அரவம் அடங்கியவுடன் கிளம்பினாலே வந்து சேர தலைக்கோழி கூவி விடுகிறது. வடக்கில் சேந்தநாடு, தெற்கில் ஆண்டிமடம், மேற்கில் வேப்பூர், கிழக்கில் சேப்ளா நத்தம் வரையில் பிராதுகள். அலைந்து சோர வேண்டியிருக்கிறது. லேசாக காற்றடித்தது. கத்தி கொள்ளாது சொருகப்பட்டிருந்த பிராது சீட்டுக்கள், பட்டாம்பூச்சிகளைப் போல் படபடத்துக் கொண்டிருந்தன. ஒரு பத்துப்பதினைந்து வருடங்களுக்கு முன்பெல்லாம் இவ்வளவு அமளிதுமளிகள் இல்லை. எப்போதாவது ஒன்றிரண்டு பிராது சீட்டுக்கள்தான் வரும். அதுவும் பெரும்பாலும் ஆடு காணவில்லை, மாடு காணவில்லை என்பதற்காகத்தான் இருக்கும். தமுக்கு வீரனை அனுப்பினால் ஒரே எட்டில்போய் எங்காவது பைத்தாக்கில் பொட்டையை மோந்து பார்த்து நிற்பதை விரட்டிக் கொண்டுபோய் ஒப்படைத்துவிட்டு வந்துவிடுவான். மறுநாள் சேவல் குத்து படையல் தடபுடலாய் நடக்கும்.

இன்னும் கொஞ்சம் கூடுதலான பிரச்சினையென்றால், தண்ணீர் போக வாய்க்கால் விடவில்லையென்பதுதான் அதிகமாக இருக்கும். அதற்கும் வேடப்பர் அலட்டிக்கொள்ள மாட்டார். குதிரையை அனுப்பி சலங்கை சத்தத்தைக் காட்டிவிட்டு வந்தாலே போதும். அலறியடித்துக் கொண்டு நிற்பார்கள். வேடப்பருக்கு படையலை ஏற்றுக்கொள்வதும் படுத்துத்தூங்குவதுமாக சுகமாகக் கழிந்து கொண்டிருக்கும் அந்தக் காலப் பொழுது.

நிலைமை இப்போதெல்லாம் தலைகீழாகிவிட்டது. சனம் மீறிவிட்டது. எல்லா இடங்களிலும் சண்டை சச்சரவு. அடித்துப் பிடித்துக்கொண்டு காவல்நிலையம் போகிறார்கள். காவலர்களே நீதிமான்களாகி கட்டைப் பஞ்சாயத்து பண்ணி கறக்கிறார்கள். வலிந்தவன் நலிந்தவனை மிதிக்கிறான். கூடுதலாய் சட்டத்தின்

தெம்போடு சக்கையாய் அடித்து தவிடு தள்ளுகிறான். நலிந்தவர்கள், பாதிக்கப்பட்டவர்கள், பழிவாங்கப்பட்டவர்கள், அடி வாங்கி அலமலண்டு போனவர்கள் நேரே வேடப்பரிடம் தான் வருகிறார்கள். குவிந்துவிடுகின்றன பிராது சீட்டுக்கள்.

விசாரிப்பும் முன்னைப்போல் இல்லை. தமுக்கு வீரனையோ குதிரையையோ எவரும் ஒரு கொசுவாகக்கூட மதிப்பதில்லை. எல்லாச் சிக்கலுக்கும் வேடப்பரே போக வேண்டியிருக்கிறது. பதிலுக்கு பதில் வாக்குத்தத்தம் செய்கிறார்கள். போன வேகத்தில் கையை காலை வெட்டிவிடலாம் என்று கோபம் வந்தாலும் அடக்கிப்பேச வேண்டியிருக்கிறது. இல்லையென்றால் இப்படியும் திருப்பிக் கொள்வார்கள் “என்னமோ ஒலகத்துல எவனும் செய்யாத தப்ப செய்ஞ்சிட்டான்னு என்னா ஏதுன்னு கேக்காம எடுத்த எடுப்புல கையக்கால இழுத்துட்டுது, இந்த வேடப்பரு.”

எந்தப் பிரச்சினையிலும் போனோம் வந்தோம் என்கிற நிலை இல்லை. மனம் தாங்கிப்பேச வேண்டியிருக்கிறது. நிலைகால் மேல் நின்று வாதாட வேண்டியிருக்கிறது. இந்த லட்சணத்தில் அடுத்து அடுத்து என ஓடுவதற்குள் கிழக்கு சீய்த்து விடுகிறது. மூச்சிறைக்க ஓடிவந்து முடங்க வேண்டியிருக்கிறது. அசதியில் நேரம் போவது தெரியாமல், இப்படி கிடக்க வேண்டியதாகிவிடுகிறது.

வேறு வழியில்லாமல் வேடப்பரை எழுப்பித்தான் ஆக வேண்டும் என்கிற கட்டாயத்திற்கு வந்துவிட்டது குதிரை. நாளைக்கு பிராது சம்பந்தமாக ஒரு தற்குறைச்சல் என்றால் அது குதிரைக்கும் பாத்தியப்பட்டதுதான். “ஏஞ் சீட்டுக் கெடந்த எடம் இந்த குதிரைக்குக் கூடுமா கண்ணுத் தெரியாம போச்சி” என்று பாட்டு விழும். அப்படியொன்றும் பிராதுக்கு வருகிறவர்கள் யாசகத்திற்கு வரவில்லை. படி கட்டுகிறார்கள், பலியிருக்கிறார்கள், படையல் போடுகிறார்கள். வத்திக்கற்பூரம் சதா எரிந்து கொண்டுதானே இருக்கிறது. உண்டியலும் நிரம்பிக் கொண்டு தானே இருக்கிறது. இதிலென்ன தூக்கம். தூங்கவிட்டபடி வேடிக்கை.

என்ன நடந்தாலும் நடக்கட்டும் என கடந்துபோய் அடி வயிற்றிலிருந்து குரலெடுத்து கனைப்புச் சத்தத்தை தொண்டைக்கு கொண்டுவந்த நேரம், வேடப்பரிடமிருந்து லேசான அசைவு. உடன் திடுக்கிட்ட மாதிரி அடித்துப்பிடித்துக் கொண்டு எழுந்து குந்தினார். தொண்டைக்குழியில் தேங்கியிருந்த கனைப்புச் சத்தத்தை உள்ளுக்குள் அசைவு உருண்டையைப் போல் அவசரமாய் விழுங்கிவிட்டு, வேடப்பர் முன் மண்டியிட்டு எழுந்தது குதிரை.

எழுந்த வேகத்தில் வேடப்பர் நேரே கத்தியிடம்தான் வந்தார். முந்திரி சருகுகளாய் சொருகப்பட்டிருந்த பிராது சீட்டில் ஒன்று,

காற்றால் உருவப்பட்டு தரையில் கிடந்தது. எடுத்துப் படிக்க ஆரம்பித்தார். 'விருத்தாசலம் வட்டம் இருளக்குறிச்சி கிராமத்தைச் சேர்ந்த..'

குதிரை கருவங்குப்பத்து ஓடையைத் தாண்டி, முந்திரித் தோப்பைக் கடந்து கொண்டிருந்தது. நெருங்க நெருங்க உள்ளுக்குள் வேடப்பருக்கு சடசடப்புக் கூடிக்கொண்டேயிருந்தது. "இன்னம் கொஞ்சம் வேகமாப் போ."

குதிரைக்கும் அவரைத் தாண்டிய அவசரந்தான். ஆனாலும் வேடப்பர் காட்டும் படபடப்பு குதிரைக்கும் புளியைக் கரைத்தது. "ஒண்ணும் ஆயிருக்காது சாமி. தே இன்னம் நாலே எட்டுல போய்டலாம்."

"ஒனக்கு இந்த பொம்னேட்டிவுள பத்தி ஒண்ணும் தெரியாது. நொடிக்கு நொடி அவளுவுளுக்கு யோசன மாறும். அதனாலதான் எனக்கு அடிச்சிக்கிட்டுக் கெடக்கு. அதிலியும் ஆதுபாது அத்தவ அவ. மனங்கெட்டாப்ல ஒண்ணு.." அதற்கு மேல் அவரால் சொல்ல முடியவில்லை.

தனமணிக்கு அரசல்புரசலாய் சேதி காதில் பட்டதும் ஆடித்தான் போய்விட்டாள். மடியில் முந்திரிக்கொட்டையும், தலைமயிரில் முந்திரிப் பூக்களுமாய் வீட்டுக்குள் நழைந்த செல்வராணியை எட்டி மயிரைப் பிடித்தாள். சிமினி விளக்கு வெளிச்சத்தில், மங்கிப்போய் எதிரும்புதிருமாய் நின்றார்கள். "என்னாடி சனங்க நாக்கு மேல பல்லப்போட்டு நாலாவெதமா பேசுதுவோ.."

காத்திருந்தவள்போல் செல்வராணி வியர்வையும் தானுமாய் உடைந்து நொறுக்கி அழுதாள். "ஆமா. நா மாமனதான் கட்டிக்குவன். இல்லன்னா நா நா உயிரோட இருக்கமாட்டன்."

அண்ணன் சம்மதிப்பு கிடக்கட்டும், அண்ணி விடுவாளா? சேதி கேட்டு முந்திரி மரத்தை அடியோடு பிடுங்கிக் கொண்டு ஆடினாள். ஆனால் அவள் மகன் சண்முகம் "கட்டினா அவளைத்தான்.." என்று பிடி தளரவில்லை.

பிடி நழுவிப்போய்விடுமோ என அண்ணிக்காரி பயந்து முந்திரி மரத்தை தூரப் போட்டுவிட்டு வந்து பேசினாள். "பத்துப் பவுனு நக போடறதாயிருந்தா அதப் பத்திப் பேசு. இல்லன்னா."

தனமணியே நேரில் போய் காலில் விழாத குறையாய் கெஞ்சினாள். "எனும்மா அண்ணி. ரெண்டும் ஆசப்பட்டுப் போச்சி" கெஞ்சிக் கொண்டிருக்கும்போதே வார்த்தையை அண்ணி வெட்டினாள் "ஆசப்படுலடி. ஆத்தாளும் மொவளும் முந்திரித்தோப்பு எளநெழல்ல செவுப்புத்தோலக் காட்டி ஏம் புள்ளய கவுத்துட்டிங்க.."

அண்ணனோ ஊராரோ யாரும் பேசவில்லை. தனமணியே கண்ணீரும் தானுமாய் கெஞ்சிக் கூத்தாடினாள். “எனக்குன்னு யாரு இருக்கா அண்ணி? ஒங்கள வுட்டா எங்களுக்கு நாதி யாரு? எனுமோ களகாம்பு வெட்டி அஞ்சி பவுனு குருவி சேக்கற மாதிரி சேத்துவைச்சிருக்கன்..”

“என்னா நொள்ள அஞ்சி பவுனு. ஏம் முந்திரியில ஒத்த சிம்பு காய்க்கும் அது.” அண்ணிக்காரி ஓடாரித்தாள்.

எப்படியோ நையக்ககத்து கத்தி கொறம் பாடி ஐந்து பவுனில் மகளுக்கு ஒரு வாழ்க்கையை தனமணி உறுதி செய்தாள். ஆனால் என்னா போதா நேரமோ, போட்டுக்கொண்டு போய் வந்து பெட்டியில் இக்கும் பையில்தான் கழற்றி வைத்தேன் என்கிறாள் மகள். பத்திரிக்கை அச்சடிக்க, முகூர்த்த ஓலையோடு இருந்த அந்தப்பையை ஒன்றுவிட்ட பங்காளி பெருமாள் முன், நடையில் ஆத்தாள் தனமணிதான் எடுத்து வந்து வைத்து முகூர்த்த ஓலையும் பணமும் எடுத்துக் கொடுத்தாள். பையைக் கொண்டுவந்து வைத்துவிட்டு, ஒருதடவை தெருவுப்பக்கம் வந்து சகுனம் பார்த்துவிட்டுப்போய் “சரி, போய்ட்டு வாங்க..” என்று பெருமாளை அனுப்பி வைத்தாள். வெகுநேரம் கழித்து யோசனை வந்து ஆத்தாளும் மகளும் அடித்துக்கொண்டு தேடுகிறார்கள். ஐந்து பவுன் சங்கிலிக்கு வெளியூரில் இருந்தா வந்திருப்பான்? பெருமாளிடம் போய் எப்படி கேட்பது? ‘போனா போவுதுன்னு அப்பன் இல்லாத புள்ளைன்னு மெனக்கிட்டா, ஆத்தாளும் மொவளும் எனக்கு திருட்டுப்பட்டம் கட்றீங்களா...’ நாக்கில் கத்தியை வைத்துக் கொண்டு நாலாபக்கமும் சுழற்றுவான்.

விஷயம் வெளியில் தெரியாமல் உள்ளே போட்டு விழுங்கியபடி தனமணி நேரே வேடப்பர் கோயில் வந்தாள். நம்பிக்கையோடு எழுதிக் கட்டியவள் தெம்பாய்தான் இருந்தாள். பத்து நாள் கடந்த பிறகும் நம்பிக்கையோடுதான் திரும்பவும் மறுபடி கட்டினாள். கெடுவு கட்டிய இரண்டாம் நாளும் கடந்தபோதுதான் அவளுக்கு நெளுக்கம் கொடுத்தது. இரண்டு நாளாய் கிடந்த பட்டினி. எதிர்பார்த்து ஏமாந்த வேடப்பரின் கைவிரிப்பு. கைக்கெட்டிய மகளின் வாழ்வு, நழுவிப்போகிற துயரம்.. அலை காற்றாய் மோதி மோதி பைத்தியம் போல் எரிந்து விழுந்தாள். முன்னப்பின்ன பார்க்காமல் பேசினாள். நிலைகுலைந்து போனாள் செல்வராணி.

இருளடர்ந்து கிடந்த இருளக்குறிச்சியில் நுழைந்ததுமே குதிரை நாலே பாய்ச்சலில் ஊரை ஒரு சுற்றிச் சுற்றி வந்தது. குறிப்பாய் தனமணி வீட்டைப் பார்த்த பிறகுதான் குதிரைக்கும் வேடப்பருக்கும் உயிர் வந்தது. எந்த அசம்பாவிதமும் இல்லாமல் ஊர் அமைதியாக

இருந்தது. வேடப்பர் அடுத்து துப்பு துலக்குகிற வேலையை ஆரம்பித்தார்.

ஊரின் மையமான இடத்தில் நின்று, கத்தியை நீட்டியபடி ஒரு சுற்று சுற்றினார். தெருக்கோடியில் இருந்த பெருமாள் வீட்டுப் பெட்டியில் சங்கிலி மின்னியது. பச்சைத் துரோகம் பங்காளித் துரோகம். அதைவிட துரோகம் அவன் இறந்தபிறகு அந்த குடும்பத்திற்கு செய்வது.

கோபம் பீறிட்டெழ வெட்டி துண்டாடி விடுகிறமாதிரி கத்தியை ஓங்கியபடி ஓடினார். பட்டென்று சுதாரித்தது குதிரை. அவசர ஆத்திரத்தில் ஒண்ணு கிடக்க ஒண்ணு செய்துவிட்டால், நாளைக்கு என்னதான் சண்டைசாடி என்றாலும் ஒரு காரியம் கவையில் கூடிக்கொள்பவர்கள்தான். எந்த அசம்பாவிதமும் இல்லை, பொருளும் கிடைத்துவிட்டது. கண்டிக்க வேண்டியது தான். தண்டித்துவிடக்கூடாது.

எட்டி நாலே தாவலில் வேடப்பரைப் பின்னுக்குத் தள்ளி ஓடி, படுத்துக்கிடந்தவன் நெஞ்சில் எகிறி முன்னங்கால்களால் ஒரு மிதி மிதித்தது.

பத்து நாளுக்குமுன் வேடப்பர் கோயிலில் தனமணியைக் கண்டதாக ஒரு சேதி காதில் விழுந்ததிலிருந்து ஒரு வாரம் தூக்கமில்லாமல் கிடந்ததில் அலறியடித்து எழுந்தான். கத்தியோடு வேடப்பரைப் பார்த்தவன் படாரென்று காலில் விழுந்தான். “வயிசிக்கி வந்த பொட்டப்புள்ளிவோ நாலு இருக்கு. நம்பளால கண்ணாலம் பண்ணிவைக்க முடியில. கம்னேட்டி பொம்பள மெனக்கிட்டு, ஒத்தப்புள்ளைக்கி காரியம் வைச்சிட்டாளன்னு பொறாமையில செஞ்சிட்டன்” கெஞ்சிப் புலம்பியபடி விழுந்த சுருக்குத் தெரியாமல் எழுந்து பெட்டியைத் திறந்தான். நகையை எடுத்துக்கொண்டு இரண்டு தெருவு தாண்டியிருக்கும் தனமணி வீட்டை நோக்கி இருட்டில் ஓடினான். குதிரையும், தானுமாய் கூடவே வேடப்பர் வேகமாய்ப் பின் தொடர்ந்தார்.

அடித்துப்போட்ட மாதிரி ஊர் உறக்கத்தில் கிடந்தது. சுவரில் சாய்ந்து குந்தியிருந்த செல்வராணியின் கண்களில் மாலை மாலையாய் கண்ணீர் வழிந்தது; சிமினி விளக்கு வெளிச்சத்தில் மின்னியது. மனதை ஆயக்கட்டிக்கொண்டு எழுந்தாள்.

நடுவீட்டில் கோடுதுமாடுதாய் கிடந்த அம்மாவை ஒரு தரம் திரும்பிப்பார்த்தாள். தொடர்ந்து அந்த முகத்தைப் பார்க்க அவளுக்கு விருப்பமில்லை. இத்தனை காலமும் இவ்வளவு வெறுப்பை வைத்துக்கொண்டா வளத்தெடுத்திருக்கிறாள்? அடக்கி

வைத்திருந்ததை, அவிழ்த்து விரட்டி விட்டமாதிரி வார்த்தைகள். எப்படி அவளால் பேச முடிந்தது?

"ஏண்டி வங்கு ஊள்ற தலய வுட்டுட்டு குந்தியிருக்கற. பொறந்த மூணாம் நாளே ஏங் கழுத்துல கெடந்த கவுத்த அறுத்துட்ட நடக்க ஆரம்பிச்ச; வாங்கி வைச்சிட்டுப்போன கடனுக்கு இருந்த கா காணியையும் எழுதிக்கிட்டு உட்டுட்டானுவோ.."

செல்வராணி திகைத்துப்போய் பார்க்கிறாள். பேயறைந்தவள் மாதிரி தனமணி மனம் போனபடி பேசுகிறாள். "நொட்டனா மாமனதான் நொட்டுவன் இல்லனா உயிர மாய்ச்சிக்குவன்னு சவடால் மயிரு வேற. தே பூட்டுது. வேடப்பன் பாப்பான்னு நடையா நடந்தன. சூத்து பெரிசா இருக்கற பொம்னேட்டி எழுதிக் கட்டியிருந்தா இந்நேரம் வந்து பாத்துருப்பான். என்னப் பாத்தா அவனுக்கு எளக்காரமா இருக்கு போல்ருக்கு."

புலம்பிக்கொண்டே முடங்கினாள் "அஞ்சி பவுனுக்கே ஆகாசத்துக்கும் பூமிக்கும் குதிச்சா அண்ணிக்காரி. அதுவும் இல்ல தெலைஞ்சி போச்சின்னு வெறுங்கைய பேஞ்சிக்கிட்டு போய் நின்னா சூத்துல துணி இல்லாம ஆடுவா. எக்கேடாவது கெட்டுப்போ.. ஒன்னால அவகிட்டப் போயி சூத்த சொறிஞ்சிக்கிட்டு, மானம் போயி நிக்க முடியாது."

அம்மா பேசிய ஒவ்வொரு வார்த்தையும் செல்வராணியின் உடம்பில் சில்லைசில்லையாய் திரும்பத் திரும்பக் குத்திப் பற்றி எரிந்தது. 'இனிமே இவ மொகத்துல முழிக்கக்கூடாது' தீர்மானமாய் கொடியில் கிடந்த புடவையைச் சுருட்டி இடுப்பில் வைத்துக்கொண்டு கதவைத் திறந்து வெளியே வந்து பின்னுக்கு சாத்தினாள் செல்வராணி.

பொங்கிக்கொண்டு வந்த ஆத்திரத்தை அடக்கியவாறு தோட்டத்துப்பக்கம் போகத் திரும்பியவள் கடைசியாய் தெருவைப் பார்த்தாள். இருட்டில் புதைந்திருந்த தெருவை பார்த்துக் கொண்டிருந்த நேரம், தூரத்தில் யாரோ ஓடி வருகிறமாதிரி காலடிச்சத்தம். கூடவே சலங்கை சத்தம் நெருங்கி வந்துகொண்டிருந்தது. செல்வராணிக்குள் திடுக்கென அதிர ஆரம்பித்தது. அதற்குமேல் நிற்க முடியவில்லை. பயத்தில் கைகால்கள் நடுங்க ஆரம்பித்தன. படாரென்று கதவை திறந்து கொண்டு உள்ளே வந்து கதவைச் சாத்தினாள். அம்மாக்காரியை எழுப்பினாள். "எம்மா.. எம்மா.."

திடுக்கிட்டு எழுந்த தனமணி, அழுது வடிந்த முகத்தோடு அதிர்ச்சியில் நிற்கும் மகளை குழப்பமாய் பார்க்கிறாள். மடியில் உசுப்பாய் தெரிந்த புடவைப் பிதுங்கலைப் பார்த்ததும் தூக்கி

வாரிப்போட்டுவிட்டது. "என்னாடி எங்கடி துணிய சுருட்டிக்கிட்டு நிக்கிற... என்னாடி கோலம் இது.."

எட்டி வாயை மூடி தனமணியின் புலம்பலை நிறுத்தினாள். "எம்மா.. தெருவுல சலங்க.. சத்தம்.. சலங்க சத்தம்.." வாய் குழறி திக்கித் திக்கிச் சொன்னாள்.

உற்றுக்கேட்ட தனமணி பட்டென்று ஒரு நொடியில் எல்லாவற்றையும் ஊகித்துவிட்டாள். அந்தத் தெம்பும் தெளிவும் எங்கிருந்து வந்ததென்று தெரியவில்லை. படாரென்று எழுந்தாள். அரவப்படாமல் இரண்டு பேரும் கதவருகே போய் நின்றார்கள்.

தெற்கிலிருந்து யாரோ ஓடி வருகிறமாதிரியான காலடிச்சத்தம். இரண்டு பேருக்கும் நெஞ்சுக்குள் தொம் தொம் என்று அதிர்ந்தது. அதை விடவும் தெளிவாய் நேரம் ஆக ஆக நெருங்கி வரும் சலங்கை சத்தம். கேட்க கேட்க தனமணிக்கு தாங்க முடியவில்லை. தன்னையும் அறியாமல் கன்னத்தில் போட்டுக்கொண்டாள். உதடுகள் 'வேடப்பா.. வேடப்பா' அடித்துக்கொண்டன.

சிறிது நேரத்தில் வாசப்படிக்கு நேராக தெருவில் வந்து நின்ற காலடி, சலங்கை சத்தங்கள் அப்படியே நின்று போயின. பட்டென்று கூரையில் எதுவோ விழுந்து, உருண்டபடி 'சொத்'தென்று வாசலில் விழும் சத்தம் கேட்டது.

கொஞ்ச நேரத்தில் வந்த வழியே சலங்கை சத்தம் திரும்பிக் கொண்டிருந்தது. சலங்கை சத்தம் தூரத்தில் தேய்ந்தபின், தனமணி ஆர்வமாய் கதவைத் திறந்தாள். வாசலில் சிமினி விளக்கு வெளிச்சத்தில் ஐந்து பவுன் சங்கிலி மங்கலாய் மின்னிக் கொண்டிருந்தது.

சங்கிலியை பார்த்த அதிர்ச்சியில் தனமணி கத்தினாள் "வேடப்பா. என்னியும் எம் புள்ளியையும் காப்பாத்திட்டப்பா. ஏம் புள்ள வாழ்க்கைய காப்பாத்திட்டப்பா.."

மகளைக் கட்டிப் பிடித்துக் கொண்டு கத்திய அவள் குரல் இருட்டெங்கும் எதிரொலித்தது. உறக்கத்திலிருந்து திடுக்கிட்டு விழித்து ஓடி வந்தவர்கள் கேட்கிறார்கள் "என்னாடி? என்னாடி ஆச்சி.."

யாருக்கும் எந்த பதிலும் சொல்லவில்லை. "வேடப்பா ஏம் புள்ளய காப்பாத்திட்ட.. காப்பாத்திட்டப்பா.." திரும்ப திரும்ப அதையே சொல்லிப் புலம்பிக்கொண்டிருந்தாள்.

14. முனிவிரட்டு

என். ஸ்ரீராம்

கொட்டடிப்பவர்கள் ஊருக்குள் போனார்கள். கொட்டடித்த படியே வீட்டுக்குவீடு நின்று தவசம் வாங்கிக் கொண்டார்கள். முனி அப்புச்சி கோயிலுக்குப் பச்சைத் தடுக்கில் கூரை வேய்ந்து கொண்டிருந்த ஆட்கள் வேலைமுடிந்து கிளம்பிக் கொண்டிருந்தார்கள். இரவெல்லாம் கண் விழித்ததில் ஆட்களிடம் சடைவு தெரிந்தது.

விநாயகன்கோயில் கல்திண்டில் உட்கார்ந்திருந்த வயதானவர்கள் எல்லாரும் பேசியபடி கோயிலைப் பார்த்துக் கொண்டிருந்தார்கள்.

சேந்து கிணற்றடியில் ஏனோ கூட்டம் குறைவாகவே இருந்தது. பெரிய வீட்டுக்காரர் தலைவாசல் பக்கம் வந்து சத்தமிட்டார். "ஏம்ப்பா பண்டாரத்த யாராச்சும் பாத்துச் சொன்னீங்களா? இல்ல, மறுபடி ஒரு எட்டு போய்த்தாம் பாத்துட்டு வர்றது... நேரமாகுதுல்ல..."

தடுக்கு வேய்ந்தவர்களில் ஒருவன் ஓடிப்போய் அவருக்குப் பதில் சொல்லிவிட்டு வந்தான். அவர் தூரத்திலிருந்தே கோயிலை நோட்டம் விட்டுவிட்டுத் திரும்பிப் போனார்.

கொட்டுச்சத்தம் மேற்கு வளவில் கேட்டுக்கொண்டிருந்தது. பஜனை மடத்துச் சந்துக்குள்ளிருந்து மாராண்டி வெளிப்பட்டான். எதிர்பாராதவிதமாக அவன் வந்ததில் எல்லாருக்கும் வியப்புத் தொற்றியது.

மாராண்டி நேராகக் கோயிலுக்குச் சென்றான். புதிய மண் கும்பத்தை எடுத்துக்கொண்டு வெளியே வந்தான். யாரிடமும் எதுவும் பேசவில்லை. தெற்குவெளி ஊர்த்தடத்தில் இறங்கி நடந்தான். 'தீர்த்தம் கொண்டுவரப் போகிறான்' என, அங்கிருந்தவர்கள் பேசிக் கொண்டார்கள். மாராண்டி, முனி அப்புச்சி சாட்டியத்திலிருந்தே விரதம் இருக்கிறான். தீர்த்தம் கொண்டுவந்து வைத்ததில் இருந்து எட்டாவது நாள் முனியை விரட்டுவதோடு சாட்டு முடிகிறது. அடுத்த நாளிலிருந்து விரதத்தைக் கலைத்துக் கொள்வான். அதுவரை, அந்த எட்டுநாளும் முனியாகவே ரூபங்கொண்டு திரிவான்.

நேரம் இளமதியம் கடந்து கொண்டிருந்தது. புறவெளியில் எங்கோ செம்போத்து குரல் கொடுத்தவண்ணம் இருந்தது. தலைவாசலில் சனங்கள் நிரம்பிக்கொண்டிருந்தனர். பேச்சுச் சத்தம் அதிகமாயிற்று.

சேந்து கிணற்றோரம் கொட்டடிப்பவர்கள் தீ மூட்டிப் பலகை 'காய்ச்சி'க் கொண்டிருந்தார்கள். பெரிய வீட்டுக்காரர் முன்நின்று எல்லாம் கவனித்துக் கொண்டிருந்தார். தெற்குவெளி ஊர்களுக்குப் போகும் தடத்திலிருந்து மாராண்டி வருவது தெரிந்ததும் கொட்டடிப்பவர்கள் ஓடிப்போய் அவனை எதிர்கொண்டு அழைத்து வந்தனர். கொட்டின் சத்தம் ஓங்கிக் கேட்டது. ஒரே தாளகதி இல்லாமல் மாறி மாறி அடி விழுந்தது. சஞ்சணக்கு... சஞ்சணக்கு... சஞ்சணக்கு...

மாராண்டி, தீர்த்த கும்பத்தை முனி அப்புச்சிக்கு முன்பு கொண்டு வந்து இறக்கிவைத்து, மஞ்சள் காவித்துணியில் மூடி வேடு கட்டினான்.

பூஜை தொடங்கியது. திடீரென மாராண்டிக்கு அருள் வந்துவிட்டது. கோயிலுக்கு வெளியே வந்து, உடம்பை முறுக்கியபடி குதிக்கத் தொடங்கினான்.

கொட்டுக்காரர்கள் சூழ்ந்து கொண்டார்கள். கொட்டின் அடி இப்போது ஏறி இறங்கிக் கொண்டிருந்தது.

மாராண்டி மண்ணில் விழுந்து புரண்டு ஆடினான். கூட்டத்தில் யாரோ குடத்து நிறைய நீரைக் கொண்டுவந்து மாராண்டிமேல் ஊற்றினார். சிலிர்த்துக் கொண்டான். தொப்பலாக நனைந்து போனான்.

பின், நின்று நிதானமாகக் கூட்டத்தை நோட்டமிட்டான். விருத்தம் பாடினான். பெண்கள் பக்கமிருந்து யாரையோ கூப்பிட்டான். கணக்குச் சொல்லத் தொடங்கினான். கூட்டம் நெருங்கி வந்தது. சுற்றிலும் மெல்ல உட்காரத் தொடங்கியது.

அப்புறம் வெகுநேரம் சாமியாட்டம் நடந்து, கூட்டமெல்லாம் கலைந்தபின் மாராண்டி கோயில்முன்பு வந்து படுத்துக் கொண்டான். ரொம்பவும் களைத்துப் போயிருந்தான். முனி அப்புச்சி கோயில் பச்சைத் தடுக்கு அந்தி வெயில் பட்டுத் தகதகத்தது. முனி அப்புச்சிக்கு என்றுமில்லாத ஒரு பொலிவையும் ராஜ கம்பீரத்தையும் வழங்கிக் கொண்டிருந்தது அந்தக் கிரணம் அந்த நேரத்தில்!

கோயில்பக்கம் சொற்பமாக நின்றிருந்தவர்களும் கலைந்து போனபின், தலைவாசல் வெறிச்சென்று ஆகியது.

சேந்து கிணற்றடியில் மட்டும் தண்ணீர் சேந்தும் பெண்கள் இருந்தனர். உருளை கிரீச்சிடும் சத்தம், விநாயகன் கோயில் அரசமரத்தில் அணையும் பறவைகளின் சத்தத்தோடு கலந்து கேட்டபடியே இருந்தது.

முப்பத்திரண்டு வருடங்களுக்குப் பின், முனி அப்புச்சி சாட்டுவதற்கு மழை பெரும்பங்கு வகித்தது. இந்த நான்கைந்து வருடங்களாகப் பருவமழை தொடர்ந்தாற்போல் பொய்த்ததற்கு முனி அப்புச்சியை நினைக்காததே முழுக்காரணம் எனச் சுற்றுப்பட்டு ஊர்ச்சனங்களும் நம்பத் தொடங்கிவிட்டனர். அக்னி நட்சத்திரத்துக்குப் பின்னிட்ட வைகாசி நன்னாளில் ஊர்க்கூட்டம் சாட்டை அறிவித்தது.

ஊரில் முனி அப்புச்சி, கோயில் சாட்டிய விஷயம் சுற்றுவெளி ஊர்களுக்கெல்லாம் பரவியிருந்தது. பழையப்பகை கொண்ட தெற்குவெளி ஊர்களான ஆலாம்பாளையம், வடுகபாளையம், குப்புச்சிபாளையம், நஞ்சியம்பாளையம் போன்ற ஊர்களில் இருந்தும்கூட சனங்கள் மாட்டுவண்டி கட்டிக்கொண்டு வந்தார்கள்.

மாராண்டியின் சாமியாட்டம் பகல் எல்லாம் நடந்து கொண்டே இருந்தது. எட்டுநாளும் சனங்கள் கணக்குக் கேட்டபடியே இருந்தனர்.

எருமைக் கிடாவை இழுத்து வந்தார்கள். மாராண்டி, மண் ஓட்டுச் சாதத்தைக் கையில் எடுத்துக்கொண்டான். முனி அப்புச்சி கோயில் பெரிய வெட்டரிவாளை இரண்டு ஆட்கள் பிடித்து ஓங்கிக் கிடாயின் கழுத்தில் வெட்டினார்கள். தலை தெறித்துப்போய் விழுந்தது. மாராண்டி கை படாமல் ரத்தத்தைச் சாதத்தின்மேல் பிடித்துக் கொண்டான்.

கொட்டு அடிப்பவனோடு வந்த வேறுசில ஆட்கள் எருமைக்கிடாயின் முண்டத்தை கத்தியால் பிளந்தார்கள். குடலை உருவி மாராண்டிக்கு மாலையாகப் போட்டார்கள்.

முனியின் வெறித்த கண்களில் தீவிரம் பற்றியது. அந்தக் கணத்திலிருந்து மாராண்டி மறைந்து போனான். சனங்களின் கண்களுக்கு முனி தெரிந்தது.

முனி கோயிலை நோக்கிப் போனது. கொட்டு அடிப்பவர்கள் தயாரானார்கள். அத்தனை சனங்களும் வீட்டுக்குள் போய்க் கதவை அடைத்துக்கொண்டார்கள். ஜன்னல்களையும் சாத்திக் கொண்டார்கள்.

முனி விரட்டும் ஆட்களோடு கொட்டு அடிப்பவர்களும் பெரிய வீட்டுக்காரரும் தவிர்த்து, வெளியே ஈ, காக்காய் இல்லை. ‘முனி எந்த நிமிடமும் தாக்கக்கூடும்’ என எதிர்பார்த்திருந்தனர்.

எங்கும் இருள்படர்ந்து கிடந்தது. முனி விரட்டும் ஆட்கள் கோயிலையே பார்த்தபடி இருந்தனர். கப்பென்ற நிசப்தம், ஒருவித ஆள் அரவமற்ற பயத்தைத் தோற்றுவித்துக் கொண்டிருந்தது.

திடீரென முனி, கோயிலைவிட்டு வெளியேவந்து நின்றது. விழிகள் தெறித்துவிடும்போல வெறித்தன. வெற்றுவெளியில் கிழக்கே எதையோ கொஞ்சதூரம் துரத்திப் போய்த் திரும்பிற்று.

விரட்டும் ஆட்கள் தயாரானார்கள். கோழிக்குஞ்சு வைத்திருந்தவனும் சாட்டை வைத்திருந்தவனும் முன்னே போயினர். சூடிக்கயிறு வைத்திருந்தவன் பின்னேபோய் பதுங்கிக்கொண்டான். பெரிய வீட்டுக்காரர் பக்கம் பந்தம் பிடிப்பவன் நின்றுகொண்டான்.

முனி, விரட்டும் ஆட்களை வெறித்தது. கொட்டு அடிப்பவர்கள் முனியின் முன்னேபோய் அடிக்கத் தொடங்கினார்கள். முனி, கொட்டின் அடிக்கு இசைவாக ஆடியது. யாரும் எதிர்பாராத தருணத்தில் ஊருக்குள் நுழைந்தது.

ஆழ்ந்த நிசப்தத்தின் ஊடே சனங்களற்ற வீதிக்கு வசீகரம் கூடியிருந்தது. காரை வீடுகளின் சுவர்கள் மங்கிக் கிடந்தன. சரிந்த தட்டோடுக் கூரைகளின் மேலே சிறுசிறு வெளவால்கள் அலைவது சிதறிய நட்சத்திர ஒளியில் தெரிந்தன.

முனி, சில வீட்டுக் கதவுகளை இடித்துத் தள்ள முயன்றது. இருந்திருந்தாற்போல வெறித்தனமாக சத்தமிட்டது. இயல்பான தொனிமாறி, முனிக்கே உண்டான குரல் போலிருந்தது.

பெரிய வீட்டுக்காரர் கோழிக்குஞ்சு வைத்திருந்தவனிடம் சொன்னார்... "பலி கொடு... பலி கொடு..."

கோழிக்குஞ்சு வைத்திருந்தவன் முனியிடம் ஓடினான். முனி, மண்டியிட்டு உட்கார்ந்து வாயைப் பிளந்தபடி வானத்தைப் பார்த்தது. தலையைச் சுழற்றி கர்ணகொடூரமாகச் சத்தமிட்டது. கோழிக்குஞ்சு வைத்திருந்தவன், அதை முனியின் வாயில் திணித்தான். முனி, நறநறவென்று அதன் குரல்வளையைக் கடித்து ரத்தம் குடித்தது. பின், அதை தூரத் துப்பியது.

கொட்டு அடிப்பவர்கள் சூழ்ந்துகொண்டு அடித்தார்கள். முனி மயக்கமுற்றதுபோல கீழே தலை போட்டு உட்கார்ந்தது. சூடிக்கயிறு வைத்திருந்தவன் பின்னால் போய், முனியின் இடுப்பில் கயிற்றைக் கட்டினான். பின்பு, எட்டப்போய் நின்று, கயிற்றின் நுனியைப் பிடித்துக்கொண்டான்.

கொட்டு அடிப்பவர்கள் முனியின் அருகில் வந்து சத்தமாக அடித்தார்கள். முனி, எழுந்து மேற்கு வளவு வீதியில் ஓடியது.

சூடிக்கயிறு பிடித்திருந்தவன், கயிற்றைச் சுண்டி முனியை வேறுபக்கம் இழுக்க முயன்றான். ஆனால், அதன் வேகத்துக்கு அவனால் ஈடுகொடுக்க முடியவில்லை. அதோடு சேர்ந்து ஓடினான். கொட்டு அடிப்பவர்களும் முனியின் பின்னால் அடித்துக்கொண்டே ஓடினார்கள்.

முனி, ஊரின் நாலா வீதிகளிலும் நுழைந்தது. திண்டு வைத்த வெளித் திண்ணைகள் வெறுமனே கிடந்தன. வீட்டுக்குள் இருக்கும் சனங்கள் முனியின் திகழ்தன்மை கண்டு உறக்கமற்றுக் கிடந்தனர். குழந்தைகள் பயத்தின் இறுக்கத்தில் மூத்திரம் முட்டித் தவித்தன.

தலைவாசல் வந்து சேர்ந்தபோது கோழி கூப்பிட்டாகிவிட்டது. முனியும் களைத்துப்போயிருந்தது. கோயில் பக்கம் இழுத்துப் போனார்கள். பெரிய வீட்டுக்காரர் கேட்டார், "ஏய் ஓடிர்றியா இல்லே இன்னம் இருக்க ஆசையா?"

"முனி போகாது... இந்த தடவை ஊருக்குள்ளே ரத்தம் குடிக்காமப் போகவே போகாது!"

முனி சொல்லிவிட்டு முறைத்தது. சாட்டை வைத்திருந்தவன் முனியின் முதுகில் ஓங்கி அடித்தான். சாட்டையின் சுழற்சி, காற்றில் படீரெனச் சத்தமெழுப்பிற்று. திரும்பவும் முனி வீராப்பாகச் சொல்லிற்று, "முனி போகாது!"

மீண்டும் அடி பலமாக விழுந்தது. முதுகில் தடித்துக் கொண்டது. அப்பவும் முனி அசைந்து கொடுக்காமலே நின்றது. அடி மேலும் மேலும் விழுந்துகொண்டே இருந்தது. மற்ற ஆட்கள் சோர்ந்துபோய் உட்கார்ந்தார்கள். முனியின் முதுகில் ரத்தம் கசியத் தொடங்கியது.

கிழக்கே காரி கட்டியிருந்தது. நீண்ட நாட்களுக்குப் பின்பு காற்று கொம்பு சுழன்று அடித்தது. மழை வருவதற்கான அறிகுறி தென்பட்டது. விடியும் தறுவாயில் முனி தரையைப் பார்த்தபடி கத்தியது... "நாபோறேன்... ஓடிப்போறேன்... என்னை உட்டுடுங்கோ...!"

சாட்டைக்காரன் அடிப்பதை நிறுத்திவிட்டுக் கேட்டான்... "மறுக்காவும் வரமாண்டியே...!"

"எங்கப்புச்சி சத்தியமா வரமாண்டே"

வேறொருவன் குடத்து நீரைக் கொண்டுவந்து முனியின் தலையில் ஊற்றினான். ரத்தம் நீரில் கலந்து ஒழுகியது. முனி, அதே இடத்தில் மண்டியிட்டு உட்கார்ந்து கொண்டது.

பெரிய வீட்டுக்காரர் கேட்டார், "அப்ப தீர்த்தக் கும்பத்தை விட்டுருலாமா?"

முனி, சரியென்று தலையசைத்தது. மெல்ல எழுந்தது. சாந்தமடைந்திருந்தது. கோயிலுள்ளே சென்று தீர்த்தக் கும்பத்தை எடுத்துத் தலையில் வைத்துக்கொண்டு வெளியே வந்து, தெற்குவெளி ஊர்த்தடத்தில் நடந்தது.

ஆற்றுக்குப் போகும் ஒற்றைத் தடத்துப் பக்கம் முனி அப்புச்சி கோயில் கிணறு இருந்தது. பட்டுவரிக்கல் வைத்துக் கட்டிய அகலமான கிணறு. இச்சி மரங்கள் சுற்றிலும் படர்ந்திருந்தன. முனி, தீர்த்தக் கும்பத்தை அந்தக் கிணற்றுக்குள் வீசியது. தண்ணீரில் கும்பம் விழும் சத்தம் சுவரில் பட்டு எதிரொலித்தது. ஆட்கள் ஊரை நோக்கி ஓடினார்கள். கொட்டு அடிப்பவர்கள் கொட்டு அடித்தபடி வீதியில் நுழைந்தார்கள். சத்தமிட்டார்கள். "முனி விரட்டியாச்சு சாமியோவ்! எல்லோரும் வெளியே வாங்கோவ்!"

'பளபள'வென விடிந்துவிட்டது. குருவிகளின் சத்தம் கேட்டது. ஒவ்வொரு வீடாகத் தாழ் நீக்கின. சனங்கள் வெளிப்பட்டு தலைவாசல் பக்கம் வந்தார்கள்.

மாராண்டி கிணற்றில் முங்கி எழுந்தான். காயங்கள் எல்லாம் தடித்துப் போயிருந்தன. உடம்பு மொத்தமும் வலித்தது. படியில் ஏறி வரும்போது பொழுது கிளம்பியிருந்தது.

பெரிய வீட்டுக்காரரைப் பார்க்க அரண்மனை வீட்டுக்குப் போனான். அவர் பணத்தை எண்ணிக் கொடுத்தார். அதில் மளிகைக் கடையில் மிக்ஸர் பொட்டலமும் பழமும் வாங்கிக் கொண்டான்.

வடக்குவளவு வீதியில் இறங்கி நடந்தான். வீடு சாத்தியிருந்தது. நடையைப் பிடித்தபடி கதவைத் தட்டினான்.

உள்ளே யாரோ நடந்துவரும் சத்தம் கேட்டது. பையன் வந்து திறந்தான். ஏழு வயதிருக்கும். மாராண்டியைக் கண்டதும் வீலென்று கத்தினான்.

"அம்மா... முனி... முனி வந்திருச்சு...!"

"அடேய், நாங்கொப்பண்டா...!"

"இல்லே... முனி!"

பையன் வேகமாக சமையல்கட்டுப் பக்கம் ஓடினான். அழுதபடி அம்மாவைக் கட்டிக் கொண்டான். திரும்பவும் கத்தினான். "முனி... முனி... வந்திடுச்சு! தொரத்தும்மா அதை!"

பையனின் வார்த்தைகள் குழறி வெளிவந்தன. மாராண்டி அப்படியே சிலையாக நின்றுகொண்டான்.

15. கன்னி

தேன்மொழி

நீண்ட உடல், கருமை நிறம், அவிழ்ந்த கேசம், சிவந்து அகண்ட விழிகள், கூர் நாசி, கன்றிச் சிவந்த உதடு, வெறுமையான கழுத்து, திரண்ட மார்பை மறைக்கும் சிவப்புச்சேலை, சேலையுள் மறைந்திருக்கும் நீண்ட கால்கள், தொடை, முழங்கால், கெண்டைக்கால், இன்னும் கீழே பாதங்கள் இல்லை, விரல்கள் இல்லை, வெட்டப்பட்ட இரண்டு கால்களிலிருந்தும் குருதி ஒழுகிக்கொண்டிருந்தது, கரிய முகத்தில் சிவந்த உதடுகள் உக்கிரத்தைக் கூட்ட அந்த உருவம் அலறியது. விரிந்திருந்த அதன் கூந்தல் சிறகுகளைப் போல அவளை அதை அந்தரத்தில் மிதக்க விட்டிருந்தது. 'மூச்சு திணறுகிறது, மூச்சு திணறுகிறது' அலறியபடி அந்த உருவம் அவளைப் பற்றிக் கொள்ள விரும்புவதுபோல அவளை நோக்கி நகர முயன்றது.

அவள் திடுக்கிட்டு விழித்தாள். உடல் வியர்த்திருந்தது. அறையில் நிறைந்திருக்கும் இருளைக் கண்களால் விலக்கினாள். இருள் கறை போல் அகல மறுத்தது. பயத்தில் அவள் உடல் அதிர்ந்து கொண்டே இருந்தது. அவள் இருளை உற்று நோக்கினாள். அறையின் சுவர் புலப்படத் துவங்கியது. சுவரை அண்ணார்ந்து பார்த்தாள். நான்கு புறமும் கழுத்தை உயர்த்திப் பார்த்தாள். எந்த உருவமும் தெரியவில்லை. சற்று முன்பு கனவில் வந்த எல்லாவற்றையும் துடைத்து விட்டு இருள் ஒன்றுமறியாதது போல் சூழ்ந்து கடப்பதாக அவள் நினைத்துக் கொண்டாள். இருள் கொஞ்சமாகக் கண்களுக்குப் பழகத் துவங்கியது. அவள் தன்னைச் சுற்றி கையை வைத்துத் தடவிப் பார்த்தாள். இரத்தப் பிசுபிசுப்பு ஒன்றும் இல்லை. எழுந்து விளக்கைப் போட்டு யாரும் இல்லையெனத் திரும்பவும் உறுதிப் படுத்திக் கொண்டாள். கீழே ஏதேனும் இரத்தம் சிந்தி இருக்கிறதா என மீண்டும் மீண்டும் பார்த்தாள். அறையை விட்டு வெளியே வந்தாள.

கூடத்தில் மகள் ஜன்னலையும் கதவையும் திறந்து வைத்துக் கொண்டு படுத்திருந்தாள். அறையில் நட்சத்திர வெளிச்சம் கோலமிட்டுக் கொண்டிருந்தது. ஜன்னலினூடாக வானத்தை நோக்கினாள். சிறிய குருவி ஒன்ற அநாதையாய் நட்சத்திர வீட்டுக்கு

விரைந்து கொண்டிருந்தது. கூடத்தில் இருக்கும் வெளிச்சம் அறைக்குள் இல்லை. அறைக்குள் அமர்ந்து துணி மடித்துக் கொண்டிருந்த அவள் அப்படியே உறங்கி விட்டிருக்கிறாள். அவளை யாரும் எழுப்பவும் இல்லை. புதிய வீட்டிற்குக் குடிவந்து ஆறு மாதங்கள் ஆகிறது. அவள் இந்த அறையில் இன்றுதான் படுத்து உறங்கி இருக்கிறாள். இந்த வீட்டிற்கு வந்து கனவு காண்பதும் இதுதான் முதன்முறை.

பொதுவாகவே அவள் கனவு கண்டு நீண்ட நாளாகிறது. இப்போது மகளுக்குத் திருமணமாகி இரண்டு வருடங்களாகி குழந்தை இல்லையே என்ற கவலை அவளை வருத்திக் கொண்டிருந்தது. பெரும்பாலும் அசதியில் உறங்கி விடுவாள். எப்போதாவது கவலையும் சேர்ந்து கொள்ளும். இன்று கண்ட கனவு பயங்கரமானதாக இருந்தது. புதிய வீடு பெரிதாக எந்தத் தொல்லையும் கொடுக்கவில்லை. இவ்வளவு விரைவில் ஒரு வீடு கட்டுவோம என்று நினைப்பதற்குள் ஒரு வீடு உருவாகி இருந்தது. புது வீட்டிற்கு வந்ததிலிருந்து தன் மனதுக்குள் எப்போதும் ஒரு அமைதி பரவுவதை அவள் உணர்ந்திருந்தாள். புது வீட்டின் ராசி தன் மகள் கர்ப்பமாவாள் என்று நம்பினாள். ஆறு மாதத்திற்குப் பிறகு இப்படி ஒரு கனவு வரும் என்று அவள் நினைக்கவேயில்லை. மனதை விட்டு அகலாத அந்த உருவம் அவளது நினைவுக்குள் திரும்பத் திரும்ப வந்தது. உருண்டு அகண்ட இரண்டு செந்நிற விழிகள் நினைவுக்குள் மிதக்கத் துவங்கியதும் அவள் பயத்தில் நினைவை மாற்றி எதார்த்த நிலைக்குத் திரும்பிவிடுவாள். அதன் பிறகு தொடர்ந்து இரண்டு மூன்று நாளாகத் தூக்கத்திலும் விழிப்பிலும் அவள் அந்தக் கனவையே நினைத்துக் கொண்டிருந்தாள்.

அவள் சிறுமியாக இருந்தபோது, அடிக்கடி பிள்ளை பிடிக்கும் கனவு காணுவாள். கனவு கண்டு அழுவாள். கனவற்று உறங்குவதற்காகத் தவிப்பாள். கண்களை இறுக மூடி கனவுகளுக்குத் திரை யிடுவாள். ஆயினும் கனவு எப்படியோ அவளது விழிகளுக்குள் புகுந்துவிடும். அவள் தன் கனவுகளில் எப்போதும் மற்ற குழந்தைகளுடன் விளையாடிக் கொண்டிருக்கும்போது, திடீரென்று தனித்துவிடப்படுவாள். தனித்துவிடப்பட்ட அவள் மனிதர்களற்ற ஒரு நீண்ட சாலையில் பயத்தில் எங்கே செல்வதெனக் குழம்பியபடி நிற்பாள். அல்லது பரந்து காய்ந்த வயல்வெளியில் பயத்தில் அரண்டு தலைதெறிக்க இங்குமங்கும் ஓடிக் கொண்டிருப்பாள். அல்லது ஒரு திருவிழாக் கூட்டத்தில் உறவுகளைத் தவறவிட்டு அங்குமிங்கும் ஓடிக் கொண்டிருப்பாள். இரண்டு மூன்று ஆண் உருவங்கள் அவள் கண்களுக்குத் தட்டுப்படும். சிறிது நேரத்தில் ஒரு கோணியில் அடைக்கப்பட்டு அவள் தூக்கிச் செல்லப்படுவாள். யார் முதுகிலோ ஒரு அபாய சவாரி நிகழ்ந்து கொண்டிருக்கும். வாய் கட்டப்பட்ட

நிலையில் பயத்தில் கோணிக்குள் அவள் உறைந்து கிடப்பாள். சிறிது நேரத்தில் தனது கண்கள் குருடாக்கப்படப் போகின்றன என எண்ணி நடுங்குவாள். அவள் கையோ காலோ முறிக்கப்படும் போது ஏற்படப் போகும் வலியை நினைத்துக் கோணிக்குள் அலறுவாள். இன்னும் சிறிது நேரத்தில் ஒரு பெரிய வட்டமான மரக்கட்டடையில் வைத்து அவளைத் துண்டு துண்டாக வெட்டப் போவதாக நினைத்து, ஓடு ஓடு எனக் கனவுக்குள் விரட்டுவாள். கனவில் ஓடிக் கொண்டே இருக்கும்போது நிஜத்தில் விழித்து விடுவாள். எனினும் அவள் கனவை அத்துடன் நிறுத்த மாட்டாள். விழித்த படி கனவு காணத் தொடங்கிவிடுவாள். ஓடுவாள், ஒரு பறவையை விட வேகமாகத் தூரங்களைக் கடப்பாள். ஆறுகளைத் தாண்டுவாள். அவள் பின்னே மூன்று நான்கு பேர் துரத்திக்கொண்டு வருவார்கள். கால் பிடரியில் பட அவள் கனவில் ஓடிக்கொண்டிருப்பாள். சில சமயம் துரத்தி வந்தவர்கள் காணாமல் போய்விடுவார்கள். வேறு சில இரவுகளில் அவர்கள் அவளை நெருங்கி விடுவார்கள். அப்போது, அவள் தனது தெருவையும், அதற்குள் மனிதர்களையும் நடமாடவிட்டு தன் அருகே வைத்துக்கொள்வாள். துரத்தி வந்தவர்கள் பயந்து ஓடிவிடுவார்கள். ஒவ்வொரு முறையும் அவள் கனவில் தன்னை எப்படியும் காப்பாற்றிக் கொண்டு விடுவாள். ஆயினும், ஒவ்வொரு இரவும் அவள் வேறு விதமாகப் பிள்ளை பிடிப்பவர்களிடம் அகப்பட்டுக் கொள்வாள். புதய புதிய இடமும் சூழலுமாக இருக்கும். அவள் ஒவ்வொன்றிலும் இருந்தும் தன்னைக் காப்பாற்றிக்கொண்டே இருப்பாள். அதற்காக அவள் அதிகமாகச் சிந்திக்கவும், முயற்சி செய்யவும் வேண்டி இருந்தது. அதனால் பெரும்பாலான இரவுகள் அவள் உறங்காமல் விழித்துக் கொண்டிருப்பாள். பறவைகளுக்குள் எந்தப் பறவையும் இன்னொரு பறவையைப் பிடிப்பதில்லை. இரவில் குலை நடுங்கும்படி ஊளையிடும் நரி, எந்தப் பிள்ளைபிடிக்கும் நரியாவது தன்னைப் பிடித்துவிடும் என்ற பயமில்லாமல் தானே ஊளையிட்டுப் பயமுறுத்துகிறது. தனக்கு மட்டும் ஏன் எப்போதும் பிள்ளை பிடிப்பவர்கள் பற்றிய கனவு வரவேண்டும்? என அவள் வருத்தப்படுவாள். அப்போதிலிருந்து இப்போதும் கூட அவள் மனிதர்களுடன்தான் இருப்பாள். மனிதச் சந்தடி இன்றித் தனியாக இருப்பதை முற்றிலும் தவிர்த்து விட்டே வந்திருக்கிறாள்.

பிள்ளை பிடிக்கும் கனவிலிருந்து எப்போது தப்பித்துக் கொண்டோம் எனத் தெரியாதபோதே அவளுக்குத் திரும்பவும் சாவு பற்றிய பயத்தில் கனவு வரத் துவங்கியது. அவள் இப்போது சற்றுப் பெரியவளாக வளர்ந்திருந்தாள். உலகம் அழியப் போகிறது, நெருப்பு மழை பொழியலாம், வெள்ளம் வரலாம், சூறாவளிக்காற்று வீசலாம் அல்லது உடல் சுருங்கி வலிக்க வலிக்க சிறு எறும்பு போலாகி எப்படியோ இதில் ஏதோ ஒன்றின் வழியாகத்தான்

இறக்கப்போகிறோம் என அவள் பயந்தாள். வானம் சிவக்கத் தொடங்கினால் அவளும் மற்ற பிள்ளைகளும் சேர்ந்து இன்னும் சிறிது நேரத்தில் நெருப்பு மழை பொழியப்போகிறது என பேசிக்கொள்வார்கள். நெருப்பு மழையிலிருந்து தங்களை எப்படிக் காத்துக் கொள்வது எனக் கலந்தாலோசனை நடக்கும். அவர்கள் தங்கள் ஊர் குளத்தில் எப்போதும் தண்ணீர் இருக்க வேண்டும், நெருப்புமழை பெய்யும்போது அதனடியில் ஒளிந்து கொள்ள வேண்டுமென முடிவெடுப்பார்கள். மூச்சு திணறும், தம்பி பாப்பாவை எப்படி தண்ணீருக்கு அடியில் ஒளித்து வைப்பது? தெரு – அது தான் அவர்களது உலகம், அந்த உலகத்தைக் குளத்துக்கு அடியில் எப்படி மறைத்து வைப்பது என்பது போன்ற பல சிக்கல்கள் அவர்களுக்கு இருந்தன. சூறாவளி வரும்போது எதைப் பிடித்துக் கொள்ள வேண்டும் என யோசித்தார்கள். இறுதியில் அவர்களது உடல் பறவையாகிவிட வேண்டுமென அவரவர்கள் விரும்பிய கடவுளின் பெயரைச் சொல்லி வேண்டிக்கொண்டார்கள். வெள்ளம் வரும்போது தப்பிப்பதற்காக அவர்கள் தங்கள் கனவுகளில் மிகப்பெரிய படகைக் கட்டினார்கள். எப்படியோ அவர்கள் அனைவரும் ஒன்று கூடி மரணத்திடமிருந்து தங்களைக் காப்பாற்ற முயற்சித்துக் கொண்டே இருந்தார்கள். அந்தப்பிள்ளைகள் மரணத்தை நேசிக்கவில்லை. அவர்கள் வாழ்வை நேசித்தார்கள். பிறகு அவளுக்கு தேர்வு குறித்த பயம் வந்தது. அது குறித்த கனவுகளைக் காணத் துவங்கினாள். தேர்வுக்குப் படிக்காதது போலவும், தேர்வுநாள் மறந்துவிட்டது போலவும், பலவகையாய்க் கனவுகள் கண்டாள். அவள் திருமணம் பற்றிக் கனவு காணும் முன்பே அவளுக்குத் திருமணம் நடந்துவிட்டது. வயிற்றில் பிள்ளையை வைத்துக்கொண்டு அவள் கனவு கண்டாள். பிறக்கப்போகும் பிள்ளையைப் பற்றி யோசித்ததை விட குழந்தை பிறக்கும் போது தனக்கு ஏதாவது ஆகி விடுமா, குழந்தை நல்லபடியாகப் பிறக்குமா இப்படியான பயங்கள் அவளது கனவுகளாக மாறின. ஏன் மகிழ்ச்சியான விஷயங்கள் கனவுகளாக வர மாட்டேன் என்கிறதென அவள் அடிக்கடி நினைத்துக்கொள்வாள்.

இப்போது அவள் கண்ட கனவு, முன்பு மாதிரியல்லாது சற்று அதிகப்படியான பயத்தைக் கொடுத்தது. அந்தக்கோர உருவம் தன்னை நோக்கி வந்ததுதான் அவளுக்கு அதிக பயம் கொடுத்தது. அதன் கண்கள் எதையோ சொல்வதற்காக அவளையே பின் தொடர்வது போலிருந்தன. இரண்டு வாரங்களாகியும் அந்தச் செந்நிறக் கண்களும் உருவமும் அவளது நினைவைவிட்டு மறையவில்லை.

ஒருநாள் காலையில் குடுகுடுப்பைக்காரன் வந்து குடுகுடுப்பை ஆட்டினான். அவள் மனதுக்குள் பயந்தபடியே சிறிது அரிசி அள்ளிக்கொண்டு வந்தாள். பிள்ளை பிடிப்பவர்களில் ஒருவனாகக்

குடுகுடுப்பைக்காரனும் அவளது கனவுகளில் வந்திருக்கிறான். பிச்சை யிட அரண்மனை வாசலைவிட்டு வெளியே வரும் ராஜகுமாரியை, மந்திரத்தால் கிளியாக்கிக் கவர்ந்து சென்று விடுவான் என்ற கதையை அவள் கேட்டிருக்கிறாள். அவள் தள்ளி நின்றபடி அரிசியை அவன் நீட்டிய பையில் போட்டாள். "ராத்திரி அத்தனை முறை சேதி சொன்னேன், கவனிச்சியா தாயீ, ஒரு கன்னி நின்னு அழுவறா உன் இடத்துல, மூச்சு திணறுது அவளுக்கு, பச்ச ரத்தம் காயல, ஒன் ஆதரவு தேடி அழுது ஒன் இடத்தைச் சுத்திச்சுத்தி வர்றா, பூஜ போட்டு ஆதரிச்சா கன்னி ஒன் குலதெய்வமா மாறி நிப்பா, பாத்துக்கோ தாயீ" என்று கூறிவிட்டு அவன் சென்றுவிட்டான்.

அவளுக்கு நிம்மதி போய்விட்டது. வீட்டை ஒரு சந்தேகத்தோடு பார்த்தாள். நம்பியும் நம்பாமலும் இருந்தாள். கன்னி இருக்குறாள்னா கனவுல வந்ததுதான் அந்தக் கன்னியா? அவள் திரும்பத் திரும்ப தன்னையே கேட்டுக்கொண்டாள்.

தெருவில் சிறிய பையன் ஒருவன் ஜோசியம் ஜோசியம் எனக் கூவிக்கொண்டு சென்றான். அவளுக்கு ஜோசியம் பார்க்கும் பழக்கமில்லை. எனினும், அவன் அவளையே பார்த்தபடி 'ஒரு முக்கிய சேதி இருக்குச் சொல்றேன்'னு சொன்னதில் அவனைக் கூப்பிட்டுத் திண்ணையில் அமர வைத்தாள். சிறிய பையன் என்றாலும் பொருத்தமில்லாமல் அவன் வேஷ்டி கட்டி இருந்தான். மேலே சட்டை இல்லை. துண்டை உடம்பில் குறுக்காகக் கட்டி இருந்தான். தோளில் துணியால் முடிச்சிடப்பட்ட ஒரு பெரிய வெள்ளைப் பை தொங்கிக் கொண்டிருந்தது. கையில் ஒரு சிறிய கோல். அவள் அந்தப் பையனின் எதிரே அமர்ந்தாள். முதலில் அம்மாவின் கையை நீட்டச் சொல்லி ரேகைகளை ஆராய்ந்தான். கோலை அவளது கை மீது வைத்துக் கண்ணை மூடினான். வாய் எதையோ முணுமுணுத்தது. அவள் அந்த ஜோசியனின் முகத்தைப் பாசத்தோடும் ஆர்வத்தோடும் நோக்கினாள்.

"பாதாள லோகத்துக்கு அடியில் புதைக்கப்பட்ட ஒரு கன்னி பல வருஷம் தாண்டி உன்ன தேடி வந்திருக்கா, அவ கதய கேட்டா ஏழு உலகமும் கண்ணீர்விடும், அவள ஆதரிச்சி, அவகிட்ட அடைக்கலமானா குடும்பமும் குலமும் செழிக்கும், அவளுக்குக் கோபத்த உண்டாக்கிடாத, அவ பழி தீர்க்க அலையறா, ஆனா உனக்குக் கட்டுப்படுவா" அதைச் சொல்வதற்காகவே வந்தது போல அந்தச் சிறிய பையன் சென்றுவிட்டான்.

வெள்ளிக்கிழமை மாலை, அவள் வீட்டைப்பெருக்கி சுத்தம் செய்து சாமிக்கு விளக்கேற்றினாள். வீடெங்கும் சாம்பிராணி புகை பரவியது. அம்மாவுக்கும் அவளுக்கு லேசான பயம் வரத் துவங்கியது. இன்று கனவு வரும் என்று நம்பினாள். இரவு கூடத்தில்

படுத்துக்கொண்டாள். வானில் மிதந்து கொண்டிருந்த அரை நிலா ஜன்னல் வழியாகத் தெரிந்தது. அவளுக்குத் தூக்கமே வரவில்லை. பின்னிரவு நிலா மேகங்களுக்கிடையே காணாமல்போன பிறகே அவள் உறங்கத் துவங்கினாள். எதிர்பார்த்த மாதிரி கனவும் வந்தது.

ஊர், திருவிழா மகிழ்ச்சியில் தத்தளித்தது. சிலையாய்க் காளி நின்றிருந்தாள். பளீர்ப்பச்சை அலங்காரத்தில், கண்களின் சிவப்பும் உதடுகளின் சிவப்பும் எடுப்பாகத் தெரிந்தன. அவளிடம் ஆயுதங்கள் ஏதுமில்லை. அருள் பாலித்தபடி புன்னகையுடன் கம்பீரமாக நின்றாள். ஆடும் கோழியும் மாறி மாறி வெட்டப்பட்டுச் சட்டியில் அவள் முன் வைக்கப்பட்டன. கழுத்திலிருந்த எலுமிச்சை மாலையில் சில இரத்தத்துளிகள். சிறுவர்கள் காளியைத் தொட்டுத்தொட்டு விளையாடினார்கள். காளியின் மாலையிலிருந்த எலுமிச்சம் பழங்களைப் பறித்துக்கொண்டு ஓடினார்கள். பூசாரி அவர்களை விளையாட்டாகத் துரத்தினார். பெண்கள் குளித்துத் தலையை நுனியில் முடிச்சிட்டு, நெற்றியில் பெரிய திலகத்துடன் காளியின் காலடியில் கிடக்கும் எலுமிச்சம் பழங்களைப் பொறுக்கி கண்களில் ஒற்றிக் கொண்டார்கள். காளி அகண்ட விழிகளுக்குள் ஊரை அடைகாத்துக் கொண்டிருந்தாள்.

போர்க்களக் காட்சி. ரத்தம். வெட்டப்பட்டுத் துடிக்கும் உடல்கள். அவள் புரண்டு படுத்தாள். அவளது முகம் பயத்திலும் அருவருப்பிலும் சுளித்துக் கொண்டிருந்தது. அரசு மாறியது. அரசர் மாறினார். பூசாரி மாறினார். சைவப் பழக்கம் கொண்ட புதுப் பூசாரி காளிக்கு உயிர்ப்பலி கொடுக்க மறுத்துவிட்டார். ஆடு கோழி ரத்தத்தில் அருள்பாலித்துக் கொண்டிருந்தக் காளி வருத்தமடைந்தாள். கோபம் தலைக்கேறியது. நரபலி கேட்டு ஊருக்குள் புகுந்தாள். அங்கங்கு மரணம் காளியின் பெயரை உச்சரித்தபடி நடந்தது. கோயிலைக் கட்டும்போது காளி மண்டபத் தூண்களைத் தன் தோள்களில் அநாயசமாகத் தூக்கி உதவியதாகக் கதைகள் கிளைத்தன. அந்தக் கட்டிடமும் அதனுள் உள்ள சிலைகளும் சிதைந்து கொண்டிருப்பதற்கும், ஊரில் கர்ப்பிணிகளின் கரு கலைந்ததற்கும் காளியின் கோபம் தான் காரணம் என்று புதுப்பூசாரி சொன்னதை ஊர் நம்பியது. இறுதியில் ஊர் முடிவெடுத்தது, அங்கிருந்த காளியின் சிலை பாதத்தோடு வெட்டப்பட்டு வேறு இடத்தில் வைக்கப்பட்டது. காளியின் ஓலத்தில் இரவு நடுங்கியது. ஊர் பயத்தில் அலறியது. எனவே, காளியின் உடல் மண்ணுக்குள் புதைக்கப்பட்டது. காளி இருந்ததற்குச் சாட்சியாகப் பெயர்க்க முடியாத இரண்டு பாதங்கள் மட்டும் கோயிலுக்குள் இருந்தன. கருவறை மாற்றப்பட்டு வேறு ஒரு தெய்வம் குடியேற்றப்பட்டது. புதிய அம்மன் உயிர்ப்பலி கேட்கவில்லை. ஊர், அம்மனைக் கொண்டாடியது. காளியை மறந்தது.

கனவில், யாருமற்ற வறண்ட பூமியில் அவள் அழுது அலைந்து கொண்டிருந்தாள். அவளுக்குத் திசைகள் தெரியவில்லை. பயத்தில் வெற்றுக் கால்களுடன் எங்கெங்கோ ஓடினாள். திடீரென்று ஓரிடத்தில் அசைய முடியாமல் நின்றுவிட்டாள். கால்களைப் பெயர்க்க முடியவில்லை. உடல் ஓடுவதற்காக முயற்சித்து இயங்கிக் கொண்டிருக்க பாதம் தரையோடு ஒட்டிக் கொண்டிருந்தது. வலிமையான காற்று மண்ணைப் புரட்டியது. பூமி சிறிது சிறிதாக வெடித்து தன்னைத் திறந்தது. வெடிப்பிலிருந்து கருநிறப் புடவையணிந்த உருவம், செந்நிற விழி, சிவந்த உதடுகளோடு மெல்ல மெல்ல மேலெழும்பியது. தனக்கு எதிரே அந்த உருவம் உயர்ந்து கொண்டே இருந்ததைப் பார்த்து அவள் திகைத்து நின்றாள். பயத்தில் அலறினாள். மேலெழும்பிய அந்தப் பேருருவம் அவளைப் பார்த்துக் கைகளைக் குவித்தது. அதன் வெட்டப்பட்ட பாதங்களிலிருந்து குருதி ஒழுகிக்கொண்டிருந்தது. அதன் விழிகள் அவளை நோக்கின, 'என்னை ஏற்றுக்கொள்' எனக்கெஞ்சின.

அவள் பயந்து வியர்க்க விறுவிறுக்க கனவிலிருந்து எழுந்தாள். தலையணையை மடியில் வைத்து அணைத்துக்கொண்டாள். உடல் குலுங்கியது. வாய் உளறிக்கொண்டிருந்தது. அது கனவு என்பதை அவளது மனம் உணர்ந்தபோது குளிர்ந்த காற்று தனது வியர்வையை ஒற்றிக் கொண்டிருப்பதை அவள் கண்டாள்.

. . .

நாட்கள் சென்றன. அவள் முதன்முதலில் கனவு கண்ட அந்த அறையின் சுவரில் ஒரு இடத்தில் மஞ்சள் குங்குமத்தில் பொட்டு வைக்கப்பட்டிருந்தது. அங்கு மரத்தால் ஆன ஒரு தாங்கியும் பொருத்தப்பட்டிருந்தது. அந்தத் தாங்கியின் மீது பெரிய பித்தளை விளக்கை அவள் ஏற்றி வைத்திருந்தாள். அது அமைதியாக எரிந்து கொண்டிருந்தது. அவளது முகமெங்கும் அமைதியும் சந்தோஷமும் சாந்தமும் தவழ்ந்து கொண்டிருந்தன. சூலியான மகள் அருகே நின்று கொண்டிருந்தாள். வளையல், மஞ்சள், குங்குமம், புடவை எனக் காளிக்குத் தேவையானவற்றை அவள் அங்கு வைத்திருந்தாள். "காளி உனக்குத் துணையா இருப்பா" என்று அவள் சொன்னபோது அந்த விளக்கின் தீபம் அசைந்து அதிலிருந்து குரல் வெளிப்படுவதுபோல இருந்தது. அவள் வருடத்திற்கு ஒருமுறை கிடா வெட்டி காளிக்குப் படையலிட்டு ஊருக்கு விருந்து வைத்தாள். "இது தான் நம்ம குல தெய்வம்" என அவள் தன் மகளுக்குச் சொன்ன வார்த்தைகள் தலைமுறைகளைத் தாண்டியும் தொடர்ந்து வந்து கொண்டிருந்தன.

எழுத்தில் எங்க சாமிகள் | 179

16. ஏழு கன்னிமார்

சந்திரா

'நாளைக்கு மழை வேண்டி கன்னிமாரு சாமிக்கு மந்தையம்மன் கோயிலில் பொங்கலும், பானக்கரமும் வைக்கிறவங்களெல்லாம் வந்து வையுங்க சாமியோவ்..' தெருவில் கேட்டது தண்டோராச் சத்தம். நாளைக்கு ஒரே கொண்டாட்டமா இருக்கும். மந்தையம்மன் கோயிலில விசேசம்னா எனக்கு ரொம்ப சந்தோசந்தான். ஏன்னா அண்ணனுக்குப் பயப்படாமல் கோயிலுக்குள்ள அப்பதான் போக முடியும்.

கோடைகாலம் வந்தா போதும் எல்லாரும் நிழலுக்காக மந்தையம்மன் கோயிலிலதான் கெடையா கிடப்பாங்க. பெரிய ஆலமரமும் இச்சிமரமும் கோயிலில பாதியை அடைச்சிருக்கும். ஒரு வேப்பமரம் கிணத்தின் மேலே கிளைகளைப் பரப்பி நிற்கும். தண்ணீரின்றி சகதியும், குப்பையுமாய் ஆழமாக இருக்கும் கிணத்துக்கு அதிகக் குப்பைகளை கொடுத்தது வேப்பமரமாகத்தான் இருக்கும். கிணறு பற்றி பாட்டி கதை கதையாகச் சொல்லும். 'அப்பல்லாம் கடகா இல்லாமலே கெணத்திலிருந்து தண்ணீ எடுத்துட்டு போவோம். கையை வச்சு அள்ளிக் குடிக்கிற மாதிரி கெணத்து விளிம்பு வரைக்கும் தண்ணீ மெதந்து கெடக்கும்' என்று சொல்லும் பாட்டி. தண்ணீல்லாத கெணத்தை பார்க்குறப்ப பாட்டி சொன்னது பொய்யுன்னு தோணும். இப்ப அது ஆண் பிள்ளைகள் தங்கள் சாகசத்தை காட்டப் பயன்படும் கிணறு.

கிணத்து மூலையில் அடுக்கடுக்காக இருக்கும் செங்கல்களில் கால்களை வச்சிட்டு, கைகளைத் தூக்கி அந்தரத்தில நிற்கிற மாதிரி நிற்பாங்க. எங்கண்ணனும் அப்படி நிக்கிறதப் பார்த்து நான் கண்ணை இறுக்க மூடி 'எண்ணே மேல வந்துரு, மேல வந்துருன்னு' கத்துவேன். தரையில நிக்கிற பிள்ளைகளெல்லாம் பீதியான முகத்துடன் லேசாகச் சிரிப்பு பொங்க கைத்தட்டிகிட்டிருப்பாங்க. எங்கண்ணே மேல வந்ததும்தான் எனக்கு உயிரே வரும்.

கோயில் காம்பவுண்டு சுவரை கட்டுறதுக்காக கோயிலுக்குள்ள செங்கல்லைக் கொட்டி வச்சிருந்தாங்க. ஆனா ரொம்ப நாளா காம்பவுண்டு சுவரைக் கட்டாம செங்கல்லை அப்படியே போட்டு

வச்சிருந்தாங்க. பசங்க எல்லாம் அட்டூழியம் பண்ணி முழு செங்கலை உடைச்சு வச்சிருந்தாங்க.

கொஞ்சம் சின்ன பசங்களெல்லாம் செங்கல்களை கிணத்துக்குள்ள தூக்கிப்போட்டு அதுல வர்ற சத்தத்தைக் கேட்டு 'அது நான் போட்ட கல்லு சத்தம், கெணத்துல அந்த எடத்துல என் கல்லு விழுந்துச்சு'ன்னு அவங்க பங்குக்கு கிணத்தை நிரப்பிக் கிருப்பாங்க. இந்த விளையாட்டில் பெண் பிள்ளைகள் மட்டும் கலந்துக்கிறதில்ல.

'கோயிலு சுவரு கட்ட வச்சிருக்கிற செங்கல்லை எடுத்து இப்படி கெணத்துக்குள்ள போட்டுகிருக்கீங்களேடா'ன்னு பெரியவங்க வந்து பசங்களை விரட்டுனாலும் அவங்க அந்த இடத்தை விட்டு கடந்ததும் மறுபடியும் பசங்க அவங்க விளையாட்டை தொடங்கிடுவாங்க. அப்படித்தான் ஒரு மதியான வேளையில் கிணத்துக்குப் பின்பக்கமா முதுகைத் திருப்பி கல்லைத் தூக்கி போட்டுக்கிட்டிருந்தான் செந்தில். முதல்ல ஒவ்வொரு செங்கல்லை தூக்கி போட்டுக்கிட்டிருந்தவன் பசங்களின் ஆரவார கூச்சலைக் கேட்டு உற்சாகமாகி ரெண்டு மூணு செங்கலை அடுக்கித் தூக்கிப்போட ஆரம்பிச்சான். யாரும் எதிர்பார்க்காத நேரத்தில சுமைதாங்காம நிலைதடுமாறி அப்படியே கிணத்துக்குள் போய்க்கிட்டிருந்தான் செந்தில்.

பசங்களெல்லாம் செங்கலை அப்படியப்படியே போட்டுட்டு, 'செந்திலு கெணத்துக்குள்ள விழுந்துட்டான்.. செந்திலு கெணத்துக்குள்ள விழுந்துட்டான்னு' கத்திட்டு பெரியவங்கள கூட்டிட்டு வர ஓடினாங்க. பெரியவங்க வந்து கிணத்தைச் சுத்தி நின்னுகிருந்த எங்களை விரட்டிவிட்டாங்க. செந்திலை மேல தூக்கிபபோட்டிருந்தாங்க. அவன் உடம்பெல்லாம் சகதியும் ரத்தக் கீறலுமா இருந்துச்சு. 'அவன் கெணத்துக்குள்ள விழுகுறப்பவே கழுத்தொடிஞ்சு செத்திருப்பான்னும், இல்ல உள்ளே போய் கெணத்து தரையில மோதி தலையில அடிபட்டுதான் செத்திருப்பான்னும் ஆளுக்கொன்னா பேசிக்கிட்டிருந்தாங்க.

எங்களால செந்தில் முகத்தைச் சரியாப் பார்க்க முடியல. அதுவும் இல்லாம எங்களை உள்ளே வரவிடாம தடுத்துக்கிட்டிருந்தாங்க. அவனைச் சுத்தி கூட்டமா நின்னுகிட்டிருந்தவங்க காலுக்கிடையே இருந்த இடைவெளி வழியாகப் பார்த்துக்கிட்டிருந்தோம். பிறகு கொஞ்ச நாளா எங்களை கோயிலுக்குள்ள விடல. கிணத்து சுவரை உயர்த்துகிறவரை கோயிலுக்குள்ள போகாம இருந்தது செந்திலு செத்து போனதைவிட வேதனையா இருந்துச்சு.

செந்தில் செத்துப்போனது கொஞ்சம் கொஞ்சமா மறந்திருந்தாலும் கிணத்தின் சுவர் எப்பவும் ஒரு மரண பயத்தை

ஏற்படுத்திட்டே இருந்துச்சு. சுவர் எழுப்ப இடைஞ்சலா இருக்குன்னு வேப்பமரத்தை வேற வெட்டிட்டாங்க. அப்புறம் கிணறு எந்தச் சத்தமும் இல்லாம மரணத்தை உள்வாங்கின சோகத்தோட தனிச்சே இருந்துச்சு. இருட்டில ஆந்தையோட அலறல் அந்தத் தனிமையை இன்னும் அதிகப்படுத்துச்சு.

'நீ பொட்டப்புள்ள ஆம்பளப் பசங்க வெளையாடுற எடத்துக்கு வரக்கூடாது'ன்னு அண்ணன் கொஞ்ச நாளா என்னை கோயிலுக்குள்ள விடல. ஆனால் இச்சிப்பழம் பிடுங்குறப்ப மட்டும் கோயிலுக்குள்ள வரச்சொல்லும். நான் பாவாடையைக் கூடையாக பிடிச்சிப்பேன். அண்ணன் இச்சிப் பழங்களைப் பிடுங்கிப்போடும். நிறைய பழம் சேர்ந்ததும் கீழே இறங்கிவந்து கொஞ்சம் பழத்தைக் கொடுத்து என்னை விரட்டி விட்டுடும். நான் அண்ணனைத் திட்டிட்டே போவேன். அதுக்கப்புறம் நான் கோயிலுக்குள்ள போறது குறைஞ்சிருச்சு. இந்த மாதிரி கோயில் விசேச நாட்கள்லதான் உள்ள போகமுடியும்.

காலையில் எந்திரிச்சதும் கோயிலுக்கு போனேன். சுவரெல்லாம் வெள்ளையடிச்சு சுத்தமா இருந்துச்சு. கோயிலில பெரியவங்களவிட சின்னவங்கதான் அதிகமா இருந்தோம். "கைக்குள்ளயும் கால்குள்ளயும் இருக்காதீங்க.. அந்தப்பக்கம் போய் விளையாடுங்க"ன்னு விரட்டிட்டு வீட்டிலிருந்து எடுத்திட்டு வந்த குச்சி விறகால தீமூட்டி பொங்கல் வச்சாங்க. இன்னொரு பக்கம் பானக்கரம் கரைச்சு வச்சிருந்தாங்க. சீக்கிரமா சாமி கும்பிடனும்னு நினைச்சேன். அப்பதானே பொங்கலும் பானக்கரமும் கிடைக்கும். ஒவ்வொரு பொங்கப்பானைக்கும் முன்னால குங்குமமும் சந்தனமும் வச்சு ஏழு கல்லு வச்சிருந்தாங்க. ஒவ்வொரு கல்லும் ஒரு கன்னிமார் சாமி.

"ஏழு கன்னிமாரை கொண்டுவந்து நிக்கவையுங்க"ன்னு பூசாரி சொன்னதைக் கேட்டு 'சாமி இங்கயா இருக்கு' என நான் யோசிச்சிக்கிட்டு இருக்கும்போதே, என்னையும் ஏழு கன்னிமாரில் ஒருத்தியா வரிசையில் நிறுத்தினாங்க. எங்க ஏழுபேர் தலையிலயும் மஞ்சத்தண்ணி ஊத்தினாங்க. தலை குளிர்ந்து ஒரு பரவசம் ஏற்பட்டுச்சு. நெற்றி நிறைய திருநீறு பூசி கொஞ்சம் திருநீறை தலையிலும் வாயிலும் போட்டாங்க. பள்ளிக்கூடம் போகும்போது அம்மா பூசிவிடும் திருநீறு கொஞ்சம் பெரிசா இருந்தாலும் கண்ணாடியில் பார்த்து சரிசெஞ்சுப்பேன். இப்ப என்ன பண்ண முடியும். அதுவும் ஏழு கன்னிமாரில் ஒருத்தியா நிற்கிறப்பா. ஆனாலும் திருநீற்று வாசனையும் மேளச்சத்தமும் என்னை வேறொரு உலகத்துக்குக் கொண்டு போச்சு. கூட நின்ன ஆறு பேரும் கண்ணை மூடிட்டிருந்தாங்க. நான் கண்ணைத் திறந்து எல்லாத்தையும் வேடிக்கை பாத்துக்கிட்டிருந்தேன். "கண்ணை மூடு அப்பதான் சாமி வரும்"ன்னு சொன்னாங்க.

“சித்திரை மாசம் முடியப்போகுது. இன்னும் வானத்துல மேகத்தையே காணோம். எங்க வயிறெல்லாம் காயப்போகுது தாயி.. வெள்ளாமை எடுத்து ஒனக்கு கெடா வெட்டி பொங்க வைக்கிறோம்”ன்னு சொல்லி ஏழு பேர் கால்லயும் விழுந்துாங்க. பெரியவங்களெல்லாம் எங்க கால்ல விழுறதப் பார்த்து எனக்கு சிரிப்பு வந்துச்சு. அடக்கிட்டேன். அதுவும் கோயிலுக்குள்ள வராதீங்கன்னு சொல்லி விரட்டுறவங்களெல்லாம் எங்க கால்ல விழுந்தாங்க. பேசாம சாமியாவே இருந்துட்டா யாரும் கோயிலுக்குள்ள வராதன்னு சொல்லமாட்டங்கன்னு தோணுச்சு. வீரம்மாள் கிழவி எங்க கால்ல விழுந்தப்பதான் என்னால சிரிப்பை அடக்க முடியல. பக்கத்தில நின்ன சுமதிதான் என்னைக் கிள்ளி பேசாமலிருக்கச் செஞ்சா.

கோயிலில எப்பவும் வீரம்மாள் கிழவி ராஜ்யம்தான். வெள்ளி, செவ்வாய் கிழமைகளில் குறி சொல்றேன்னு கோயில் திண்ணையில உட்கார்ந்துட்டு வேப்பிலையால மந்திரிக்கும். நாங்க பக்கத்தில போயி வக்கணை காட்டுறப்ப அதே வேப்பிலையால அடித்துத் துரத்தும். சுமதிக்கும் கிழவிக்கும் எப்பவும் சண்டைதான். சுமதி வேப்பிலை எடுத்து வீரம்மா மாதிரியே பாசாங்கு செய்வா. ‘சாமி கிட்ட சொல்லி உங்க கண்ணை பிடுங்கச் சொல்றே’ன்னு பயங்காட்டும் கிழவி. காலை வேளையில் என் கண்ணு இருக்கான்னு பார்த்துட்டுதான் நான் படுக்கையிலிருந்து எந்திரிப்பேன்.

“எப்ப மழை வரும் சொல்லு சாமி” வீரம்மாள் கேட்டவுடனே சுமதி சாமி வந்தவள்போல் பெரிசாக் குரலெடுத்து கத்த ஆரம்பிச்சா. அவ கத்தலை அடக்க முடியல. “வீரம்மா உடம்பில மந்தையம்மா இருக்கா. மந்தையம்மாளுக்கும் கன்னிமாருக்கும்தான் சேராதே.. வேற யாராவது வந்து குறி கேளுங்க”ன்னு பார்வதி பெரியம்மா சொன்னவுடனே கூட்டத்தில் ‘ஆமா ஆமா’னு முணுமுணுக்க ஆரம்பிச்சாங்க. வீரம்மாளுக்கு கோபம் அதிகமாகி “எங்கிட்டய வாயைத் திறக்கமாட்டியா.. இரு இரு.. நி பெரியவளா நான் பெரியவளானு பார்ப்போம்”னு சவால்விட்டுக்கிட்டு இருந்தாள். சாமில பெரிசு, சிறிசுன்னு இருக்கா எனக்கு சாமி பத்தி குழப்பம் ஆரம்பிச்சது. மந்தையம்மா வேற... கன்னிமாரு சாமி வேறயா? மழை வேணும்னா மந்தையம்மன் சாமிகிட்டயே கேட்கலாமே.. தனியா கன்னிமார் சாமிகிட்ட ஏன் கேட்கணும்? மந்தையம்மன் சாமிக்கு அவ்வளவு சக்தி இல்லையா? இனி மந்தையம்மா சாமிகிட்ட வேண்டிக்கிறதெல்லாம் நிறைவேறாம போயிருமோங்கிற பயம் வேற வந்திருச்சு. ஏன்னா இந்த வருசம் பரிச்சையில் பாஸாகனும்னு நான் மந்தையம்மா சாமிகிட்டதான் வேண்டிகிட்டிருந்தேன்.

மந்தையம்மன் கோயிலில நின்னுகிட்டு அதுகூட சண்டை போட்ட கன்னிமாரு சாமிய எதுக்கு இந்த கிழவிக கூப்பிட்டாங்கன்னு

தெரியல? பெரியப்பா வீட்டோட சண்டை போட்டதிலிருந்து அவங்க வீட்டுக்கு நாங்க போறதில்ல. சாமி மட்டும் எப்படி சண்டை போட்ட வீட்டுக்கு வரும்? தப்புச்சத்தமும் மேளச்சத்தமும் இப்ப அதிகமாக கேட்டுச்சு. அந்தச்சத்தத்துக்கு ஆடணும் போல இருந்துச்சு. மத்த கன்னிமாரெல்லாம் ஆடிக்கிட்ருந்தாங்க. எனக்கு ஒன்னுமே செய்யல. நான் என்ன செய்யுறதுன்னு தெரியாம கண்ணை மூடி முழிச்சுப் பார்த்துக்கிட்டிருந்தேன். கன்னிமாரா நின்ன பிள்ளைக ஆடுறதப் பார்த்து பெரியவங்கெல்லாம் குலவை போட்டாங்க.

“சாமி எப்ப மழை வரும். நாளைக்குப் பெய்யுமா”னு பார்வதி பெரியம்மா கன்னிமாரா நின்னு ஆடிக்கிட்டிருந்த பிள்ளைகளைப் பார்த்து குறி கேட்டுச்சு. சுமதி பலமா தலையையும் உடம்பையும் ஆட்டி ஆங்காரமா கத்திட்டே “ஆமா..”னு சொன்னா. மத்த பிள்ளைங்க வெறுமனே ஆடிக்கிட்டிருந்தாங்க. எல்லோரும் இன்னொரு தடவை குலவை போட்டுட்டு “அதான் சாமி நாளைக்கு மழை வரும்னு சொல்லிருச்சுல்ல”னு சொல்லி எங்களுக்குப் பொங்கலும் பானக்கரமும் கொடுத்தாங்க.

சுமதிகிட்ட வந்து சொன்ன சாமி ஏன் என்கிட்ட வந்து சொல்லல. நான் சுமதிகிட்ட கேட்டேன், “ஏண்டி நீ மட்டும் தலையாட்டின.. சாமி வந்துச்சா?” “அடச் சீ.. சாமியும் வரல ஒன்னும் வரல.. என் மேல சாமி இருக்குன்னா எல்லாருக்கும் ஒரு பயம் இருக்கும்ல அதான் தலையாட்டினேன். வீரம்மா கிழவிய பார்த்தியா.. நான் கத்துனவுடனே ஓடிப்போயிருச்சு”னு சொல்லிச் சிரிச்சா.

பொங்கலும் பானக்கரமும் சாப்பிட்டுட்டு பெரியவங்களெல்லாம் வீட்டுக்குப் போனதுக்கப்புறம் நாங்க சாயங்காலம் வரைக்கும் கோயில் திண்ணையில் விளையாடிக்கிட்டிருந்தோம். திண்ணை யில படுத்துக்கிடந்த விருமாண்டி தாத்தா “கொஞ்சம் நிம்மதியா தூங்க விடுறீங்களா.. சனியன்களா ஓடுங்க”னு சொல்லி எங்களை குச்சி எடுத்து விரட்டியடிச்சாரு. அடுத்த வருசம் ஏழு கன்னிமார்ல ஒருத்தியா நிக்கச் சொன்னா சுமதி மாதிரி ‘ஓ’னு கத்தி இந்த தாத்தாவ பயமுறுத்தணும்னு நினைச்சிட்டே வீட்டுக்கு ஓடினேன்.

17. அம்மன் குடில்

கார்த்திகைப் பாண்டியன்

கருப்பசாமி கோயிலில் நாங்கள் சென்றிறங்கிய காலை எட்டுமணிக்குச் சூரியன் தொலைவானில் எரிந்து கொண்டிருந்தான். வெளிநாடு கிளம்பும் நண்பனின் நலனுக்காக ஐந்து ஆடுகளைப் பலியிட வேண்டியிருந்தார் அவன் அம்மா. சிறுதெய்வங்கள் மீதான இயல்பான ஈடுபாட்டின் காரணமாகவும் மக்கள் கூட்டத்தை விட்டுவிலகி நல்ல காற்றை சுவாசிக்கக் கிட்டும் எந்த வாய்ப்பையும் தவறவிடுவதில்லை என்பதற்காகவும் நானும் அவர்களோடு இணைந்திருந்தேன்.

ஒரு சிற்றோடையைக் கடந்துதான் கோயிலுக்குப் போகவேண்டும். அடர்ந்து வளர்ந்திருந்த ஒரு புங்கை மரத்தடியில் வாகனத்தை நிறுத்திவிட்டு இறங்கி நடந்தோம். இரண்டு சிறுவர்களையும் உள்ளடக்கிய எட்டுப்பேர் கொண்ட குழு. ஆடுகளை ஓட்டிக்கொண்டு மற்றவர் முன்னால் செல்ல நான் பின் தங்கினேன். சிலர் ஓடையில் குளித்துக்கொண்டிருந்தனர். கிராம வாழ்வின் தடங்களைச் சுமந்திருந்த அம்மனிதர்களன் கண்களில் ஒருவித சந்தேகம் உறைந்திருக்க பார்வையை அங்கிருந்து விலக்கி ஓடையில் பதித்தேன். நீர் சற்றுக்கலங்கி செந்நிறமாய் ஓடுவதைப் பார்த்தபடி, நடுவிலிருந்த பாறைகளில் கவனமாகக் கால்பதித்து ஓடையைக் கடந்தேன். இப்போது எனக்கு எதிரிலிருந்த செம்மண் பாதை சட்டென்று செங்குத்தாக மேலேறியது. பாதையின் இருபுறமும் சிறிய இடைவெளிகளில் தெய்வத் திருமேனிகள். அத்தனை சிலைகளுக்கும் நீலநிறச் சாயம் பூசியிருந்தது. காலமும் கடந்துவந்த பருவங்களும் காரணமாகச் சிலைகள் சிதைந்து உருமாறியிருந்தன. அப்பாதை முடிவடைந்த இடத்தில் கோயிலைக் கண்டேன்.

அதை முழுமையான கோயில் என்று சொல்ல முடியாது. பெரிய ஆலமரத்தை ஒட்டி வேய்ந்திருந்த தகரக்கூரைக்குக் கீழே சிறுதெய்வங்களின் சிலைகளை வரிசையாக நிறுத்தியிருந்தார்கள். கையில் அரிவாளுடன் எழுந்து வரட்டுமா என்பதைப்போல ஒற்றைக் காலை மடித்து அமர்ந்திருந்த கருப்பசாமி. அதை ஒட்டி துப்பாக்கியேந்திய காவலர் மற்றும் குதிரைச் சிலைகள்.

அதற்குமருகில் சப்தகன்னிமார் கற்சிலையாக. மரத்தின் பின்னால் கட்டியெழுப்பிய சுவரில் தெய்வ ஓவியங்கள். சுவரைத்தாண்டி நீண்ட பாதை காட்டின் இருளுக்குள் சென்று கலந்தது.

என்னுடன் வந்தவர்கள் பூசைக்கான ஆயத்தங்களைத் தீவிரமாகச் செய்தனர். கருப்பசாமியின் பாதங்களில் வாழையிலையில் படையல். சற்றுத் தள்ளி ஒரு மரத்தடியில் கட்டியிருந்த ஆடுகள் தீனமான குரலில் அரற்றின. அனைவரும் அங்கு யாருக்காகவோ காத்திருந்ததை நான் உணர்ந்தேன்.

ஏதோ சத்தம் கேட்டுத் திரும்பியபோது சுவரின் பின்னிருந்து ஒரு முதியவள் வெளிவரக்கண்டேன். அவளுக்கு அறுபது வயதிருக்கக்கூடும். அச்சூழலுக்கு முற்றும் பொருந்தாமல், காலத்தின் துருவேறியபிறகும் அவளது பழுப்பு நிறக் கண்களில் கனிவும் கருணையும் விலகாதிருந்தன. கறுப்புச்சேலையில், தாழ்நெற்றியின் அகலக்குங்குமப் பொட்டில், வலிந்து கொணர்ந்த முகத்தின் கடுமையில், தன்னியல்புக்கு மாறான ஏதோவொன்றை வரித்துக் கொள்ள அவள் முயற்சிப்பதாய் எனக்குப்பட்டது. அவளுடைய இடுப்பின் இடப்புறம் ஒரு பெரிய தழும்பு – சூரியனை அதன் கதிர்களோடு வரைந்த ஓவியம் போல – அநேகமும் தீக்காயமாக இருக்கலாம் என்றெண்ணினேன். நான் அவளைக் கவனிப்பதை உணர்ந்ததும் அவள் முகத்தின் கடுமை இன்னும் தீவிரமானது. என்னைத்தாண்டிச் சென்று கருப்பனின் முன்னாலிருந்த படையலிடம் குனிந்தபோதே அந்தக்கோயிலின் பூசாரி அவளென்பது எனக்குப் புரிந்தது.

படையலில் இருந்த சாராயத்தை தீர்த்தம்போல ஒவ்வொரு சிலையின் மீதும் தெளித்து அவள் அரிவாளைக் கையிலெடுத்த கணம் நான் அங்கிருந்து விலகி நடந்தேன். கால்களைத் தூக்கி வைக்க மறுத்த ஆட்டைக் கயிற்றால் அடித்து நகர்த்த ஒருவர் முயற்சித்தார். அந்தத் திசையில் பார்க்காமல், வந்தவழியே கீழிறங்கி, ஓடையின் பாறைகளில் நின்றேன். சற்று நேரத்தில், தலை வெட்டிய ஆடுகளை, கழுத்துக்கு நெகிழிப்பையால் உறையிட்டு, கால்களைப் பிடித்துத் தூக்கியவாறு மக்கள் இறங்கி வந்தார்கள். அவர்கள் வந்த வழியில் உதிரம் சிந்தி செம்மண்பாதையின் நிறம் கூடியது. ஓடையிலமர்ந்து, அவர்கள் ஆட்டைக் கழுவத்தொடங்கினார்கள். நீரின் சிவப்புக்கான காரணம் புரிபட எனக்குள் ஏதோ என்னைப் பாரமாக அழுத்தியது. நான் நின்ற இடத்திலிருந்து ஒருவழி பிரிந்து ஊருக்குள் போவதைக் கண்டேன். சட்டென்று அதற்குள் நுழைந்து நடக்கத் தொடங்கினேன்.

ஊர்ச்சாவடிக்கருகே கவனிப்பாரற்றுக் கிடந்த மண்பீடத்தைக் காணும்வரை தொடர்ந்து நடந்தேன். சற்று மூச்சிறைக்க,

பீடத்தினருகில் சென்றமர்ந்தேன். வெறுமையாயிருந்த பீடத்தினடியில் முத்தாலம்மன் என்று கறுப்புச்சாந்தால் எழுதியிருந்தது. முன்பு அந்தப் பீடத்தில் ஏதும் கடவுள் இருந்திருக்கலாம் என நான் நினைத்த வேளையில் எனக்குப்பின்னால் ஒரு குரல் ஒலித்தது. "இதுக்கு முன்னால நீ முத்தாலம்மன் பத்திக் கேள்விப்பட்டதில்லையா?" நான் திரும்பினேன். ஒரு முதியவர் – உயிரற்ற சிலைபோல, எந்த அசைவுமின்றிக் – குத்தவைத்திருந்தார். நான் இல்லை எனத் தலையசைக்க ஓர் ஆச்சரியம் அவரது முகத்தை நிறைத்தது. கந்தல் துணிகளை ஆடையாய்ச் சுற்றியிருந்த அவரின் உதடுகள் மெல்லக்கோணின. அவர் சிரிக்கிறார் எனப் புரிந்தது. "முத்தாலம்மன் கதை என்ன?" என்றேன். "இங்கன நாட்டுல எத்தனை ஊர் இருக்கோ அத்தனை முத்தாலம்மன். எத்தனை முத்தாலம்மன் இருக்கோ. அத்தனை கதையும்." அவரது உதடுகள் மீண்டும் கோணின. தனக்கருகே வைத்திருந்த துணிமூட்டைக்குள் கைவிட்டு எதையோ எடுத்தார். ஒரு சிறிய புத்தகம். "இதைப் படி. யாரும் சொல்லாத கதை." அதை வாங்கினேன். வெகுகாலம் முன்பெழுதிய சிறு கையேடு. அதன் முதல் பக்கங்கள் கிழிந்து நைந்திருந்தன. எழுதியவரைப் பற்றிய எந்தக் குறிப்பும் அதில் காணவில்லை. கையேட்டை நான் வாசிக்கத் தொடங்கினேன்:

"... சரியாகத் திருவிழா துவங்கிய முதல்நாளில் நான் ஊருக்குள் நுழைந்தேன்.

மதுரைக்குக் கிழக்கே அமைந்த இக்கிராமமும் இதன் திருவிழாவும் குறித்து அறிந்த நாள்முதல் இங்கு வரும் ஆவல் எனக்குள் கிளர்ந்திருந்தது. எப்போதும் ஏழு ஊர் திருவிழாவாக கொண்டாடப்படும் சப்தகன்னிமார் கதையின் ஒரு பகுதியாகத்தான் முத்தாலம்மனை நான் அறிந்திருந்தேன். அதற்கு முற்றிலும் மாறாக வேறொரு கதை இங்கு வழங்கப்படுவதைச் சொல்லக்கேட்டு எனக்குள் ஆர்வம் பொங்க அம்மன்குடிலுக்கு வந்திருந்தேன்.

பிரதானவீதியை நடுவில் வகிர்ந்து மேல்பாதியாகவும் கீழ்பாதியாகவும் ஊர் இரண்டாய்ப் பிரிந்திருந்தது. விழாநாள்கள் தவிர கீழ்பாதி சனங்களுக்கு மேல்பாதியில் நுழைய அனுமதியில்லை. கீழ்பாதியில் மக்களின் தொகை ஐநூற்றுக்கும் குறைவானாலும் சுற்றுப்பட்டு கிராமங்களிலிருந்து உறவுகள் குவிந்திருக்க மக்கள் வெள்ளத்தில் மிதந்தது. வெகுசில டாணாக்காரர்களும் பாதுகாப்புக்கு வந்திருந்தார்கள்.

விழாவின் முதல்நாள் நிகழ்வென ஊர்வலம் தொடங்கி யிருந்தது. சாலையின் இருபுறமும் வேடிக்கை பார்க்கும் மேல்பாதி சனங்கள் நிறைந்திருந்தார்கள். சில பொடிசுகளும் பெண்களும் தங்களுக்குள் பேசியவாறு கடந்துபோக ஒரு மாட்டுவண்டி வீதிக்குள்

நுழைந்தது. ஆனால் அதில் மாடுகளுக்குப் பதிலாக அதுபோல வேடமணிந்த இரு இளைஞர்கள் வண்டியை இழுத்து வந்தார்கள். உடல் முழுக்க கரியைப் பூசிக்கொண்டு எமகிங்கரன் ஒருவன் முன்பகுதியில் நின்றிருக்க ஜ்வலிக்கும் ஆடைகளும் நகைகளும் அணிந்து சித்திரகுப்தனும் எமனும் பின்னால் இரு சிம்மாசனங்களில் அமர்ந்திருந்தார்கள். நடமாடும நாடக நிலையமாய்க் கிறீச்சிடும் சக்கரங்களோடு அந்த வண்டி மக்களினடுவே மிதந்து நேராக அரிசிக் கடைக்காரரின் வீட்டிற்குமுன் சென்று நின்றது. ஒரு கேலிச்சிரிப்போடு எமன் உரத்த குரலில் கேட்டான். “அடேய் குப்தா, இந்த மானிடனின் பாவக்கணக்கு என்ன?” அதே கேலியோடு சித்திரகுப்தனும் பதிலளித்தான். “ராசா, இவன் எல்லாருக்கும் புழுத்துப் போன அரிசியை விக்குறான். தட்டிக்கேக்குற ஆளுங்க வீட்டுக்குச் சத்தமில்லாத நெருப்பு வைக்குறான். இவனச் சும்மா விடக்கூடாது. எண்ணெய்க் கொப்பறைல தள்ளி வறுத்த பிறகு தேளுங்களை விட்டுக் குண்டியிலேயே கடிக்க வைக்கணும்.” கூட்டம் ஓவென்று வெடித்துச் சிரித்தது. வாசலில் இருந்த அரிசிக் கடைக்காரர் ஏதும் சொல்ல முடியாமல் நெளிந்து வளைந்து ஒரு மாதிரிச் சிரித்தார். வண்டி அங்கிருந்து நகர அடுத்து அது யார் வீட்டின் முன் நிற்குமோ என்ற ஆவலோடு மக்களும் தங்களுக்கு முன்னால் நிற்குமோ என்ற பீதியில் வீட்டுக்காரர்களும் நின்றிருந்தார்கள். மாட்டுவண்டி ஊர்ப்பால்காரரின் வீட்டின் முன்னால் நின்றது. சித்திரகுப்தன் வாயைத் திறக்குமுன்னே அவசரமாக வெளியே வந்த பால்காரர் அவன் காலடியில் ஒரு துணிப்பையை வைத்தார். எமனும் சித்திரகுப்தனும் அவரைப் பார்த்து ஏளனமாகச் சிரிக்க கிங்கரன் பையை எட்டியுதைத்தான். தரையில் விழுந்த பைக்குள்ளிருந்து நாணயங்கள் தெறிந்து விழுந்தன. மறுபடியும் அனைவரும் ஓவென்று சிரிக்க பால்காரர் சிவந்தமுகத்துடன் தலையைக் குனிந்தபடி காசுகளைப் பொறுக்கினார். கருமேகம் வானில் நகர்வதாய் மெதுவாக ஊர்ந்து வண்டி அடுத்த வீதியின் திருப்பத்தில் சென்று மறைந்தது.

சற்று நேரத்தில், நீண்ட கழிகளைச் சுழற்றியபடி சிலம்பாட்டக் காரர்களின் அணிவரிசை வீதியில் நுழைந்தது. சிறார் முதல் முதியோர் வரை அனைவரும் அதிலிருந்தனர். வரிசையாக வருவது போலத் தோன்றினாலும் அவ்வப்போது அவர்களின் கழிகள் – ஒருவித சவாலைப் போல – தெருவோரங்களில் நின்ற மக்களின் பக்கமும் சென்றதை என்னால் உணரமுடிந்தது. பலகாலமாகத் தாங்கள் சந்தித்த அவமானத்தின் தழும்புகளை ஒரேநாளில் இறக்கி வைக்கும் வேகத்தோடு சிலம்பாடினார்கள். மேல்பாதி கூட்டத்தில் இருந்த இளைஞர்கள் சிலர் கோபமாக அவர்களை நோக்கிக் கிளம்பியபோது ஊர்ப்பெரியவர்கள் தடுத்து ஆற்றுப்படுத்தினர்.

“இந்த மூணுநாளுதான? விட்டுத் தள்ளுங்கப்பா...” பேசிக்கொண்டிருக்கும்போதே சில கழிகள் அவர்களின் திசையிலும் சென்று மீள ஊர்வலம் சென்றவர்கள் ஓவென்று அலறினார்கள். டாணாக்காரர்கள் காணாததுபோலத் தலையைத் திருப்பிக் கொண்டனர். இருண்ட முகங்களுடன் மேல்பாதி இளைஞர்கள் சிலர் கூட்டத்திலிருந்து வெறுப்புடன் வெளியேறிச் செல்வதைக் கண்டேன்.

ஊர்வலத்தில் அடுத்து வந்த மனிதரைக் கண்டவுடன் அங்கு நிலவிய கூச்சல் யாவும் குறைந்து சட்டென்று அமைதியானது. அநேகமாக அவர் கீழ்பாதியின் தலையாரியாக இருக்கக்கூடும். வீதியின் இருபுறமும் நின்றிருந்த மக்களை நோக்கிக் கைகூப்பிப் புன்னகையோடு நடந்துபோனார். அவருக்குப் பின்னால் கையில் தடிமனான புத்தகத்தோடு கண்ணாடியணிந்த ஒரு வயதான மனிதர் நடந்துவர அருகில் மற்றொருவர் அவருக்குக் குடைபிடித்தவாறே சென்றார். அவர்களின் தலைகள் மறைந்த மறுகணம் சத்தமும் பரபரப்பும் மீண்டும் கூட்டத்திற்குள் வந்தமர்ந்தது.

தொட்டிகளில் அல்லது காவடி வடிவில் வளர்ந்திருந்த முளைப்பாரியைத் தலையிலேந்திய பெண்களின் நீண்டவரிசை அடுத்து வீதியில் நுழைந்தது. கையில் மஞ்சள் கயிற்றோடு முகத்தில் பெருமிதம் பொங்க அப்பெண்கள் நடந்து சென்றார்கள். திருவிழாவுக்குத் தண்டோரா போட்டுக் கொடிமரம் நட்ட நாள்முதல் ஊருக்குள் தனியாக இடம்பிரித்து நெல், நவதானியம், கோதுமை, கேழ்வரகு, பயறுவகைகளைப் பயிரிட்டு அதனுடன் இயற்கை உரமும் கலந்து வளர்க்கும் முளைப்பாரி சுமந்து சென்று அம்மனுக்கு மாவிளக்குப் போடுவது பெண்களின் முக்கியச் சடங்கு. அவர்களுக்கு வழிவிட விலகுகையில் ஒரு மூதாட்டியின்மீது தெரியாமல் இடித்துக் கொண்டேன். நிறைய வருடங்களைக் கடந்திருந்தாலும் அவை விட்டுச்சென்ற நினைவுகள் இன்னும் அவளுக்குள் தேங்கியிருந்தன. ஊரையும் திருவிழாவையும் பற்றி அவளிடம் விசாரித்தேன். முதியவள் சொன்ன அம்மன் குடியின் கதை இதுதான்.

முத்தாலம்மன் சரிதம்

ஆலயத்தில் கூடிமகிழ உலகத்தாயான
எங்க முத்தாலம்மனுக்கு
தனித்துநின்ன தாயான தங்கமுத்தாலம்மனுக்கு
வாருமம்மா முத்தாலம்மா உனக்கேத்த ஆலயமும்
நாங்கள் அமைத்துத்தாறோம் என்று சொல்லி மக்களெல்லாம்
சொல்லி வருகையிலே என்தாயே முத்தாலம்மா
எனக்கேத்த கோயிலும் எங்குமே இல்லையே

எனக்கேத்த இடமும்தான் முச்சந்தியாம் என்றுசொல்லி
என்தாயே முத்தாலம்மா அன்றுபிறந்து அன்றழிவேன்
மக்கள் செய்யும் பூஜையிலே மனமுவந்து வந்திடுவேன்

(முத்தாலம்மன் கதைப்பாடலின் ஒரு பகுதி)

ஊருக்குள் சீரும்சிறப்புமாய் வாழ்ந்த தனவந்தனுக்கு இரு பெண் பிள்ளைகள். மூத்தவளுக்குப் பட்டத்தரசி, சின்னவளுக்கு முத்தாலம்மா எனப் பெயரிட்டு, வாழ்வின் அர்த்தமாய் வந்த தவப்புதல்விகளை அவன் கண்ணுங்கருத்துமாய் வளர்த்து வந்தான். நீர்விட்டு வளரும் நெடுமரமாய் குற்றங்குறை ஏதுமினறிப் பெண்களிருவரும் வளர்ந்து மகிழ்ந்திருந்தனர். ஊரே கண்போடும் விதமாக அக்காளும் தங்கையும் அனைவருக்கும் செல்லப்பிள்ளைகளாக இருந்தனர். விளையாட்டு ஒருபுறமிருக்க தந்தையின் பேர் எங்கும் கெட்டுவிடாதபடிக்குக் கவனமாகவும் பொறுப்போடும் இருவரும் விளங்கினர். பெண்டுகளுக்கு மணக்காலம் வர, நல்வரன்களைத் தேடி இருவரையும் வெவ்வேறு ஊர்களில் கட்டித்தந்தான் அப்பன். பிரிவெண்ணி வருந்தினாலும் எங்கிருந்தபோதும் தங்களின் அன்பு குறையாதெனும் உறுதியோடு புகுந்த ஊர் கிளம்பினார்கள் சகோதரிகள்.

பட்டத்தரசிக்கு அடுத்தடுத்து பதினாறு பிள்ளைகள் பிறக்க இளையவளுக்கு ஏனோ குழந்தைபாக்கியம் இல்லையென்றாலும் அதையெண்ணி எந்நாளும் அவள் கவலை கொண்டாளில்லை. அக்காளின் பிள்ளைகளைத் தன்னதாய் வரித்துக் கொள்ள குழந்தைகள் அவளிடம் பிரியத்தோடு ஒட்டிக்கொண்டன. தினமும் சூரியன் உதிக்கும் முன்னெழுந்து ஏழுகாத தூரம் நடந்து அக்கா வீடடைந்து பிள்ளைகளை எழுப்பிக் குளிப்பாட்டி, சீவிச் சிங்காரித்து, உணவூட்டிக் கொண்டாடி, சேர்ந்து விளையாடி அதுகள் விளையாடும் அழகை ரசித்து, இரவான பிறகு உறங்கவைத்து, அதன்பிறகு வீடு திரும்புவாள் முத்தாலம்மா. தன்னை விடவும் தங்கையிடம் பிள்ளைகள் கொண்ட அன்பை எண்ணிப்பூரித்தாள் பட்டத்தரசி.

நல்லதொன்று நடக்கையில் அதைக்கண்டு எரிச்சலுறும் சனங்கள் இல்லாத ஊரென்று ஏதுமில்லை என்பது அனைவரும் அறிந்ததுதானே?

சகோதரிகள் ஒற்றுமையாய் இருப்பதுகண்டு பொறுக்காத குரூரமானவர்கள் இல்லாததும் பொல்லாததும் அக்காளிடம் சொல்லத் தொடங்கினர். மெல்லக் குழந்தைகளைத் தன்பக்கம் இழுத்துப் பிறகு உன் தாலியையும் சொத்தையும் பிடுங்கிக் கொண்டால் நீ என்ன செய்வாய்? தன்னைக் கேட்டவர்களை எள்ளி நகையாடிக் கடந்தாள் பட்டத்தரசி. ஆனால், அதற்காக அவர்கள்

கேட்பதை நிறுத்தவில்லை. சந்தேகம் எனும் எறும்பூர மனம் எனும் கல் மெல்லத் தேய்ந்திட அச்சம் ஆட்கொண்டது பட்டத்தரசியை. பிள்ளைகளையும் கணவனையும் எண்ணிக் கலக்கம்கொண்டு தன்னைமீறித் தங்கையிடமிருந்து மனதளவில் விலகவாரம்பித்தாள். ஒருபோதும் அவளிடம் சந்தேகம் கொண்டிராத முத்தாலம்மாவுக்கு அக்காளின் விலக்கம் புரிபடவில்லை. எப்போதும்போல அவள் அக்காளின் ஊருக்கு வருவதும் போவதுமாக இருந்தாள்.

அன்று அனைவருக்கும் முன்பு எழுந்தாள் பட்டத்தரசி. பிள்ளைகளை இனியும் தங்கையிடம் பகிர்ந்திட அவள் தயாரா யில்லை. உறங்கிய பிள்ளைகளைத் தட்டியெழுப்பி தான் சொல்லும் வரை வெளியே வரக்கூடாது என மிரட்டி நெல் அவிக்கும் குதிருக்குள் பதினாறு பேரையும் மறைத்தாள். பிள்ளைகளைத் தேடிவந்த முத்தாலம்மாவிடம் அப்பனோடு அனைவரும் வெளியூருக்குப் போனதாகக் கதை சொன்னாள். தன்னிடம் கூறாது சென்ற பிள்ளைகளை எண்ணி விசனம் கொண்டவளாக அங்கேயே அமர்ந்திருந்தாள் தங்கைக்காரி. தலைக்குமேலே உச்சிக்கு வந்த சூரியன் எதிர்த்திசை சென்று சாயும்வரை பிள்ளைகளை அவள் கண்கள் பார்க்கவில்லை. அவளின் இருப்பை மறுத்துக் கேலிச்சிரிப்போடு சுற்றிவந்த வாய்களும் கண்களும் முதன்முறையாக அவளுக்கு வேறுகதை சொன்னபிறகே தன்னுடைய சூழல் புரிபட்டது. ஆற்றில் புரண்டோடும் வெள்ளமாய்க் கண்களில் நீரோடு அக்காவைத் தேடினாள். பட்டத்தரசியோ மனம் இளக விரும்பாமல் வீட்டுக்குள் தன்னை ஒளித்துக்கொண்டாள்.

வாழ்க்கை முழுக்கக் கட்டியெழுப்பிய அன்பின் மாளிகை ஊரார் பேச்சால் சிதைந்ததெண்ணிக் கோபமும் ஆவேசமுமாய்க் கிளம்பினாள் முத்தாலம்மா. அவள் சென்ற பாதையெங்குமிருந்த பச்சைப்பொட்டு யாவும் கருகி ஊரே சாம்பல்நிறமானது. நேரே சென்ற அவள் ஊருக்குப் புறத்தேயிருந்த கிணற்றில் பாய்ந்தாள்.

தங்கை புறப்பட்டவுடன் வேகமாக ஓடிப்போய் நெற்குதிரின் கதவைத்திறந்த பட்டத்தரசி திகைத்தாள். பதினாறு குழந்தைகளும் நெல்லோடு நெல்லாக அவிந்து கிடந்தன. ஓவென்று அலறியரற்றியவளுக்குத் தனது தவறு புரிந்தது. அனைவரையும் அள்ளிச் சுருட்டிக்கொண்டு தங்கையைத் தேடியோடினாள். ஆனால், அவளோ கிணற்றுக்குள் பிணமாகக் கிடக்கக்கண்டு பட்டத்தரசியின் அழுகை கூடியது. செய்வதறியாது தங்கையின் உடலைக் கட்டிக் கொண்டு கதறினாள். பிள்ளைகளைத் திருப்பித்தந்தால் காலமெல்லாம் வழிபட்டுக் கொண்டாடுவதாக முத்தாலம்மாவின் பாதங்களைச் சரணடைந்தாள்.

அப்போதுதான் அசரீரியாக அந்தக்குரல் ஒலித்தது. "உன் பிள்ளைகள் உனக்கு மீண்டும் கிடைப்பார்கள். அதற்காக என்னை நீ வழிபட வேண்டாம். வாழ்வில் ஏதும் நிரந்தரமில்லை என்பதைச் சொல்லும்விதமாக அன்றே பிறந்து அன்றே அழிவேன். எனக்கு எந்தக் கோயிலும் தேவையில்லை."

குரல் ஓய்ந்த மறுகணம் பதினாறு குழந்தைகளும் உயிர்பெற்று வந்தனர். அன்றிலிருந்து முத்தாலம்மான் சாமியாக நின்று ஊரைக் காத்து வருகிறாள்.

ஊர் முச்சந்தயில் வைத்து வழிபட்டு ஒரேநாளில் அம்மன் தோன்றி மறையும் திருவிழாவும் அவளுக்காகக் கொண்டாடப்படுகிறது.

ஒவ்வொரு வருடமும் திருவிழாவைக் கொண்டாட அம்மனிடம் அனுமதி பெற ஊருக்கு வெளியே ஓலைக்கீற்றால் கூரைவேய்ந்து ஒரு வேலிப்படல் அமைப்பார்கள். ஆனால், சாதாரணமாக அப்படலை அமைத்து விடமுடியாது. பட்டத்தரசி வழிவந்தவர்களின் குடும்பத்தில் மிக மூத்தவரும் இருப்பதில் இளையவனும் ஊரில் அருகிலிருக்கும் காட்டுக்குள் நுழையவேண்டும். மனிதவுரு அல்லது மிருகமென ஏதேனும் வடிவில் படல் அமைக்கும் மரத்தை அவர்களுக்குக் காட்டித்தருவாள முத்தாலம்மன். பெரும்பாலும் நாகவடிவில் வருவாள் என்பதால் ஊருக்குள் ஏகப்பட்ட நாகர் சிலைகளைக் காணலாம். அடையாளங்காட்டப்பட்ட மரத்தின் இரு நுனிக்கிளைகளை வெட்டிவந்து அவற்றால் வேலிப்படல் அமைக்க வேண்டும். படல் அமைத்த மூன்று தினங்களுக்குள் அதற்குள் கெவுளிச்சத்தம் கேட்டால் திருவிழாவுக்கு அம்மன் அனுமதி வழங்கியதாக அர்த்தம். இல்லையெனில் அவ்வருடம் அம்மனுக்காகத் திருவிழா நடத்தாமல்போய் ஊரே துயரத்தில் சிக்கிச்சுழலும். அதிலிருந்து விடுபடவும் அம்மனின் பாதம் பணிவதுதவிர அவ்வூர் மக்களுக்கு வேறேதும் தெரியாது.

திருவிழாக்காலத்தில் அம்மனுக்கு இரண்டு வழிகளில் நேர்த்திக்கடன்கள் செலுத்தப்பட்டன. முதலில் – 'உருண்டு கொடுப்பது.' அம்மனின் பீடம் அமைந்த இடத்தைச்சுற்றி நீர் நிறைத்து அப்பகுதி முழுக்கச் சேறாக்கியபின் ஆள்கள் அச்சேற்றில் விழுந்து புரண்டு நெடுஞ்சாண்கிடையாகக் கோயிலைச் சுறறி வருவார்கள். இவர்களைச் சேத்தாண்டிகள் என்றழைப்பர். தூசியும் துரும்பும் விடச்சிறியது மானிடப்பிறவி என்பதே இந்தப் பிரார்த்தனையின் தாத்பர்யம். அடுத்ததாக – 'தழும்பு போடுவது'. வெகுகாலம் குழந்தைப்பேறு இல்லாதவர்கள் அம்மனுக்கு வேண்டிக் குழந்தை பிறந்தால் அதன் வயிற்றில், நெருப்புக்கோலால் சூடு போடுவார்கள். மேல்பாதியைச் சேர்ந்தவர்கள் சூரிய வடிவிலும் கீழ்பாதி மக்கள் பிறைநிலவின் வடிவிலும் சூடு வைப்பது வழக்கம்.

அம்மன் அருளால் பெற்ற பிள்ளைகள் என்றும் அவளை மறக்காதவண்ணம் இயற்கையின் இருபெரும் சக்திகள் குழந்தைகள் உடலில் என்றைக்குமாகத் தழும்பாக நிலைத்திருக்கும்.

பிறப்பும் இறப்பும் இங்கு அவளின் பெயராலே நிகழ்கிறது.

இதுவே முத்தாலம்மான் சரிதம்!!!

[கையேட்டை வாசித்துக்கொண்டிருந்த எனக்குக் கருப்பன் கோயிலில் பார்த்த முதிய பெண்மணி நினைவில் இடறினாள். வாசிப்பதைத் தொடர்ந்தேன்]

மூதாட்டி போனபின் கவனத்தை நான் மீண்டும் ஊர்வலத்திடம் திருப்பினேன். அங்கு இறுதியாக ஆண்களும் சிறுவர்களும் அம்மன்போல பெண்வேடமிட்டு வந்தார்கள். அவர்களும் சென்றபிறகு மக்கள்திரள் அங்கிருந்து கலைந்து அம்மன் பிறப்பு மண்டபம் நோக்கி நகரத்தொடங்கியது.

அதற்குள் வெயில் சாய்ந்திருக்க, ஊர்மைதானத்தில் திருவிழா ஆட்டங்கள் களைகட்டத் தொடங்கின. நான் மைதானத்துக்குள் நுழைந்தேன். கையால் சுற்றும் ரங்கராட்டினத்தைக் குழந்தைகள் மொய்த்திருந்தன. வித்தை காட்டுபவர்களும் தந்திரநிகழ்ச்சி நடத்துபவர்களும் மக்களைத் தங்களின் பக்கம் இழுக்க உரக்கச் சத்தம் போட்டவாறிருந்தார்கள். தள்ளுவண்டியில் இரட்டைக்கட்டைகளோடு லங்கர் உருட்டியவனிடமும் நல்ல கூட்டம். “நாலணா வச்சா எட்டணா. எட்டணா வச்சா ஓர்ருவா, ஓர்ருவா வச்சா ரெண்ர்ருவா.. எதுவச்சாலும் டபுளு’ ஓடியா, ஓடியா” அவனது குரல் கணீரென்று ஒலித்தது. நான் நெருங்கிச்சென்று பார்த்தேன். அந்தப்பயல் ஜெய்சங்கர் ரசிகனாயிருக்க வேண்டும். பொதுவாக லங்கர்கட்டைகளில் காணக்கூடிய எம்.ஜி.ஆர், சிவாஜி, நடிகைகளின் படங்களுக்குப் பதிலாக விதவிதமான ஜெய்சங்கர் புகைப்படங்களைக் கட்டைகளில் ஒட்டி இருந்தான். “டவுன்ல இருந்து வந்திருக்குற சாருக்காக ரெண்டு ரூபா” என்னை யாரென்றே அறிந்திராத ஒருவன் என் பேரில் பணம் கட்டுவதைப் பார்த்து எனக்குச் சிரிப்பு வந்தது. இது எங்கு முடியுமென்பதும் எனக்குத் தெரியும். ஆரம்பத்தில் ஜெயிப்பதுபோல உள்ளே யிழுத்துக் கையிலிருக்கும் மொத்தப்பணத்தையும் உருவிக்கொண்டு விடுவார்கள். நான் சிரித்தவாறே தலையை அசைத்தபடி அங்கிருந்து வெளியேறினேன். பயந்தாங்கொள்ளி என்று என்னைக் கேலி செய்து அவன் பேசிய வார்த்தைகள் என் முதுகுக்குப் பின்னால் காற்றில் கரைந்தன.

மெல்ல நடந்து அம்மன் பிறப்பு மண்டபத்தை வந்தடைந்தேன். பீடத்தினருகில் களிமண், சாந்து, முட்டை கலந்து உருவான சிலையை

வைத்திருந்தார்கள். இதுதான் வடிவம் என்று சொல்லமுடியாத ஒரு வடிவத்துடன் கூடிய சிலை. மக்கள் பயபக்தியுடன் சுற்றி நின்றிருந்தார்கள். அம்மனின் சிலை செய்வது முதல் அவளுக்குக் கண்திறந்து பூசைகளிட்டுக் கடைசியாக முச்சந்தியில் உடைப்பதுவரை சடங்குகள் யாவும் கீழ்பாதி மக்கள்தாம் செய்ய வேண்டும். அம்மனுக்குக் கண்திறக்கும் நிகழ்வு அடுத்து நடைபெறக்கூடும். எனவே பூசாரியின் வருகைக்கு அனைவரும் காத்திருக்க நானும் அவர்களோடு போய் நின்றேன்.

வெகுநேரம் ஆகியும் பூசாரி வரவில்லை. மக்களுக்குள் சின்னதாகச் சலசலப்பு எழுந்தது. இதுபோன்ற நேரங்களில் பூசாரிகள் சில எடக்குகளைச் செய்வது வழக்கம் தான். தனக்குரிய மரியாதை தரவில்லை, வேண்டியதைச் செய்தால் மட்டுமே அம்மனின் கண் திறப்பேன் என அடாவடி செய்யும் பூசாரிகள் நிறைய உண்டு. அதிலும் ஒருசிலர் யாரும் பார்க்காதபடி மரக்கிளைகளின் உச்சியில் ஒளிந்துகொள்ள ஊர்மக்கள் அவர்களைத் தேடிக்கண்டுபிடிப்பதே பெரும்பாடாக இருக்கும். இதுவும் அப்படித்தான் என மக்கள் தங்களுக்குள் பேசிச் சிரித்தார்கள் என்றாலும் நேரம் செல்லசெல்ல ஒரு சிறிய பதற்றம் பரவத் தொடங்கியது. எல்லோரும் சேர்ந்து பூசாரியைத் தேடத்தொடங்கினர். ஆனால் எங்குத் தேடியும் பூசாரியைக் காணவில்லை. ஏறத்தாழ இரண்டு மணி நேரங்களுக்குப் பிறகுதான் அந்த உண்மை தெரிய வந்தது. பூசாரியும்..."

அதன்பிறகு பக்கங்கள் கிழிக்கப்பட்டிருக்க கையேடு முடிந்திருந்தது. நான் குழப்பமாய் நிமிர்ந்தேன். முதியவர் இன்னும் அதே இடத்தில் இளித்தவாறே அமர்ந்திருந்தார்.

"பிறகு? பூசாரி கிடைச்சாரா? இந்தப் புத்தகத்தின் கடைசியைக் காணோம்?" நான் கேட்டேன்.

முதியவரின் கண்கள் இருண்டன. "அன்னைக்கு ஊருக்குள்ள பெரிய கலவரம். இதை எழுதினவரும் செத்துட்டாரு. அவர் ஒரு பத்திரிகைக்காரரு. இதையும் அழிக்கப் பார்த்தாங்க. கடைசில இதுதான் மீந்துனது"

நான் அதிர்ந்தேன். "எப்படி?"

"பூசாரி காணாமப்போன நேரம் மேல்பாதில ஒரு பொண்ணும் காணலை. ஊர்ப்பெரியவரோட பொண்ணு அது. அவங்க ரெண்டுபேரும் ஓடிப்போனதா சனங்க தங்களுக்குள்ள அடிச்சுக்க ஆரம்பிச்சு பெரிய கலவரமாச்சு. நிறைய சேதாரம், உயிர்ப்பலி, பாவம், எதுக்குமே சம்பந்தமில்லாத சீவனெல்லாம் போச்சு. இதெல்லாம் நடந்து முப்பது வருசமாகியும் இன்னும் திருவிழாவே

நடக்குறதில்லை. அதுக்குப்பிறகு அவ திருவிழாக்கு அனுமதி தரவே யில்லை."

அவர் பேச்சிலிருந்த பூடகம் என்னைக் குழப்பியது. "உங்களுக்கு எப்படி இது எல்லாம் தெரியும்? அந்தப்பூசாரியும் பொண்ணும் என்ன ஆனாங்க?"

முதியவர் பதிலேதும் சொல்லாமல் கையை நீட்டினார். கையேட்டை மீண்டும் நான் அவரிடம் தர அதை வாங்கிக்கொண்டே மெல்ல எழுந்தார். அருகில் இருந்த மூட்டைக்குள் கையேட்டை வைக்கப்போனவர் ஏதோ யோசித்தவராக மெல்லத் தன்மீது போர்த்தியிருந்த கந்தல்துணியை விலக்கி அதை இடுப்பில் செருகினார். அவர் வயிற்றின் இடப்பகுதியில் எனது பார்வை நிலைக்க நான் அதிர்ந்தேன்.

அதேவேளை எனக்குப் பின்புறம் ஓர் ஒலிகேட்டுத் திரும்பினேன். கருப்பசாமி கோயிலில் நான் பார்த்த முதியவள் எங்களிடம் வந்து கொண்டிருந்தாள்.

18. சன்னதம்

- மயிலன் ஜி.சின்னப்பன்

1

அதிகாலை கருக்கிருட்டில் வீராயி புரண்டுப் புரண்டு முனகிக்கொண்டிருந்தாள். அவளுடைய தூக்கம் இப்படித்தான் – முணுக்கென்றாலும் விழித்துக்கொள்வாள்; வாசலுக்குப் போவாள்; அலங்கமலங்க நாலாதிசையையும் பார்ப்பாள்; சமயங்களில் முக்கத்து சோடியம் விளக்கு வரை நடப்பாள்; வளைந்தோ குந்தியோ எக்கியோ.. தூரத்தை நோட்டமிடுவாள்; வந்து படுத்துக்கொள்வாள். அரவமில்லாமலும் செய்யவராது. ரப்பர் குடங்களை உருட்டி, விலகிப் புரளும் உள்பாவாடையில் இடறிக்கொண்டு, தவிட்டுச் சல்லடையைத் தட்டிவிட்டு, கொண்டியில் ஒரு டமார்.. அவ்வளவுதான் – தங்கம் எழும்பிவிடுவான்.

“அய்யய்யய்ய.. ஓத்திரிய யெழவு இந்த பொம்பளயோட..” அவன் ஆள் சைசுக்கும் பேச்சுக்கும் சம்பந்தமே கிடையாது. “பொதயலா இருக்கு உள்ளாருக்க.. படுத்து தூங்கும்மா செத்த..”

வீராயி என்னவோ வாய்க்குள்ளேயே சொல்லிக்கொண்டுவந்து படுப்பாள். சற்று நேரத்தில் வயிறும் மாரும் சீராக ஏறியிறங்கும். கூரைப் பொத்தல் ஊடாக எட்டணா அளவு சூரியன் உள்ளே வந்தப் பிந்தியும் குறட்டையடித்துக்கொண்டிருப்பாள்.

தங்கத்துக்கு இன்னமும் கால்சட்டை நனைந்துகொண்டுதான் இருக்கிறது. இதனாலேயே வாரத்திற்கு ஓரிரு இரவாச்சும் அதிகாலையில் முழிப்பு தட்டிவிடுகிறது.

இன்று இரவிலும் தூக்கம் சரியில்லை. அம்மாக்காரியை வசவிக்கொண்டான். வடக்கில் போய் அலசிப்போட்டுவிட்டு திரும்பும்போது சாந்தியக்கா வந்துவிட்டது.

“என்ன பூசாரியய்யா.. காலேலையே மணியாட்டிக்கிட்டு கெளம்பீட்டீங்க..”

அவள் சொல்லி முடிப்பதற்குள் கையை வைத்துப் பொத்திக் கொண்டு வீட்டுக்குள் ஓடிவிட்டான். அடுப்படியையொட்டிய பத்தாயத்தில் கால் வைத்து ஏறி இடுக்கு வழியாகக் கொல்லையைப்

பார்த்தான். ஒரு கை இன்னமும் பொத்தியவாக்கிலேயேதான் இருக்கிறது. சாந்தி பல்லுக்குக் குச்சி உடைத்துக்கொண்டிருக்கிறாள். வாய்க்குள்ளேயே ஏதும் இளிக்கிறாளா? – அப்படித் தெரியவில்லை – கன்னத்தசை வாடிப்போகிறது. இருட்டுக்குள் கால்சட்டைக்காகத் துழாவுகிறான். கயித்துக்கொடியில் கிட்டியவொன்றை இழுத்து மாட்டிக்கொண்டு மீண்டும் கொல்லைக்குப் போனான்.

சாந்தியக்கா ஏதாச்சும் அந்தப் பேச்சைத் தொடருமென எதிர்பார்த்தான். அவள் இவனைக் கவனிக்கக்கூட இல்லை.

"வம்மா எந்திச்சிட்டாளாடா.." கிழக்கே ரெண்டு வீடு தாண்டியிருந்து பாக்கியத்தம்மா குரல் கொடுத்தது. சலித்துக்கொண்டு பதிலேதும் சொல்லாமல் வீட்டுக்குள் போய்விட்டான். "வப்பன்னாட்டம் மண்டக்கிறுக்கு புடிச்ச பய.." பின்னாலிருந்து குரல் கேட்கிறது.

விவரம் தெரிய ஆரம்பித்த இந்த நாலைந்து வருடங்களில் இவ்வொப்பீடு விடாமல் விரட்டிக்கொண்டேயிருக்கிறது. எல்லாவாட்டியும் அது அவனைச் சீண்டிவிடுவதில்லை; பாதி நேரம் காதிலேயே போட்டுக்கொள்ள மாட்டான். இந்தக் காலையின் செவிட்டு அமைதி அப்படி லேசில் விடுவதாக இல்லை. வப்பன்னாட்டம் மண்டக்கிறுக்கு புடிச்ச பய.. அத்தோடு ஓயவில்லை – அப்பாராட்டமே நொட்டாங்கை, அப்பங்காரனப் போலயே குண்டிய அறச்ச நடைய பாரு.. வீராயியாட்டம் இல்ல பய.. திர்னாக்கரசாட்டமே நல்லா கலரு, கிருத்துருவம் ரத்தத்துலயே இருக்கு இவனுக்கு, அவனாட்டமே வலுவட்ட பய யிவன்.. ஆளுக்கொன்று; நிசமா பொய்யா தெரியாது – சட்டெனச் சொல்லிவிடுவார்கள். பார்த்து உருவப்படுத்திக்கொள்ள ஒரு புகைப்படம்கூட வீட்டில் கிடையாது. கல்யாண போட்டோகூடவா ஒருத்தி வைத்திருக்க மாட்டாள்! இன்னொன்றையும் கவனித்திருக்கிறான் – ஒருவாட்டிகூட வீராயி மட்டும் இப்படி எதுவுமே சொன்னதில்லை.

முன்னடுக்குக்கு வந்தவனுக்கு மண்டை ஓயவில்லை. அம்மாக்காரியைப் பார்க்கிறான் – சீலையை அள்ளிச் சுருட்டிச் சுற்றிக்கொண்டு குத்தவைத்திருக்கிறாள். பார்க்கவே அருவருப்பாக இருக்கிறாள். பக்கத்தில் உட்காருகிறான். வாசலையே வெறித்துக் கொண்டிருப்பவள் இவனைக் கவனிக்கக்கூட இல்லை.. வறண்டு ஒட்டியிருக்கும் வாயைக் கொட்டாவிக்காகத் திறக்கிறாள். வீச்சம் இவனுக்குக் குடலைப் புரட்டுகிறது.

"இன்னும் ச்சூத்துக்குள்ள கொண்டாந்து மூக்க வெய்யி.." முகத்தைக் கோணியவனைப் பார்த்துச் சலிப்புடன் சிடுசிடுத்தாள்.

யாரையோ சொல்லுவதைப் போல உட்கார்ந்திருந்தான். என்னவோ கேட்க வேண்டும் போல இருக்கிறது. இதுதான் உத்தேசித்திருந்த கேள்வியா எனத் தெரியவில்லை. ஆனால் இப்படித்தான் கேட்டான்.

“அந்தாளு எதுக்காண்டி ஒன்னய வுட்டுட்டு ஓடிப்போனான்?”

2

“அந்த மேகலாக்குட்டிய கெட்டிப்புடணும்ன்னு நின்னான்.. நடக்காமப் போயிர்ச்சு..” புளிக்குத்தும்போது பாக்கியத்துக்கு நாலு வார்த்தை அடுத்தவளைக் குத்தினால்தான் மனசு லேசுப்படும். “அய்த்தமவ.. எப்புடியும் அதுதான் தெவயப்போதுன்னு இருந்தான்.. கடெசீல இப்புடியாவுமுன்னுட்டு யாரு கண்டா?”

வீராயிக்கு இந்தக் கதையெல்லாம் தெரியும்தான். கண்ணு காது மூக்கோடு பலமுறை கேட்டுச் சலித்ததுதான். “மூணு மாசமாயிருச்சு.. இன்னும் குளிச்சிட்டு இருக்கேங்குற..” இப்படி ஆரம்பித்ததைத்தான் மேகலாவில் கொண்டுவந்து முடிச்சுப்போடுகிறாள் பாக்கியம்.

“சவுதியில இருந்தப்ப அவ அண்ணங்காரன வார்த்த முத்திப் போயி செருப்பெடுத்து அடிச்சுபுட்டான்.. கோரோசன புடிச்ச பய.. பதிலுக்கு பாஸ்ப்போட்ட புடிச்சுவெச்சி பெரிய லோல்பட்டுத்தான் வந்து சேந்தான்.. போச்சு எல்லாம்.. ச்சொந்தமாச்சும் மசுராச்சும்.. அத்துக்கிட்டானுக அத்தோட.. ஆனா அந்தக் குட்டிக்கு ஒன்னுங் கெட்டுப்போயிறல.. செலம்பாங்காட்டுல நல்ல குடும்போ அது.. பயலும் சூட்டிக்கான பய..” பாக்கியம் ஒரு வெட்டு நிறுத்தி பெருமூச்செடுத்தாள்.. “ஒனக்கு பாரு.. ப்ச்..”

சிதறிய புளிக்கொட்டைகளைக் கையால் வறண்டி ஒழுங்குசெய்தபடி குரலைத் தாழ்த்தினாள். “ஆனா இதெல்லாம் கொஞ்ச நாளிக்குத்தான்.. இப்புடியே திரியுவானுக.. கடேசில இதுக்குள்ளத்தான ச்சேரணும்.” முடிக்கும்போது தொனித்த குறும்பு அசிங்கமாக இருந்தது.

வீராயி இன்னும் சிரித்துச் சமாளிக்கப் பழகியிருக்கவில்லை. முகம் வெளிப்படையாகச் சுருங்குவதைப் பார்த்து பாக்கியமும் நிறுத்திக்கொள்பவளில்லை. “அவனுக வெடச்சுக்கிட்டு போனா புடிச்சு இலுக்க முடியாமலா கெடக்கு நம்பளுக்கு..”

மணமாகி வந்த மூன்று மாதங்களும் மூங்கித்தட்டிக்கு இந்தப் பக்கம் வந்து அவன் படுப்பது கிடையாது. களைத்து வருபவன் கோடுபோட்ட மாதிரி அடுப்படிக்கு நடப்பான்; தட்டை நிரப்பிக்கொள்வான்; நிலைப்படியையொட்டி சம்மணம் போட்டால் கடைசிப் பருக்கையை வறண்டிவிட்டுதான் நிமிருவான்;

வாயின் ஈரம் காய்வதற்குள் சிசரைப் பற்றவைத்துக்கொள்வான்; ரேடியோவின் கரகரப்பு கசக்கும்வரை திருகல். எப்போது பாயை விரித்துக்கொண்டான் என்பதே தெரியாது. இவை அத்தனையிலும் குறுக்கும்நெடுக்குமாகப் பின்னும் இவளைச் சட்டையே செய்யமாட்டான்.

இவளும் சுணங்கவில்லை. சாயந்தரத்தில் போட்ட மறுகுளியல்களில், சீரில் வந்த அரை டஜன் லக்ஸைக் கரைத்திருந்தாள். பருத்தியில் மொடமொடப்பாக முந்தி வைத்தாள். கோகுல் சாண்டால் கூடுதலாக ஓரடுக்கு பூசப்பட்டது. கறிக்குழம்பில் காரத்தைச் சற்று தூக்கி வைத்தாள். இயல்பாகவேகூட அவளுக்கு வெட்கப்பட வந்தது. அத்தான் முறைக்காரனைப் பிடித்துப்போய்தானே கட்டிக்கொண்டு வந்தாள் – வசமாக்கக் கொஞ்சம் காலம் பிடித்தால் என்ன கெட்டுவிடப் போகிறது. வயசுக்குவந்த கொஞ்ச நாளில் வீரனார் கோயிலில் வைத்து அவனைப் பார்த்திருக்கிறாள். வெளிறிய மேனியில் நடுமாரில் மட்டும் சுருட்டையாக மயிர்ப்பத்தை. இரு முன்னங்கையிலும் சந்தனப்பூச்சு. அக்கினித்தட்டு அருகில் வந்ததுதான் போச்சு – நாக்கை மடக்கி வைத்துக்கொண்டு 'உந்த்த்த்.. உந்த்த்த்...' கழுத்தை வெட்டிவெட்டித் தவ்வ ஆரம்பித்தான். பிடித்து நிறுத்த முடியாமல் சனம் முண்டியடித்தது. இவள் பயமும் சிரிப்புமாகப் பின்வரிசைக்குள் ஒளிந்து எட்டியெட்டிப் பார்த்துக்கொண்டாள்.

"அதுக்கென்ன இந்த வயசுலயே சாமி வருது.." போகும் வழியில் அம்மாவிடம் கேட்டாள்.

"வயசா இருக்கு அதுக்கெல்லாம்.. அவன் பெடிப்பயலா இருக்கும்போதே ச்சாமியாடுவான்.."

அக்கோவிலுக்குப் போகும் சமயமெல்லாம் அந்த நினைப்பு மீளும். அந்த நினைப்புக்காகக்கூட சிலமுறை அங்கு போயிருக்கிறாள்.

"என்னடி ச்சாமிய அப்புடி வுத்துவுத்து பாத்துக்கிட்டிருக்க.."

"வீரனாருக்கு ஒரு காலில்லன்னு சொன்ன? இந்தப் படத்துல ரெண்டு காலும் இருக்கு.."

"அதெல்லாம் ஒரு காலுதான்.. மொடமா வரஞ்சா நல்லாருக்காதுன்னுட்டு ஆட்டிஸ்ட்டுக்கிட்ட இப்படி வரய சொன்னது.. அந்தக் கால மறைக்கிற மாரி ஆய்தத்த வெச்சி வரஞ் சது.."

"எதாச்சும் கேட்டா கத வுடு நல்லா.." அம்மாவை லேசில் நம்புபவளில்லை. அதோடு இப்போது அவளுக்குச் சாமியும் அவனும் வேறுவேறல்ல.

"ஆளும் மண்டையும் பாரு.. இதுல என்னத்துக்குடி பொய்யி சொல்றன்.."

வீராயி கேலி பேசிக்கொண்டு முன்னே போனாள்.

"ஒரு நா பாத்தாத்தான் ஒனக்கு தெரியும்.. சாமத்துல ஒரு நா முன்னாடி வந்து நிக்கும் ஒனக்கு.."

"ஒனக்கு அப்புடி நின்னுச்சாக்கும்.. அப்பத்தான் ஒன் மொசலுக்கு மூணு காலுன்னு கண்டுபுடிச்சியா?" நிற்காமல் துள்ளி முன்னேறிக்கொண்டிருந்தாள்.

"வரும்.. ஒரு நட வந்துச்சுன்னா அப்பறம் நீயே கண்டுப்புடிச்சுக்குவ வர்றத.."

வீராயி நிறுத்தித் திரும்பிப் பார்த்தாள். மாட்டை இழுத்துக் கொண்டே இவள் கண்ணைப் பாராமல் அம்மா தொடர்ந்தாள்.

"குதுர ச்சத்தம் கேக்கும்.. கொளம்படி.. வலம் வந்திட்டிருக்குன்னு தட்டிரும்.. காத கூர்ப்பாக்கி கேட்டா கூடவே ஒரு கால்வடத்து சத்தமும் ஒரு கட்ட சத்தமும் மாத்தி மாத்தி கேக்கும்.."

"நீ கேட்டுருக்கியா அத.."

விலகி நகரும் மாட்டை இழுத்துப்பிடிப்பதில் அம்மா முனைப்பாக இருந்தாள்.

"பாத்தியா கண்ணால.."

இவள் தலையில் சிரித்தபடி தட்டினாலேயொழிய பதில் சொல்லவில்லை. இவளும் மேற்கொண்டு கேட்கவில்லை. மனசுக்குள் திருநாவு குதிரையில் வருவதாகவும் அவனுக்கு ஒரு கால் இல்லாததாகவும் யோசித்துப் பார்த்தாள். "சாமிய நானுந்தான் பாத்துருக்கேன்.." தயங்காமல் சொன்னாள். அம்மாவுக்கு என்ன புரிந்ததோ.. மறுவாட்டி தலையில் தட்டி நகர்த்திக்கொண்டு போனாள்.

இதையெல்லாம் யோசிக்கும்போது எங்கிருந்தோ ஒரு தெம்பு முட்டும். இன்னொருமுறை முகத்தை அலம்பிச் சிங்காரித்து, தோளைத் தாண்டி மல்லிச்சரத்தைச் சூடிக்கொண்டு வாசலுக்கு வந்து உட்காருவாள்.

3

"ஏஞ்சித்தி.. மோட்டாருக்கா வர்ற?" வாசலிலிருந்து சாந்தியக்காவின் குரல் கேட்டது. பயல் துள்ளியெழுந்தான்.

"அம்மா இல்லயா?" இவன் வெளியே வரவும் சாந்தி கேட்டாள்.

“மேலுக்கு முடியல.. படுத்துருக்கு..”

“என்னாச்சு அதுக்கு.. பைப்படி பக்கட்டும் வரல..”

“கைய கால வலிக்கிதுன்னுச்சு.. தூங்கிட்டிருக்கு..” விடிந்தும் விடியாமலும் அம்மாவிடம் அப்படிக் கேட்டிருக்க வேண்டாமென உள்ளுக்குள் நசநசத்தது. மண்டைக் குடைச்சலில் சட்டென வார்த்தையை விட்டுவிட்டான். அந்தக் கேள்வியின் தொனி தப்பெனத் தெரிகிறது. வேறு எப்படி கேட்டிருக்க வேண்டுமெனப் பிடிபடவில்லை. அறியாத வயதில் அப்பனைப் பற்றிக் கேட்டபோதெல்லாம் மழுப்பலாக எதையோ சொல்லி வாயடைப்பாள் – கரண்டு வேலைக்குப் போயிருக்கார், மெட்ராசுக்குப் போயிருக்கார், துபாயிக்குப் போயிருக்கார் – இவையெல்லாம் பொய்யெனப் புரிய ஆரம்பித்த வயதில், அக்கம்பக்கத்தார் சொல்லித்தான் ‘சண்டயடிச்சிட்டு போயிட்டான்’ என்பது விளங்கியது.

“ம்ம்.. நீ பேட்டடிக்க போலயா இன்னிக்கி?” திரும்பி நடக்க ஆரம்பித்திருந்தாள்.

அவசரமாக ஒரு துண்டைத் தேடியெடுத்துக்கொண்டு அவளோடு நடக்க ஆரம்பித்தான்.

“குளிக்கவா வர்ற.. கூட்டாளிக எவனும் இல்லயா.. ஏரிக்கில்ல போவ?”

எதுவும் சொல்லவில்லை; பின்னாலேயே போய்க் கொண்டிருந்தான்.

“சோத்த வடிச்சிதா இல்லயா மதியத்துக்கு..”

“பழயது கெடந்துச்சு..”

“கடிச்சுக்குற எதுமில்லாம தின்னியா.. கேக்குறதுக்கென்ன ஒனக்கு..”

யோசித்தவனாக நடந்தான். திரும்பிப் பார்த்தவளுக்குப் பத்து பதினொரு வயசுப் பயலைப் போல முகத்தளவில் இவன் இல்லை.

“என்னடா ராக்கெட்டா உடப்போற..”

வாயைத் திறக்கவில்லை.

மீண்டுமொரு முறை திரும்பிப் பார்த்துவிட்டு நடக்கிறாள். படலையெடுத்து ஓரமாகச் சாத்தி வைக்க அவளுக்கு ஒத்தாசை செய்கிறான். வரப்பிலேறி சற்று தூரம் போகும்போது, கேள்வியைத் திரட்டிவிட்டான்.

“எங்கப்பாரு ஏன் ஓடிப் போனாருன்னு ஒனக்கு தெரியுமா?”

சாந்தி பத்து பன்னிரண்டு தப்படி வரை எதுவும் சொல்லவில்லை.

"என்ன திடீர் வெசாரண.. அப்பார பத்தி.."

"ஒனக்கு தெரியுமாக்கா ஏன்னு.." குரல் நிர்பந்திக்கும் தொனியிலிருந்தது. "பத்து வருசத்துக்கு மேல ஆவுது.. இதுவும் அந்தாளு வருவான்னு நம்பிட்டிருக்கான்னு தெரில.. அப்பப்ப ஓடிப்போயி தெருவுல நின்னு பாக்குது.."

"நானும் பாத்துருக்கேன்.. போயி நின்னு பாக்கும்.. யாராச்சும் தேச்சு தேச்சு நடந்து போனா.."

"கேட்டா செவுடு மாதிரி ஒக்காந்துக்குது.. முன்னாடி எதாச்சும் சொல்லி ஏமாத்தும்.. மாமாகிட்ட கேட்டேன் ரெண்டுமூணு வாட்டி.. சண்டபோட்டு போயிட்டான்னு சொன்னாரு.."

"சண்டதான்.. வேற என்ன? ரெண்டு பேரும் மாத்தி மாத்தி வெஞ்சிக்கிட்டு.. சந்தியில அடிச்சிக்கிட்டு.. தல மயிரப்போட்டு இழுத்துக்கிட்டு.."

"எல்லாருந்தான அடிச்சுக்கிறோவ.. இந்தாளு மட்டும் ஏன் இப்புடி போனாரு.." பாலகனுக்கான ஏக்கத்துடன் அவனால் கேட்க முடிந்தது.

"எனக்கும் செரியால்லாம் தெரியல.. நா அப்ப ஒன்னாட்டம் இருப்பேன்.."

போர்செட்டுக்கு வந்து சேர்ந்திருந்தார்கள். சாந்தி அண்ணக்கூடையிலிருந்த துணிகளையெடுத்து அலசு ஆரம்பித்தாள். இவன் நீருக்குள் இறங்காமல் நின்றுகொண்டிருந்தான்.

"அண்ணன் இப்பைக்கு வராது.. தொட்டிக்குள்ள எறங்கி குளிக்கிறியா?"

"ஒங்க வீட்ல அவரு போட்டோகீது எதாச்சும் இருக்குதா?"

"அவன் வந்துற போறான்.. எறங்கி குளிடா மொதல்ல.. போட்டோ வீட்ல இருந்தா எடுத்து குடுக்குறேன்.."

பாசிக்கல்லில் கவனமாகக் கால் வைத்து தொட்டிக்குள் இறங்கப் போனான்.

"காச்சட்டய கெலட்டிக் குடுத்துட்டு எறங்கு.. நா அலசி வெக்குறேன்.."

இவனுக்கு வெட்கம் பிடுங்கித் தின்கிறது; கூடவே ஓர் உடனடி குதுகலம்.

“தொட்டிக்குள்ள போயிட்டு தர்றேன்..” சொல்லிவிட்டு வேகமாக ஏறப்போகிறான்.

“யெரும யெரும.. மூத்தர ட்ராயரோட அப்டியே எறங்கப் போவுது பாரு..” அடிக்கல்லையொட்டி குந்தியிருந்தவள் எழுந்துகொண்டாள். தொட்டியில் ஏறியவனைத் திட்டிலேயே நிறுத்திப் பிடித்து கால்சட்டையை உருவிக்கொண்டாள். தங்கம் வெட்கத்தில் சிரித்துக் கத்திக்கொண்டு தொட்டிக்குள் குதித்தான்.

“ஆமா.. அதிசயத்த ஒளிச்சு வெக்கிறான்..”

தங்கம் கிச்சுக்கிச்சு மூட்டப்பட்ட குழந்தையைப் போலப் பலமாகச் சிரித்துக்கொண்டே அவளை அசிங்கமாக ஏசினான்.

சாந்தி தன்போக்கில் துணிகளை அலச ஆரம்பித்தாள். தங்கம் விட்டுவிட்டு அடக்க முடியாமல் சிரித்துக்கொண்டிருந்தான். சாந்தியும் ஓரிரு முறை திரும்பிப் பார்த்து அவனை நையாண்டி செய்தாள்.

“வெளிய வந்துறாத.. திராச்ச பலமுன்னுட்டு காக்கா கொத்திறப் போவுது..”

தங்கத்துக்குச் சிரிப்பை நிறுத்திக்கொள்ள முடியவில்லை. அவன் வேறெதையோதான் சிரிப்பாக இறக்கிக்கொண்டிருக்கிறானெனச் சாந்திக்குப் பட்டது. சற்று நிறுத்தி யோசித்தவள், தொட்டியருகில் போய் குரலை இறக்கிக்கொண்டு சொன்னாள்.

“சித்திய அன்னிக்கு திர்னாக்கரசப்பா தள்ளியுட்டு மிதிமிதின்னு மிதிச்சாரு..” தங்கம் சிரிப்பை நிறுத்தினான். “நீ வயித்துப்புள்ள.. வயித்துலகூட மிதிச்சான் மனுசன்.. அப்ப ஓங்கம்மா ஒன்னு பண்ணுச்சு..”

கையைக் கொண்டு பொத்திக்கொள்ளாமல் தங்கம் மெல்ல எழுந்தான். உடல் குளிரில் நடுங்கியது.

“வேட்டிய மடிச்சு கட்டிக்கிட்டு மிதிச்சவன சடக்குன்னு எந்திரிச்சு ஒக்காந்து உள்ளார கையவுட்டு புடிச்சிருச்சு.. கால் மூட்ட வெச்சு மூஞ்சீல ஒரு எத்து எத்துனான்.. பலிக்கல.. இது மண்டி போட்டுக்கிட்டு புடிய கெட்டியாக்கிருச்சு.. துடிச்சு அப்புடியே கீழ வுலுந்தான் மனுசன்.. அதுல சின்னப்பட்டுப் போயிதான் கௌம்பிட்டாருன்னு நெனச்சுப்பேன்..”

தங்கம் இதுவரை யாரும் சொல்லாத புதுக் கதையைக் கேட்கிறான்.

“சுத்தியிருந்த ஆளுவ இது கைய புடிச்சு எடுத்துவுடறதுக்கு இலுத்துட்டு கெடந்ததுவ.. வெளக்கிவுட முடியல.. அந்தாளு

மயக்கமே ஆயிட்டான்.. இது வெறிச்சுக்கிட்டு மூச்ச அலுத்தி அலுத்தி விட்டுக்கிட்டு இருந்துச்சு..”

பயலுக்குத் தொண்டை ஒருமுறை ஏறியிறங்கியது.

சாந்தி பின்னொட்டைச் சேர்த்தாள், “...சாமி வந்த மாரி..”

4

பவுடரும் மல்லியும் என்றாவது பலித்துவிடுமென்ற நம்பிக்கை மெல்ல தேய்மானம் கண்டது. தட்டியை ஒட்டியாவது படுத்தவன் இப்போது வாசலில் கயித்துக்கட்டில் போட ஆரம்பித்துவிட்டான். வெக்கையடித்த ஓரிரவில் வீட்டுக்குள் பாய் விரித்தான். இவளும் கொஞ்சம் திட்டவட்டமாகியிருந்தாள். தலையணை துப்பட்டியோடு பக்கத்தில் போய் படுத்துக்கொண்டாள். விழித்துப் பார்த்தவன் இடத்திற்கு ஏதுசெய்வதைப் போல உடம்பைக் கொஞ்சம் அனுசரித்துக்கொண்டான். இவள் நெருங்கிப் படுத்ததற்கும் அவன் சலனப்படவே இல்லை. மெல்ல மேலே கையைப் போட்டாள். அவனது மார் குறுகியதன் விலகல் இவளுக்கு அப்பட்டமாகத் தெரிந்தது. தீர்மானத்தை விடவில்லை. மெல்ல அவ்விடத்தின் முடியை நீவினாள். அவனது காம்பில் கை வைத்தபோது தடுத்தான். விட்டுக்கொடுப்பதாக இல்லை. நிமிண்டினாள். அவன் தளரவில்லையெனினும் எதிர்ப்பை வலுவாக்கவுமில்லை. உடலை நெருக்கி அவனது கையை எடுத்து தன்னுடைய ரவிக்கை பித்தானுக்குக் கொண்டுவர முயன்றாள்.

“ப்ச்.. என்னடி இது..”

சட்டென இவளுக்கு ஏதோ உச்சியிலிருந்து தள்ளிவிட்டதைப் போலிருந்தது. பிடித்திருந்த கையை அப்படியே இறுக்கி மளார் மளாரெனத் தன் கன்னத்தில் அறைய வைத்தாள்.

“எட்டி.. கைய உட்றீ.. என்ன பண்ணிட்டிருக்க நீ யிப்ப..”

எழுந்து உட்கார்ந்து இரண்டு கைகளாலும் தலையில் அடித்துக்கொண்டவள் பல்லைக் கடித்துக்கொண்டு காத்துக் குரலில் கிறீச்சிட்டு ஏச ஆரம்பித்தாள்.

“என்ன பண்றனா.. என்ன பண்றேன்.. நோயப்போட்டு..” தொடையிரண்டையும் விரித்து ஆங்காரமாகக் குறுக்கே நாலுமுறை அறைந்துகொண்டாள்.

படுத்தவாக்கிலேயே தத்தியெழுந்தவன் அவள் தலையோடு சேர்த்து ஒரே அரைச்சலாகக் கொடுத்தான். எதிர்ப்பார்த்தே இருந்தவள் போல மறுமூச்சுகூட எடுக்காமல் பொரிந்தாள். “இதுல காட்டு ஒன்னோட ஆம்பளத்தனத்த.. நாலு மாசமாச்சு இந்தத் தாலிய

கெட்டிக்கிட்டு.. போறவளும் வர்றவளும் பொடிவெச்சு கேட்டுட்டு போறா.. வீட்டுக்குள்ள ஆம்பளன்னு ஒருத்தன் இருந்தால்ல நா குளிக்கிறத நிறுத்த முடியும்..”

ஓடிவந்து வெரசாக மிதிக்கக் கால் ஓங்கியவன், சற்று நிறுத்தி வலுகொடுக்காமல் அவள் தோளில் உதைத்தான் – பூஞ்சை உடம்பைச் சாய்க்க அதுவே போதுமாக இருந்தது. தலையை அள்ளி முடிந்துகொண்டவள் வாய்விட்டுக் கத்த ஆரம்பித்தாள். “எம்பொறப்பு இப்புடியா விடியணும்.. இந்த மொட்டப்பயல கெட்டிட்டு வந்துட்டு இங்க மிதிய வாங்கிட்டிருக்கேன்..” சொல்லி முடிப்பதற்குள் மாரிலும் வயிற்றிலும் எத்தனை மிதி விழுந்ததெனத் தெரியவில்லை. மயங்கிச் சுருண்டு ஓரமாகச் சாய்ந்தாள்.

“அந்த மொவரயப் பாத்தா தோனணும்லடி.. பெரிய ரதிமுண்ட இவ.. என்னய மலட்டுப்பயங்குற.. வந்து புடிச்சு மோளு..” வேஷ்டியை விரித்துக்கொண்டு அவள் முகத்தருகில் போனான். தலையைத் திருப்பிச் சுவரோடு தன்னை அப்பிக்கொண்டாள். கதவு மடாரென அறையப்படுவது கேட்கிறது. எவ்வளவு நேரம் அப்படியே கிடந்தாளெனத் தெரியவில்லை. காது பொத்தினாற்போல அடைத்திருந்தது. சொல்ல முடியாத தினவு உடலெங்கும். அத்தனையையும் மீறி அது மண்டைக்குள் ஒலித்துக்கொண்டே யிருந்தது – ‘மொவரயப் பாத்தா தோனணும்லடி..’

பல வாரங்களுக்கு அது ஒலித்தபடியேயிருந்தது.

கண்ணாடிமுன் நிற்பதற்குக்கூட அவளுக்குக் கூசியது. திருத்தமாக ஒருமுறை தன்னையே மேலிருந்து கீழாகப் பார்த்தாள். மாநிற முகம்; அகன்ற நெற்றி; விடைத்த காதுகள் – ஆமாம், அவை அப்படித்தான் இருக்கின்றன, அடர்ந்து சுருண்டு உயர்ந்த முடி, சிறிய கழுத்து, ரவிக்கையில் கொள்ளுமளவு மார்கள், தொப்பையுமில்லாத ஒடிசலுமில்லாத வயிறு.. அனிச்சையாக மேகலாவின் முகம் மனதில் வந்துபோகிறது. அவமட்டும் ரதியா என்ன.. என்ன இருந்தாலும் தோனணும்ல.. எதிர்ப்பாக இல்லாமல், உள்ளுக்குள் மக்கி மடிய ஆரம்பித்தாள். இல்லாத குறையை வலிந்து தன்மீதே சுமத்திக்கொண்டாள். சோறாக்கினாள்; பால் பீய்ச்சினாள்; சாணி மெழுகினாள்; பாக்கியத்தோடு உட்கார்ந்து புளிக்குத்தினாள். அவனும் கயித்துக்கட்டிலில் படுத்துக்கொண்டு ரேடியோவைத் திருகினான்.

5

பள்ளிக்கூடம் முடிந்துவந்தவனுக்கு வீட்டின் முன்பு கூடியிருக்கும் சனத்தைப் பார்க்க குழப்பமாக இருந்தது. முக்கத்துக் கடை

யிலிருந்தே ஓட்டம் பிடித்தான். இளைக்க இளைக்க வாசலுக்கு வந்து நின்றவனைப் பார்த்து, "இந்தா.. தங்கம்பய வந்துட்டான்.." என்றது ஒரு குரல்.

இரண்டு வாரத் தாடியுடன் பூசிய பருவிழுந்த கன்னமும் சிவந்து வெடித்த உதடுமாக இருந்த மனிதனிடம் இவனைச் சுட்டிக்காட்டினார்கள். இவனுக்குக் கொஞ்சம் புரிந்துவிட்டதைப் போலிருந்தது.

என்ன சொல்லிக் கூப்பிடுவதென்று தெரியவில்லை. வீராயியைத் தான் தேடினான். கூட்டத்துக்குள் தட்டுப்படவில்லை. வந்திருப்பவன் தன்னையே பார்த்துக்கொண்டிருப்பது இவனுக்குத் தெரிந்தது. பார்வையை அப்பக்கம் திருப்பவே தடுமாறிக்கொண்டிருந்தான். ஒரு கணம் 'இந்த ஆள் ஏன் வந்தான்?' என்றுகூடத் தோன்றியது. 'இவனாக வந்தானா? அம்மா போய் எங்கும் கண்டு இழுத்துக்கொண்டு வந்திருக்கிறாளா?'

ஏதோவொரு கை இவனை இழுத்துக்கொண்டுபோய் அவனருகில் நிறுத்தியது. கிடைக்குள் செலுத்தப்படும் வெள்ளாட்டுக்குட்டியைப் போல நிலைகொள்ளாமல் தடுமாறினான். திரும்பி ஓடிவிடலாமென இருந்தது. கால்கள் முன்னும்பின்னுமாக முண்டியடித்தன. அவன் ஏதோ கேட்க முயல்வதாகத் தெரிய முன்னே சற்று வளைகிறான்.

"பேரென்னய்யா?"

இவன் பதில் சொல்லாமல் நிற்க, பக்கத்திலிருப்பவர்கள் இவனை உற்சாகப்படுத்துவதைப் போல.. "பேரு.. பேர கேக்குறான் ஒங்கப்பன்.. ச்சொல்லு.." எனக் கூச்சலிடுகிறார்கள்.

வீராயி உள்ளேயிருந்து அடித்தொண்டையில் ஓலமிடுகிறாள்.

6

கொட்டொலி அடங்கும்போது இவள்மீது வியர்த்துச் சரிகிறான். முந்தைய அரைமணி நேரம் என்ன நடந்ததென்பதை அவளால் கிரகித்துக்கொள்ள முடியவில்லை. மதியத்திலே குடித்து வாந்தி யெடுத்துவிட்டுச் சுருண்டு கிடந்தவனுக்கு எப்படிச் சாத்தியப்பட்டது இந்த வெறியாட்டம் எனப் புரியவில்லை.

அடுக்களையில் இருந்தவளுக்கு அனத்தலும் முனகலும்தான் கேட்டுக்கொண்டிருந்தன. தட்டியருகில் அலங்கோலமாகப் படுத்திருந்தவன் தலைமாட்டிலேயே கக்கி வைத்திருந்தான்.

ஊரடங்கியிருந்த அந்த நேரத்தில் கோயிலிலிருந்து கொட்டொலி கேட்க ஆரம்பித்தது. ஏதோ கிடாவெட்டு விசேஷமெனப் பாக்கியம் சொல்லியிருந்தாள். கல்யாணத்துக்குப் பிறகு அந்த மஞ்சள்

வேட்டியைக் கட்டவேயில்லை. இவளுக்கும் சாமி நாட்டமெல்லாம் சலிப்பாகிப் போய்விட்டது. கோயில் பக்கம் காலடி படுவதில்லை – சாமிய கும்புட்டுச்சு.. சந்தியில போனுச்சு.. பொளிச்சென இல்லாத எச்சிலைத் த்த்தூ என்பாள்.

கொட்டு மெல்ல மெல்ல உரக்க ஆரம்பிக்க, உடுக்கை தெறிக்க ஆரம்பித்தது. எப்போதுமில்லாத அதிர்வும் அச்சுறுத்தலும் அவ்வொலியில் – தணிவின் அறிகுறியே இல்லாமல் ஏறிக்கொண்டே போன இரைச்சலின் நடுவில், வீராயிக்கு வீட்டுக்குள் வேறொரு சத்தம் கேட்டது. செவியைக் கூர்ந்தாள் – 'உந்த்த்த்.. உந்த்த்த்.. உந்த்த்த்..'

பதறியடித்து வெளியே வந்தவள் அப்படியே உறைந்துபோனாள். தரையில் திருநாவு முறுக்கிக்கொண்டு கிடந்தான். நாக்கு மடிந்து கண்கள் அகலவிரிந்து மூச்சு ஏறியிறங்கி.. 'உந்த்த்..உந்த்த்.. உந்த்த்த்த்..' வாயில் நுரைத்த எச்சிலில் ரத்தத்திட்டுகள் தெறித்தன. முறுக்கிய உடம்பு வில்லென வளைந்தெழுந்தது. இரண்டு பலமான வெட்டுகள். தண்ணீர்க் குவளை எட்டிப் பறந்தது. கால்கள் பின்னிக்கொண்டன. நாவைத் துண்டாக்கிவிடுவான் போலிருந்தது. வெட்டிய வெட்டுக்கு மூர்ச்சையானால்கூட ஆச்சரியமில்லை.

அவன் கையை அழுத்தித் தரையோடு பிடிக்க முயன்றாள். பதைப்பில் அடுப்புச்சாம்பலை ஒருபிடி அள்ளி நெற்றியில் பூசிவிட்டாள். பக்கவாட்டில் மண்டியிட்டு உட்கார்ந்து தோளை வலுகொண்டு அழுத்திச் சமனப்படுத்தினாள். திமிறியெழுந்தவன் அவளைத் தன் கட்டுக்குள் ஒரே வினாடியில் சுருட்டியிருந்தான். மூச்சு மெல்ல இளகியபோது, அவனை இறுக்கமாக அணைத்துக்கொண்டாள். அதிலிருந்து சோர்ந்து துவளும்வரை இவள் முற்றிலுமாக அவனது இயக்கத்தில் சரணடைந்திருந்தாள்.

7

தங்கத்துக்குத் தூக்கம் இம்மியளவும் பொருந்தவில்லை. இன்றென இல்லை; தன் அப்பன் வீட்டுக்கு வந்த நான்கு நாட்களுமே இப்படித்தான். வீரமணி வாத்தியாரு கேக்குறான் – என்னடா அப்பன் வந்த குசியான்னு.. ஒப்புக்குக்கூட இளிக்க முடியவில்லை. பெரியப்பா சாய்ந்தரம் பேசிக்கொண்டிருந்தார், சாந்தியக்கா தோளில் சாய்ந்துகொண்டு இவன் கேட்டுக்கொண்டிருந்தான் – "அப்பன்னு இந்தப் பயலுக்கு அவன் என்ன பண்ணிருக்கான்.. அந்த சிறுக்கியும் கீலாவாட்டம் திரிஞ்சுகிட்டு இருந்தா.. பயல அப்டியே விட்டோவ.. வர்றான் இப்ப.. மொவர மசுரும் அவனும்.. மருவத்தூர்ல இருந்தானாம், வடக்க எங்கயோ மலைக்கு போனானாம்.. வெக்கங் கெட்டப்பய.."

நடுவீட்டில் உறங்கிக்கொண்டிருக்கும் அவ்வுருவத்தைப் பார்க்கவே இவனுக்குக் கூசுகிறது. 'வெக்கங்கெட்டப்பய' – மனசுக்குள் சொல்லிக்கொண்டான்.

திடீரென வாசலிலிருந்த ரப்பர் குடம் உருளும் சத்தம் கேட்க திடுக்கிட்டு எழுகிறான். தலையைத் தூக்கிப் பார்த்தவனுக்கு, வீராயி தெருவுக்குப் போவது தெரிகிறது. எழுந்துகொண்டான். எப்போதும்போல சத்தம்போட்டு அவளை ஏச மனமில்லை. இவனும் வாசலுக்கு வந்து பின்னாலிருந்து அவளைப் பார்த்துக் கொண்டிருக்கிறான். தெருக்கோடியை வெறித்தபடி அப்படியே நிற்கிறாள். நாலைந்து அடி முன்னெடுத்து வைத்தவள் மறுபடி அசையவில்லை. இரண்டு நிமிடங்கள் பிடித்திருக்கும். சாந்தப் பட்டவளைப் போல வீட்டை நோக்கித் திரும்பும்போது, இவன் நிற்கிறான்.

"அதான் வந்துட்டாருலம்மா.. இன்னும் என்னத்துக்கு இங்குன வந்து பாத்துட்டிருக்க.."

அவள் புடவைத்தலைப்பை இழுத்துச்சுற்றி கைகளை இறுகக் கட்டிக்கொண்டு வீட்டுக்குள் போகத் தலைபடுகிறாள்.

"தூங்கித் தொலயமாட்டியா நீயி.." ஏக்கமாகத்தான் கேட்டான்.

சிலையாட்டமே நின்றவள், தூரத்துத் தெருக்கோடியைப் பார்த்தபடி சொன்னாள்.

"கொளம்படி சத்தம் கேட்டுச்சு.. ஒங்க அப்பன் வருவான்.. அதான் பாக்கலாம்ன்னுட்டு வந்தேன்.."

19. கழுமரம் வென்ற கண்டன்

சாத்தன் குன்றன்

இருள் கவ்விய அந்நேரம் திண்ணையில் ஒரே யோசனையில் ஆழ்ந்து உட்கார்ந்திருந்தார் நந்தன் பூசாரி. நந்தனின் ஆழ்ந்த யோசனையை மங்கிய நிலவுவெளிச்சத்தில் உற்றுக் கவனித்துக் கொண்டிருந்த முத்துக்கருப்பி, 'ஏஞ்சாமி என்னத்துக்கு இத்தென ஓசன, வூட்டுக்குள்ள போய் படுத்தொறங்கு' என்றாள். நல்ல உயரம், மாஞ்சிவப்பு, அகன்ற மார்பு, உயர்ந்தோங்கிய புருவங்கள், இரண்டு கைகளிலும் வெள்ளிக்காப்புகள், கருப்பசாமி சிலைமாதிரி இருக்கும் நந்தனின் சோகம் கண்ட நிலவும் தூங்கச் செல்லமுடியாமல் நந்தனையே பார்த்துக் கொண்டிருந்தது. ஒரு முடிவிற்கு வந்த நந்தன் திண்ணையில் படுத்துக் கொண்டார். மறுபடியும் முத்துக்கருப்பி, 'ஏஞ்சாமி, வூட்டுக்குள்ள வந்தொறங்கு' என்றாள். நந்தன் திண்ணை யிலிருந்து எழுந்தார். நிலைப்படி தலைதட்டாமல் குனிந்து வீட்டிற்குள் வந்து படுத்துக்கொண்டார். மூக்குமுழி பொருந்தி, பார்த்தவர்கள் கண்டவுடன் முகத்தைக் கடன்கேட்கும் முகவெட்டு, உடற்கட்டு பொருந்தி அம்மன் சிலைபோல் இருக்கும் முத்துக்கருப்பியும் திண்ணையிலிருந்து எழுந்து உள்ளே வந்து படுத்துக்கொண்டாள். எல்லோரும் தூங்கியதற்கு அடையாளமாக நந்தன் வீட்டைச் சுற்றி இருந்த பத்து வீடுகளும் அரவமற்றுக் கிடந்தன.

அங்கும் இங்கும் படுத்துப் புரண்ட நந்தனுக்குக் கண்களில் தூக்கம் வரவில்லை. அருகில் படுத்துக்கிடந்த முத்துக்கருப்பி தூங்கிப்போனாள். கண்கள் சொக்கி நின்றாலும், நந்தனுக்கு ஆவணி மாதம் நாளைக்குப் பிறப்பதை நினைத்து நெஞ்சு பதைபதைத்துக் கொண்டிருந்தது. என்ன நினைத்தாரோ, 'இந்த நாகப்புறஞ்சேரியில எங்கம்பளத்துப் பேய்களா, ஆண்டாண்டு காலமா பாறையில வெட்டவெளியா கெடக்கும் கழுவனுக்கு, என்வீட்டு ஆண்வாரிசுகள கழுவுல ஏத்தி பலிகொடுத்து வாறேன். எங்கொலத்துல இன்னிக்கி ஆண்வாரிசே இல்ல. இப்புடியே போனா எங்கொலமே அழிஞ்சு போயிடும்மே' என்று மனதிற்குள் நினைத்தபோது நந்தன் கண்களில் தாரை தாரையாகக் கண்ணீர் வடிந்தது. அப்படியே அழுதுகொண்டு படுத்தவர் பெருமூச்சுவிட்டுத் தூங்க ஆரம்பித்துவிட்டார்.

நடுச்சாமப் பொழுதிருக்கும், நந்தன் கனவில், 'டேய், இத்தன காலமா ஆண்புள்ளைகள கழுவேத்தின ஒங்கொலத்துல பெண்புள்ளைக நெறஞ்சு கெடக்கு. இனி ஆண்புள்ளக் கழுவேத்தம்

நிக்கணுமுன்னா வடக்கு போய் வள்ளுவப்பறயன பாரு. அங்க வந்து நல்லசேதி சொல்றேன்' என்று வீட்டின் வாசல்படியில் நின்று கூறிய முனியின் பின்னால் அக்கினிச் சுவாலைகள் படர்ந்து எரிந்து கொண்டிருந்தன. கனவிலிருந்து பயந்து மெய்சிலிர்த்து எழுந்து உட்கார்ந்தார் நந்தன். முத்துக்கருப்பியும் பயந்து தூக்கம் கலைந்து எழுந்தாள். 'எஞ்சாமி, எஞ்சாமி' என்று படபடத்துக் கதறினாள். நந்தன் முகம் முத்துக்கருப்பிக்கும், முத்துக்கருப்பியின் முகம் நந்தனுக்கும் தெரியாத அளவில் இருள் படர்ந்து கிடந்தது வீட்டிற்குள். நந்தனின் குரல் மட்டும் ஒலித்தது. ஒன்னுமில்ல தாயே, கனவுல அக்கினிவீரன் வந்தான். வீட்டு வாசமின்னாடி நின்னு 'ஒங்கொலத்து ஆண்வாரிசுகள கழுவேத்தாம இருக்க வடக்கிருக்கும் வள்ளுவப்பறயன்கிட்ட போன்னுசொல்றான். மீதி தாக்கல் சொல்றதுக்கு மின்னாடி சொப்பனம் கலஞ்சு எந்துருச்சுட்டேன்' என்றார். முத்துக்கருப்பி 'அக்கினிவீரா வந்துட்டியா, விடிபொழுது எங்கொலங் காக்க வந்துட்டியா' வள்ளுவங்கிட்ட நல்லசேதி சொல்லு சாமி' என்று இரண்டு கைகளையும் மேலே தூக்கிக் கும்பிட்டாள். நந்தனும், முத்துக்கருப்பியும் கனவு குறித்து பலவிதமான யோசனைக்குள் போனார்கள். நாகப்புறஞ்சேரியில் ஆண் குழந்தைகள் பிறக்காமல் போனதால், தங்களது ஆண்குழந்தைகள் ஐந்து பேரையும் ஒவ்வொரு வருடம், ஒவ்வொரு பிள்ளைகளாகக் கழுவேற்றிப் பலிகொடுத்ததையும் அதனால் ஆண்வாரிசு இல்லாமல் போனதையும் நினைத்துப் பார்த்தார்கள். முத்துக்கருப்பி அழுது ஒப்பாரி வைக்க ஆரம்பித்துவிட்டாள். அவளின் அழுகைச் சத்தத்தில் இருளின் தூக்கம் கலைய, அதிகாலைப் பொழுது நாகப்புறஞ் சேரிக்குள் நுழைந்தது.

அதிகாலையிலேயே தூக்கம் கலைந்து எழுந்த நந்தன் வீட்டுத்திண்ணையில் உட்கார்ந்தார். வாசலில் சாணி தெளித்துக் கொண்டிருந்த முத்துக்கருப்பியைப் பார்த்து, 'தாயே கருப்பி, நா வள்ளுவங்கிட்ட நல்லசேதி கேட்டுவரப் போகோணும், நீ வேல முடிச்சுட்டு நம்மெ பெண்டுபிள்ளைகளையும் எந்தம்பி சாத்தனையும் கூட்டிட்டு கமுக்கமா வந்து சேரு' என்று கட்டளைத் தொனியோடு ஆணையிட்டார்.

முத்துக்கருப்பி அரக்கபறக்க வாசலில் சாணியைத் தெளித்தாள். ஒவ்வொரு வீட்டிலும் போய் சேதி சொல்லிவிட்டு, ஆட்டுப்பட்டியில் படுத்துக்கிடந்த கொழுந்தன் சாத்தனையும், கையோடு கூட்டிக்கொண்டு வந்தாள். வரும்வழியில் திண்ணையில் படுத்துக்கிடந்த குன்றனைப் பார்த்து, 'மாமா நல்லசேதி ஒன்னு வந்துருக்கு, முடிஞ்சா ஒன்னேயும் சேத்துக்குறோம், இல்லேனா ஒனக்கு கடவுள்வுட்டபாடு', என்று கண்ணீர் சிந்தினாள். குன்றன், 'எங்கொலம் தழைக்கோணும், நா

சாகப்போற சீவே, எங்காலத்துலயே ஆயிரமாயிர காளைகள கழுமர ஏத்திருக்கேன். இருக்குற காளங்கண்டுகளயும், பொறக்கப்போகும் காளங்கண்டுகளயும் காப்பாத்தி, எங்கொலந் தழைக்கணும்னுதான் உசுர கையில புடிச்சிருக்கேன். எந்தாயீ, எம்மக்கள நாகப்புற சேரியிலிருந்து காணாதேசங் கொண்டுபோயீ எங்கொலத்தெ வாழவையுமா' கண்ணீர் மல்க படுத்தபடியே கையெடுத்து முத்துக்கருப்பியைக் கும்பிட்டார்.

இதற்கிடையில் குடியானவர்கள் ஊர்ச்சாம்பானை அழைத்து, கழுவேற்றத் திருவிழா சாட்டுவதற்குத் தண்டோரா போடச் சொன்னார்கள். ஊர்ச்சாம்பான் சாத்துவன் முதலில் நாகபுறஞ் சேரியில் வந்து துடும்பு அடித்துப் பறைசாற்றினான். 'சேரிமாரே.. சேரிமாரே.. ஆவுணி திங்கே கழுவஞ்சாமி நோம்பிக்கு, ஆணு பொண்ணு அத்தனையும் மந்த ஒதுக்குப்புறம் வந்து சேரணுமுங்கோ. ஆண்டை தலைசாமி ஒத்தரவு' என்று அடிவயிற்றிலிருந்து மூச்சிறைக்கப் பறைசாற்றிக் கொண்டே, குடியானத்தெரு நோக்கிச் சென்றான். துடும்புச் சத்தத்தையும், ஊர்ச்சாம்பான் தண்டோரா செய்தியையும் கேட்டு நாகப்புறஞ்சேரி மயான அமைதி கண்டது.

முத்துக்கருப்பியும் சாத்தனும் வீட்டிற்கு வந்து நின்றபோது, நந்தனைச்சுற்றி ஆணு, பொண்ணு அத்தனையும் குழுமியிருந்தார்கள். நந்தன் தன்னைச் சுற்றியிருந்த மக்களைப் பார்த்து, 'எந்தாயீ எம்மக்கா, நா சொல்றத காதெக் கொடுத்து கேளுங்க. எஞ் சொப்பனத்துல அக்கினிசாமி வந்துச்சு. ஒங்கொலத்து காளைக தப்பிப் பொழைக்கணுமோனா, வடக்கிருக்கும் வள்ளுவப்பறயங்கிட்ட போய் நில்லு. அங்க வந்து நா சேதி சொல்வேன்னு என்னையத் தட்டி உசுப்பிச் சொன்னான். இந்த மண்ணவுட்டு, தொலவுபோக எத்தன காலமோ காத்துக் கெடக்குதே நம்ம கொலமக்கா. நம்ம சாமி தொணயில்லாமே இம்மண்ணவுட்டு பயணம் செய்ய முடியாது. அக்கினி தெய்வோம் ஒத்தரவு என்னானு அறிஞ்சு வாறேன்' என்றார். கேட்டுக்கொண்டிருந்த ஆணு பொண்ணு அத்தனை முகத்திலும் நீச்சல் தெரியாதவனுக்குத் தண்ணியிலே மரக்கொப்புக் கிடைத்தது மாதிரியான சந்தோஷம் பரவியது. நந்தன் நல்ல சேதி கொண்டுவருவான் என்ற மனநிம்மதியோடு, அவரவர் வீட்டிற்குச் சென்றனர். எந்நேரத்திலும் பயணப்படுவதற்குரிய வேலைகளைச் செய்வதில் கமுக்கமாக ஈடுபடத் தொடங்கினர்.

நந்தன் தம்பி சாத்தனை அழைத்துக் கொண்டு, குடியானவர் தெருவின் தெற்கில் கிடக்கும் வயற்காட்டின் வரப்பினூடே சென்றார். வயக்காடுகள் உழவு செய்யப்பட்டு நெல் விதையிடுதலுக்குத் தயாராகிக் கிடந்தன. தெருவின் வடக்கில் புன்செய்களில் சோளம் வரகு சாமை குதிரைவள்ளி முழுவதும் பயிரிடப்பட்டு அறுவடை

செய்யப்பட்டு தட்டைகள் ஆங்காங்கே குவித்து வைக்கப்பட்டுள்ளன. காவிரியின் தண்ணீர் பழையனூரின் தெற்கு நிலப்பகுதிகளில் வந்து பாய்வதால், முதற்போகம் நன்செய் பயிர்களும் வடக்குப்பகுதி கரடுகளும், பாறைகளும் நிறைந்து கிடக்கும் புன்செய் நிலங்களில் இரண்டாம் போகமும் செய்யப்படுகின்றன. பச்சை போர்த்தி நன்செய் பயிர்களும், புன்செய் பயிர்களும் விளைகின்ற செழிப்பான நிலங்கள் ஊரைச் சுற்றிக் கிடக்கின்றன. ஆவணிமாதத் திருவிழா தவிர வருடம் பன்னிரண்டு மாதங்களும் குடியானவர்களுக்கு ஓய்வு கிடையாது. மண்ணோடு புரளுவதுதான் முதற்கடமையாக இருக்கவேண்டும் என்பார் பழையனூர் நாட்டின் மூத்தகுடியானவர் கழுவன். காலங்காலமாக பழையனூர் நாட்டின் மூத்தகுடி கழுவன் குடும்பம். கழுவன் நல்ல உயரம் சிவந்தமேனி இரண்டு காதுகளில் தங்கக் கடுக்கண். புதிதாகப் பார்ப்பவர்கள் பயம்கொள்ளும் உடற்கட்டு அமைப்பு. ஊரில் நடக்கும் நல்லது, கெட்டது அத்தனைக்கும் தலைமை தாங்கி நிற்பார். ஊரில் பஞ்சாயத்து நடந்தால் சரியான தீர்ப்புகள் சொல்வார். குடியானவர்களுக்கிடையில் நடக்கும் சண்டை சச்சரவுகளுக்கு புத்திமதி சொல்லி அனுப்பி வைப்பார். நாகப்புறஞ்சேரி பறக்குடிகளுக்கிடையே நடக்கும் வம்புதும்பு பிரச்சனைகளுக்கு வாதி பிரதிவாதி இருவரிடமும் பழையனூர் கிராமத்திற்குத் தண்டனைத் தொகையைக் கட்டச் சொல்வதோடு கடுமையான வார்த்தைகள் கொண்டும் திட்டித் தீர்ப்பார். மூன்றாம் நாள் நடக்கும் கழுவேற்றத் திருவிழாவில் கழுவன் குடும்பத்திற்கு முதல்மரியாதை கொடுக்கப்படும். நாகப்புறஞ்சேரி பறக்குடியிலிருந்து கழுவேற்றம் செய்ய கொண்டு வரப்படும் ஆண்குழந்தைக்கு மாலை மரியாதை செய்வதற்கு முதல் உரிமை பெற்றவர் கழுவன். பழையனூரில் கழுவன் வைத்ததுதான் சட்டம். கழுவனை மீறி எந்தவொரு நிகழ்வும் ஊரில் ஒருபோதும் நடைபெறுவதில்லை.

குடியானவர் வசிப்பிடங்களில் கழுமரத் திருவிழாவிற்கான ஏற்பாடுகளைச் செய்வதற்கும், ஊர்க்கூட்டம் போடுவதற்கும் கழுவன் கோயில் முன்பாகக் கூட்டம் கூட்டமாக குடியானவர்கள் நடமாடிக் கொண்டிருப்பதை வரப்பிலிருந்து பார்த்தார். மெதுவாக நடந்துவந்த தம்பி சாத்தனைப் பார்த்து, 'அங்கென்னா பாக்குறே, வாடா' என்று வேகமாக நடந்தார். நந்தனைப் பின்தொடர்ந்து சாத்தனும் வேகமாக நடக்க ஆரம்பித்தான். ஓடைக்குள் இறங்கிக் கால்வைக்கும் போது கணுக்கால் அளவு ஓடிய தண்ணீர், நந்தனின் கால்களைக் குளிரச் செய்தது. ஓடையின் நடுவில் நின்று இரண்டு கைகளிலும் பளிங்குபோல ஓடிய தண்ணீரை அள்ளி முகம், கைகால் கழுவி வாய் கொப்பளித்து மூன்று முறை அள்ளிக்குடித்தார். அண்ணன் நந்தனைப்போல் கட்டுமஸ்தான உடற்கட்டும் கருப்புத் தேகமும் கொண்டிருந்த சாத்தனும் தண்ணீரை இருகைகளிலும் அள்ளிக்

குடித்தான். கரையேறி முந்திரித்தோப்புக்குள் நுழைந்து கிலுவை முட்கள் நிறைந்து கிடக்கும் பாறைக் குன்றுக்குள் சென்றனர்.

பெரும்பாறையை ஒட்டி தர்ப்பைப்புல் வேய்ந்த ஒத்தக் குடிசைதான் வள்ளுவப்பறையன் வீடு. குடிசையின் திண்ணையில் படர்ந்த நெஞ்சோடு, கை கால்கள் நீண்டு, கருமை நிறத்தில் உட்கார்ந்திருப்பவர்தான் வள்ளுவப்பறையன். காஞ்சி பழையனூர் நாடு முழுவதிலும் நல்லது கெட்டதற்குச் சகுனமும் சயனமும் காலக்கணிதமும் கணித்துக் கொடுக்கும் பறையருள் ஒருபிரிவினர்தான் வள்ளுவப்பறையர். தலைமுறை தலைமுறையாகக் கணித்தல் தொழிலைச் செய்து வருவதால் என்னவோ, கழுமரத்தில் பலியாகும் வழக்கம் இக்குடும்பத்திற்கு மட்டும் காலங்காலமாக இல்லாமல் இருந்தது. வள்ளுவப்பறையனின் குடும்பம் ஊருக்குள் இருந்தபோதும் வள்ளுவன் ஊருக்குள் தங்க விரும்பாமல் பாறைகளும் குன்றுகளும் நிறைந்து கிடக்கும் தனக்குச் சொந்தமான இந்தப் பத்து ஏக்கர் நிலத்தின் ஒரு மூலையில் இந்தக் குடிசையைக் கட்டிக்கொண்டு, தனித்து வாழ்ந்து வருகிறார். எப்போதாவது, ஊருக்குள் இருக்கும் தனது குடும்பத்தைப் பார்த்து வருவார்.

தூரத்தில் இரண்டு ஆட்கள் வருவதைப் பார்த்தார். தன்முன்பாக வந்து நின்ற நந்தனைப் பார்த்து, 'என்னெ ஒஞ்சேதி சொல்லத்தா காத்துக் கெடக்கிறேன், ராப்பொழுதே வந்துட்டான் ஒம் முப்பாட்டேன் அக்கினிவீரன்' என்று சொல்லிக்கொண்டிருக்கும் போதே வள்ளுவனுக்கு அருள் வந்தது. ஆடிக்கொண்டே 'டேய், சொல்லி வாரேங் கேட்டுக்க, ரெண்டு கம்பைப் பேயக்கட்டி ஆளுறவன், கண்டதச் சொல்லும் கண்டன் கோடாங்கி. அவன் வீட்டுல போய் தண்ணீ கேட்டு நில்லு. தண்ணிக்கிப் பதிலா அவன் கொலக்கொழுந்த ஓங்கையில ஒப்படைப்பான். அவள உன்கூடப் பெறந்தவன் கைல கொண்டு செலுத்து. கழுவந்திருவிழா மூணா நாளுக்கு அத்தென பேய்களெயும் அடக்கி வச்சு ஓங்கொலக் காளைகள கழுமரம் ஏறாமக் காத்து நிப்பான். போய்வாடா நந்தா' என்று பெருமூச்செறிந்து கண்கள் சிவக்க அருள்கூறினான். நந்தனுக்கும் சாத்தனுக்கும் கண்களிரண்டும் குளமாகி நின்றன. தட்சணையாக ஒரு வராகன் பணத்தை வள்ளுவன் கையில் கொடுத்துவிட்டுப் பாதம்தொட்டு வணங்கினார்கள். எழுந்து நின்று, 'எம்பேய் எங்கொலங் காத்து நிக்கோணும். அதுசொல்ற வழி பயணப்படுறோம் சாமீ, ஆகவேண்டிய வேலயப்பாக்குறேன். ஒத்தரவு கொடுங்க' என்றான் நந்தன். உடம்பை முறுக்கியபடி 'போய்வாடா நந்தா, அக்கினி மேல ஆணயா ஒருபொறமும் ஒஞ்சேதி எம்படிதாண்டாது, ஓங்கொலந்தழக்கோட்டும்' என்றார் வள்ளுவர். அண்ணன் தம்பி இருவரும் பழையனூர் நாடு நாகப்புறஞ்சேரி போகாமல், திருக்காட்டு நல்லூர் நாடு நோக்கி நடந்தார்கள்.

நந்தனின் பின்னால் நடந்து வந்த சாத்தன், நல்லூருக்குப் போக எவ்வளவு காலங்கழியுமண்ணா? என்றான். நடந்து கொண்டே திரும்பிப் பார்க்காமல், 'ரெண்டு மைல்தொலவு கெடக்கும் தம்பி,' என்றார். அண்ணனின் பேச்சுக்கு மறுபேச்சுப் பேசாத சாத்தன், நந்தனுக்குப் பின்னாடி பிறந்த ஆண்மகன். நந்தனுக்கும் சாத்தனுக்கும் முன்பாகப் பிறந்த ஆண்குழந்தைகள் பலர் கழுமரத்தில் குத்திப் பலியிடப்பட்டுள்ளனர். 'ஏதோ அக்கினிவீரசாமி வாசல்லே இந்த ரெண்டு புள்ளைக தான் கழுமரம் தப்புச்சுக் கெடக்குதுக' என்று அடிக்கடி நந்தனின் தாய் சொல்லி அழுவாள். அழுதுபுலம்பும் தாயை, நந்தனின் அப்பன் சமாதானம் செய்துவைப்பான். தாய் தந்தையார் இறந்த பின்னால் தனது தம்பி சாத்தனைத் தன்னுடன் வைத்துக்கொண்டு பாதுகாத்து வருகிறார். சாத்தன் சாப்பாட்டிற்கு மட்டுமே வீட்டிற்கு வருவான். ஏனைய நேரங்களில் ஆடுகளை மேய்த்துக் கொண்டு ஆட்டுப்பட்டியிலேயே தங்கிக் கொள்வான்.

பாறைகளையும் குன்றுகளையும் தாண்டி வனத்திற்குள் நுழைந்தனர். செங்குன்று வந்தது. குன்றின்மீது ஏறிப் பார்த்தபோது, மலைக்குன்றின் தாழ்வாரப் பகுதியில் தணிந்து கிடந்தது திருக்காட்டுநல்லூர் நாடு. வனங்கள் சூழ்ந்து கண்ணிற்கு எட்டிய தூரம் மலையும் குன்றுகளும் நிறைந்து கிடக்கின்றன. ஊரின் புறக்கடைப்பகுதியில் ஆடுகளை மேய்த்துக் கொண்டிருந்த இடையரிடம் 'தொலவு கடந்து வாரோம், கண்டத சொல்லுற கண்டேன் கோடாங்கி, குடித்தனமிடம் சொல்லிட்டா போய்வருவோ என்று கேட்டார் நந்தன். தோளில் தொரட்டி அருவாளைப் போட்டிருந்த இடையர், 'இத்தடத்தில போயீ, தெக்கால பறச்சேரி குடியிருப்பு அங்க கண்டெ கோடங்கிக் குடித்தனம் கெடக்கு' என்று பதிலுரைத்தார்.

இருவரும் அத்தடத்தில் நடந்து சென்றனர். நெருங்க, நெருங்க உடுக்கையின் ஒலி காற்றில் மிதந்து வந்தது. சற்றுத் தொலைவில் உடுக்கை ஒலியோடு 'ரெண்டு கம்பப் பேய்களா, எல்லச்சாமீகளா, பட்டதெய்வங்களா' என்ற வர்ணிப்புப்பாடலும் சேர்ந்து வந்தது. நந்தனும் சாத்தனும் கண்டன் கோடாங்கி வீடு வந்தடைந்தபோது, பெருங்கூட்டமொன்று சயனமும், குறியும் கேட்டுக்கொண்டிருந்தன. கூட்டத்தில் உள்நுழைந்து பார்த்தபோது, உடலெங்கும் சந்தனப் பூச்சு, காதுகளில் தங்கக் கடுக்கண்கள், இருகைகளிலும் வெள்ளிக் காப்புகள். கையில் இரண்டு பிரம்புக் குச்சிகளை ஊன்றியபடி வைத்து, இடதுகைகளுக்குள் அகப்பட்டுக் கிடக்கும் உடுக்கையின் ஓசை. நந்தனுக்கும் சாத்தனுக்கும் கலக்கம் ஏற்பட்டது. மனதிற்குள், 'கண்டேன் கோடாங்கி ஆளப்பாத்தாலே வானுக்கும் மண்ணுக்குமான உருவமா இருக்கானே, இவென் கொலத்துல எப்புடிப் போய்

பொண்ணுகேட்கிறது, தண்ணீ கேட்கவே பயமாக இருக்குது' என்று யோசித்துக் கொண்டிருந்த நந்தன் திடுக்கிட்டு நின்றார். 'டேய், கழுவுக்கு புள்ள கொடுக்குற கொலத்துலருந்து வந்த குடிமவனே, ஓந் தெய்வோம் நடுச்சாமமே, சேதி சொல்லிடுச்சுடுடா, எங்கொலத்துல, தண்ணீ பொழங்கிக்க. கையோடு எந்தங்காவ உங்கொல வெளங்க, நானே தண்ணீ தந்தே அனுப்புறேன், கூட்டிட்டுப் போடா. ஓங்காவலுக்கு எம்பேய்க வந்து நிக்கும்.' நெற்றிப்பொட்டில் அடித்தது மாதிரியாக கண்டன் கோடாங்கி சொன்னார். நந்தனின் உடல் சிலிர்த்து நின்றது.

வஞ்சிக்கொடியாளான கண்டனின் தங்கை நந்தனுக்கும் சாத்தனுக்கும் தண்ணீர் கொண்டுவந்து கொடுத்தாள். குறிகேட்க வந்திருந்த மக்கள் முன்பாகவே சாத்தனுக்கும் வஞ்சிக்கும் திருமணத்தை நடத்தி வைத்தார், கண்டன் கோடாங்கி. தம்பதியர் கண்டன் காலில் விழுந்தபோது அருள்வந்து, 'தலமாடு கால்மாடு காத்து, ஓங்கொலங் காத்து நிற்பேன்' என்று கூறி இருவர் நெற்றியிலும் விபூதியைப் பூசிவிட்டார். நந்தனின் காலில் விழுந்து விபூதிவாங்கிக் கொண்டபோது, சாத்தன் கண்கலங்கி நின்றான். நந்தனின் மனம் குளிர்ந்து போனது. அக்கினிவீரன் சாமியின் உத்தரவுப்படி ஒவ்வொரு நிகழ்வும் நடந்துகொண்டிருந்ததை நினைத்தபோது, நந்தனின் கண்கள் கலங்கி மனம் பூரிப்படைந்தது. தெய்வக்கட்டளைப்படி எதிர்பாராது நடந்த திருமணத்திற்குக் கண்டன் கோடாங்கி பங்காளிகள் வேகவேகமாக சோளக்கூழ் காய்ச்சி அனைவருக்கும் கொடுத்தனர். வயிராற குடித்த நந்தனும் சாத்தனும் கண்டன் கோடாங்கி வீட்டிற்குள் அமர்ந்திருந்தனர். கண்டன் கோடாங்கி இருவரையும் பார்த்து 'ஏந் தங்காவ கூட்டிக்கிட்டு போங்க, சாமி உத்தரவு கொடுக்கட்டும், அதுபொறகு நா வந்து சேரேன்' என்று சொன்னபோது இருவரும் 'எங்கொலத்த காப்பாத்து சாமி' என்று கும்பிட்டு விழுந்தார்கள். அவர்களுக்கும் விபூதியிட்டு இருவரோடு தங்கையையும் பழையனூர் நாடு நோக்கி அனுப்பி வைத்தார்.

காடு மலைகுன்றுகள் கடந்து மூவரும் பழையனூர் நாடு வந்தபோது சாயும்பொழுது வந்துவிட்டது. பழையனூர் குடியானவர்களின் வீடுகள் விழாக்கோலம் பூண்டிருக்க நாகப்புறஞ் சேரியில் ஒப்பாரிச் சத்தம் கேட்டுக் கொண்டிருந்தது. மூவரும் வந்து நிற்பதை எதிர்பார்க்காத முத்துக்கருப்பிக்குக் கையும் காலும் ஓடவில்லை. வஞ்சிக்கொடியைப் பார்த்த முத்துக்கருப்பிக்கு ஒன்றும் புரியவில்லை. வீட்டிற்குள் வருமாறு வஞ்சிக்கொடியையும் சாத்தனையும் அழைத்தாள். உள்ளே அமர்ந்த இருவருக்கும் குடிக்கத் தண்ணீர் கொடுத்தாள். நந்தன் நடந்தவற்றையெல்லாம் கூறிமுடித்தார். மனம் மகிழ்ந்து கண்கள் மலர்ந்த முத்துக்கருப்பி குலதெய்வங்கள்

இருக்கும் திசைநோக்கிக் கையெடுத்துக் கும்பிட்டபடி, ‘எஞ்சாமீகளா அக்கினி வீரரே எக்கொறயும் வாராம காத்துநிக்கோணும்’ என்றாள். திண்ணையில் அமர்ந்திருந்த நந்தனின் அருகில் சென்ற முத்துக்கருப்பி, ‘ஊரு குடியானவக, கழுவத்திருவிழா நடத்த வள்ளுவங்கிட்ட நாள்கேட்டாக, நம்ம சனங்களும், மந்தபுறத்தே நின்னுருந்தோம், செவ்வாக்கெழம மாங்கொம்பு ஊன்டுற நாளுன்னும், கழுஏத்த நம்ம ஆதனுக்குப் பொறந்திருக்குற ஆம்புளப் பயலக்கொண்டு வரணுமுன்னு குடியானத்தல ஒத்தரவு போட்டாரு. கேட்ட நாள்பொழுதிருந்து ஒப்பாரி வச்சு அழுதுகெடக்குறா ஆதன் பெண்டாட்டி’ என்று சொல்லி முடித்தாள். நந்தன் வருகையை அறிந்து கொண்ட மக்கள் அனைவரும் நல்லசேதி கொண்டுவந்திருப்பானு வேகமாக வந்து அவனைச் சுற்றி அமர்ந்தார்கள். வீட்டிற்குள்ளிருந்த வஞ்சிக்கொடியும் சாத்தனும் வெளியில் வந்து நின்றார்கள். இருவரையும் பார்த்து ஆச்சரியப்பட்டு நின்ற மக்களிடம் முத்துக்கருப்பியிடம் சொல்லியது போல், ஒன்றுவிடாமல் சொல்லிமுடித்தார் நந்தன். நல்லசேதி வரும் என்ற ஆர்வத்துடன் இருந்த மக்கள் தங்களுக்குள், நந்தன் தம்பிக்குப் பெண் தேடத்தான் போய்வந்திருக்கிறான் என்று பேசிக்கொண்டார்கள். ஏமாற்றம் அடைந்த மனநிலையோடு நின்றனர். அதிலும் ஆதன் மிகுந்த மனவேதனை அடைந்தான். நடக்கும் மூன்றாம் நாள் திருவிழாவில் பிறந்து நான்கே மாதங்களான தன் குழந்தை கழுமரம் குத்திக் கிழிபடப் போவதை நினைத்துக் கதறி அழுதான். ஒட்டுமொத்த நாகப்புறஞ்சேரியே அழுதுபுலம்பியது.

நந்தன், ‘ஆதா, அழுவாதடா நல்லசேதி வரும், கண்டங்கோடாங்கி நம்ம கொலத்த கைவிடமாட்டான், அக்கினிவீரன் காத்து நிப்பான், பயப்பெடாதடா’ என்று தேற்றினான். நம்பிக்கை இழந்த மக்களைப் பார்த்து, ‘எம்மக்கா மெய்யாலும் அக்கினிவீர சாமி ஆண, இந்த பூமிகடக்க எக்காலமும் அழைப்பேன், எங்கூட வந்து சேருங்க’ என்றான். கூட்டத்திலிருந்த முதலி ‘ஏஞ் சாமீ ஒம்புறம் எச்சாமப் பொழுதும் வந்து நிப்போம்’ என்று கூறினான். மக்கள் அவரவர் வீட்டிற்கு சடலங்களாக நடந்து சென்றார்கள்.

விடிகாலைப் பொழுதில் குடியானவர்கள் இருப்பிடங்கள் விழாக்கோலம் பூண்டது. கிழக்கு மேற்குப் பகுதிகளில் விரிந்து கிடக்கும் விசாலமான வீடுகளில் திருவிழா காணவந்த சொந்தங்களின் சிரிப்பொலிகள். குடியானவர்களின் மூத்தபிறப்பன் விழாக்களுக்கான வேலைகளைக் கட்டளையிட்டுக் கொண்டிருந்தார். கடைசி மூன்றாம் நாள் திருவிழாவிற்கான கழுமரத்தைத் தச்சர்கள் மலையிலிருந்து வெட்டிக் கொண்டுவந்து கழுவன் பாறையில் சேர்த்தார்கள். வயதான தச்சன் மரத்தைச் சோதித்து அதன் நுனிப்பகுதி கூர்மையாகவும் கடைப்பகுதி அகலமாகவும் இருக்கும்படிச் செதுக்கத்

தொடங்கியபோது, 'தனக்கு விரைவில் சாவுவந்து சேர வேண்டும்' என்று மனதிற்குள் சொல்லிக்கொண்டான்.

நாகப்புறஞ்சேரி பறக்குடிகள் பட்டும் படாமலும் நடந்து கொள்ளத் தொடங்கியதைக் குடியானவர்கள் உணரத்தொடங்கிய நாளில் இருந்தே, அவர்கள் மேல் ஒரு கண் வைத்துக் காவல் செய்வதற்கும் ஆட்களை நியமித்திருந்தார்கள். திருவிழாக் காலங்களில் கடுமையாகக் கண்காணிக்கப்பட்டார்கள். நாகப்புறஞ்சேரியை விட்டு ஓடிப்போக மாட்டோம் என்ற சத்தியத்தையும் குடியானவர்கள் ஒவ்வொரு பறக்குடி மகனிடம் வாங்கியிருந்தார்கள். இரவுநேரங்களில் நாகப்புறஞ்சேரிக்குள் குடியானவர்களின் இளைஞர்படையினர் வந்துபோய்க்கொண்டிருந்தனர். இவைகளையும் தாண்டி தண்டோரா போடும் ஊர்ச்சாம்பான் மெய்யனிடம் 'கழுமரம் ஏத்தலேனா, சாமிகுத்தம் ஆகிப்போடும், நோய் நொடி வந்து வெள்ளாம வெளையாம பஞ்சமுண்டாகி, சாதி சனம் அத்தனையும் மாண்டுபோம், வருசமொரு உசுர கழு ஏத்தணும், கழுவேத்த உடம்படா பறக்குடிகள கழுமரக்கம்புல கட்டிவச்சு தெண்டன உண்டாகுமுன்னு சொல்லிப்புடு' என்று சொல்லி தண்டோரா போடச்சொன்னார்கள்.

முன்னொரு காலத்தில் மூன்றாம் நாள் கழுவேத்த நிகழ்வில், முத்துச்சாம்பான் தனக்குப் பிறந்த ஆண்குழந்தையின் மீது அதீத பாசங்கொண்டதால் கழுவேற்ற தரமறுத்து ஊரைவிட்டு ஓடமுயற்சித்தான். குடியானவர்கள் அவனைப் பிடித்து கழுமரத்தில் கட்டி வைத்து இரவு முழுவதும் அடித்ததில் அந்த இடத்திலேயே இறந்து போனான். குழந்தையைக் கையில் ஏந்தியபடி செத்துக்கிடந்த கணவனின் மேல் அழுது புலம்பிய ஆதம்மாவும் மாண்டுபோனாள். கதறியபடி கிடந்த கைக்குழந்தையைக் கழுவேற்றம் செய்வதை இப்போது நினைத்துப் பார்த்தாலும் நாகப்புறஞ்சேரி மக்களின் ஈரக்குலையே நடுங்கும். இதனால், பறக்குடியில் பிறக்கும் முதல் ஆண்குழந்தைகளைக் கொஞ்சுவதோ, சீராட்டிப் பாராட்டுவதோ கிடையா. நாகப்புறஞ்சேரியில் அப்படி யாரேனும், தங்களுக்குப் பிறந்த முதல் ஆண்குழந்தையைக் கொஞ்சி மகிழ்ந்தால், 'கழுமரத்துலே காக்கா தின்னப்போற சீவனுகென்னே சீராட்டு' என்று திட்டித் தீர்ப்பார்கள்.

திருவிழாவின் முதல்நாளில் குடியானவப் பெண்கள் குளித்து முழுகி வீடுகள் தோறும் கோலமிட்டு மேற்கூரையில்லாது பெரிய கருங்கல்லில் சிலையாகி நிற்கும் அம்மனுக்குப் பொங்கல் வைத்து சாமிகும்பிட்டனர். குடியான இருப்பிடங்களின் முக்கியப் பகுதிகளில் தீப்பந்தங்கள் ஏற்றப்பட்டன. கோவில் வாசலின் முன்பாக தீப்பந்த வெளிச்சத்தில் இளம்பெண்களும், வயதான குடியானச்சிகளும் கும்மி

அடித்துக்கொண்டிருந்தனர். கும்மி ஒலி நாகப்புறஞ்சேரிக்குள் அழுது கொண்டிருக்கும் ஆதன் மனைவிக்கும் கேட்டது.

இரண்டாம் நாள் திருவிழாவிற்கான ஏற்பாடுகள், குடியானவர்கள் தெருவில் தடபுடலாக நடந்து கொண்டிருந்தது. சாமி உத்தரவு கொடுத்து, கண்டன் கோடாங்கி நாகபுறஞ்சேரிக்கு வந்துவிட்டார். நந்தனின் வீட்டில் இருந்த தனது தங்கையின் நெற்றியில் விபூதி பூசிவிட்டு, மைத்துனன் சாத்தனிடம் நலம் விசாரித்துவிட்டு, திண்ணையில் உட்கார்ந்தார். நல்லசேதி ஏதும் கொண்டு வந்திருப்பாரோ என்ற ஏக்கத்துடன் நின்றிருந்த நந்தனிடம், 'ஏங் கம்பளத்துப் பேய்க ஒத்தரவு கொடுத்துருச்சு, இந்தராப்பொழுது, நாளப்பொழுது கழுவேத்தம் மின்னாடி இந்தநா சாமத்துல தெக்கால பயணப்படுறோம். கெழவன் கெழவிகள விட்டுடணும், இப்பயணெப்பாட்டு, அவிகளுக்கு தெரியவிடக்கூடாது. வெடலகளயும், காளகளெயும் பயணெப்பாட்டுக்கு ஆயத்தமாக்கும். பயணெப்பாட்டுல செம கொறச்சே இருக்கோணும் மச்சான்' என்று கூறினார். நந்தனுக்கு என்ன சொல்வதென்று தெரியவில்லை. கண்டனைப் பார்த்து கண்கலங்கி நின்றார். 'எங்கொலங் காக்க வந்த கண்டெனே' என்று காலில் விழுந்து எழுந்தார். தங்கை கையால் சமைத்த வரகரிசிச்சோறையும், கத்தரிக்காய் புளிங்கறியையும் கண்டன் கோடாங்கியோடு வீட்டில் உள்ள அனைவரும் சாப்பிட்டு முடித்தனர். நந்தன் முத்துக்கருப்பியிடம் 'தாயீ, கமுக்கமாப் போயி பயணெ சோலிக்கு மக்களெ ஆயத்தப்படுத்து' என்றார். திண்ணையில் கண்டன் கோடாங்கியும், நந்தனும் உட்கார்ந்து வெற்றிலைப் பாக்குப் போட்டுக்கொண்டு, பயணத்திற்கான முன்னேற்பாடுகள் குறித்த திட்டங்களைப் பேசிக்கொண்டிருந்தனர்.

நாகப்புறஞ்சேரியில் இன்றுதான் மகிழ்ச்சி வந்து நிற்கிறது. பயணப்படுகிற செய்தியை முத்துக்கருப்பியிடம் அறிந்த மக்கள், கண்டன் கோடாங்கியைப் பார்க்க ஓடோடி வந்தனர். தன்னைப் பார்க்க ஓடிவந்த மக்களைப் பார்த்து, 'ஏம் மக்கா, கண்டத சொல்ற கண்டங்கோடாங்கிய நம்பியே இருங்கோ, நடுநிசிச் சாமத்துல, தெருவெளிகள்ளே எரியும் தீப்பந்தங்களெ அணைக்க வேணாம், நா மின்னே போறேன், எம்பின்னே வாங்க' என்று கூறினார். மக்கள் எல்லோரும் தெய்வ அருள்பிடித்து நின்று, திகைத்துப் போய் நின்றனர். கண்டன் காலில் விழுந்து ஆசிபெற்று விபூதி வாங்கிக்கொண்டனர். பயணத்திற்கு ஆயத்தமாக வீடுகளுக்குச் சென்றனர். ஆண்கள் பெண்கள், குழந்தைகள் அத்தனையும் தங்களுக்குத் தேவையானவற்றை மட்டும் எடுத்துக்கொண்டு நடுச்சாமப் பொழுதிற்காக காத்துக் கொண்டிருந்தனர்.

இரண்டாம் நாள் திருவிழாவில் கழுவன் சாமியை அழைத்துக் கழுவேற்றம் செய்யும் சயனம் கேட்கும் நாளாகும். சயனம் கேட்பதற்கான வேலைகளில் குடியானவர்கள் ஈடுபட்டுக் கொண்டிருனர். கழுவன் உத்தரவு கொடுத்தவுடன் மூன்றாம் நாள், நாகப்புறஞ்சேரியிலிருந்து, அந்த வருடத்திற்கு நியமிக்கப்பட்ட ஆண்குழந்தையைப் பறக்குடியினருள் வயதான ஆண்கள் கொண்டு வந்து மலைக்குறவனிடம் கொடுப்பார்கள். அப்பொழுது, குழந்தையின் தாய், தந்தை அவர்களது உறவினர்கள், பறக்குடியினர் வருவதில்லை. காலங்காலமா கழுவேற்றம் செய்யும் வேலையை மலைக்குறவன் செய்து வருகின்றான். ஊர் பெரும்பாறையின் புறத்தே அமைந்துள்ளது மலைக்குறவனின் வீடு. கழுவேற்றம் செய்யும் நாளன்று மலைக்குறவனுக்கு வேண்டிய மரியாதைகள் செய்யப்படும். கூர்மையான கழுமர நுனியில் குழந்தையின் ஆசனவாயை வைத்து மலைக்குறவன் அழுத்துவான். அப்படி அழுத்தும்போது, குழந்தை வீறிட்டு அழுகும். மலைக்குறவன் அருள்வந்து ஆடுவான். அவன் மீது திருநீற்றை அள்ளி வீசுவார்கள். குழந்தையின் சீவன் சற்று நேரத்தில் அடங்கிவிடும். மலைக்குறவன் மயக்கம் தெளிந்து இயல்பான நிலைக்கு வருவான். கழுவன் பாறையில் நடக்கும் இத்திருவிழாவில், குடியான்வப் பெண்களும் சிறுவர் சிறுமிகளும் அனுமதிக்கப்படுவதில்லை. இறந்த குழந்தையின் பிண்டத்தை நான்காம் நாள் இறக்கி ஈமக்காரியைகள் செய்து அடக்கம் செய்வதற்கு நாகப்புறப் பறக்குடியினருள் ஆண்கள் மட்டும் வருவார்கள். பறக்குடிப் பெண்கள் குடிகளின் மையத்தில் மாரடித்து ஒப்பாரி வைப்பார்கள். சாயங்காலம், நாகப்புறஞ்சேரிப் பறக்குடியினர் அனைவரும் ஓடையில் நீராடி, கோவங்கீரையை வேகவைத்து, கஞ்சி காய்ச்சி அனைவரும் பருகுவார்கள். அடுத்த நாள் பறக்குடியினர், குடியானவர்களுக்கு பணிவிடை செய்வதற்கும், இயல்பான வாழ்க்கை நிலைக்கும் திரும்பிவிடுவார்கள்.

பொழுது சாய்ந்தது. நாகப்புறஞ்சேரிக்குள் வந்த வயதான ஆதிச்சாம்பான், கழுவேற்றம் செய்வதற்கு கழுவன் சாமி உத்தரவு கொடுத்துவிட்டதாகவும், கழுமரம் ஊன்றப்பட்டதையும், நந்தனிடம் வந்து கூறினான். நந்தன் 'காலங்காலமா கொடுத்த ஆண்உசிரு பலியை நிறுத்தினா தெய்வக் குத்தமாகாதா நம்ம குலத்தெ சாமி கருவறுக்காதா' என கண்டன் கோடாங்கியைப் பார்த்து கேட்டான். கண்டன் கோடாங்கிக்கு அருள் வந்து ஆடியபடி, 'டே மக்கா, ஆண் உசிரு தானடா சாமிக்கு வேணும், அந்த கூவுற சாவல கொண்டு வாங்கடா, நாபோயீ கழுவேத்தி வாரேன்' என்று கூறிமுடித்தார். கண்டன் கோடாங்கியின் அருள்வாக்குச் சத்தம் கேட்டு, பறக்குடி மக்கள் அனைவரும் ஒன்று சேர்ந்தனர். வந்திருந்த மக்கள் அனைவருக்கும் விபூதி அடித்து ஆசீர்வழங்கினார் கண்டன்

கோடாங்கி. சாத்தன் நல்ல உயரமாக வளர்ந்த கூவும் சேவலைக் கொண்டு வந்து, வேப்பமரத்தடியில் கட்டிவைத்தான். குடிகள் தோறும், தீப்பந்தங்கள் ஏற்றப்பட்டன.

ஆதனின் மனைவி படுத்த படுக்கையாக் கிடந்தாள். கண்டன் கோடாங்கி விபூதியை எடுத்து அவளுக்கும் குழந்தைக்கும் ஆதனுக்கும் இட்டு ஆசிர்வதித்து, 'ஓம் புள்ளதான் கழுமரம் ஏறாக் கடைசிக்காளே' என்று உணர்ச்சி பொங்கப் பேசினார். அதுகேட்டு படுக்கையிலிருந்து, துள்ளி எழுந்து, உட்கார்ந்தாள். பட்டியில் கட்டிக்கிடந்த ஆடுகளும், மாடுகளும் வித்தியாசமான ஒலி எழுப்பிக் கொண்டிருந்தன. நாகப்புறஞ்சேரி நாய்கள், திசைகள்தோறும் பார்த்துப் பார்த்துக் குரைத்துக் கொண்டிருந்தன. நாகப்புறஞ்சேரியில் வயதான கிழவன் கிழவியைத் தவிர அனைவரும் மையப்பகுதியில் அமர்ந்து பேசிக்கொண்டிருந்தார்கள். நாய்களின் சத்தம் அடங்கிய நடுச்சாமப் பொழுது வந்தது. மக்கள் அனைவரும் ஒன்றுகூடி அமைதியாக இருந்தனர். குழந்தைகள் தாய்மடிகளில் தூங்கியிருந்தனர். சிறுவர் சிறுமிகளைத் தூங்கவிடாமல் பார்த்துக் கொண்டிருந்தார்கள். வேப்பமரத்தில் கட்டப்பட்ட சேவலை அவிழ்த்து சேவலின் மீது ஈரத்துணியைப் போட்டுக்கொடுத்தான் சாத்தன் நந்தனிடம்.

கண்டன் கோடாங்கிக்கு அருள்பிடித்தது. சேவலை வாங்கிக்கொண்டு, 'எம் மக்களே, கழுமரப் பலியா சேவல நிறுத்தி வாறேன்' என்று கூறியபடி, கழுவன் பாறையை நோக்கி ஓடினார். நந்தனும் சாத்தனும் பின்னால் ஓடினார்கள். இருட்டு, கல், மண், முள் எதுவும் பார்க்காமல், கழுவன் பாறையை அடைந்தபொழுது கண்டன் தன் கையில் வைத்திருந்த சேவலின் கழுத்துப் பகுதியை இறுகப் பிடித்துக் கொண்டே, கழுமரத்தின் நுனிப்பகுதியில் வைத்து, அழுத்தியபோது, சேவல் துள்ளியது. அதன் சீவன் அடங்கும்வரை சேவலின் கழுத்தை விடாமல் பிடித்துக்கொண்டிருந்தார். சற்றுநேரத்தில் சேவல் கழுமரத்தில் தொங்க ஆரம்பித்துவிட்டது. சேவலின் இறப்பை உறுதி செய்த அடுத்து, கணநேரம் தாமதிக்காமல், நாகப்புறஞ்சேரி நோக்கி ஓடிவந்தனர்.

கண்டன் வருகையை எதிர்நோக்கிக் காத்திருந்த மக்கள், மூச்சிரைக்க வந்த மூவரையும் கண்டவுடன், அடுத்து என்ன நடக்கப் போகிறதோ என்ற பதட்டத்துடன் இருந்தனர். 'எம் மக்கா தடபோடும் கழுவனுக்கு கூவுற சேவல பலியிட்டாச்சு, எதிரே வந்து நிக்கும் பேய்களெல்லாம், கட்டளயிட்டு கட்டிப்போடுறேன், எம்மக்கா நீங்க எல்லாரும் தெக்குச்சீமை நோக்கி பயணெப்படுங்க,' என்று அருள்கூறியதோடு, தனது வாயில் துணியைக்கட்டி, வடக்குமுகமாக அமைதியாக வணங்கி நின்றார். பின்னர், வாயில் கட்டியிருந்த துணியை எடுத்துவிட்டு அருளுடன் முன்நடந்து சென்றார். மக்கள்

அனைவரும் கண்டன் பின்னால் அந்தப் பொட்ட இருட்டில் குழந்தைகளைத் தோளில் தூக்கிப்போட்டுக் கொண்டும் தூங்கி விழும் பிள்ளைகளை வம்பாக இழுத்துக் கொண்டும், நாகப்புறஞ்சேரியை விட்டு வயக்காட்டிற்குள் இறங்கினர். கோவென்று பெண்கள் எல்லோரும் அழுதார்கள். அழுகைச் சத்தம் கேட்டு, குடியானவர்கள் வந்துவிட்டால் திட்டங்கள் எல்லாம் வீணாகிப்போய்விடும் என்பதை உணர்ந்தவுடன் வாய்களைப் பொத்திக் கொண்டு அழுதபடி வேகவேகமாக நடந்து போனார்கள். தங்களுக்குப் பின்னால், குடியானவர் இளைஞர் படையினருள் யாரேனும் வருகிறார்களா என்பதை நந்தனும், சாத்தனும் பார்த்துக் கொண்டே வந்தார்கள். புதிதாகத் திருமணம் முடித்த வஞ்சிக்கொடியாள், அண்ணனின் பின்னால் சென்று கொண்டிருந்தாள். ஆதனின் மனைவி, நாளைய திருவிழாவில் கழுமரத்தில் சாகவிருந்த தனது குழந்தைக்கு உச்சிமுகந்து முத்தங்களைப் பொழிந்து, வானத்திற்கும் பூமிக்கும் இடையில் பறந்து செல்வதுபோல் ஆதனுடன் நடந்து சென்றாள்.

சாமம்போய் கோழி கூவியபோது, சோழநாட்டின் கண்டியூர் பகுதிக்கு வந்துசேர்ந்தார்கள். மக்களின் களைப்பு நீங்கவும் பசியைப் போக்கவும் குளங்களை ஒட்டிய பகுதிகளில் தங்கி ஓய்வெடுத்தார்கள். கைகளில் கொண்டு வந்த சோளம், கம்பு, கேழ்வரகுகளைத் துணியில் கொட்டி குளத்து நீரிலேயே ஊறவைத்து, கையளவு எடுத்து எல்லோரும் உண்டு, பசியைப் போக்கிக் கொண்டனர். காவிரியின் கொள்ளிடம் வந்தடைந்தனர். காவிரி ஆற்றில் வெள்ளம் கரைபுரண்டு ஓடிக்கொண்டிருக்கிறது. கண்ணிற்கு எட்டிய தூரம் வயல்வெளிகள். நடவுசெய்யப்பட்டு களையெடுக்கும் பக்குவத்தில் நிற்கின்றன நெல். கரையை ஒட்டி பலவிதமான மரங்கள் அணிவகுத்து நிற்கின்றன. காவிரி ஆற்றைக் கடக்க முடியாமல் மக்கள் திகைத்து நின்றனர். அருள்வந்த கண்டன், 'ரெண்டு கம்பைப் பேய்களா, ஓம் மக்களே காத்து நிக்ககோணும்' என்று ஆவேசமாகக் குலலெடுத்துப் பாடினார். தென்கரையில் நின்றிருந்த மரங்களுள் வானளவிற்கு உயரமாக வளர்ந்து கிடந்த வன்னிமரம் ஒன்று காவிரி ஆற்றுக்குள் வளைந்து ஒடிந்து விழுந்தது. மக்கள் அனைவரும் வன்னிமரத்தில் ஏறி தென்கரைக்கு வந்துசேர்ந்தனர். அதற்குள் துப்பறிந்த குடியானவர்கள் 'புடிடா புடிடா, வெட்டுடா' என்று சத்தமிட்டார்கள். வடகரையில் நின்று கொண்டிருந்த வன்னிமரத்தை குடியானவர்களுள் ஒருவன் வெட்டிவிட்டான். எல்லோரும் ஏறவரும்போது வன்னிமரம் தண்ணீரில் அடித்துச் சென்றது. நந்தன் வம்சம், கண்டன் தலைமையில் பாண்டிச்சீமை நோக்கிப் பயணத்தைத் தொடங்கியது.

20. காளிக்கூத்து

கார்த்திக் புகழேந்தி

மேளச் சத்தத்தின் உக்கிரம் கூடியிருக்க, ஆதாளி வந்த அம்மை ஒரு பாடு ஆட்டம் ஆடித் தீர்த்துக் கொண்டிருந்தாள். மஞ்சள் சீலையின் சிவப்பு முந்தியை வாயில் கவ்விக்கொண்டு, அங்கும் இங்கும் அசைந்து ஆடும் கழுத்து மாலை காலடியில் சிந்திச்சிதற, ஒருகையில் வெங்கலத் திருநீத்துச் சட்டியும், மறுகையில் வேப்பிலைக் கொத்தும், கண்ணிரண்டில் அருளும் வந்திறங்கி நின்ற நிலையிலேயே உடல் அதிர 'யேய்...' என்று ஒரு அதட்டுதான் கொடுத்திருந்தாள். அம்மையின் கர்ணத்தைப் புரிந்த வாக்கில் கொட்டுக்காரர்கள் அடியை நிறுத்திப் பிடித்திருந்தார்கள்.

ஆடியும் சித்திரையும் வந்துவிட்டால் போதும். எங்கள் வீட்டுக்கோவிலைச் சுற்றி விரிந்திருக்கும் ஒவ்வொரு தட்டிக்காலுக்கும் ஒரு வெள்ளாட்டுக்குட்டி மாலை சூடி, குலைகளை மென்றுகொண்டே நிற்கும். அதுநாள்பட்டு என்னென்ன மன வேண்டுதல் எல்லாமோ வைத்துவிட்டுப் போயிருந்த சனங்கள் வண்டி கட்டிக்கொண்டு வந்திறங்கியிருக்கும். பொங்கல் சட்டி அடுப்புக்கு தட்டாம்பாறைக் குழியில் கல்வெட்டி எடுக்கும் வேலையை ஆம்பளையாட்கள் தொடங்க, பொம்பளைகள் சாரைவாரியாக தண்ணிக் குடத்தோடு குழிப்பாதைக்குள் இறங்கி ஏறுவார்கள்.

ஆச்சிக்கு மூத்தார்தான் இந்தக் குடிலை எடுத்து வேய்ந்திருக்க வேண்டும். அவர்களுக்கும் முன்னவர்கள் இந்தக்காளித் தெய்வத்தைப் பூசணை கொடுத்துக் கும்பிட்டு வந்திருக்கிறார்கள். அப்போது காளி அடுப்பளவு சின்னதாகவும், பலி விடும் பீடம் ஒரு கஞ்சித்தொட்டி அளவுக்குப் பெரியதாகவும் இருந்திருக்கிறது. குடிலைச் சுத்தியும் பந்தல் போட்ட போதெல்லாம்கூட கோவிலுக்கு ஒரு கைப்பிடிச் சுத்துச்சுவர் இருந்ததில்லை. கல்கட்டு, நடை, படி எதுவும் இல்லாத வெட்டவெளி வெயிலில் காந்தும் அக்கினிகாளி.

இன்றைக்கு அருள் வந்து அம்மை ஆடுவதற்கு முன்னெல்லாம் ஆச்சிக்குள்தான் காளி இறங்கும். சுதியேற ஏற அடித்து முழக்கும் கொட்டுச் சத்தத்துடன் சுழண்டடித்து கிழக்கும் மேற்கும் கால் வீசி சலங்கை கட்டி ஆடும். ஆடி முடித்து அருள் சொல்லி அடங்கியதும் ஒரே பித்தளைக் கும்பா முழுக்க வழிந்து ஒழுகும் நீத்துப்பாகத்தை

ஒரே மடக்காகக் குடித்து விழுங்கும். அந்த நேரத்தில்தான் கும்ம வயித்து வலியெடுத்த பொட்டச்சிப் புள்ளைகளை அவரவரது வீட்டாள்கள் கொண்டு வந்து ஆச்சியின் காலடியில் கிடத்துவார்கள். கண்கொண்டு கண்டதைப்போல் ஆச்சி காளியாக நின்று அருள்வாக்கு உதிர்ப்பாள்.

“எம்மோவ்.. நின்னா நடந்தா புள்ள உசுருபோகத் துடிக்கா. ரவைக்குத் தூக்கமில்ல. ஈருக்குச்சியா எம்புள்ள மெலிஞ்சி போறத நெதமும் கண்கொண்டு பாக்க நெஞ்சு கொடையுது. நீ என்ன கேக்கியோ அதக் கொண்டுவந்து உங்கோவிலடியில கொட்டுதேன். நீதாம் எம்புள்ளைக்க வயித்து வலியத் தீத்து நல்ல வழி காம்பிக்கணும்..”

“என்னத்தல கொண்டாருவ.. பச்ச ரத்தம் குடிச்ச பாவி. நீ செஞ்ச பாவமில்லா இந்தப்பிஞ்சு உசுரப்படுத்தி எடுக்கு. வங்கொலயா கெடந்து கதறுனாளே.. ஓம் ஒடம்பொறந்தவ.. அவள கருவறுத்திருக்கியே அது நாயமா? ஏஞ்சொல்லுக்குக் கட்டுப்பட்டுக் கெடந்தாலும், அவ பசிக்கி.. பசிக்கி.. கொண்டா.. கொண்டான்னு எங்கிட்ட உம்புள்ள உசுரல்லா கேக்கா.. கொடுத்துரவா?”

“எம்மா தாயி.. உங்காலடியில விழுந்து கெடக்கேன். எம்புள்ளய மட்டும் வுட்டுரச் சொல்லு. அவ நெழலுக்கும் கொடப்புடிச்சு எம்பாவத்தக் கழுவுறன்.”

“ச்சீ எந்திரிரா.. இப்பச் சொல்லுதேன் கேளு. தெக்காலயும் வடக்காலயும் காத்தடிக்கும் தெரட்டு மேட்டுல ஒன்னால செத்த ஒந்தங்கச்சிக்காரி ஒத்தக்கல்லா நிக்கா. அங்க அவளுக்கு ஒரு பூடம் எழுப்பு. கெழம தவறாம வெள்ளி செவ்வா வெளக்குப்போடு. சித்திரைக்கு மூணாம் சனிக்கெழம சாமக்கொட குடுத்து கெடாவெட்டி ரத்த பலி குடு. கேட்டியா... ஒருகோட்ட நெல்லக்குத்தி பச்சரிசிச்சோறாப் படையல் போடு. படப்புச் சோத்துல ஒரு பருக்க நீ திங்கக்கூடாது. பந்தப்போட்டு எல விரிச்சு ஊரக்கூப்புட்டு ஒக்கார வச்சிப் பரிமாறு. உம் புள்ள உசுருவலி உருவுன சுளுக்கா போயிரும்.”

“நீ சொன்னத ஒன்னு வுடாம செஞ்சிருதெம் தாயீ. எம்புள்ளய மட்டும் நீ உட்டுராத..”

• • •

ஆச்சியின் அருள்வாக்குகளும் தெறித்து விழும் கட்டளைகளும் காளியின் உக்கிரத்துக்குக் கொஞ்சமும் குறையில்லாதது. அவளது துடிக்கும் உடம்பும், கனன்றெரியும் கண்களும், வெட்டின ஆட்டின் துடிப்புக்கும் கொள்ளாமல் ஈரக்கொலையை ருசிக்கும் ஆவேசமும் எந்தச் சண்டியனையும் ‘கெதக்’ கென மருள வைத்துவிடும். செய்த

குத்தத்தைச் சாமியே வந்து கேட்டாலும் ஒத்துக்கொள்ளாதவர்கள் கூட காளி ரூபங்கொண்டு அவள் அதட்டும்போது, எதிர்த்து ஒரு வார்த்தை சொல்லிவிட முடியாதபடி தெய்வ வாக்கு அவளிடம் குடிகொண்டிருந்தது.

நாளும் கிழமையும் தள்ளி ஒருநாள் காளியின் சொரூபம் ஆச்சியிடமிருந்து விலகி அம்மை மீது வந்திறங்கியது. அம்மையின் உடற்பூச்சும் வாசனையும் காளிக்குப் பிடித்துக்கொண்டது. கொட்டு மேளம் கொட்ட ஆரம்பித்த சாயங்காலத்தில் தட்டாம்பாறைக் கல்குழி கரையடியில் தண்ணிக்குப் போன அம்மை அங்கிருந்து ஈரப் பாவாடைச் சொட்டச்சொட்ட ஒரே மூச்சாய் சன்னதமெடுத்து ஓடிவந்து கோவிலடி முன்னால் மண் தெறிக்க ஆடினாளாம். ஆட்டத்தின்போது அம்மை பிடித்த ஒவ்வொரு அடவிலும் ஆச்சியின் அதே ஆவேசம்.

இனிய காளியாயி தன் மீது இறங்க மாட்டாள் என்று ஆச்சிக்குப் புரிந்துபட்டது. தன் நாலு பெண் மக்களில் நடுவாந்திரமாகப் பிறந்த அம்மையையே தனக்குப் பிறகு அடுத்த வாரிசாக்கி கோவிலுக்கென நேர்ந்துவிட்டது.

அம்மைக்குள்ளும் ஆசாபாசங்கள் நிறைய இருந்திருக்கிறது. கல்குழியின் வேலியோரத்து தாழம்புதரில் கொத்துக் கொத்தாய் சுருண்டு கிடக்கும் பாம்புக் குட்டிகளை உதிர்த்து, தொரட்டியால் சுண்டிப் பறித்த தாழம்பூ வாசனை மேல் அவளுக்குச் சொல்ல முடியாத கிறக்கம் உண்டு. ஊருக்குள் மல்லாந்து நின்று கொண்டிருந்த பொத்தைகளையும் பாறைக்குழிகளையும் வாகுவாகாய் வெடிவைத்துப் பிளக்கும் கம்பசர் வண்டிக்காரர் ஒருத்தரை விபரம் புரிந்து கலியாணமெல்லாம் கட்டிக்கொள்ள ஆசைப்பட்டிருக்கிறது. ஆனால் காளி சொரூபம் அவள் என்று ஆச்சி தலையிட்டு அம்மையை ஒருகட்டுக்குள் கட்டி வைத்துக்கொண்டுவிட்டாள்.

இருந்தும் அம்மையின் பத்தொன்பதாம் வயதில் ஐயாவோடு அவளுக்குக் கலியாணம் நடந்தது. காலங்களில் வயல்வேலைகள், வெள்ளாட்டுச் சேர்மானம், எண்ணெய் பிண்ணாக்கு வியாபாரம் என்று ஐயா அவர் சுத்துக்குள் சுத்தி வந்துகொண்டுதானிருந்தார். ஆணும் பொண்ணுமாக ரெண்டு பிள்ளைகள் பிறந்த கொஞ்ச வருசத்திலே ஐயாவைப் பொட்டல் நாகம் தீண்டி ஒருகால் நரம்பு முழுக்கச் சுண்டி வெடித்து வாகடம் பார்க்காமல் அப்படியே ஒரு மூலையில் இருந்துவிட்டார்.

ஐயா ஒடுங்கியதும் அம்மைக்குக் காளியும் சன்னதமும் என்று காலம் பழையபடி சரிபட்டு வந்தது. அருள்வாக்கு குறி கேட்டு நிறைய சனங்கள் பழையபடி குவியத் தொடங்க, வந்த வரும்படியில்

கோவிலடிக்கு மேல்சுவர் எழுந்தது. வாசலில் சூலம் குத்தி வைத்திருந்த இடத்தில் சிம்மக்கல் பீடம் நட்டு பூசனை சாமான்களில் சிலது புதுசேறியிருந்தது. குடும்பமாய் வந்து பொங்கல் விட்டுப் படைக்கிறவர்களுக்குக் குளிக்கக் கொள்ள மறைவு ஒன்று குடிலுக்குப் பின்னால் ஏற்படுத்தப்பட்டு பக்கத்திலே சிமெண்டுத் தொட்டியும் கட்டி முடித்திருந்தாள்.

தாக்கீதுகளோடு வந்து ரெண்டு மூணு நாள் கோவிலிலே தங்கியிருந்து போகும் வெளியூர் சனங்கள் சிலபேர் குடிலின் தார்சாவில் துண்டையும் கோணியையும் விரித்து படுத்துக்கிடந்த வகையில், ஐயாவுக்கு ஒதுக்கப்பட்டிருந்த கட்டில் அவ்வப்போது அவரிடமிருந்து பறி போக வேண்டியிருந்தது. பாறைத் திட்டுக்கு மேல் ஒத்தையில் நிற்கும் நீர்முள்ளி மரத்தடி நிழலில் போய் படுத்துத் தூங்கி எந்திரித்து வந்தவர், ஒருநாள் வீட்டுப்பக்கம் சாப்பாடுக்கும் கூடத் திரும்பாமல் இருந்தார். அம்மையும் அவரை அவர் போக்கில் விட்டுவிட ஐயா ஒருநாள் காணமலே ஆனார்.

• • •

கல்குழி அணைக்கட்டு மாதிரி நிரம்பி வழிந்த மாரிக்காலத்தில் ஒருநாள் வெள்ளை வேட்டி ஆட்கள் சிலபேர் அம்மையின் பேரைச் சொல்லி விசாரித்துக் கொண்டே பிலசர் காரில் வந்திறங்கினார்கள். ஊரைச்சுற்றி உள்ள பழைய கோவில்கள் சிலதுக்கு துட்டு கொடுத்து இடிபாடுகளைக் கட்டிச் சரி செய்து கொடுப்பதற்காக அரசாங்கத்தில் இருந்து வந்திருப்பதாகச் சொன்னார்கள். கோவில் மேல்கூரையை எடுத்துக்கட்டி, வண்ணம் தீட்டிப் புதுசாகச் சிலை வைக்கவும், ஊர் கடைக்கோடிக்கும் கேட்கும்படி பாட்டுக்கேசட் குழாய் வைக்கவும் மேற்படிச் செலவுகளும் செய்து, மேற்கொண்டு ஆவதற்கு கோவில் பேரிலே அறக்கட்டளையும் ஆரம்பித்துத் தந்து, அச்சடித்த ரசீதும் போட்டுக் கொடுத்து விடுவோம் என்றார்கள்.

வந்தவர் விபரங்களை அம்மை ஆச்சியின் காதில் போய் சொன்னபோது அவள் விடாப்பிடியாக மறுத்துவிட்டாள். "அவ நம்ம காளியாயி. அவளுக்கு வேணுங்கத அவளே கேட்டு வாங்கிப்பா. எவனோ துட்ட கொண்டாந்து கொட்டுதான்னு அவள வித்து தின்ன நெனைச்சிராத." என்று அம்மையை வெருட்டி எடுத்துவிட்டது ஆச்சி. அம்பாசிடர்காரர்கள் வளைத்து வளைத்து மூணுமுறை நேரில் வந்து பேசி, கடைசியில் அம்மையைச் சம்மதிக்க வைத்திருந்தார்கள்.

எட்டே மாசத்தில் விறுவிறுவென கோயில் புதுசாகத் தலையெடுத்து விட்டது. மஞ்சள் காரையும் மத்தியான வெளிச்சமும் போட்டி போட்டுக் கொண்டு காளிக்கோவிலை சுத்தபத்தமாக்கிக் காட்டியது. வாசல் வைத்த சுற்றுச்சுவர். ரெண்டு நடை உயரத்துக்குக்

காளி பீடம். ஊதா நிற உண்டியலுக்கு அமுக்குப் பூட்டு, சுச்சைத் தட்டினால் மேளமடிக்கும் யந்திரக்கொட்டு முழக்கு. அம்மன் படம் அச்சடித்த பேப்பர் சீட்டில் குங்குமமும் திருநீறும் என்று காளிக்கோவிலின் வனப்பே மாறியிருந்தது.

கோவிலைக் கட்டியெடுத்த பிறகு வரப்போகும் முதல் சித்திரைக்கு இன்னும் நான்கு மாசம்தான் மிச்சமிருந்தது. கல்குழியில் தண்ணீர் பாதியளவுக்கு இறங்கியிருந்தது. அக்கம் பக்கத்து ஊரிலிருந்து செவ்வாய் வெள்ளி காளிக்கு விளக்குப்போட வரும் சனங்கள் எல்லோரிடமும், “இந்தச் சித்திரைக்கு சொந்தத்தார் சுகத்தார் எல்லார்த்தையும் கட்டாயம் பெரிய கும்பிடுக்குக் கூட்டிட்டு வந்துருங்க என்ன..” என்று ஒவ்வொரு முறையும் அழுத்தி அழுத்திச் சொல்லிக்கொண்டிருந்தது அம்மை. அவர்களும் தங்கள் பங்குக்கு ஆள் மாத்தி ஆள் சொல்லி கோவில் சிறப்பை ஊரூராய் கொண்டு சேர்த்துக் கொண்டிருந்தார்கள்.

• • •

பங்குனி விழுந்து ரெண்டாம் வெள்ளியில் பிலசர் கார் ஆட்கள் திரும்ப வந்து இறங்கியிருந்தார்கள். இந்தமுறை கூட ரெண்டு மூன்று கலர் வண்டிகளும் சேர்ந்திருந்தன.

அதிலிருந்து இறங்கினவர்களில் வெளுத்த முகமும் மீசை இல்லாத சவரமும் செய்திருந்த ஒரு பெரியவரைக் காட்டி நெல்லூர் பக்கத்தில் ஓட்டல் தொழில் நடத்திக் கொண்டிருப்பவர் என்று அம்மையிடம் அறிமுகப்படுத்தினார்கள். ரொம்ப நாளாய் கனவில் ஒரு பெண் வந்து அழுவதாகவும், தாழம்புதரும் தண்ணீரும் கெட்டிக்கிடக்கும் பாறைகளுக்கு நடுவில் தான் பசியோடு இருப்பதாகவும், ‘அங்கே எனக்குச் சாப்பாடு எடுத்துக் கொண்டு வா’ என்று தினமும் கேட்பதாகவும் விவரித்தார். “அறிந்தவர் தெரிந்தவர்களிடம் சொல்லி விசாரித்தபோது, உங்கள் கோவிலை இவர்கள்தான் அடையாளம் கண்டுபிடித்துச் சொன்னார்கள். வந்திறங்கிப் பார்த்தால் அப்படியே கனவில் பார்த்த முகம் இந்த சாமிக்கு..” என்றார்.

நெல்லூர் ஓட்டல்காரர் சொன்ன அடையாளங்கள் காளியாயிக்குப் பொருத்தும்தான் என்றாலும், அவளை நாங்கள் பசியோடு ஒருநாளும் வைத்திருக்கவில்லை என்பதாக அம்மையும் பங்கமில்லாமல் ஒரு பதிலைச் சொன்னாள். ஆனாலும் அந்தப் பதிலில் இருந்த கனிவைப் புரிந்து கொண்ட ஓட்டல்காரர், “இந்த அம்மனுக்கு ஒருவேளைப் படையலாச்சும் வைக்க எனக்கு வழி ஏற்படுத்திக் கொடுங்க” என்று இறங்கிப்பேசினார். அம்மை நேரே காளியாயிக்கு முன்னால் போய் பூவெடுத்துப் போட்டு அருள் கேட்டது. வெள்ளை வந்திருந்ததால் மனசு கனிந்து ஓட்டல்காரருக்கு

சித்திரை பெரிய கும்பிடுக்கு முன் கட்டளை ஏற்று நடத்த ஒப்புதல் தந்தது.

• • •

ஓட்டல்காரர் குடும்பம் தனத்தில் செழித்திருந்தது. செவெல் எனச் சிவந்த அவர் பொண்டாட்டியும் பிள்ளைகளும், வெறுங்காலும் நெற்றியும் தரையில் அழுந்த விழுந்தெழுந்து காளியாயியைக் கும்பிட்டார்கள்.

"நாகம் எங்கள் குலதெய்வம். அவளுக்கு ஒரு துளி பால் விட உங்க கோயில்ல ஒரு மூலையில் இடம் ஒதுக்கிக் கொடுக்க முடியுமா?" என்று ஓட்டல்காரர் பணிந்து கேட்டபோது, "சாமியில் உங்களுது எங்களுதுன்னு என்ன இருக்கு?" என்று அம்மையும் கோவிலடிக்கு வடக்கில் நாகத்தை வைத்துக்கொள்ளச் சொன்னாள்.

அந்தச் சித்திரையில் அதுவரை காணாத அளவுக்கு கோவிலில் கூட்டம் வெள்ளணை மாதிரி திமுதிமுத்திருந்தது. நீர்முள்ளி மரத்தடியில், வெட்டைப்பாறையில், தட்டிகட்டாத சந்தடிகளில், குடியிருப்புகளில், வயல் வரப்புகளில் எல்லாமும் கூட குடும்பங்கள் படுதா விரித்துச் சாத்தி காளியாயியைக் கும்பிட வந்துக்காத்திருந்தன. அன்றைக்கு ஒரு பகலில் மட்டும் நூற்று எண்பத்தோரு கிடாய் வெட்டு. கல்குழி பாதையெங்கும் ரத்தக் கவுச்சி. செக்கச் சிவசிவக்க அம்மை தடுப்பெடுத்து ஆடினாள். ஆயிரம் பேருக்கு மேல் குறிசொல்லி உதடு வெடித்திருந்தாள். கோவிலில் இருந்து கிளம்பிய அடுப்பாங்கரி மூட்டம் ஊரையே மறைத்திருந்தது. பொங்கலும் குலவையும் கொட்டுமேளச் சத்தமும் என காளியாயிக்கு வாநாள் காணாத கொடை.

• • •

"தப்பா எடுத்துக்காதீங்க. எங்க இஷ்ட தெய்வமா இந்த அம்மனை ஏத்துக்கிட்டாலும் நாங்க உயிர்ப் பலி கொடுக்கிறதில்ல. அதனாலேயே விழாவுக்கு நீங்க நேரில வந்து அழைச்சும் வரமுடியலை. இந்தாங்க என் காணிக்கை" என்று ஒரு துணிப்பை நிறைய ரூவாய்த்தாள் கட்டுக்களை அம்மையிடம் எடுத்து நீட்டினார் ஓட்டல்காரர். அம்மைக்கு கை விடைத்துவிட்டது.

"உங்க காணிக்கை எதுன்னாலும் அதை நீங்க காளிக்கே கொடுத்துடுங்க. எங்க கையில வேண்டாம்" என்றது அம்மை.

"சொல்றோம்னு வித்யாசமா பார்க்க வேண்டாம். எங்கெங்கயோ எப்படி எப்படியோ சிக்கல்பட்டு மாட்டி நின்றிருக்க வேண்டியவன் நான். இந்தக் கோவிலுக்கு வந்து, இந்த அம்மன் முன்னாடி நின்ற மறுபொழுதே என் எல்லா பிரச்சனைகளும் துரும்பு மாதிரி

காணாமல் போயிடுச்சு. இந்த தெய்வத்தை நீங்க இவ்வளவு வருஷம் பாடுபட்டுக் கட்டிக் காப்பாத்தி இருக்கீங்க. அதுக்காக என்னால முடிஞ்ச பங்களிப்பா இதை ஏத்துக்கோங்க. உங்களுக்கும் பிள்ளைங்க இருக்காங்களே. அவங்க படிப்புச் செலவுகளுக்கு உதவட்டுமே!" என்றார் ஓட்டல்காரர்.

அம்மை அந்தக்காசை வாங்கிவிட்டிருந்தது.

• • •

ஆறு பவுனில் ஆரம் ஒன்றும், ஐந்து பவுனில் காசுமாலையும், அதுபோக புது ஆளுயர சூலமும் ஏழெட்டு ஜவுளிப்பட்டும் கோயிலுக்கென வாங்கிச் சேர்த்தது அம்மை. "நம்ம பசியை அவளே தீர்க்கும்போது அவ தராம நம்ம தட்டுக்கு வர்றது எதுவும் நமக்கு ஒட்டாது" என்று அம்மை தெளிவோடு இருந்தது. எல்லாக் காசையும் கோவில் பேரில் இருந்த அறக்கட்டளைக் கணக்கில் சேர்த்து எல்லாவற்றுக்கும் ஓட்டல்காரர் பேரில் ரசீது போட்டு நானேதான் கணக்கு எழுதி வைத்தேன்.

சரியாக ரெண்டே வருடத்தில் ஆச்சிக்கு மேலுக்கு முடியாமல் பஞ்சணையில் விழுந்துவிட்டது. கோவில் காரியங்களை அம்மை ஒருத்தியால் பார்க்க முடியாமல் போக, வம்படியாக என்னைச் சாமி வேலைகளில் இழுத்து விட்டுத் தம்பியைப் படிக்க அனுப்பியது.

கோயில் அறக்கட்டளையில் ஓட்டல்காரரையும் ஒரு பொறுப்பாளராகச் சேர்த்துக்கொள்ள அம்மை முடிவெடுத்திருந்தாள். அன்னதானச் சொத்து, பொன் பொருள் கணக்கு வழக்குகளைச் சமாளிக்க அவரது உதவியும் அடிக்கடித் தேவைப்பட்டதால் அம்மை இந்த முடிவை எடுத்திருந்தாள். ஓட்டல்காரர் எந்த முகச்சுழிப்பும் இல்லாமல் கோவில் விசயங்களை தலைமேல் எடுத்துப்போட்டுக் கொண்டு செய்தார்.

கோவிலைச் சுற்றித் தளம் போடும்போது அவருக்கென்று நாகம் எடுத்துக் கொடுத்த இடத்திலே அன்னபூரணிக்கும் நாகபூஷணிக்கும் தெய்வம் எழுப்பி இச்சையோடு வழிபட்டு வந்தார்.

• • •

அவதியால் துடிக்காமல், அவசரமென்றும் அழைக்காமல் ஆச்சி நல்ல குளிரிரவில் பஞ்சணையிலே உயிரை விட்டிருந்தது. கோவில் கதவை இழுத்துச் சாத்திவிட்டு எல்லா பணிவிடையும் முடித்து தெற்கே உள்ள காட்டிலே கொண்டுபோய் ஆச்சியை அடக்கிவிட்டு வந்தோம். சித்தியும் பெரியம்மை பிள்ளைகளும் வந்திருந்தாலும் தம்பிதான் ஆச்சிக்கு முடி இறக்கினான். துட்டி விழுந்திருந்த பதினாறு நாளும் சாமி பூசையை நிறுத்தக்கூடாது

என்று வெளியாள் பூசகரை வரவழைத்துக் கொண்டு கோவில் காரியங்களை ஓட்டல்காரரே முன்னின்று கவனித்துக்கொண்டார்.

ஒவ்வொரு நாளும் காளியாயியைக் கட்டிச்சேர்த்து, “அம்மோ இன்னைக்கு நீ கட்டியிருந்த செகப்பு பட்டுல என்னம்மா இருந்த தெரியுமா.. எந்தக் கோவமும் இல்லாம பச்சப் புள்ளைக்கு தன்னோட பாலாடைய விலக்கி பாலூட்டுற தாய் மாதிரி உன் முகத்துல அவ்வளவு தெளிச்சி. சரம் சரமா பூ கட்டிவச்சி உன்ன அலங்காரம் பண்ணிப் பார்க்கத்தான் இந்த பொறப்ப நீ கொடுத்திருக்க. என் அம்மால்ல நீ..” என்று ஊணுருக உயிருருக அவள் தாளடியிலே கிடக்கும் அம்மைக்கு மனசும் இருப்பும் ஓரிடத்திலும் கொள்ளவே இல்லை.

பதினாறாம் நாள் துட்டி கழிக்க வந்தவர்கள் திரும்பி அவரவர்கள் வீடேறிய, மறுநாள் விடிகாலைக் கருக்கலிலே அம்மை எழுந்து நேரே கல்குழியை நோக்கி நடந்தாள். கால்முட்டிக்கு வறண்டிருந்த தண்ணியில் இறங்கி கையாலே கோரிக் குளித்தாள். தனக்குப்பிடித்த மஞ்சள் நிறச் சீலையை உடம்பகலச் சுத்தி உடுத்திக் கொண்டு, கோவிலடி திசைக்கு ஏறி நடந்தாள்.

கோவிலடி முகப்பிலே நிலை வாசல் வண்ணம் மாறியிருந்தது. ரெண்டு பக்கமும் நளின முகத்தோடு கட்டுச் சரியாத துவார பாலகிகள் சல்லடை தடுப்பு போட்டு சிறையாகியிருந்தார்கள். கோவிலின் நெற்றியில் அருள்மிகு ஸ்ரீமகாதேவியர் அன்னபூரணி நாகபூஷணி அம்மன் திருக்கோயில் என்று கொட்டை எழுத்தில் விளக்கு வாசகம் மின்னியது. சன்னதிக்கு பக்கவாட்டில் ரெண்டு பக்கமும் ஆட்கள் அகண்டு நிற்கும்படி தடுப்புக் கம்பிகளும், ஒரு சுற்றுப் பருத்த உண்டியலும், சுற்றுப்பாதையில் நவகிரகங்களும், பாதையின் கடைசி மூலையில் கன்னங்கரேலென்று காளியாயின் சிலையும் இடம்பெயர்ந்திருந்தது.

அம்மைக்கு நெஞ்சு பதபதைத்தது. கொந்தளிப்பும் தவிப்புமாய் ஓங்காரம் எடுத்துக் கதறத் துவங்கிவிட்டாள். தன்னினைவு இழந்து மூர்ச்சையாகித் தரையில் விழும் மட்டும் அந்தப் பொட்டுக் கருக்கலில் சன்னதம் வர ஆடி அசந்திருக்கிறாள். ஆளரவமற்ற கோவிலடியில் அம்மையும் காளியும் அனாதரவாய் நொடிந்து கிடக்க, பூட்டிய கர்பகிரகத்திற்குள் புதுசாய் குடிவந்த தெய்வம் ஒரு அணுக்கமும் இல்லாமல் உறங்கிக் கொண்டிருந்தது.

• • •

ஆச்சியை அடக்கம் பண்ணின எங்கள் சொந்த நிலம் அறக்கட்டளையின் கணக்கிற்குள் வருவதாகவும், அதைச்

சட்டத்துக்குப் புறம்பாகச் சொந்தப் பயன்பாட்டுக்கு எடுத்துக் கொண்டதாகவும் அம்மை மீது ஓட்டல்காரர் வழக்குப் பதிந்திருந்தார்.

பெரியம்மையின் கொழுந்தனார் கீழ்கோர்ட்டில் வக்கீலாக இருந்ததால் அம்மைக்காக வந்து வாதாடி அந்த நிலம் எங்களுக்குச் சொந்தமானது என்று தீர்ப்பு வாங்கித் தந்தார். ஆனாலும் கோவிலிலும் அறக்கட்டளையிலும் முறைகேடுகள் இருப்பதாயும் அதனால் அறக்கட்டளை நிர்வாகத்தில் எங்களுக்கு எந்தப் பங்கும் இல்லை என்றும் புதிதாக வக்கீல் நோட்டீஸ் அனுப்பப்பட்டிருந்தது.

கோர்ட்டுக்கும் வாய்தாவுக்கும் அலைந்து கையில் இருந்த காசெல்லாம் பஸ்சுக்கே கரைந்தது. தம்பியின் படிப்புச் செலவுக்காக வாங்கிய கடன்களும் கழுத்தைநெறிக்க இவ்வளவு காலமும் ஊருக்கெல்லாம் அள்ளி அளந்து அருள் கொடுத்த காளியாயி கடைசியில் எங்களுக்கு ஏன் கைவிரித்தாள் என்று புரிபடாமலே அம்மை வீட்டுக்குள்ளே முடங்கிப்போனது.

• • •

கொட்டு மேளச்சத்தம் நின்றடங்கி குந்துமணியும் கீழே விழுந்தால் காதால் கேட்டுத்தேடி எடுத்துவிடும் அமைதி. “யேய்” என்ற ஒரு குரல் தான். அம்மையின் தளர்ந்த உடலுக்குள் இருந்து அவ்வளவு வலுவாய் ஒரு சத்தம் வரும் என்று யாரும் எதிர்ப்பார்த்திருக்கவில்லை.

“யாரயடா பட்டினி போட்டுப்பாக்கீங்க. பச்ச எல ஒண்ணும் பூக்காம, கருக்கமழை ஒரு துளியும் தரையில வந்து விழாம தண்ணிக்கும் சாவுக்கும் நடுவுல தவிச்சுக் கெடக்கிங்களே ஏந்தெரியுமா! ஆய்ய்... ஊம்.. நான் போய்ட்டேன். இந்த மண்ணுக்கு இனி தண்ணி இல்ல. இந்த மண்ணுக்கு இனி சீவன் இல்ல. இந்த மக்களுக்கு இங்க நீதி இல்ல.. இந்த ஊருக்கு எந்தச் சாமியும் இல்ல.. நான் காடேறிட்டேன். காட்டுலருந்து மலையேறிருவேன். அதுதான் இனி என் எடம். அதுதான் இனி என் எடம். அதுதான் இனி என் எடம்..”

அருளிறங்கிய அம்மையின் உடல் தளர்ந்து, கையிலிருந்த திருநீற்றுச் சட்டி நிலமெங்கும் சிதற, வேப்பங்குலை அங்கமெல்லாம் விசிறடிக்க, கழுத்து மாலை அந்துவிழ ஆச்சியின் உடம்பு அடங்கின தெக்குக் காட்டின் திட்டையில் எரிந்து கொண்டிருந்த மாடக்குழி விளக்கின் வெளிச்சம் மறைய அதன்மீதே சாய்ந்து விழுந்தது அம்மை.

மேளக்காரர்கள் கொட்டுக் கம்பை வானத்துக்கும் பூமிக்குமாய் ஏற்றி இறக்கி அடிக்கத் துவங்கினார்கள். பெண்களின் குலவைச்சத்தம் காதைப்பிளக்க அம்மை முற்று முழுதாய் மலையேறியிருந்தாள்.

எழுத்தாளர் பற்றிய குறிப்புகள்

ந.பிச்சமூர்த்தி:

15.08.1900 அன்று கும்பகோணத்தில் பிறந்தார். நவீனத் தமிழ் இலக்கிய முன்னோடிகளுள் ஒருவர். புதுக்கவிதை இயக்க ஸ்தாபகர். சிறுகதைகளில் ஆன்மிக தத்துவார்த்த விஷயங்களை முன்வைப்பார். இந்து அறநிலையத்துறை அதிகாரியாகப் பணியாற்றினார். **காட்டுவாத்து, வழித்துணை** ஆகிய கவிதைத்தொகுப்புகள் முக்கியமானவை. நூற்றுக்கும் மேற்பட்ட சிறுகதைகள் எழுதியுள்ளார். வழக்கறிஞராகவும் பணியாற்றினார். சைவபுராணங்களில் தேர்ச்சி பெற்றவர். 04.12.1976 அன்று சென்னையில் காலமானார்.

சி.என். அண்ணாதுரை (அறிஞர் அண்ணா):

15.09.1909 அன்று காஞ்சிபுரத்தில் பிறந்தார். தமிழக மக்களால் 'அண்ணா' என அன்புடன் அழைக்கப்பட்டவர். மதராஸ் மாகாணம் என்று இருந்ததை 'தமிழ்நாடு' என மாற்றியதற்கு பெரும்பங்காற்றினார். திராவிட முன்னேற்றக் கழக நிறுவனர். 1967 முதல் 1969 வரை தமிழ்நாடு முதல் அமைச்சராகப் பணியாற்றினார். தமிழ் – ஆங்கிலம் இரு மொழிகளிலும் சிறப்பாக உரையாற்றக் கூடிய ஆற்றல் பெற்றவர். எழுத்தாளர், நாடகம் மற்றும் திரைப்படங்களுக்கு கதை வசனம் எழுதிப் புகழ்பெற்றார். **கம்பரசம், ஆரியமாயை** போன்ற இவருடைய நூல்கள் பலத்த சர்ச்சைக்குள்ளானவை. 'திராவிட நாடு' கோரி பிறகு அதைக் கைவிட்டார். நூற்றுக்கும் மேற்பட்ட சிறுகதைகள் எழுதினார். 03.02.1969 அன்று காலமானார்.

தொ.மு.சி.ரகுநாதன்:

தொ.மு.சி. என்று பரவலாக அறியப்பட்ட இவர் 20.10.1923 அன்று திருநெல்வேலியில் பிறந்தார். தமிழில் மார்க்சிய சிந்தனையை ஒட்டி எழுதிய முன்னோடி எழுத்தாளர்களில் ஒருவர். தமிழ்நாடு 'கலை இலக்கியப் பெருமன்றம்' என்ற அமைப்பைத் தொடங்கியவர்களில் ஒருவர். தினமணி, முல்லை, சக்தி, சாந்தி, சோவியத் நாடு ஆகிய இதழ்களில் ஆசிரியராகவோ துணை ஆசிரியராகவோ பணிபுரிந்தவர். இலக்கியத்தின் எல்லா வகைமைகளிலும் எழுதியவர். இவரது **பஞ்சும் பசியும்** கைத்தறி நெசவாளர்களின் துயர வாழ்வையும் அவர்களது தொழிற்சங்கப் போராட்டத்தையும் விவரித்து பெரும் கவனம் பெற்றது. புதுமைப்பித்தனின் நண்பர். புதுமைப்பித்தனைப் பற்றிய முக்கியமான வாழ்க்கை வரலாற்றை எழுதியவர். **பாரதி: காலமும் கருத்தும்** என்ற நூலுக்காக சாகித்திய அகாதெமி விருது பெற்றவர். 31.12.2001 அன்று பாளையங்கோட்டையில் காலமானார்.

பிரபஞ்சன்:

வைத்திலிங்கம் என்கிற பிரபஞ்சன் 27.04.1945 அன்று புதுச்சேரியில் பிறந்தார். தஞ்சை கரந்தை கல்லூரியில் புலவர் பட்டம் பெற்ற இவர் சென்னைக்குச் சென்று பிரபல வார இதழ்களில் பணிபுரிந்தார். **வானம் வசப்படும்** எனும் நாவலுக்காக சாகித்திய அகாதெமி விருது பெற்றார். சிறுகதை, கட்டுரை, நாடகம் போன்ற துறைகளிலும் செயல்பட்ட முழுநேர எழுத்தாளரான பிரபஞ்சன் 21.12.2018 அன்று தனது 73வது வயதில் இறந்தார். புதுச்சேரியில் இவரது உடல் அரசு மரியாதையுடன் தகனம் செய்யப்பட்டது.

நாஞ்சில் நாடன்:

க.சுப்பிரமணியம் என்னும் நாஞ்சில் நாடன் 31.12.1947 அன்று குமரி மாவட்டம் வீரநாராயண மங்களத்தில் பிறந்தார். எம்.எஸ்ஸி கணித பட்டதாரியான இவர் பணி நிமித்தம் காரணமாக மும்பையில் நீண்டகாலம் வசித்து, பிறகு கோவைக்கு மாற்றலாகி வந்தார். **தலைகீழ் விகிதங்கள், மாமிசப் படைப்பு, மிதவை, சதுரங்கக் குதிரை** போன்ற பல புகழ்பெற்ற நாவல்களும், 15க்கும் மேற்பட்ட கட்டுரை நூல்களும், கவிதைகளும் எழுதியுள்ளார். சூடிய பூ சூடற்க சிறுகதைத் தொகுப்புக்காக சாகித்திய அகாதெமி விருது பெற்றார். கும்பமுனி, தவசிப்பிள்ளை இவருடைய பிரபலமான கதாமாந்தர்கள். பழந்தமிழ் இலக்கிப் பரிச்சயமுள்ளவர். திரைப்படங்களிலும் பணியாற்றியுள்ளார்.

சி.எம்.முத்து:

10.02.1950 அன்று தஞ்சாவூருக்கு அருகிலுள்ள இடையிருப்பு குக்கிராமத்தில் பிறந்தார். அஞ்சல் நிலைய ஊழியராகப் பணி செய்தார். 300க்கும் மேற்பட்ட சிறுகதைகளும் பல நாவல்களும் எழுதியுள்ளார். **கறிச்சோறு** இவருடைய முக்கியமான நாவல். கள்ளர் சமூக வாழ்வியலை அடிப்படையாகக் கொண்டவை இவருடைய படைப்புகள்.

ஜெயமோகன்:

22.04.1962 அன்று குமரி மாவட்டம் திருவரம்புவில் பிறந்தார். பி.எஸ்.என்.எல் நிறுவனத்தில் பணிபுரிந்த காலத்தில் எழுத்தாளர் சுந்தர ராமசாமி அளித்த உத்வேகம் காரணமாக எழுதத் தொடங்கி, 'எழுத்து ராட்சசன்' என்று குறிப்பிடுமளவு இலக்கியத்தின் அனைத்து வகைமைகளிலும் முத்திரை பதித்தவர். **ரப்பர், பின் தொடரும் நிழலின் குரல், குமரித்துறைவி, காடு, ஏழாம் உலகம், கொற்றவை, விஷ்ணுபுரம்,** 'வெண்முரசு' வரிசை நாவல்களும் **அறம், வெண்கடல்** உள்ளிட்ட சிறுகதைத் தொகுப்புகளும் முக்கியமானவை. கதா விருது,

சமஸ்கிருதி சம்மான் விருது, இயல் விருதுகள் பெற்றவர். தற்போது திரைப்படங்களிலும் பணியாற்றுகிறார். விஷ்ணுபுரம் இலக்கிய வட்டம் சார்பில் ஆண்டுதோறும் ஒரு எழுத்தாளரைக் கௌரவித்து வருகிறார்.

இமையம்:

அண்ணாமலை எனும் இயற்பெயர் கொண்ட இமையம் 10.03.1964 அன்று கடலூர் மாவட்டம் கழுதூரில் பிறந்தார். பள்ளி ஆசிரியராகப் பணியாற்றுகிறார். இதுவரை 8 சிறுகதைத் தொகுப்புகளும் 9 நாவல்களும் வெளியாகியுள்ளன. **கோவேறு கழுதைகள், செடல்** நாவல்களும் **பெத்தவன்** நெடுங்கதையும் முக்கியமானவை. **செல்லாத பணம்** என்ற நாவலுக்காக சாகித்திய அகாதெமி விருது பெற்றார்.

கௌதம சித்தார்த்தன்

'உன்னதம்' சிற்றிதழின் ஆசிரியர். பின்நவீனத்துவப்பாணி சிறுகதைகள் எழுதக் கூடியவர். **பச்சைப்பறவை, பொம்மக்கா** போன்ற தொகுப்புகள் முக்கியமானவை. கொங்குப்பகுதி நாட்டார் வழக்காற்றியல் சார்ந்த கதைகளும் எழுதுகிறார். குறிப்பாக, இவருடைய **பொம்மக்கா** சிறுகதைத் தொகுப்பு முழுவதும் கொங்கு நாட்டுப்புறத் தெய்வங்களைப் பற்றிய சிறுகதைகளை உள்ளடக்கியவை ஆகும்.

மு. ஆனந்தன்:

மு.ஆனந்தன் 20.03.1970 அன்று ஈரோடு மாவட்டம் பவானியில் பிறந்தார். மதுரை சட்டக் கல்லூரியில் சட்டம் பயின்று தற்போது வழக்கறிஞராகப் பணியாற்றி வருகிறார். சமூக செயற்பாட்டாளர். அதிகாரத்தால் நசுக்கப்பட்ட குரலற்ற மக்களுக்காக பொதுநல வழக்குகளைத் தானே முன்னின்று நடத்துகிறார், அல்லது சட்டரீதியான வழிகாட்டுதல்களை வழங்குகிறார். இவருடைய கட்டுரைகள், கவிதைகள், சிறுகதைகள் அனைத்தும் இவரது சமூகநீதி செயல்பாடுகளையே பின்புலமாகக் கொண்டுள்ளன. **யுகங்களின் புளிப்பு நாவுகள்** எனும் கவிதைத் தொகுப்பும், **தேசமே சிறைச்சாலை ஆகும்** எனும் கட்டுரைத் தொகுப்பும், **கைரதி 377** எனும் சிறுகதைத் தொகுப்பும் தமிழ் இலக்கிய உலகத்தில் கவனம் ஈர்த்த நூல்களாகும்.

உமா மகேஸ்வரி:

போடி நாயக்கனூரை அடுத்த திருமலாபுரத்தில் 1971ஆம் ஆண்டு பிறந்தார். ஆங்கில இலக்கியத்தில் முதுகலைப் பட்டம் பெற்றவர். அடிப்படையில் கவிஞர். சிறுகதைகளும் நாவல்களும் எழுதியுள்ளார்.

யாரும் யாருடனும் இல்லை இவருடைய முக்கியமான நாவல். படைப்புகளில் பாசாங்கு இல்லாத பெண்ணியக்குரல் இவருடையது. சிறந்த சிறுகதைக்காக 'கதா' விருது பெற்றவர். கலைஞர் பொற்கிழி விருது பெற்றவர்.

கண்மணி குணசேகரன்:

குணசேகரன் எனும் இயற்பெயர் கொண்ட கண்மணி குணசேகரன் 1971ஆம் ஆண்டு விருத்தாசலம் வட்டம் பாலக்கொல்லையில் பிறந்தார். சிறுகதைகள், நாவல்கள், கவிதைகள் எழுதிவரும் இவர் விருத்தாசலம் அரசு போக்குவரத்துக் கழகம் பணிமனையில் பணிபுரிகிறார். அஞ்சலை, நெடுஞ்சாலை, கோரை இவருடைய முக்கியமான நாவல்கள். நடுநாட்டுச் சொல்லகராதி இவருடைய இலக்கியப் பணிகளுள் முதன்மையானது. சுந்தர ராமசாமி நினைவு நெய்தல் விருது, தமிழ்நாடு அரசு வழங்கும் தமிழ் வளர்ச்சித் துறையின் சிறந்த நூலுக்கான பரிசு பெற்றவர். இவருடைய **பூரணி பொற்கலை** எனும் சிறுகதைத் தொகுப்பு முழுவதும் நாட்டார் தெய்வங்களைப் பற்றியதே ஆகும்.

என்.ஸ்ரீராம்:

07.08.1972 அன்று திருப்பூர் மாவட்டம் தாராபுரம் அருகே நல்லிமடம் என்ற கிராமத்தில் பிறந்தார். கூட்டுறவியலில் இளங்கலைப் பட்டம் பெற்ற இவர் தற்போது சென்னையில் காட்சியூடகத் துறையில் பணிபுரிந்து வருகிறார். 6 சிறுகதைத் தொகுப்புகளும், **அத்திமரச் சாலை** மற்றும் **மாயாதீதம்** ஆகிய இரு நாவல்களும் எழுதியுள்ளார். இவருடைய **மீதமிருக்கும் வாழ்வு** சிறுகதைத் தொகுப்பு சிறந்த சிறுகதைத் தொகுப்பு என 2014ஆம் ஆண்டின் சுஜாதா விருது பெற்றது. இறுதியாக வெளிவந்த **மாயாதீதம்** எனும் இவரது நாவல் பரவலான கவனத்தையும் விமர்சனத்தையும் பெற்று வருகிறது. இருபது வருடங்களுக்கும் மேலாக சென்னையில் வசித்து வரும் இவர், தன்னுடைய படைப்புகளில் பெரும்பாலும் தன்னுடைய கிராமம் பற்றியும், அதிலுள்ள மனிதர்கள் பற்றியும், கிராமத் தொன்மங்கள் பற்றியும்தான் அதிகம் எழுதுகிறார்.

தேன்மொழி:

வேதியியலில் முதுநிலை பட்டம் பெற்றவராக இருந்தாலும் வரலாற்றுத் துறையின் மீது கொண்டிருந்த ஆர்வத்தால் அத்துறையிலும் முதுநிலை முடித்து முனைவர் பட்டமும் பெற்றவர். கவிதைகள், சிறுகதைகள் எழுதுபவர். **அணுக்கி** என்ற நாவலும் எழுதியுள்ளார். மொழிபெயர்ப்புகளிலும் ஈடுபட்டு வருகிறார். பாரதிதாசன் பல்கலைக்கழகத்தின் மகளிரியல் துறையால் 'சிறந்த

பெண் சாதனையாளர்' என்ற விருதைப் பெற்றவர். SPARROW விருதும் பெற்றவர். எழுத்தாளர் இந்திரா பார்த்தசாரதியால் 'தமிழின் எதிர்காலம்' என பாராட்டப்பட்டவர் இவர்.

சந்திரா:

சந்திரா தங்கராஜ் என்றறியப்படும் சந்திரா 11.06.1977 அன்று தேனி மாவட்டம் கூடலூரில் பிறந்தார். சிறுகதைகள், கவிதைகள் எழுதிவரும் இவர் ஒரு திரைப்பட இயக்குநரும் ஆவார். **பூனைகள் இல்லாத வீடு** சிறுகதைத் தொகுப்பும் **நீங்கிச் செல்லும் பேரன்பு** கவிதைத் தொகுப்பும் முக்கியமானவை. சுந்தர ராமசாமி நினைவு நெய்தல் விருது, விகடன் விருது, கலைஞர் பொற்கிழி விருதுகள் பெற்றவர்.

கார்த்திகைப் பாண்டியன்:

28.05.1981 அன்று மதுரையில் பிறந்தார். பொறியியல் பட்டதாரி. சிறுகதைகள், கவிதைகள் எழுதிவரும் இவர் மொழிபெயர்ப்புகளும் செய்து வருகிறார். விகடன் விருது, வாசகசாலை விருது, சுந்தர ராமசாமி நினைவு நெய்தல் விருதுகள் பெற்றவர். **துண்டிக்கப்பட்ட தலையின் கதை, கற்பனையான உயிரிகளின் புத்தகம்** போன்ற இவருடைய மொழிபெயர்ப்புகள் வாசக கவனம் பெற்றவை.

மயிலன் ஜி.சின்னப்பன்:

12.06.1986 அன்று தஞ்சாவூர் மாவட்டம் பட்டுக்கோட்டை தாலுகாவில் உள்ள சூரப்பள்ளம் எனும் கிராமத்தில் பிறந்தார். நரம்பியல் அறுவை சிகிச்சை நிபுணரான இவர் தற்போது திருச்சியிலுள்ள ஒரு தனியார் மருத்துவமனையில் பணியாற்றி வருகிறார். இவருடைய முதல் நாவல் **பிரபாகரனின் போஸ்ட்மார்டம்** தமிழ் இலக்கிய உலகில் அனைவரின் கவனத்தையும் பெற்றது. **நூறு ரூபிள்கள், அநாமதேயக் கதைகள்** மற்றும் **சிருங்காரம்** இவருடைய மூன்று முக்கியமான சிறுகதைத் தொகுப்புகள். வாசக சாலை வழங்கும் 'சிறந்த அறிமுக எழுத்தாளர்' விருதைப் பெற்றவர்.

சாத்தன் குன்றன்:

ஆ.பாண்டி என்ற இயற்பெயர் கொண்ட சாத்தன் குன்றன் மதுரையைச் சார்ந்தவர். தற்போது சிவகங்கையில் உள்ள மன்னர் துரைசிங்கம் அரசு கலைக்கல்லூரியில் தமிழ்த்துறையில் உதவிப் பேராசிரியராகப் பணியாற்றிக் கொண்டிருக்கிறார். ஆண்டி பாண்டி என்ற பெயரில் இவர் எழுதிய சிறுகதைகள் 'தாமரை' இதழில் வெளிவந்துள்ளன. சாத்தன் குன்றன் எனும் பெயரில் எழுதும் சிறுகதைகள் 'நீலம்' இதழில் வெளிவந்துள்ளன. தற்போது

குஞ்சுக்கரந்தன் எனும் தலைப்பில் தனது சிறுகதைத் தொகுப்பை வெளிக்கொணரும் முயற்சியில் இருக்கிறார்.

கார்த்திக் புகழேந்தி:

பாளையங்கோட்டையில் 1989-ஆம் ஆண்டு பிறந்தார். சிறுகதைகள், கட்டுரைகள் எழுதிவரும் இவர் ஆய்வுப் பணிகளிலும் ஈடுபட்டு வருகிறார். கதைசொல்லி உள்ளிட்ட பல்வேறு இதழ்களில் பணியாற்றியவர். 2015 – சென்னைப் பெருவெள்ளத்தின்போது கார்த்திக் புகழேந்தி ஆற்றிய நிவாரணப் பணிகளுக்காக கல்கி டிரஸ்ட் வழங்கிய 'லோக சம்ரக்ஷக்' விருது பெற்றார். **வற்றா நதி, ஊருக்குச் செல்லும் வழி** *மற்றும்* **வெஞ்சினம்** *நூல்கள் முக்கியமானவை.*

பரிசல் புத்தக நிலையம் / மலர் புக்ஸ் / மாற்று வெளியீட்டகம்

புதிய விலைப் பட்டியல்

1.	கருணாமிர்த சாகரம் (சுருக்கத் திறனாய்வு உரை) - அமுதா பாண்டியன்	ரூ.250
2.	மானுடமும் மண்டியிடுதலும்: மாறிவரும் சினிமாவும் மாறாத அகத்தேடலும் - சொர்ணவேல் ஈஸ்வரன்	ரூ.270
3.	காந்தியின் ஸநாதந அரசியல் - கோ.ரகுபதி	ரூ.120
4.	பண்டைத் தமிழ்ச் சமூகத்தில் கல்வி - பேரா.சேவியர் தனிநாயகம் அடிகள் - தமிழில்: ந.மனோகரன்	ரூ.75
5.	பண்முக ஆளுமை: மு.அருணாசலம் - ஜெ.சுடர்விழி	ரூ.280
6.	தமிழ்ப் பெரியார்கள் - வ.ரா.	ரூ.100
7.	சங்க இலக்கியம்: ஒரு ஃபிராய்டிய உளப்பகுப்பாய்வு வாசிப்பு - அரங்க. நலங்கிள்ளி	ரூ.300
8.	தமிழ்ச் சிறுகதைகளும் மனிதப் பெருவெளியும் (திறனாய்வுக் கட்டுரைகள்) - முனைவர் க.பஞ்சாங்கம்	ரூ150
9.	குமரப்பாவிடம் கேட்போம் - ஜெ.சி.குமரப்பா - மொழியாக்கம்: அமரந்த்தா	ரூ.100
10.	காந்தி ராமசாமியும் பெரியார் ராமசாமியும் - ப.திருமாவேலன்	ரூ.140
11.	தந்தை பெரியாரின் தடை செய்யப்பட்ட தலையங்கம் 1933 - ப.திருமாவேலன்	ரூ.100
12.	கரைந்த காலத்தின் கனத்த சாட்சிகள் - ப.திருமாவேலன்	ரூ.200
13.	காந்தியார் சாந்தியடைய - ப.திருமாவேலன்	ரூ.160
14.	தமிழ் - மலையாள உறவு - எஸ்.பி.ராமகிருஷ்ணன்	ரூ.280
15.	காந்திய அரசியல் - வ.கீதா	ரூ.100
16.	தொல்காப்பியம் - பன்முக வாசிப்பு - பா. இளமாறன்	ரூ.250
17.	பஞ்சமனா பஞ்சயனா - ஆ.சிவசுப்பிரமணியன்	ரூ.130
18.	கோபுரத் தற்கொலைகள் - ஆ.சிவசுப்பிரமணியன்	ரூ.100
19.	சமணமும் சாதியும் - ஆ.சிவசுப்பிரமணியன்	ரூ.80
20.	இசையின் அதிகார முகங்கள் - இ.முத்தையா	ரூ.180
21.	தமிழகம் தந்த மகாகவி - நூல் வடிவப் பொறுப்பாளர் சீனி.விசுவநாதன்	ரூ.280
22.	திருக்குறள் பன்முக வாசிப்பு - பதிப்பாசிரியர்: வெ.பிரகாஷ்	ரூ.300
23.	திணை உணர்வும் பொருளும் - வெ.பிரகாஷ்	ரூ.90
24.	சிமொன் தெ. பொவ்வார் - நாகரத்தினம் கிருஷ்ணா	ரூ.150

25. என்னுடைய பெயர் அடைக்கலம் நாடியா டுஃப்போர் ஆன்றோ
- தமிழில்: வ.ஆன்றோ ரூ.280
26. நீதிநெறி விளக்கம் - சி.வை.தாமோதரம் பிள்ளை ரூ.130
27. ஆபிரகாரம் பண்டிதர் வாழ்க்கை வரலாறு - து.ஆ.தனபாண்டியன் ரூ.120
28. பேரலையாய் ஒரு மென் ஷட்ஜம் - லலிதாராம் ரூ.200
29. வம்சமணி தீபிகை - இளை சமணியன் ரூ.230
30. ஒளியில் எழுதுதல் - செழியன் ரூ.150
31. மார்க்சியமும் இலக்கியமும் சில நோக்குகள் - எ.ஜே.கனகரட்ணா ரூ.60
32. காமராஜர் வாழ்க்கை வரலாறு - டி.எஸ்.சொக்கலிங்கம் ரூ.100
33. இறையனார் களவியல் உரை களவியல் காட்டும் அகமரபும்
உரைமரபும் - இரா.ஜானகி ரூ.130
34. இறையனார் களவியல் உரை முன்னிறுத்தும் சமயமும் அரசியலும்
- இரா.ஜானகி ரூ.160
35. சந்நியாசமும் தீண்டாமையும் - ராமாநுஜம் ரூ.200
36. நடைவழிக் குறிப்புகள் - சிமோகன் ரூ.150
37. அறியப்படாத தமிழ் வானொலி வரலாறு - கு.பிரகாஷ் ரூ.500
38. நாடோடிகள் வாய்மொழி வரலாறும் உலகக் கண்ணோட்டமும்
- ஆ.தனஞ்செயன் ரூ.260
39. பாசிசம் - எம்.என்.ராய் ரூ.180
40. தமிழ்ப் பெரியார் - வ.உ.சி. தொகுப்பு. ஆ.அறிவழகன் ரூ.150
41. நாட்டார் வழக்காற்றியல் அரசியல் - ஆ.சிவசுப்பிரமணியன் ரூ.90
42. மறக்கப்பட்ட விடுதலைப் போராளி சாவித்திரி பாய் பூலேவின்
வாழ்வும் போராட்டமும் - தமிழில் வெ.கோவிந்தசாமி ரூ.120
43. வளமான சொற்களைத் தேடி - பா.ரா.சுப்பிரமணியன் ரூ.110
44. திருமூலர் மனவிடுதலையின் குரல் - திருமூலர் முருகன் ரூ.150
45. இவர்கள் இல்லாமல் - நவீன அறிவியலின் சிற்பிகள்
- பீ.கலீல் அகமது ரூ.150
46. வ.ரா. வாசகம் ரூ.200
47. கால்டு வெல்லின் திராவிட அல்லது தென்னிந்திய குடும்ப மொழிகளின்
ஒப்பிலக்கணப் பதிப்புகள் - பா.ரா.சுப்பிரமணியன் ரூ.20
48. தலித்துகள் பெண்கள் தமிழர்கள் - க.பஞ்சாங்கம் ரூ.425
49. தெற்கு வாசல் - கடல் நடுவே ஒரு களம் - பிரமிள்
தொகுப்பாசிரியர்: காலசுப்பிரமணியம் ரூ.350
50. உட்பகை உணரும் தருணம் - அழகரசன் ரூ.170
51. எழுததல் அவளின் சுதந்திரம் - ஜெ.சுடர்விழி ரூ.120
52. காலத்தை வரையும் ஆளுமைகள் - ப.கல்பனா ரூ.120

53. சிதம்பரம் இராமலிங்கம் எனும் வள்ளலார் - பன்முக வாசிப்பு
-வி. தேவேந்திரன் ரூ.220

54. தொல்காப்பியம் சிக்கல்களும் தீர்வுகளும் - ந.இரஞ்சன் ரூ.360

55. செம்மொழித் தமிழ் மொழியியல் பார்வைகள்
- முனைவர் கோ.சதீஸ் ரூ.230

56. பூம்பகார் தந்த சிலம்புத்தென்றல் - புலவர் ந.தியாகராசனார்
வரலாறும் சமகால ஆவணங்களும், தொகுப்பாசிரியர்:
முனைவர் கு.சக்திவேல் முனைவர் கோ.சதீஸ் ரூ.600

57. பக்தி - அனுபவம் - அரசியல் - பதிப்பாசிரியர் அழகரசன் ரூ.250

58. சங்க இலக்கியச் சொற்கள் - எளிமையும் வலிமையும் -
பா.இளமாறன் ரூ.120

59. தமிழில் யாப்பிலக்கண உரை வரலாறு - பா.இளமாறன் ரூ.325

60. தொல்காப்பியப் பதிப்புரைகள் - பா.இளமாறன் ரூ.260

61. செம்மொழி பனுவல்களின் வரலாற்றுச் சுவடுகள் - பா.இளமாறன் ரூ.200

62. செஞ்சுருட்டி (செவ்வியல் தமிழாய்வுக் கட்டுரைகள்) - இரா.சீனிவாசன் ரூ.120

63. பூவா வேங்கை - இரா.சீனிவாசன் ரூ.120

64. இலக்கிய வரலாற்று வரைவியல் - இரா.சீனிவாசன் ரூ.380

65. மகாபாரத வசன காவியம் - சண்முகக் கவிராயர் -
பதிப்பு: இரா.சீனிவாசன், த.குணாநிதி ரூ.4000

66. இலக்கிய வரலாற்றுச் சிந்தனை - தொடக்க கால முயற்சிகள்
- த.குணாநிதி ரூ.120

67. இலக்கிய வரலாற்றுச் சிந்தனை - சைவப் பனுவல்கள்
- த.குணாநிதி ரூ.120

68. இலக்கிய வரலாற்றுச் சிந்தனை - வைணவப் பனுவல்கள்
- த.குணாநிதி ரூ.120

69. அர்த்தமின்மையின் அழகும் அர்த்தங்களின் மெய்ம்மையும்
திறனாய்வாளர் கா.பஞ்சாங்கத்துடன் ஒரு நேர்காணல்
- பா.இரவிக்குமார் ரூ.120

70. உண்மையின் தேடலில் அலைபாயும் மனம் - க.பஞ்சாங்கத்தின்
நேர்காணல்கள் - தொகுப்பாசிரியர் பா.இரவிக்குமார் ரூ.130

71. முந்நூறு இராமாயணங்கள் - ஏ.கே.இராமானுஜன்
தமிழில்: ந.வினோத்குமார் ரூ.100

72. வ.உ.சி. வாழ்க்கை வரலாறும் இலக்கியப் பணிகளும் -
முனைவர் அ.சங்கரவள்ளி நாயகம் ரூ.300

73. சீனாவின் வரலாறு - வெ.சாமிநாத சர்மா ரூ.480

74. பாரதித் தமிழ் - ம.பெ.பெரியசாமித்தூரன் ரூ.220

75. பண்பாட்டின் பலகணி - ஸ்டாலின் ராஜாங்கம் ரூ.180
76. ஒரு தலித்திடமிருந்து வசந்த் மூன் - தமிழில் வெ.கோவிந்தசாமி ரூ.300
77. மார்க்ஸிய அழகியல் ஒரு முன்னுரை - சச்சிதானந்தன் தமிழில்: சுகுமாரன் ரூ.120
78. பசுக்கள் பன்றிகள் போர்கள் சூன்யக்காரிகள் ஆகிய கலாச்சார புதிர்கள் - மார்வின் ஹாரிஸ் தமிழில்: துக்காராம் கோபால்ராவ் (இரண்டு தொகுதி) ரூ.400
79. சங்கக் கவிதை மொழி அரசியல் - கே.பழனிவேலு ரூ.140
80. சிலப்பதிகார எடுத்துரைப்பு கூற்றுக்கோட்பாட்டு நோக்கு - கே.பழனிவேலு ரூ.120
81. தொல்காப்பிய திணைக்கோட்பாடு திறனாய்வியல் நோக்கு: கே.பழனிவேலு ரூ.140
82. அன்புள்ள டாக்டர் மார்க்ஸ் - ஷீலா ரெளபாத்தம் - தமிழாக்கம்: வ.கீதா, எஸ்.வி.ராஜதுரை ரூ.160
83. மார்க்சிய தத்தவம் - நா.வானமாமலை எம்.ஏ., எல்.டி. ரூ.230
84. பாணர் கைவழி எனப்படும் யாழ் நூல் - டாக்டர் ஆ.அ.வரகுணபாண்டியன் ரூ.250
85. சமணத் தமிழ் இலக்கிய வரலாறு - தெ.பொ.மீ. ரூ.170
86. சேக்காளிகளின் வரைகோடுகள் - (தொகு.ஆ.) அ.ஜெகந்நாதன் ரூ.190
87. பழந்தமிழர் கணக்கு நீட்டலளவை - முனைவர் கொடுமுடி சண்முகம் ரூ.130
88. சிலம்பின் காலம் - இராம கி ரூ.220
89. தமிழும் வடமொழியும்: மெய்யும் பொய்யும் - பேரா.ப.மருதநாயகம் ரூ.330
90. தமிழ் இலக்கியங்களில் வைணவம் - இந்திரா பார்த்தசாரதி ரூ.280
91. தமிழில் நாவல், சிறுகதை உருவாக்கம் சமகால எதிர்வினை - முனைவர் மு.வையாபுரி ரூ.250
92. புனைவின் சாத்தியப்பாடுகள் - சா.தேவதாஸ் ரூ.250
93. மொழியாக்கம் ஒரு பாதை - சா.தேவதாஸ் ரூ.100
94. உலகை மாற்றிய புத்தகங்கள் - தமிழாக்கம் ஏ.ஜி.வேங்கடாச்சாரி ரூ.380
95. ஜப்பான் பயணம் - ரவீந்திரநாத் டாகூர் - மொழிபெயர்ப்பு: த.நா.குமாரசாமி ரூ.90
96. தலைமறைவு வாழ்க்கையில் எனது அனுபவம் -பி.ஸ்ரீனிவாச ராவ் ரூ.150
97. தொல்காப்பிய வழித் திறனாய்வு - சண்முக, விமல்குமார் ரூ.95
98. காலந்தோறும் தமிழ்க்கவிதை மரபுகள் - முனைவர் பா.ஜெய்கணேஷ் ரூ.350
99. உங்கள் குழந்தை - பேரா. ஏ.துர் -தமிழாக்கம்: டாக்டர் அ.கதிரேசன் ரூ.350
100. தனித்தமிழ் இயக்கம் - இலக்கியச் செம்மல் இரா.இளங்குமரனார் ரூ330